ആഗോള സാമ്പത്തിക പ്രതിസന്ധിയും
ഇന്ത്യൻ കാർഷിക പ്രശ്നവും

agola sampathika prathisandhiyum
indian karshika prasnavum

•

editor
p krishnaprasad

•

first edition
november 2009

•

second edition
august 2010

•

typesetting & published
chintha publishers, thiruvananthapuram

•

printed

•

cover
vinod

വിതരണം

ദേശാഭിമാനി ബുക്ക് ഹൗസ്

H O തിരുവനന്തപുരം–695 001

ബ്രാഞ്ചുകൾ

ഓവർബ്രിഡ്ജ് തിരുവനന്തപുരം • കെ എസ് ആർ ടി സി ബസ് സ്റ്റേഷൻ ആലപ്പുഴ • കെ എസ് ആർ ടി സി ബസ് സ്റ്റേഷൻ എറണാകുളം • കലൂർ കൊച്ചി • ഐ ജി റോഡ് കോഴിക്കോട് • മാവൂർ റോഡ് കോഴിക്കോട് • എൻ ജി ഒ യൂണിയൻ ബിൽഡിങ് കണ്ണൂർ • സെൻട്രൽ ബസ് ടെർമിനൽ കോംപ്ലക്സ് താവക്കര കണ്ണൂർ • മച്ചിങ്ങൽ ലെയ്ൻ തൃശൂർ

CR - 990 / 2473

ആഗോള സാമ്പത്തിക പ്രതിസന്ധിയും ഇന്ത്യൻ കാർഷിക പ്രശ്നവും

എഡിറ്റർ
പി കൃഷ്ണപ്രസാദ്

ചിന്ത പബ്ലിഷേഴ്സ്
തിരുവനന്തപുരം-695 001
വില : 120.00 രൂപ

ഉള്ളടക്കം

അവതാരിക

'ആഗോള ധനപ്രതിസന്ധിയും ഇന്ത്യയിലെ കർഷക ജനവിഭാഗങ്ങളും' എന്ന വിഷയത്തെ ആസ്പദമാക്കി അഖിലേന്ത്യാ കിസാൻ സഭയുടെയും അഖിലേന്ത്യാ കർഷകത്തൊഴിലാളി യൂണിയന്റെയും ആഭിമുഖ്യത്തിൽ 2009 ജനുവരി 31, ഫെബ്രുവരി 1 തീയതികളിൽ വയനാട്ടിലെ കൽപ്പറ്റയിൽ നടന്ന ദേശീയ സെമിനാറിൽ അവതരിപ്പിക്കപ്പെട്ട രേഖകളാണ് ഈ പുസ്തകത്തിൽ ഉൾക്കൊള്ളിച്ചിട്ടുള്ളത്. ആഗോള ധനപ്രതിസന്ധി ഇന്ത്യയുടെ കാർഷിക മേഖലയിൽ സൃഷ്ടിക്കാൻ ഇടയുള്ള ദോഷകരമായ പ്രത്യാഘാതങ്ങളെന്തെന്ന് വിലയിരുത്തി കർഷക ജനവിഭാഗങ്ങളുടെ താൽപ്പര്യങ്ങൾ സംരക്ഷിക്കാൻ ഏതെല്ലാം നടപടികളാണെടുക്കേണ്ടതെന്ന് കണ്ടെത്തുകയായിരുന്നു സെമിനാറിന്റെ ലക്ഷ്യം.

ഇന്ത്യയിലെ പുരോഗമന ചിന്താഗതിക്കാരായ അതിപ്രഗത്ഭ സാമ്പത്തിക ശാസ്ത്രജ്ഞന്മാരും രാഷ്ട്രീയനേതാക്കളും കർഷകസംഘത്തിന്റെയും കർഷകത്തൊഴിലാളി യൂണിയന്റെയും നേതാക്കന്മാരും ഒരുമിച്ചു പങ്കെടുത്ത സെമിനാർ എന്തുകൊണ്ടും സവിശേഷതകൾ ഏറെയുള്ളതായിരുന്നു. കർഷകസംഘത്തിന്റെയും കർഷകത്തൊഴിലാളി യൂണിയന്റെയും പ്രവർത്തകരായ ഞങ്ങൾക്ക് ലോകത്തിന്റെയും ഇന്ത്യയുടെയും സമ്പദ്വ്യവസ്ഥയെപ്പറ്റിയും കാർഷികമേഖലയിൽ ആഗോള സാമ്പത്തിക പ്രതിസന്ധി വരുത്താനിടയുള്ള പ്രത്യാഘാതങ്ങളെപ്പറ്റിയും ഒട്ടേറെ പുതിയ കാര്യങ്ങൾ മനസിലാക്കാൻ കഴിഞ്ഞു. ജനങ്ങളുടെ ഇടയിൽ നിത്യവും ഇടപെട്ടുകൊണ്ടിരിക്കുന്ന ഞങ്ങളിൽനിന്നും പലതും പഠിക്കാൻ വിദഗ്ധൻമാർക്ക് കഴിഞ്ഞുവെന്ന് അവരും പറയുകയുണ്ടായി. ഉദ്ദേശിച്ച ലക്ഷ്യംനേടാൻ കഴിഞ്ഞുവെന്ന് ഞങ്ങൾക്ക് അഭിമാനത്തോടെ പറയാൻ കഴിയും. സെമിനാർ പൂർണ വിജയമായിരുന്നു. അത് അങ്ങേയറ്റം വിജയകരമായി സംഘടിപ്പിക്കാൻ വയനാട്ടിലെ കർഷകസംഘത്തി

ന്റെയും കർഷകത്തൊഴിലാളി യൂണിയന്റെയും മറ്റ് ബഹുജനസംഘടനകളുടെയും കമ്യൂണിസ്റ്റ് (മാർക്സിസ്റ്റ്) പാർട്ടിയുടെയും പ്രവർത്തകർ നടത്തിയ പ്രവർത്തനങ്ങൾ തികച്ചും അഭിനന്ദനാർഹമാണ്.

1930 കളിലെ ലോക സാമ്പത്തികമാന്ദ്യത്തിന്റെ ദോഷകരമായ പ്രത്യാഘാതങ്ങൾ ബ്രിട്ടീഷ് സാമ്രാജ്യത്വത്തിന്റെയും ജന്മി-നാടുവാഴിത്തത്തിന്റെയും കടുത്ത ചൂഷണത്തിന് വിധേയരായ ഇന്ത്യയിലെ കർഷക ജനവിഭാഗങ്ങളുടെ പ്രയാസങ്ങളെ പലമടങ്ങ് വർധിപ്പിച്ചു. ഇതിനെതിരെ ചെറുതും വലുതുമായ സമരങ്ങൾ ഇന്ത്യയിലെ വിവിധ സംസ്ഥാനങ്ങളിൽ ഉയർന്നു വന്നു. ഇത്തരം സമരങ്ങളിൽനിന്നാണ് അഖിലേന്ത്യാ കിസാൻസഭ 1936 ൽ രൂപംകൊണ്ടത്.

നവഉദാരവൽക്കരണ സാമ്പത്തികനയങ്ങൾ നടപ്പിലാക്കിയതിന്റെ ഫലമായി ഇന്ത്യയിലെ കാർഷികപ്രതിസന്ധി മൂർച്ഛിച്ചുകൊണ്ടിരിക്കുകയാണ്. കാർഷികമേഖലയിൽ വന്നുകൊണ്ടിരിക്കുന്ന മാറ്റങ്ങളെയും ഇന്ത്യയിലെ ഭരണവർഗങ്ങൾ സ്വീകരിക്കുന്ന സമീപനങ്ങളെയുംപറ്റി അഖിലേന്ത്യാ കിസാൻസഭയും അഖിലേന്ത്യാ കർഷകത്തൊഴിലാളി യൂണിയനും ശ്രദ്ധാപൂർവം തുടർച്ചയായി വിലയിരുത്തി വരുന്നു. വരുന്ന മാറ്റങ്ങളുടെ അടിസ്ഥാനത്തിൽ കർഷക ജനവിഭാഗങ്ങളുടെ താൽപ്പര്യങ്ങൾ സംരക്ഷിക്കാൻ എന്ത് ചെയ്യണമെന്ന് കണക്കിലെടുത്ത് ബദൽ നയങ്ങൾ ഉയർത്തികൊണ്ടുവരാനും പരിശ്രമിച്ചുവരുന്നു.

1991 ൽ ഇന്ത്യയിൽ അധികാരത്തിൽവന്ന പി വി നരസിംഹറാവുവിന്റെ നേതൃത്വത്തിലുണ്ടായിരുന്ന കോൺഗ്രസ് ഗവൺമെന്റ് പുത്തൻ സാമ്പത്തിക നയങ്ങളും അതിന്റെ ഭാഗമായി പുത്തൻ കാർഷിക നയങ്ങളും നടപ്പാക്കുവാൻ ആരംഭിച്ചു. 1992 സെപ്തംബർ 27, 30 തീയതികളിൽ ഹരിയാനയിലെ ഹിസാറിൽ ചേർന്ന അഖിലേന്ത്യാ കിസാൻ സഭയുടെ 27-ാം അഖിലേന്ത്യാസമ്മേളനം ഈ പുത്തൻ കാർഷികനയങ്ങളുടെ ഫലം എന്തായിരിക്കുമെന്ന് പരിശോധിച്ചു. പുത്തൻനയങ്ങളുടെ ഫലമായി ചെറുകിട - ഇടത്തരം കൃഷിക്കാരുടെ പാപ്പരീകരണം വേഗത്തിലാകുമെന്നും തൊഴിലില്ലായ്മ വർധിക്കാൻ ഇടവരുമെന്നും സമ്മേളനം കണ്ടു. പുത്തൻ സാമ്പത്തികനയങ്ങൾക്കും കൃഷിയെ ലോകവ്യാപാര കരാറിന്റെ പരിധിയിൽ ഉൾപ്പെടുത്താൻ ശുപാർശ ചെയ്ത റിപ്പോർട്ടിനെ ആധാരമാക്കി തയ്യാറാക്കിയ കരട്കരാറിനും എതിരെ കർഷക ജനവിഭാഗങ്ങളെ അണിനിരത്തി ശക്തിമത്തായ പ്രക്ഷോഭസമരങ്ങൾ സംഘടിപ്പിക്കണമെന്ന് സമ്മേളനം തീരുമാനമെടുത്തു. പുത്തൻ സാമ്പത്തിക നയത്തെയും മറ്റ് കർഷകസംഘടനകൾ സ്വാഗതം ചെയ്യാനാണ് അന്ന് തയാറായത്.

പുത്തൻ കാർഷികനയത്തിന്റെ ദോഷകരമായ പ്രത്യാഘാതങ്ങളിൽ നിന്ന് കർഷക ജനവിഭാഗങ്ങളുടെ താൽപ്പര്യം എങ്ങനെ സംരക്ഷിക്കാനാവും എന്ന കാര്യം അഖിലേന്ത്യാ കിസാൻസഭയും അഖിലേന്ത്യാ കർഷകത്തൊഴിലാളി യൂണിയനും ചർച്ച ചെയ്തു. 1993 സെപ്തംബർ 27, 28 തീയതികളിൽ ഡൽഹിയിൽ ചേർന്ന ഈ രണ്ട് സംഘടനകളു

ടെയും അഖിലേന്ത്യാകമ്മിറ്റികൾ ബദൽ കാർഷികനയം എന്തെന്ന് പ്രഖ്യാപിക്കുന്ന രേഖ അംഗീകരിക്കുകയുണ്ടായി. കേന്ദ്രഗവൺമെന്റ് നടപ്പാക്കിയ നവഉദാരവൽക്കരണ സാമ്പത്തികനയങ്ങൾ കാർഷിക പ്രതിസന്ധിയെ മൂർച്ഛിപ്പിക്കുകയും കർഷക ജനവിഭാഗങ്ങളുടെ പ്രയാസങ്ങളെ വളർത്തുകയും ചെയ്തു. ഒരു ദശകത്തിലേറെ കാലം പുത്തൻ സാമ്പത്തികനയങ്ങൾ വരുത്തിയ മാറ്റങ്ങൾ എന്തെന്ന് പരിശോധിച്ച് ബദൽ കാർഷിക നയരേഖയെ 2003 ഡിസംബർ 28, 29 തീയതികളിൽ നടന്ന അഖിലേന്ത്യാ കിസാൻ സഭയുടെയും അഖിലേന്ത്യാ കർഷകത്തൊഴിലാളി യൂണിയന്റെയും അഖിലേന്ത്യാകമ്മിറ്റികളുടെ യോഗം കാലോചിതമായി പുതുക്കി.

സർവതല സ്പർശിയും അതൃഗാധവുമായ പ്രതിസന്ധിയാണ് കാർഷികമേഖലയും കർഷക ജനവിഭാഗങ്ങളും ഇന്ന് നേരിടുന്നത്. കാർഷികോൽപ്പന്നങ്ങൾക്ക് ആദായവില ലഭിക്കാത്തസ്ഥിതി, വിലയിലുണ്ടാവുന്ന ഏറ്റക്കുറവുകൾ, ധനസ്ഥാപനങ്ങൾവഴി ലഭിക്കുന്ന കടത്തിന്റെ അപര്യാപ്തത, വളരുന്ന തൊഴിലില്ലായ്മ, കാർഷിക ഉൽപ്പാദന വർധനവിലെ ഇടിവ് തുടങ്ങിയവ കർഷകജനവിഭാഗങ്ങൾ അഭിമുഖീകരിക്കുന്ന മുഖ്യ പ്രശ്നങ്ങളാണ്. നവഉദാരവൽക്കരണ സാമ്പത്തിക നയങ്ങളുടെ പ്രത്യക്ഷഫലങ്ങളാണ് ഇവയെല്ലാം. വരുമാനത്തിലെ കുറവും കടത്തിന്റെ ഭാരവുംകാരണം കർഷകജനങ്ങളുടെ ജീവിതം ഇന്ന് ദുരിത പൂർണമാണ്. മഹാഭൂരിപക്ഷംവരുന്ന കൃഷിക്കാരെ സംബന്ധിച്ചിടത്തോളവും കൃഷി ആദായകരമായ പ്രവൃത്തിയല്ല. ജീവിതച്ചെലവുകൾ നിർവഹിക്കാൻ ഭൂമിയെയും കന്നുകാലികളെയും വിൽക്കാൻ കൃഷിക്കാർ നിർബന്ധിതരാണ്. ഭൂരഹിതരുടെ എണ്ണം പെരുകുന്നു. ഒരു വലിയ വിഭാഗം കൃഷിക്കാർ കടക്കെണിയിലാണ്. കർഷകത്തൊഴിലാളികളുടെ ഇടയിലെ തൊഴിലില്ലായ്മ വലിയ തോതിൽ വർധിക്കുന്നു. അവരുടെ യഥാർഥ വരുമാനം ഇടിയുന്നു. രാജ്യത്തിന്റെ ഏറിയ ഭാഗത്തും കർഷകത്തൊഴിലാളികൾക്ക് മിനിമം കൂലിയോ സാമൂഹ്യസുരക്ഷാ ആനുകൂല്യങ്ങളോ ലഭിക്കുന്നില്ല. ഇടതുകക്ഷികൾക്ക് കരുത്തുള്ള പശ്ചിമബംഗാൾ, കേരളം, ത്രിപുര എന്നീ സംസ്ഥാനങ്ങൾ മാത്രമാണ് ഇതിന് അപവാദം.

ചുരുൾവിരിയുന്ന ആഗോള സാമ്പത്തിക പ്രതിസന്ധി അതീവ ഗുരുതരമായ പ്രത്യാഘാതങ്ങൾ ഇന്ത്യയിലെ കാർഷികമേഖലയിൽ സൃഷ്ടിക്കാൻ ഇടയുണ്ട്. കർഷക ജനവിഭാഗങ്ങളുടെ ദുരിതം പലമടങ്ങ് വളരാം. ഇതെല്ലാം സംബന്ധിച്ച് ചർച്ചചെയ്ത രേഖകളാണ് വയനാട് സെമിനാറിൽ അവതരിപ്പിക്കപ്പെട്ടത്.

തൊഴിലാളി – കർഷക ഐക്യം ശക്തിപ്പെടുത്തണമെന്ന് ആഹ്വാനം ചെയ്ത കമ്യൂണിസ്റ്റ് (മാർക്സിസ്റ്റ്) പാർട്ടി ജനറൽ സെക്രട്ടറി പ്രകാശ് കാരാട്ടിന്റെ ഉൽഘാടന പ്രസംഗം സ്വാതന്ത്ര്യ പ്രാപ്തിക്കുശേഷം ഇന്ത്യയിലെ കാർഷികമേഖലയിൽ ഭരണവർഗങ്ങൾ സ്വീകരിച്ച നടപടികൾ, കാർഷിക സമ്പദ്വ്യവസ്ഥയുടെ ഇന്നത്തെ സ്ഥിതി, ഉദാരവൽക്കരണ

സാമ്പത്തിക നയങ്ങൾ വരുത്തുന്ന മാറ്റങ്ങൾ, യുപിഎ ഗവൺമെന്റിന്റെ സാമ്പത്തിക നയങ്ങളോടുള്ള ഇടതുപക്ഷ കക്ഷികളുടെ സമീപനം തുടങ്ങിയ കാര്യങ്ങൾ വിലയിരുത്തുന്നു. കാർഷികപ്രശ്നം പ്രധാനപ്പെട്ട രാഷ്ട്രീയ പ്രശ്നമായി തുടരുന്നുവെന്ന് ചൂണ്ടിക്കാണിച്ചുകൊണ്ട് ഭൂപ്രഭുത്വത്തിനും പലിശയ്ക്ക് പണംകൊടുപ്പുകാരുടെയും കച്ചവടക്കാരുടെയും ചൂഷണത്തിനും, ജാതിയുടെയും ലിംഗത്തിന്റെയും അടിസ്ഥാനത്തിലുള്ള അടിച്ചമർത്തലിനും എതിരായ സമരങ്ങളെയും സാമ്രാജ്യത്വത്തിനും നാടൻ മുതലാളി വർഗത്തിനും ഉദാരവൽക്കരണത്തിനും എതിരായ സമരങ്ങളെയും സംയോജിപ്പിച്ച് മുന്നേറേണ്ടതുണ്ടെന്ന് ആഹ്വാനം ചെയ്തു. തൊഴിലാളി – കർഷക ഐക്യം കെട്ടിപ്പടുക്കേണ്ടത് കാർഷിക പ്രശ്നങ്ങൾ പരിഹരിക്കുന്നതിന് അത്യാവശ്യമാണെന്നും വിവിധ പ്രശ്നങ്ങളെ ആസ്പദമാക്കി നടത്തുന്ന പ്രക്ഷോഭസമരങ്ങളിലൂടെയാണ് ഐക്യം ശക്തിപ്പെടുത്തുന്നതെന്നും പ്രകാശ് കാരാട്ട് അഭിപ്രായപ്പെട്ടു.

ഈ പുസ്തകത്തിൽ പ്രകാശ് കാരാട്ട്, സീതാറാം യെച്ചൂരി, പ്രൊഫ. പ്രഭാത് പട്നായിക്, പ്രൊഫ. ഉത്സപട്നായിക്, സി പി ചന്ദ്രശേഖരൻ, ജയതിഘോഷ്, വെങ്കിടേഷ് അത്രേയ എസ് രാമചന്ദ്രപിള്ള, ജോസ് ജോർജ്, പി കൃഷ്ണപ്രസാദ് എന്നിവർ അവതരിപ്പിച്ച രേഖകൾ ഉൾപ്പെടുത്തിയിട്ടുണ്ട്. ഈ രേഖകളുടെ ഉള്ളടക്കമെന്തെന്ന് ഞാൻ ഇവിടെ വിശദീകരിക്കുന്നില്ല. ഓരോ രേഖയും അതിസമർഥമായി അതത് വിഷയങ്ങൾ കൈകാര്യം ചെയ്യുന്നു.

സമർപ്പിച്ച രേഖകളുടെയും നടന്ന ചർച്ചകളുടെയും അടിസ്ഥാനത്തിൽ ഒരു അവകാശപത്രികയുടെ കരടിന് സെമിനാർ രൂപംനൽകി. കിസാൻസഭയുടെയും കർഷകത്തൊഴിലാളി യൂണിയന്റെയും അഖിലേന്ത്യാ കമ്മിറ്റികൾ യോഗംചേർന്ന് പിന്നീട് അവകാശപത്രികയ്ക്ക് അവസാന രൂപം നൽകി. ആഗോള സാമ്പത്തിക പ്രതിസന്ധിയുടെ ദോഷഫലങ്ങളിൽനിന്ന് കാർഷികമേഖലയെയും കർഷക ജനവിഭാഗങ്ങളെയും രക്ഷിക്കാൻ എടുക്കേണ്ട നടപടികളാണ് അവകാശ പത്രികയിൽ ഉൾപ്പെടുത്തിയിട്ടുള്ളത്. കിസാൻസഭയും കർഷകത്തൊഴിലാളി യൂണിയനും അംഗീകരിച്ച അവകാശപത്രികയും ഈ പുസ്തകത്തിൽ ഉൾപ്പെടുത്തിയിട്ടുണ്ട്. കാർഷികമേഖലയിലെ പ്രശ്നങ്ങളെപ്പറ്റി പഠിക്കുന്നവർക്കും കർഷകസംഘത്തിന്റെയും കർഷകത്തൊഴിലാളി യൂണിയന്റെയും പ്രവർത്തകർക്കും ഈ പുസ്തകം അങ്ങേയറ്റം ഉപകാരപ്രദമാകുമെന്ന് എനിക്ക് പൂർണവിശ്വാസമുണ്ട്. ഈ പുസ്തകം പ്രസിദ്ധീകരിക്കാൻ മുൻകൈ എടുത്ത ചിന്ത പബ്ലിഷേഴ്സിനെ ഞാൻ അഭിനന്ദിക്കുന്നു.

എസ് രാമചന്ദ്രൻപിള്ള
പ്രസിഡന്റ്
അഖിലേന്ത്യാ കിസാൻ സഭ

ആമുഖം

ജനകീയ ജനാധിപത്യ വിപ്ലവവും സാമൂഹിക വൈരുധ്യവും

പി കൃഷ്ണപ്രസാദ്

ആഗോള മുതലാളിത്തപ്രതിസന്ധിയും ഇന്ത്യൻ കാർഷിക പ്രശ്നവും സംബന്ധിച്ച് 2009 ജനുവരി 31 മുതൽ ഫെബ്രുവരി 1 വരെ വയനാട്ടിൽ നടന്ന ദേശീയ സെമിനാർ ഒരു ചരിത്ര സംഭവമായി. ഇന്ത്യയിലെ കമ്യൂണിസ്റ്റ്പ്രസ്ഥാനത്തിന്റെ അത്യുന്നതനേതാക്കളും രാജ്യത്തെ ഏറ്റവും പ്രമുഖരായ മാർക്സിയൻ അർഥശാസ്ത്രജ്ഞരും ഉടനീളം പങ്കെടുത്ത സെമിനാർ ആഴമേറിയ വിലയിരുത്തലുകളും മൂർച്ചയേറിയ വിമർശനങ്ങളുംകൊണ്ട് സമ്പന്നമായിരുന്നു. വർത്തമാനകാല സമൂഹത്തിലെ വിപ്ലവകരമായ കടമകൾ ഏറ്റെടുക്കാൻ രാജ്യത്തെ പുരോഗമന -ജനാധിപത്യ കർഷകപ്രസ്ഥാനത്തിനെ സജ്ജമാക്കുന്നതിൽ നിർണായക സംഭാവന നൽകിയെന്നതാണ് വയനാടിന്റെ മണ്ണിൽ നടന്ന ഈ ദേശീയ സെമിനാറിന്റെ പ്രാധാന്യം.

അമേരിക്കയടക്കമുള്ള ലോകമുതലാളിത്ത രാജ്യങ്ങളിലാകെ അനുദിനം വഷളായിക്കൊണ്ടിരിക്കുന്ന ആഗോള സാമ്പത്തികമാന്ദ്യത്തിന്റെ പശ്ചാത്തലത്തിലാണ് സെമിനാർ സംഘടിപ്പിക്കപ്പെട്ടത്. 2008 അവസാനപാദത്തോടെ സാമ്രാജ്യത്വ നവഉദാരവൽക്കരണനയങ്ങൾ ലോകമുതലാളിത്ത രാജ്യങ്ങളിലാകെ തകർന്നുവീഴുന്നതിനാണ് ലോകജനത സാക്ഷികളായത്. ലോക മൂലധനശക്തികൾ ഊഹക്കച്ചവടത്തിന്റെ പാതയിൽ ഊതിവീർപ്പിച്ച ആഗോളവൽക്കരണമെന്നറിയപ്പെട്ട വികസനത്തിന്റെ കുമിളകൾ പൊട്ടിത്തകർന്നു. കടുത്തതും ആഴമേറിയതുമായ സാമ്പത്തിക പ്രതിസന്ധിയാണ് ലോകമുതലാളിത്ത ശക്തികൾ അഭിമുഖീകരിക്കുന്നത്. 1930 കളിലുണ്ടായ സാമ്പത്തിക പ്രതിസന്ധി ലോകരാഷ്ട്രീയ-സാമൂഹ്യ-സാമ്പത്തിക മേഖലകളിലാകെ മൗലികമായ മാറ്റങ്ങൾക്കു

കാരണമായി. 30കളിലെ മഹാമാന്ദ്യത്തെക്കാൾ രൂക്ഷമായിരിക്കും സമകാലിക ലോകമുതലാളിത്ത പ്രതിസന്ധി എന്നാണ് മുതലാളിത്ത അർഥശാസ്ത്രജ്ഞർ തന്നെ പ്രവചിക്കുന്നത്.

മഹാമാന്ദ്യത്തിന്റെ പ്രത്യാഘാതങ്ങൾ

1930 കളിലെ പ്രതിസന്ധി സാമ്രാജ്യത്വ ശക്തികൾക്കെതിരെ പൊരുതിയ ദേശീയ വിമോചന ശക്തികൾക്കും സോഷ്യലിസത്തിനായുള്ള വിപ്ലവ പോരാട്ടങ്ങൾക്കും കരുത്തുപകർന്നു. സാമ്രാജ്യത്വ രാജ്യങ്ങൾ തമ്മിൽത്തമ്മിലുള്ള വൈരുധ്യം മൂർച്ചിപ്പിച്ചു. അത് രണ്ടാം ലോകമഹായുദ്ധത്തിലേക്ക് നയിച്ചു. പ്രതിസന്ധിയെത്തുടർന്ന് ലോകമാകെ കോളനി വിരുദ്ധ ബഹുജനസമരങ്ങൾ ശക്തമായി. സാമ്രാജ്യത്വ ശക്തികൾ ദുർബലമാവുകയും കോളനികളിൽനിന്ന് പിന്മാറാൻ നിർബന്ധിതരാവുകയും ചെയ്തു. ഈ പശ്ചാത്തലത്തിലാണ് 1947 ൽ മുതലാളിത്ത വർഗ നേതൃത്വത്തിൽ ഇന്ത്യയിലും 1949 ൽ തൊഴിലാളി വർഗനേതൃത്വത്തിൽ ചൈനയിലും ദേശീയ വിമോചനസമരങ്ങൾ വിജയിച്ചത്. കയ്യൂർ, പുന്നപ്ര - വയലാർ, തെലങ്കാന തുടങ്ങിയ അസ്ഥിമരവിപ്പിക്കുന്ന നിരവധിയായ ഉശിരൻ കർഷകസമരങ്ങൾക്ക് കാരണമായത് 1930 കളിലെ പ്രതിസന്ധി സൃഷ്ടിച്ച സാമൂഹ്യ-സാമ്പത്തികത്തകർച്ചയാണ്. കർഷക വർഗം നടത്തിയ രക്തരൂഷിതമായ പോരാട്ടങ്ങളാണ് ഇന്ത്യൻ സ്വാതന്ത്ര്യ സമരത്തിലെ ബഹുജനമുന്നേറ്റത്തിൽ മുഖ്യമായ പങ്കുവഹിച്ചതെന്ന യാഥാർഥ്യം വളരെ പ്രധാനമാണ്. അന്ന് നിലനിന്നിരുന്ന ബ്രിട്ടീഷ് സാമ്രാജ്യത്വ വാഴ്ചയ്ക്കും ജന്മി സമ്പ്രദായത്തിനും കനത്ത പ്രഹരം നൽകാൻ ഈ കർഷക കലാപങ്ങൾക്ക് സാധിച്ചു.

സമകാലിക മുതലാളിത്തക്കുഴപ്പം

1970 കളോടെയാണ് മഹാമാന്ദ്യത്തെ മറികടക്കാനും വീണ്ടെടുപ്പിലേക്ക് മുന്നേറാനും ലോക മുതലാളിത്ത ശക്തികൾക്ക് കഴിഞ്ഞത്. വികസിത മുതലാളിത്തരാജ്യങ്ങളിൽ വ്യവസായമൂലധനത്തിനു മുകളിൽ ധനമൂലധനത്തിന്റെ ആധിപത്യം തിരിച്ചുവന്നതും സാമ്രാജ്യത്വ രാജ്യങ്ങൾ തമ്മിലുള്ള വഴക്കുകൾ കുറച്ചുകൊണ്ടു വന്നതും, മൂന്നാംലോക രാജ്യങ്ങളിൽ പൊതുലക്ഷ്യത്തോടെ ഒരുമിച്ച് ഇടപെടാനായതും, 1990 കളിലെ സോവിയറ്റ് യൂണിയന്റെ തകർച്ചയും സാമ്രാജ്യത്വ ശക്തികൾക്ക് ഏറെ അനുകൂലമായ സാഹചര്യമൊരുക്കി. 1990 കളോടെ ആഗോളവൽക്കരണ നയങ്ങളിലൂടെ മുതലാളിത്തത്തിന്റെ തന്നെ ഉൽപ്പന്നമായ ദേശരാഷ്ട്ര വ്യവസ്ഥയെ അട്ടിമറിക്കാൻ സാമ്രാജ്യത്വ ശക്തികൾ മുൻകയ്യെടുത്തു. ആഗോള ധനകാര്യസ്ഥാപനങ്ങൾ, ആഗോളവ്യാപാര നിയമങ്ങൾ, ബൗദ്ധിക സ്വത്താവകാശ നിയമങ്ങൾ എന്നിവ ഉപയോഗപ്പെടുത്തി സാമ്രാജ്യത്വ ശക്തികളുടെ നേതൃത്വത്തിൽ ബഹുരാഷ്ട്ര കുത്തക കമ്പ

നികളെ മുൻനിർത്തി വികസ്വരരാജ്യങ്ങളെ പുന:കോളനിവൽക്കരണം നടത്തുന്നതിനുള്ള ഒരു പ്രക്രിയയാണ് ആഗോളവൽക്കരണം എന്നറിയപ്പെടുന്നത്.

ഇതിന്റെ ഫലമായി ഉൽപ്പാദന മേഖലകളായ കൃഷിയിലും വ്യവസായത്തിലും കനത്ത തകർച്ചയാണ് അനുഭവപ്പെട്ടത്. ഊഹക്കച്ചവടത്തിലൂടെ ഏറ്റവും കൂടുതൽ കൊള്ളലാഭമെടുക്കാനാവുന്ന റിയൽ എസ്റ്റേറ്റ്, നിർമാണം, ടൂറിസം, വായ്പ, വാഹനവിപണി തുടങ്ങിയ മേഖലകളിലേക്ക് ധനമൂലധനം പ്രവഹിക്കുകയും വികസനത്തിന്റെ കുമിളകൾ സൃഷ്ടിക്കുകയും ചെയ്തു. ഊഹക്കച്ചവടത്തിൽ അടിസ്ഥാനമാക്കിയതും ഉൽപ്പാദന മേഖലകളെ തകർക്കുന്നതുമായ ഈ ഉദാരവൽക്കരണ വികസന മാതൃകയുടെ കുമിളകളാണ് 2008 അവസാനത്തോടെ ലോകമാകെ തകർന്നിരിക്കുന്നത്. 1930 കളിലെ മഹാമാന്ദ്യത്തിന് സമാനമായതോ അതിനേക്കാൾ രൂക്ഷമായതോ ആയ ചാക്രികക്കുഴപ്പത്തിൽ ലോകമുതലാളിത്ത ശക്തികൾ വീണ്ടും വഴുതി വീണിരിക്കുന്നു.

ഇന്ത്യൻ കാർഷികമേഖലയിലെ മുഖ്യവൈരുധ്യം

സമകാലിക ലോക മുതലാളിത്ത പ്രതിസന്ധി ഇന്ത്യൻ കാർഷിക മേഖലയിൽ സൃഷ്ടിക്കാവുന്ന പ്രത്യാഘാതങ്ങൾ വിലയിരുത്തുകയും പരിഹാരമാർഗങ്ങൾ ആരായുകയുമാണ് ദേശീയസെമിനാറിന്റെ പ്രധാന ഉള്ളടക്കം.

കോളനിവാഴ്ചക്കാലത്ത് ഒരു ഭാഗത്ത് ഇന്ത്യയിലെ ജനങ്ങളും മറുഭാഗത്ത് സമ്രാജ്യത്വ ശക്തികളും അവയെ പിന്തുണയ്ക്കുന്ന ദല്ലാളരും തമ്മിലാണ് മുഖ്യവൈരുധ്യം നിലനിന്നിരുന്നത്. സ്വാതന്ത്ര്യാനന്തരം കൃഷീവലരും ഭൂവുടമകളും തമ്മിലുള്ള വൈരുധ്യമാണ് പ്രധാനമായും ഉയർന്നു നിൽക്കുന്നത്. ജന്മിസമ്പ്രദായത്തെ ഇല്ലാതാക്കി കൃഷിഭൂമി കർഷകന് നൽകുക എന്ന ചരിത്രപരമായ കടമ നിർവഹിക്കാൻ സ്വാതന്ത്ര്യാനന്തരം ഭരണകൂടത്തിന്റെ നേതൃത്വമേറ്റെടുത്ത വൻകിട മുതലാളിത്ത വർഗം തയ്യാറായില്ല.

1995–96 ലെ കാനേഷുമാരി കണക്കുകൾ പ്രകാരം വൻകിടക്കാരായ 7.3 ശതമാനം ഭൂവുടമസ്ഥരുടെ കയ്യിലാണ് രാജ്യത്തെ 40.1 ശതമാനം കൃഷിയോഗ്യഭൂമിയും കേന്ദ്രീകരിക്കപ്പെട്ടിരിക്കുന്നത്. അതേസമയം താഴേതട്ടിലുള്ള ദരിദ്ര ഇടത്തരം കർഷകരായ 61.6ശതമാനം ഭൂവുടമസ്ഥരുടെ കയ്യിലുള്ളത് കേവലം 17.2 ശതമാനം കൃഷിയോഗ്യ ഭൂമി മാത്രമാണ്. ഭൂസ്വത്തിന്റെ ഈ കേന്ദ്രീകരണത്തിന് സമാനമായി ഭൂമിയേതര ആസ്തികളായ കാർഷികോപകരണങ്ങൾ, യന്ത്രങ്ങൾ, പമ്പ്സെറ്റുകൾ, വാഹനങ്ങൾ, സംഭരണവായ്പാ സംവിധാനങ്ങൾ എന്നിവയുടെ കേന്ദ്രീകരണവും നിലനിൽക്കുന്നു.

ജന്മിത്വത്തിന്റെ അടിത്തറ തകർക്കാതെ മുതലാളിത്തപൂർവ സമൂഹ

ത്തിനുമേൽ അടിച്ചേൽപ്പിക്കപ്പെട്ട മുതലാളിത്ത വികസനമാണ് കോൺഗ്രസ് നേതൃത്വം നൽകിയ കേന്ദ്ര സർക്കാരുകൾ നടപ്പാക്കിയത്. തൽഫലമായാണ് ഭൂപരിഷ്കരണം ഉപേക്ഷിക്കപ്പെട്ടത്. 1990 വരെ സർക്കാരിന്റെ പിന്തുണയോടെ കാർഷികമേഖലയിൽ മുതലാളിത്ത വികസനം നടപ്പാക്കാനുള്ള നയങ്ങളാണ് പിന്തുടർന്നു വന്നത്.

ജലസേചനം, വൈദ്യുതി, ശാസ്ത്രസാങ്കേതികവിദ്യ, ഗവേഷണവും – വികസനവും, ഗതാഗതം, വാർത്താവിനിമയം, സംഭരണ – വിപണന സംവിധാനങ്ങൾ എന്നിവയുടെ വികസനത്തിനായി സർക്കാർ പൊതു നിക്ഷേപം നടത്തി, ഈ മേഖലയിൽ ഗണ്യമായ പുരോഗതി കൈവരിക്കാൻ സാധിച്ചു. സബ്സിഡികൾ, വിലസംരക്ഷണം, ഇറക്കുമതി നിയന്ത്രണം, പൊതുവിതരണ സമ്പ്രദായം, ഭക്ഷ്യധാന്യ സ്വയംപര്യാപ്തത, വായ്പാ സൗകര്യങ്ങൾ എന്നിവയിലും സർക്കാർ സ്വീകരിച്ച നടപടികൾ സവിശേഷ നിലവാരത്തിലേക്ക് വളരുന്നതിന് കാർഷികമേഖലയെ സഹായിച്ചു. എന്നാൽ ഈ ഗുണവശത്തിന്റെ സിംഹഭാഗവും ഭൂപ്രഭുക്കളും ധനികവിഭാഗങ്ങളും കൈക്കലാക്കുകയാണുണ്ടായത്.

തൽഫലമായി കാർഷികമേഖലയെ ആശ്രയിച്ചു ജീവിക്കുന്ന 70 ശതമാനത്തോളം ജനങ്ങൾക്കിടയിൽ തീക്ഷ്ണ ദാരിദ്ര്യവും താഴ്ന്ന ഭൗതിക ജീവിത നിലവാരവും നിലനിൽക്കുകയാണ്. നിരക്ഷരത, പോഷകാഹാരക്കുറവ്, പിന്നോക്കാവസ്ഥ, സാമൂഹ്യ – സാമ്പത്തിക അസമത്വം എന്നിവയ്ക്ക് പരിഹാരമുണ്ടാക്കാൻ കഴിഞ്ഞ 6 പതിറ്റാണ്ടിലെ വൻകിട മുതലാളിത്ത – ഭൂപ്രഭുത്വ ഭരണത്തിലൂടെ സാധിച്ചില്ല. ഭൂപരിഷ്കരണം നടപ്പിലാക്കാതെ മുതലാളിത്ത ഭൂപ്രഭുക്കളുടെയും ധനിക കർഷക വിഭാഗങ്ങളുടെയും മൂലധന നിക്ഷേപ ശേഷിയെ ആശ്രയിച്ച് കാർഷികമേഖലയിൽ മുതലാളിത്ത വികസനം നടത്താനാണ് ഭരണകൂടം ശ്രമിച്ചത്. എന്നാൽ ഭൂപരിഷ്കരണം ഉപേക്ഷിക്കപ്പെട്ടതോടെ ദരിദ്ര – ഇടത്തരം കർഷകരും ഭൂരഹിത കർഷകത്തൊഴിലാളികളുമടങ്ങുന്ന ഗ്രാമീണ കർഷക ജനസാമാന്യത്തിന്റെ പൊതുവായ സാമൂഹ്യ – സാമ്പത്തിക നിലവാരം ഉയർത്തി വ്യവസായിക വളർച്ചയ്ക്കാവശ്യമായ ക്രയശേഷിയുള്ള സാമൂഹ്യവിഭാഗങ്ങളായി അവരെ മാറ്റുന്നതിൽ പരാജയപ്പെട്ടു. കമ്യൂണിസ്റ്റ് പാർട്ടി നേതൃത്വം കൊടുത്ത 1957 ലെ ഗവൺമെന്റിന്റെ നേതൃത്വത്തിൽ ഭൂപരിഷ്കരണം ഒരു യാഥാർഥ്യമായി മാറ്റാൻ കഴിഞ്ഞ കേരളത്തിൽ ജനങ്ങളുടെ ജീവിത നിലവാരത്തിൽ ഉണ്ടായിട്ടുള്ള ഉയർച്ച രാജ്യത്തിനാകെ മാതൃകയാണ്.

ഉദാരവൽക്കരണവും കാർഷികമേഖലയും

1991നു ശേഷം ആഗോളവൽക്കരണ പരിഷ്കാരങ്ങളെ തുടർന്ന് സർക്കാർ പിൻവാങ്ങി കാർഷികമേഖലയെ മുതലാളിത്ത കമ്പോളത്തിന് വിട്ടുകൊടുക്കുകയാണുണ്ടായത്. ഇതിന്റെ ഫലമായി ഇന്ത്യൻ സമ്പദ്വ്യ

വസ്ഥയിലും സമൂഹത്തിലും ഉണ്ടായിരുന്ന വൈരുധ്യങ്ങൾക്ക് ത്വരിതഗതിയിലുള്ള മാറ്റമാണ് വന്നുകൊണ്ടിരിക്കുന്നത്.

1990 നു മുമ്പുണ്ടായിരുന്ന കാർഷികമേഖലയിൽ സർക്കാർ പിന്തുണയോടെയുള്ള മുതലാളിത്ത വികസന നയത്തിന്റെ സാഹചര്യങ്ങൾ പോലും ഈ ഘട്ടത്തിൽ നിഷേധിക്കപ്പെട്ടു. സബ്സിഡികളും പൊതുനിക്ഷേപവും വെട്ടിക്കുറയ്ക്കുകയും ഇറക്കുമതി നിയന്ത്രണങ്ങളും കാർഷികോൽപ്പന്നങ്ങൾക്കുണ്ടായിരുന്ന തറവില, സംഭരണം തുടങ്ങിയ വിലസംരക്ഷണ നടപടികളും ഇല്ലാതാക്കിയതും മൂലം കാർഷികോൽപ്പാദന ചെലവ് വൻതോതിൽ ഉയരുകയും മറുഭാഗത്ത് കാർഷികോൽപ്പന്നങ്ങളുടെ വിലത്തകർച്ച വ്യാപകമാവുകയുമാണുണ്ടായത്. രാജ്യത്തിന്റെ തന്നെ ചരിത്രത്തിലാദ്യമായി കടക്കെണി മൂലമുള്ള കർഷക ആത്മഹത്യ എന്ന പ്രവണത 1999 നു ശേഷം പ്രത്യേകിച്ചും ശക്തിപ്പെട്ടു. ഔദ്യോഗികമായി തന്നെ 2 ലക്ഷത്തോളം കർഷക ആത്മഹത്യകൾ സ്ഥിരീകരിക്കപ്പെട്ടിരിക്കുന്നു. കഴിഞ്ഞ 2 പതിറ്റാണ്ടായി അതീവഗുരുതരമായ കാർഷിക പ്രതിസന്ധി രാജ്യത്ത് നിലനിൽക്കുകയാണ്.

കാർഷിക മേഖലയിലെ പുതിയ വൈരുധ്യങ്ങൾ

ഉദാരവൽക്കരണ ഘട്ടത്തിൽ സാമ്രാജ്യത്വ മൂലധന ശക്തികൾക്ക് ഇന്ത്യൻ കാർഷികമേഖല തുറന്നു കൊടുക്കാനാണ് ഭരണകൂടം തയാറായത്. ഭൂപരിഷ്കരണത്തെ ദുർബലമാക്കിയും ഭൂനിയമങ്ങളിൽ വെള്ളം ചേർത്തും ഭൂരഹിത കർഷകത്തൊഴിലാളികൾക്കും ദരിദ്രകർഷകർക്കും നൽകേണ്ട ആയിരക്കണക്കിനു ഹെക്ടർ ഭൂമി ബഹുരാഷ്ട്രകുത്തകകൾക്ക് വിൽക്കുകയോ പാട്ടത്തിനു നൽകുകയോ ചെയ്തു. കാർഷിക സംസ്കരണ വ്യവസായങ്ങൾ, കാർഷിക വിപണി, ഭക്ഷ്യ വിപണി എന്നിവയിൽ വൻതോതിൽ വിദേശമൂലധന നിക്ഷേപം അനുവദിച്ചതിനെ തുടർന്ന് അവധിവ്യാപാരം, കരാർ കൃഷി, കോർപ്പറേറ്റ് കൃഷി എന്നിവയിലൂടെ ബഹുരാഷ്ട്രകമ്പനികൾ കാർഷികമേഖലയിൽ ആധിപത്യം സ്ഥാപിച്ചു.

ഇറക്കുമതി നിയന്ത്രണങ്ങൾ ഇല്ലാതാക്കിയതിലൂടെ വിദേശ കാർഷിക ഉൽപ്പന്നങ്ങൾ ഇന്ത്യൻ കമ്പോളത്തിൽ മേധാവിത്വം സ്ഥാപിച്ചു. തന്മൂലം ആഭ്യന്തര കാർഷികോൽപ്പന്നങ്ങളുടെ വിലത്തകർച്ച രൂക്ഷമായി. കർഷകരുടെ വരുമാനവും നിലനിൽപ്പും അപകടപ്പെടുത്തി കടക്കെണിയും കർഷക ആത്മഹത്യകളും പടർന്നു പിടിച്ചു. കർഷകത്തൊഴിലാളികളുടെ തൊഴിൽദിനം പ്രതിവർഷം 1981 ൽ 123 ആയിരുന്നത് 2001ൽ 78 ആയും 2003 ൽ 72 ആയും കുറഞ്ഞിരിക്കുന്നു. ഗ്രാമീണ ജനസംഖ്യയിൽ ഭൂരഹിത കർഷക തൊഴിലാളികളുടെ അനുപാതം 1981 ൽ 25 ശതമാനമായിരുന്നത് 2002 ൽ 40 ശതമാനമായി. കർഷകർ വ്യാപകമായി ഭൂമി അന്യാധീനപ്പെട്ട് പാപ്പരീകരിക്കപ്പെടുന്നുവെന്നാണ് ഇത് തെളിയി

ക്കുന്നത്. ധനിക കർഷകവർഗങ്ങളും ഈ പ്രതിസന്ധിയുടെ ഇരകളാണ്. സാമ്രാജ്യത്വശക്തികളും കർഷക ജനവിഭാഗങ്ങളാകെയും തമ്മിലുള്ള വൈരുധ്യം കൂടുതൽ രൂക്ഷമാവുന്ന സാഹചര്യത്തിൽ കഴിഞ്ഞ രണ്ടു പതിറ്റാണ്ടോളം കാലമായി നിലനിൽക്കുന്ന അഭൂതപൂർവമായ കാർഷിക പ്രതിസന്ധി കൂടുതൽ രൂക്ഷമാകുമെന്നുവേണം പ്രതീക്ഷിക്കാൻ. സാമ്രാജ്യത്വശക്തികളും ധനിക കർഷകവിഭാഗങ്ങളടക്കമുള്ള കർഷകജനസാമാന്യമാകെയും തമ്മിലുള്ള വൈരുധ്യം ശക്തമാകുന്ന പശ്ചാത്തലത്തിൽ സാമ്രാജ്യത്വത്തിനും അർധഫ്യൂഡൽ ഭൂപ്രഭുത്വത്തിനുമെതിരായ കർഷക കലാപങ്ങൾ രാജ്യവ്യാപകമായി ഉയർത്തിക്കൊണ്ടു വരിക എന്ന ചരിത്രപരമായ കടമയാണ് രാജ്യത്തെ തൊഴിലാളി – കർഷക ജനവിഭാഗങ്ങളുടെ മുന്നിലുള്ളത്.

തൊഴിലാളി – കർഷക ഐക്യം

പ്രതിസന്ധിയിലകപ്പെട്ടുവെന്നതിനാൽ മാത്രം ലോക മുതലാളിത്ത വ്യവസ്ഥ തകരുകയില്ല. തൊഴിലാളി വർഗ നേതൃത്വത്തിൽ മുതലാളിത്ത ചൂഷണത്തിനിരയാവുന്ന കർഷകരടക്കമുള്ള മുഴുവൻ ജനവിഭാഗങ്ങളുടെയും ബോധപൂർവമായ സമരങ്ങൾ ഉയർന്നു വരേണ്ടത് മുതലാളിത്ത വ്യവസ്ഥ ഇല്ലാതാക്കുന്നതിനുള്ള പ്രാഥമികോപാധിയാണ്. തൊഴിലാളി കർഷക ഐക്യം എന്ന അച്ചുതണ്ടിന്റെ അടിസ്ഥാനത്തിൽ തൊഴിലാളി വർഗ നേതൃത്വത്തിൽ കർഷക ജനസാമാന്യത്തെയും, കുത്തകേതര വ്യവസായ – വ്യാപാര ജനവിഭാഗങ്ങളെയടക്കം സാമ്രാജ്യത്വത്തിനും ഭൂപ്രഭുക്കൾക്കുമെതിരായ പോരാട്ടത്തിൽ അണിനിരത്തുന്നതിന് സഹായകരമായ സാഹചര്യം ലോകമുതലാളിത്ത പ്രതിസന്ധിയെ തുടർന്ന് ഇന്ത്യയിൽ രൂപപ്പെട്ടുവരുമെന്നാണ് പ്രതീക്ഷിക്കേണ്ടത്. കാർഷികമേഖലയിലെ പുതിയ വൈരുധ്യങ്ങളുടെ സ്വഭാവം വസ്തുനിഷ്ഠമായി വിലയിരുത്തി ദേശീയവിമോചന സമരത്തിന്റെ പൂർത്തീകരിക്കപ്പെടാതെ പോയ കടമകൾ ഏറ്റെടുത്തു നിർവഹിക്കുന്നതിനായുള്ള ജനകീയ ജനാധിപത്യ – മതനിരപേക്ഷ ബഹുജന മുന്നണി പടുത്തുയർത്താൻ പുരോഗമന ശക്തികൾക്ക് സാധിക്കണം – ഈ കടമയാണ് ദേശീയ സെമിനാർ ചർച്ച ചെയ്തത് .ദേശീയ സെമിനാറിന്റെ രാഷ്ട്രീയ പ്രാധാന്യവും അതുതന്നെയാണ്.

ഭൂപരിഷ്കരണത്തിന്റെ പ്രാധാന്യം

ഈ സാഹചര്യത്തിൽ ഭൂവുടമകളും കൃഷീവലരും തമ്മിലുള്ള വൈരുധ്യം പരിഹരിക്കുക എന്ന അജണ്ടയ്ക്ക് വൻ രാഷ്ട്രീയപ്രാധാന്യം കൈവരികയാണ്. ഫലപ്രദമായി ഭൂമി പുന:വിതരണം നടത്തിക്കൊണ്ടുള്ള ഭൂപരിഷ്കാരത്തിന് ഗ്രാമപ്രദേശങ്ങളിലെ ഭൂപ്രഭു ന്യൂനപക്ഷത്തിന്റെ സാമൂഹ്യവും സാമ്പത്തികവുമായ മേധാവിത്വം തകർക്കുന്നതിനും അതുവഴി ഗ്രാമീണ നിക്ഷേപത്തിന്റെ സാമൂഹ്യവിതരണം വികസിപ്പിക്കുന്ന

തിലും സ്വത്താവശ്യത്തിനും വിപണനത്തിനുമുള്ള ഉൽപ്പന്നങ്ങളുടെ ഉൽപ്പാദന നിരക്ക് വർധിപ്പിക്കുന്നതിലും വൻ പങ്കാണുള്ളത്. വലതുപക്ഷ സാമ്പത്തിക വിദഗ്ധരും ആസൂത്രകരും ഇന്ത്യൻ സമ്പദ്‌വ്യവസ്ഥയിൽ ഭൂപരിഷ്കരണത്തിന്റെ പ്രാധാന്യത്തെ വിലകുറച്ച് അവതരിപ്പിക്കുകയാണ്. ദാരിദ്ര്യ നിർമാർജന നടപടികൾക്ക് അടിസ്ഥാനമിടുന്നതിലും വ്യാവസായികോൽപ്പന്നങ്ങളുടെ വിപണി വ്യാപകമാക്കുന്നതിലും ക്രയശേഷിയുള്ള സാമൂഹ്യവിഭാഗങ്ങളെ സൃഷ്ടിക്കുന്നതിലും ജാതി, ലിംഗ, വർഗാധിഷ്ഠിതമായ അസമത്വങ്ങൾ കുറയ്ക്കുന്നതിലും ഭൂപരിഷ്കാരത്തിനുള്ള പ്രാധാന്യം വളരെ വലുതാണ്. കേരളത്തിലെ ഭൂപരിഷ്കരണത്തിന്റെ ഗുണഫലങ്ങൾ മികച്ച ഉദാഹരണങ്ങളാണ്. നിരക്ഷരത, ബാലവേല, ദളിതർക്ക് നേരെയുള്ള അതിക്രമങ്ങൾ, പുരുഷ മേധാവിത്വം തുടങ്ങിയ സാമൂഹ്യ പ്രശ്നങ്ങൾ പരിഹരിക്കുന്നതിൽ ഭൂപരിഷ്കരണം മൗലികമായ സംഭാവനയാണ് നൽകുക.

ഭൂമിക്കും ഇതര ഉൽപ്പാദോനാപാധികൾക്കും ജലസേചനം, വൈദ്യുതി, സംഭരണ – വിപണന സംവിധാനങ്ങൾ തുടങ്ങിയ പശ്ചാത്തല സൗകര്യങ്ങൾക്കും വേണ്ടിയുള്ള സമരങ്ങൾ വിപുലമായ കർഷക ജനവിഭാഗങ്ങളെ പുരോഗമന രാഷ്ട്രീയ ചേരിയിലേക്ക് ആകർഷിക്കുന്ന അടിസ്ഥാന ഘടകങ്ങളാണ്. രാജസ്ഥാനിലെ ഗംഗാനഗർ, സീക്കർ മേഖലയിൽ നടന്ന കർഷക പ്രക്ഷോഭങ്ങൾ കമ്യൂണിസ്റ്റ് പ്രസ്ഥാനത്തിന് നേടിക്കൊടുത്ത ബഹുജന അംഗീകാരത്തിന്റെ തെളിവാണ് ഈയിടെ നടന്ന നിയമസഭാ തിരഞ്ഞെടുപ്പുഫലങ്ങൾ. സി പി ഐ (എം) 3 സീറ്റുകളിൽ വിജയിക്കുകയും 4 ലക്ഷം വോട്ടുകൾ നേടുകയും ചെയ്തു. ആന്ധ്രാപ്രദേശിൽ നടന്ന ഭൂസമരങ്ങൾ മറ്റൊരു ഉദാഹരണമാണ്.

ഭക്ഷ്യ സുരക്ഷയും സാമ്രാജ്യത്വവും

കാർഷികമേഖലയിലെ പൊതുനിക്ഷേപത്തിലും ഗ്രാമീണ വികസന ചെലവിലും വരുത്തിയ ബുദ്ധിശൂന്യമായ വെട്ടിക്കുറയ്ക്കലുകളും കാർഷികോൽപ്പാദന വളർച്ചാ നിരക്ക് ഗുരുതരമായ വിധം കുറയ്ക്കുന്നതിനിടയാക്കി. കഴിഞ്ഞ 15 വർഷക്കാലമായി പ്രതിശീർഷ കാർഷികോൽപ്പാദനം കുറഞ്ഞുവരുന്ന പ്രവണത തുടരുകയാണ് എന്നത് തികച്ചും അപകടകരവും രാജ്യത്തെ പട്ടിണി മരണങ്ങളിലേക്ക് വലിച്ചിഴയ്ക്കുന്നതുമാണ്.

ജനസംഖ്യ വർധനവിന്റെ നിരക്കിനെക്കാൾ ഭക്ഷ്യോൽപ്പാദന വർധനനിരക്ക് താഴ്ന്നു വന്നതാണ് ഉദാരവൽക്കരണഘട്ടത്തിന്റെ ഫലം. സ്വാതന്ത്ര്യാനന്തരം പ്രതിശീർഷ ഭക്ഷ്യധാന്യ ലഭ്യത 155 കി. ഗ്രാമിൽ നിന്ന് 1991 ആയപ്പോൾ 177 കി ഗ്രാം വരെ ഉയർന്നിരുന്നു. ഹരിതവിപ്ലവത്തിന്റെ വർഗപരമായ പ്രശ്നങ്ങൾ ഉള്ളപ്പോൾ തന്നെ പ്രതിശീർഷ ഭക്ഷ്യധാന്യോൽപ്പാദനം ഉയർത്തുന്നതിൽ അതിനുണ്ടായ പങ്ക് അംഗീകരിക്കപ്പെടണം. എന്നാൽ

1991 നു ശേഷമുണ്ടായ ചെലവുചുരുക്കലിന്റെ വികസന നയത്തിൽ 1998 ൽ 174 കി. ഗ്രാം ആയും 2003 ൽ 155 കി. ഗ്രാം ആയും പ്രതിശീർഷ ഭക്ഷ്യോൽപ്പാദനം കുറഞ്ഞു. ഭക്ഷ്യധാന്യോൽപ്പാദന മേഖലയെ അവഗണിക്കുകയും നാണ്യവിളകൃഷി പ്രോത്സാഹിപ്പിക്കുകയും ചെയ്യുന്ന നയം രാജ്യത്തിന്റെ ഭക്ഷ്യ സുരക്ഷിതത്വത്തെയാണ് തകർക്കുന്നത്. ഇതോടൊപ്പം പൊതുവിതരണ ശൃംഖലയെ ഇല്ലാതാക്കാൻ ടാർഗറ്റഡ് റേഷനിങ് സമ്പ്രദായം ഏർപ്പെടുത്തുകയും റേഷൻ ഉപഭോക്താക്കളുടെ എണ്ണം ബോധപൂർവം വെട്ടിക്കുറയ്ക്കുകയുമാണുണ്ടായത്. വിദേശ മൂലധന ശക്തികളുടെ നിയന്ത്രണത്തിലേക്കു പോകുന്ന പൊതുമാർക്കറ്റിനെ ആശ്രയിക്കാൻ ജനങ്ങളെയാകെ നിർബന്ധിതരാക്കുകയാണ് ഈ നയം ലക്ഷ്യം വെക്കുന്നത്. ഭക്ഷ്യ സുരക്ഷയ്ക്കായുള്ള സമരത്തിൽ ബഹുജനങ്ങളെയാകെ അണിനിരത്താൻ കർഷകപ്രസ്ഥാനം മുൻകയ്യെടുക്കണം.

പട്ടിക

കാർഷികോൽപ്പാദനത്തിന്റെ താഴ്ന്നുവരുന്ന വളർച്ചാ നിരക്ക് ശതമാനത്തിൽ				
കാലം	ഭക്ഷ്യധാന്യം	ഭക്ഷ്യധാന്യേതര ഉൽപ്പാദനം	എല്ലാ വിളകളും	ജനസംഖ്യ
1. 1980–81 മുതൽ 1989–90	2.85	3.77	3.19	2.1
2. 1990–1991 മുതൽ 2000–01 വരെ	1.66	1.86	1.73	1.9

(അവലംബം – ഉത്സപട്നായിക്. *സാമ്രാജ്യത്വ ആഗോളവൽക്കരണവും ഇന്ത്യൻ കാർഷിക സമ്പദ്വ്യവസ്ഥയിലെ പുതിയ വൈരുധ്യങ്ങളുടെ സ്വഭാവവും.*)

സാമൂഹ്യ നീതിയും വികസനവും

ഇന്ത്യയിൽ ദാരിദ്ര്യവും പിന്നോക്കാവസ്ഥയും തമ്മിൽ അതിശക്തമായി ബന്ധപ്പെട്ടു നിൽക്കുന്നു. പട്ടികജാതി–പട്ടികവർഗ കമീഷൻ രേഖകൾ പ്രകാരം 85 ശതമാനം പട്ടികജാതി – പട്ടികവർഗക്കാരും രാജ്യത്തെ ഏറ്റവും ദരിദ്രരായ 35ശതമാനം ജനങ്ങളിൽ പെടുന്നവരാണ്. 80 ശതമാനം ദളിതരും 90 ശതമാനം ആദിവാസികളും ഗ്രാമവാസികളാണ്. അവരിൽ തന്നെ ബഹുഭൂരിഭാഗവും ഭൂരഹിത കർഷകത്തൊഴിലാളികളോ ദരിദ്ര കർഷകരോ ആണ്. 90 ശതമാനം കരാർ തൊഴിലാളികളും 80ശത

മാനം ശൈശവ തൊഴിലാളികളും ഈ വിഭാഗത്തിൽ പെടുന്നു. ഭൂരാഹിത്യവും നിരക്ഷരതയും ഏറ്റവും കൂടുതലുള്ളതും ഈ വിഭാഗത്തിലാണ്. തൊട്ടുകൂടായ്മ, വിവേചനങ്ങൾ, അടിച്ചമർത്തലുകൾ, അതിക്രമങ്ങൾ എന്നിവ ദളിതരുടെയും ആദിവാസികളുടെയും ജീവിതത്തിന്റെ ഭാഗമാണ്. ഗ്രാമീണ ഇന്ത്യയിലെ സ്ത്രീ ജനങ്ങൾ സാമ്പത്തിക ചൂഷണത്തിന്റെയും സാമൂഹ്യ അടിച്ചമർത്തലിന്റെയും പുരുഷാധിപത്യ പ്രവണതകളുടെയും ഏറ്റവും നികൃഷ്ടരായ ഇരകളാണ്. സ്ത്രീകൾക്കും ദളിതർക്കും ആദിവാസികൾക്കുമെതിരായ ആക്രമണങ്ങളും ക്രൂരതയും വർധിച്ചു വരുന്നതായാണ് കണക്കുകൾ വ്യക്തമാക്കുന്നത്. ന്യൂനപക്ഷങ്ങൾ പ്രത്യേകിച്ചും മുസ്ലീം ജനവിഭാഗം എല്ലാ മേഖലകളിലും വിവേചനത്തിനിരയാവുകയും തുല്യാവസരം നിഷേധിക്കപ്പെടുകയുമാണ്. മുസ്ലീങ്ങൾക്കെതിരെയും ക്രിസ്ത്യാനികൾക്കെതിരെയും വർഗീയ കലാപങ്ങളും ക്രൂരമായ ആക്രമണങ്ങളും ഒരു സ്ഥിരം പ്രവണതയായി മാറിയിരിക്കുന്നു. വിവേചനങ്ങൾക്കും അതിക്രമങ്ങൾക്കുമെതിരായ ശക്തമായ ചെറുത്തു നിൽപ്പിന് ഈ ജനവിഭാഗങ്ങളെയാകെ തയാറാക്കേണ്ടതുണ്ട്. കർഷക പ്രസ്ഥാനത്തിന് സാമൂഹ്യ നീതിക്കായുള്ള പോരാട്ടത്തിൽ നേതൃത്വപരമായ പങ്കാണ് വഹിക്കാനുള്ളത്.

തൊഴിലാളി കർഷക ഐക്യവും കാർഷിക വിപ്ലവത്തിലേക്കുള്ള ബഹുജന മുന്നേറ്റവും

ഇന്ത്യയിലെ കാർഷികപ്രശ്നം പരിഹരിക്കേണ്ടതിന്റെ പ്രാധാന്യത്തിൽ ഊന്നിയാണ് സെമിനാർ ഉൽഘാടനം ചെയ്ത സിപിഐ(എം) ജനറൽ സെക്രട്ടറി സ.പ്രകാശ് കാരാട്ട് സംസാരിച്ചത്. സ്വാതന്ത്ര്യത്തിനു ശേഷമുള്ള, ഇപ്പോഴും നിലനിൽക്കുന്ന ഏറ്റവും പ്രധാനപ്പെട്ട ദേശീയ പ്രശ്നം എന്ന രൂപത്തിൽ ജനങ്ങൾക്കു മുമ്പിലുള്ളത് കാർഷികപ്രശ്നമാണ്. കാർഷികപ്രശ്നം പരിഹരിക്കുന്നതിന് ഗ്രാമീണ മേഖലയിൽ ഭൂപ്രഭുത്വ - ഹുണ്ടിക കച്ചവട - വ്യാപാരത്രയത്തിന്റെ ചൂഷണവും ജാതി - ലിംഗ ചൂഷണവും ഇല്ലാതാക്കുക എന്ന ലക്ഷ്യം നേടാനാവുന്ന കാർഷിക പരിഷ്കാരമുൾപ്പെടെയുള്ള വിപ്ലവകരമായ സാമൂഹ്യമാറ്റം ആവശ്യമാണ്. നവഉദാരവൽക്കരണപരിഷ്കാരങ്ങൾ ഈ ഗ്രാമീണ വൈരുധ്യത്തിന്റെ തന്ത്രപരവും അടവുപരവുമായ പ്രാധാന്യം ഒട്ടും കുറച്ചിട്ടില്ല; മറിച്ച് അതിന്റെ മൂർച്ഛ കൂട്ടുകയാണ് ചെയ്തിട്ടുള്ളതെന്ന് പ്രകാശ് വ്യക്തമാക്കി.

ആഗോളവൽക്കരണം മുതലാളിത്തത്തിനു കീഴിൽ പ്രാദേശികമായ അസമമായ വളർച്ചയുടെ രൂക്ഷത വർധിപ്പിക്കുകയാണുണ്ടായത്. സാമ്രാജ്യത്വ ആഗോളവൽക്കരണം ഗ്രാമീണ സമൂഹത്തിൽ സൃഷ്ടിക്കുന്ന പ്രത്യാഘാതങ്ങൾ ഓരോ പ്രദേശത്തും സവിശേഷമായും സൂക്ഷ്മമായും പഠിക്കാൻ കഴിയണമെന്ന് പ്രകാശ് ചൂണ്ടിക്കാട്ടി.

ഇന്നത്തെ സാഹചര്യം വിപ്ലവകരവും പുരോഗമനപരവുമായ ഗ്രാമീണ

സാമൂഹ്യ മാറ്റങ്ങൾക്കായുള്ള പ്രസ്ഥാനത്തിൽ പ്രവർത്തിക്കുന്നവരുടെ മുന്നിൽ നിർണായകമായ ഒരു വിഷയം ഉയർത്തുന്നുണ്ട്. അത് കാർഷികപ്രശ്നത്തിന്റെ പരിഹാരമാർഗം എന്നാൽ മൂന്നാംലോക ഗ്രാമീണ മേഖലയിലെ ഇന്നത്തെ സങ്കീർണമായ സ്ഥിതിഗതികളിൽ നടക്കേണ്ട നേരിട്ടുള്ള വർഗസമരവും, (ഇന്ത്യൻ സാഹചര്യത്തിൽ ഈ സമരത്തിൽ ഗ്രാമീണ മേഖലയിലെ ജന്മിത്വ – ഹുണ്ടിക കച്ചവട – വ്യാപാരത്രയത്തിന്റെ ചൂഷണത്തിനും ജാതി – ലിംഗ അടിച്ചമർത്തലിനും എതിരായ പോരാട്ടങ്ങളും ഉൾപ്പെടുന്നു) അതോടൊപ്പം ഗ്രാമീണ മേഖലയിൽ നവസാമ്രാജ്യത്വ ശക്തികളുടെയും ആഭ്യന്തര ബൂർഷ്വാവർഗത്തിന്റെയും കടന്നാക്രമണങ്ങൾക്കെതിരായ സമരവും ഉൾപ്പെടുന്നു എന്നതാണ്. കാർഷിക വിപ്ലവത്തിനായുള്ള സമരത്തിലെ ഈ വ്യത്യസ്ത ധാരകളെ തമ്മിൽ എങ്ങനെ കൂട്ടിയിണക്കാനാവുമെന്നത് ഗ്രാമീണ മേഖലയിലെ ജനാധിപത്യ പ്രസ്ഥാനത്തിന്റെ ഭാവി രൂപപ്പെടുന്നതിൽ നിർണായകമായ താത്വികവും പ്രായോഗികവുമായ ഒരു സമസ്യയാണ് എന്ന് പ്രകാശ് ചൂണ്ടിക്കാട്ടി.

കാർഷികപ്രശ്നം പരിഹരിക്കുന്നതിനായുള്ള സുപ്രധാന ഉപകരണം എന്ന നിലയിൽ വരാനിരിക്കുന്ന സമരങ്ങളിൽ തൊഴിലാളി – കർഷക ഐക്യം പടുത്തുയർത്തുന്നതിൽ നാം പ്രത്യേക ശ്രദ്ധയും പരിഗണനയും നൽകാൻ തയാറാവണമെന്ന് പ്രകാശ് ഊന്നിപ്പറഞ്ഞു. സി പി ഐ (എം)ന്റെ പരിപാടിയിൽ ജനകീയ ജനാധിപത്യ മുന്നണി പടുത്തുയർത്തുന്നതിനായുള്ള സവിശേഷ പ്രാധാന്യവും പ്രസക്തിയും കൽപ്പിക്കപ്പെടുന്ന കാഴ്ചപ്പാടനുസരിച്ച് ജനകീയ ജനാധിപത്യ മുന്നണിയുടെ കാതലും അടിത്തറയും എന്നതിനർഥം തൊഴിലാളി വർഗവും മണ്ണിൽ അധ്വാനിക്കുന്ന കർഷകരും തമ്മിലുള്ള ഉറച്ച കൂട്ടുകെട്ടാണ്. ദേശീയ സ്വാതന്ത്ര്യത്തിന്റെ സംരക്ഷണം, ദൂരവ്യാപകമായ ജനാധിപത്യ സാമൂഹ്യ മാറ്റങ്ങൾ യാഥാർഥ്യമാക്കൽ, സർവതോമുഖമായ സാമൂഹ്യ പുരോഗതി ഉറപ്പു വരുത്തൽ എന്നിവയ്ക്കായുള്ള ഏറ്റവും പ്രധാനപ്പെട്ട ശക്തിയാണ് ഈ കൂട്ടുകെട്ട്.

മണ്ണിലധ്വാനിക്കുന്ന കർഷകരുടെയും കർഷകത്തൊഴിലാളികളുടെയും വർഗപരമായ ആവശ്യങ്ങൾ മുൻനിർത്തിയുള്ള സമരങ്ങൾക്ക് തൊഴിലാളിവർഗത്തിന്റെ നേരിട്ടുള്ള പിന്തുണ ഉണ്ടാവുക എന്നതാണ് തൊഴിലാളി – കർഷക ഐക്യത്തിന്റെ കാഴ്ചപ്പാട് എന്ന് പ്രകാശ് വ്യക്തമാക്കി. ഗ്രാമീണ കർഷക ജനസാമാന്യത്തിന്റെ താൽപ്പര്യങ്ങൾ സംരക്ഷിക്കാൻ യുപിഎ സർക്കാരിനുമേൽ ഇന്ത്യയിലെ തൊഴിലാളി വർഗ പ്രസ്ഥാനങ്ങളും ഇടതുപക്ഷപാർട്ടികളും പ്രത്യേകം ശ്രദ്ധിച്ച കാര്യം പ്രകാശ് ചൂണ്ടിക്കാട്ടി.

കഴിഞ്ഞ നാലര വർഷക്കാലത്ത് ദേശീയ ഗ്രാമീണ നയത്തിൽ ഇടതുപക്ഷത്തിന്റെ സമ്മർദഫലമായുണ്ടായ നേട്ടങ്ങൾ ശ്രദ്ധേയമാണ്. ഒന്നാമതായി യുപിഎ സർക്കാരിനുമേൽ ഇടതുപക്ഷം ചെലുത്തിയ തുടർച്ചയായ സമ്മർദത്തിന്റെയും നേരിട്ടു നടത്തിയ സമരങ്ങളുടെയും ഫലമായി

പൊതുമേഖലാ ധനകാര്യസ്ഥാപനങ്ങളുടെ ഓഹരിവിൽപ്പന നടത്തി അവയെ തകർക്കുന്നതിന്റെയും പൊതുചെലവ് വെട്ടിക്കുറയ്ക്കുന്ന നടപടികളുടെയും വേഗത കുറയ്ക്കാൻ സാധിച്ചു. രണ്ടാമതായി യു പി എ നേതൃത്വം നൽകിയ മുൻ കേന്ദ്രസർക്കാരിന്റെ ഏറ്റവും സവിശേഷമായ വികസന ഇടപെടലായ ദേശീയ ഗ്രാമീണ തൊഴിലുറപ്പു പദ്ധതി യാഥാർഥ്യമായത് പ്രാഥമികമായും ഇടതുപക്ഷത്തിന്റെ ശക്തമായ ഇടപെടലിന്റെയും സമ്മർദത്തിന്റെയും ഫലമായാണ് എന്ന് പ്രകാശ് വ്യക്തമാക്കി.

മൂന്നാമതായി ഇടതുപക്ഷം പാർലമെന്റിൽ നടത്തിയ ശക്തമായ ഇടപെടലുകളുടെയും രണ്ടു വർഷത്തോളം നീണ്ടു നിന്ന നേരിട്ടുള്ള പ്രക്ഷോഭങ്ങളുടെയും ഫലമായാണ് ആദിവാസികൾക്കും മറ്റ് വനാശ്രിതർക്കും ജീവിക്കാനുള്ള അവകാശത്തെ നേരിട്ടു സ്വാധീനിക്കുന്ന സുപ്രധാന നിയമം; വനാവകാശ നിയമം; വനാവകാശ നിയമം യാഥാർഥ്യമായത്.

കർഷക ജനസാമാന്യത്തിന്റെ അടിയന്തരാവശ്യങ്ങൾക്ക് തൊഴിലാളിവർഗം ഉറച്ച പിന്തുണ നൽകുന്നതിന്റെ അടുത്ത കാലത്തുള്ള മികച്ച ഉദാഹരണമായി ഈ ദേശീയ സെമിനാർ നടക്കുന്ന വയനാട് ജില്ലയിലെ അനുഭവം ചൂണ്ടിക്കാണിക്കാമെന്ന് പ്രകാശ് പറഞ്ഞു. മുൻ യു ഡി എഫ് സർക്കാരിന്റെ ഭരണത്തിൽ വയനാട് ഒരു ആത്മഹത്യാ മുനമ്പായിരുന്നു. എൽ ഡി എഫ് സർക്കാർ അധികാരത്തിൽ വന്നതിനുശേഷം രാജ്യത്തെ നിയമ ചരിത്രത്തിൽ വേറിട്ടു നിൽക്കുന്ന കർഷക കടാശ്വാസ നിയമം പാസാക്കുകയും കർഷകരുടെ കടങ്ങൾ സർക്കാർ ഏറ്റെടുക്കുന്നതിന് രാജ്യത്ത് ആദ്യമായി തീരുമാനമെടുക്കുകയും ചെയ്തു. ദേശീയ തൊഴിലുറപ്പു നിയമം രാജ്യത്തിനാകെ മാതൃകയായി വയനാട് ജില്ലയിൽ നടപ്പിലാക്കി. കർഷകർക്കനുകൂലമായ ഇത്തരം നിരവധി നടപടികളിലൂടെ കർഷക ആത്മഹത്യ വിജയകരമായി നിയന്ത്രിക്കാൻ ഇടതുപക്ഷ ജനാധിപത്യ ശക്തികൾ നയിക്കുന്ന സംസ്ഥാന സർക്കാരിന് സാധിച്ചു.

കർഷകരുടെ അവകാശങ്ങളോട് ഐക്യദാർഢ്യം പ്രഖ്യാപിച്ച് വരാനിരിക്കുന്ന നാളുകളിൽ നവീനവും ഭാവനാത്മകവുമായ രീതികൾ ഉപയോഗപ്പെടുത്തി തൊഴിലാളി – കർഷക ഐക്യം വളർത്തിയെടുക്കണമെന്ന് പ്രകാശ് ആഹ്വാനം നൽകി. ഉദാഹരണത്തിന് തൊഴിലുറപ്പു പദ്ധതി ഗ്രാമീണ – നഗര മേഖലകളിലെ കാർഷികേതര തൊഴിലുകളിലേക്കും വ്യാപിപ്പിക്കുക, ഗ്രാമങ്ങളിലും പട്ടണങ്ങളിലും സാർവത്രിക പൊതുവിതരണ സമ്പ്രദായം ഏർപ്പെടുത്തുക, പാവപ്പെട്ടവർക്ക് വീട്, വെള്ളം, വെളിച്ചം, മാലിന്യ നിർമാർജനം തുടങ്ങിയ അടിസ്ഥാന സൗകര്യങ്ങൾ ഉറപ്പാക്കുക, സാർവത്രിക വിദ്യാഭ്യാസവും ആരോഗ്യ സേവനവും ഉറപ്പാക്കുക, ജാതി വിവേചനം, ലിംഗ മേധാവിത്വം തുടങ്ങിയ വിവിധ സാമൂഹ്യ അടിച്ചമർത്തലുകളെ ചെറുത്തുതോൽപ്പിക്കുക എന്നിങ്ങനെയുള്ള അടിയന്തര ആവശ്യങ്ങൾ നേടിയെടുക്കാനുള്ള കർഷക ജനസാമാന്യത്തിന്റെ സമരങ്ങളെ പിന്തുണയ്ക്കാൻ തൊഴിലാളി വർഗത്തിന് കഴിയണം.

സമകാലീന മുതലാളിത്ത പ്രതിസന്ധിയും സാമ്പത്തിക മാന്ദ്യവും അന്താരാഷ്ട്ര സമ്പദ്ഘടനയെ വിഴുങ്ങുന്ന സാഹചര്യത്തിൽ ഇന്ത്യയിലെ ഗ്രാമീണ മേഖലയിൽ ആഗോളവൽക്കരണ നയങ്ങളുടെ പ്രത്യാഘാതങ്ങളെ സംബന്ധിച്ച് പരിശോധിക്കാനും അവലോകനം നടത്താനുമുള്ള അവസരം ഫലപ്രദമായി ഉപയോഗിക്കണമെന്ന് പ്രകാശ് കാരാട്ട് നിർദേശിച്ചു.

കാർഷികമേഖലയിലെ സാമ്രാജ്യത്വ അധിനിവേശം

ഇന്ത്യയിലെ കാർഷിക മേഖല ഉദാരവൽക്കരണ നയങ്ങൾ മൂലം കഴിഞ്ഞ രണ്ടു പതിറ്റാണ്ടോളം കാലമായി അനുഭവിച്ച അഭൂതപൂർവമായ പ്രതിസന്ധിയുടെ ഫലമായുള്ള ദുരിതങ്ങൾക്കും കഷ്ടപ്പാടുകൾക്കും മേലെയാണ് സമകാലിക ലോകമുതലാളിത്ത പ്രതിസന്ധി സൃഷ്ടിക്കുന്ന പ്രത്യാഘാതങ്ങളും നേരിടേണ്ടി വരുന്നത്. മണ്ണിൽ അധ്വാനിക്കുന്ന കർഷകർ അനുഭവിക്കുന്ന ഈ ഇരട്ടത്തകർച്ചയുടെ വിവിധ വശങ്ങൾ വിശദമായി പരിശോധിക്കുന്നതാണ് അഖിലേന്ത്യാ കിസാൻ സഭയുടെ അധ്യക്ഷനായ എസ് രാമചന്ദ്രൻ പിള്ള ദേശീയ സെമിനാറിന്റെ ഉൽഘാടന വേളയിൽ നടത്തിയ മുഖ്യ പ്രഭാഷണം.

ലോക മുതലാളിത്ത ശക്തികൾ അകപ്പെട്ടിരിക്കുന്ന രൂക്ഷമായ പ്രതിസന്ധിയുടെ കാരണങ്ങളും അതിനെ മറികടക്കുന്നതിന് അവർ സ്വീകരിച്ചുകൊണ്ടിരിക്കുന്ന മാർഗങ്ങളുടെ വർഗപരമായ പരിമിതികളും എസ് ആർ പി അവതരിപ്പിച്ച പ്രബന്ധം പരിശോധിക്കുന്നുണ്ട്. വാൾ സ്ട്രീറ്റ് കേന്ദ്രമാക്കിയുള്ള നിക്ഷേപ ബാങ്കുകൾ, ഇൻഷുറൻസ് കമ്പനികൾ, ധന വായ്പാ സ്ഥാപനങ്ങൾ തുടങ്ങിയ അന്താരാഷ്ട്ര ധനമുതലാളിത്ത സ്ഥാപനങ്ങളുടെ സ്വതന്ത്ര വിപണി നയങ്ങളുടെ അടിസ്ഥാനത്തിലുള്ള അതിരുകടന്ന ഊഹക്കച്ചവടമാണ് വികസനത്തിന്റെ അയഥാർഥമായ കുമിളകൾ സൃഷ്ടിച്ചതും പിന്നീട് ആ കുമിളകളുടെ തകർച്ചയിലേക്ക് നയിച്ചതും. മുതലാളിത്ത രാജ്യങ്ങളെയാകെ അതിരൂക്ഷമായ മാന്ദ്യത്തിലേക്ക് വലിച്ചിഴയ്ക്കുന്ന ലോക മുതലാളിത്ത പ്രതിസന്ധി ദീർഘകാലത്തേക്ക് നീണ്ടുനിൽക്കുമെന്നാണ് വിലയിരുത്തപ്പെടുന്നത്.

കഴിഞ്ഞ ദശകങ്ങളിൽ ആഗോള സാമ്പത്തിക വളർച്ചയ്ക്ക് പ്രധാനമായ ഉത്തേജനം നൽകിയത് അമേരിക്കയുടെ വളരുന്ന സമ്പദ് വ്യവസ്ഥയായിരുന്നു. ലോകത്താകെയുള്ള സമ്പദ്വ്യവസ്ഥകൾ അമേരിക്കൻ വിപണിയിലേക്ക് സാധനങ്ങളും സേവനങ്ങളും കയറ്റുമതി ചെയ്ത് വളർന്നുകൊണ്ടിരുന്നപ്പോൾ ഈ പ്രക്രിയയുടെ ഭാഗമായി അമേരിക്കയുടെ വ്യാപാരനഷ്ടവും കടബാധ്യതയും നാനാമടങ്ങ് വർധിക്കുകയായിരുന്നു. ഇത് നിയന്ത്രിക്കുന്നതിന് അമേരിക്ക ശ്രമിക്കുക എന്നതിനർഥം മറ്റ് രാജ്യങ്ങൾക്ക് അമേരിക്കയിലുള്ള വിപണി ചുരുങ്ങുക എന്നതാകുമായിരുന്നു. സ്വതന്ത്ര കമ്പോളവ്യവസ്ഥ സ്വീകരിച്ചതിന്റെ ഫലമായി വികസ്വര രാജ്യങ്ങളിലെ ഉൽപ്പാദന വളർച്ചയും തൊഴിൽ വളർച്ചയും വിക

സിതരാജ്യങ്ങളുടെ സാമ്പത്തിക വളർച്ചയെ കൂടുതൽ കൂടുതൽ ആശ്രയിക്കുന്ന അവസ്ഥയിലായി. ഇപ്പോൾ വികസിതരാജ്യങ്ങൾ കനത്ത മാന്ദ്യത്തിൽ അകപ്പെട്ടതോടെ വികസ്വരരാജ്യങ്ങളുടെ കയറ്റുമതി വിപണി ചുരുങ്ങുകയാണ്. തത്ഫലമായി വികസ്വരരാജ്യങ്ങളിലെ വ്യവസായങ്ങളിലും അടച്ചുപൂട്ടലും തൊഴിൽനഷ്ടവും സംഭവിക്കുന്നു. ചെറുകിട–അസംഘടിത വ്യവസായങ്ങൾ തകരുന്നു. പ്രാഥമിക ഉൽപ്പാദകരെ ദോഷകരമായി ഇത് ബാധിക്കുന്നു.

ഭക്ഷ്യധാന്യങ്ങളുടെ വില കഴിഞ്ഞ രണ്ടുവർഷമായി കുത്തനെ ഉയരുകയാണ്. ഭക്ഷ്യധാന്യ വിപണിയിലേക്കുള്ള ഊഹകച്ചവടത്തിന്റെ കടന്നാക്രമണത്തിന്റെ ഫലമാണിത്. ഉയർന്ന ഭക്ഷ്യവില വികസ്വരരാജ്യങ്ങളിലെ ഏറ്റവും പാവപ്പെട്ട ജനങ്ങളെ ഏറെ ദോഷകരമായി ബാധിച്ചു. എന്നാൽ ഈ വിലവർധനയുടെ മെച്ചം വികസ്വരരാജ്യങ്ങളിലെ കർഷകർക്ക് ലഭിച്ചില്ല. ലോക മുതലാളിത്തപ്രതിസന്ധിയെ തുടർന്ന് ഇപ്പോൾ കാർഷിക ചരക്കുകളുടെ വില താഴാൻതുടങ്ങി. സാമ്പത്തികത്തകർച്ച ഇപ്പോൾ പ്രതീക്ഷിക്കുന്നതിലപ്പുറം വേഗത്തിലും കൂടുതൽ തീവ്രമായും സംഭവിക്കുമെന്നാണ് ലോക മുതലാളിത്തപ്രതിസന്ധി സൂചിപ്പിക്കുന്നത്. കാർഷികോൽപ്പന്നങ്ങളുടെ കുറഞ്ഞ വില എന്നത് കൂടുതൽ ദാരിദ്ര്യത്തെയും പട്ടിണിയേയും സൂചിപ്പിക്കുന്നു എന്ന് എസ് ആർ പി ചൂണ്ടിക്കാട്ടി. പരുത്തി, റബ്ബർ, കുരുമുളക്, കാപ്പി തുടങ്ങിയ നാണ്യവിളകളുടെ വിലകൾ കുത്തനെ താഴുകയാണ്.

വികസ്വര രാജ്യങ്ങളിലെ അധ്വാനിക്കുന്ന ജനവിഭാഗങ്ങൾ — തൊഴിലാളി വർഗം, അധ്വാനിക്കുന്ന കർഷകർ, മറ്റു ചെറുകിട ഉൽപ്പാദകർ എന്നിവർ — അടുത്ത കാലത്തുണ്ടായ ആഗോള സാമ്പത്തികവളർച്ചയിൽ നിന്നും മെച്ചമൊന്നും ഉണ്ടാക്കിയിട്ടില്ല. അതാണ് വസ്തുത എന്നിരിക്കെ, ഇപ്പോൾ രൂപപ്പെട്ടിരിക്കുന്ന പ്രതിസന്ധി അധ്വാനിക്കുന്ന ജനവിഭാഗങ്ങളുടെ ജീവസന്ധാരണത്തിൽ തീവ്രമായ ആഘാതമാണ് സൃഷ്ടിച്ചിരിക്കുന്നത്. മുൻകാലത്തെന്നപോലെ ഇപ്പോഴും മുതലാളിത്തവർഗം ഈ പ്രതിസന്ധിയുടെ ഭാരം അധ്വാനിക്കുന്ന ജനവർഗങ്ങളിലേക്ക് കൈമാറ്റം ചെയ്യാൻ ആഗ്രഹിക്കുന്നു. ഇത്തരം ശ്രമങ്ങളെ ചെറുക്കാൻ ഓരോ വികസ്വര രാജ്യങ്ങൾക്കുള്ളിലെ അടിസ്ഥാന വർഗങ്ങളിൽ ഐക്യം അടിയന്തരമായും പടുത്തുയർത്തേണ്ടിയിരിക്കുന്നു—എസ് ആർ പി വ്യക്തമാക്കി. വരുംനാളുകളിൽ പുരോഗമനപരമായ സാമൂഹ്യ രാഷ്ട്രീയമാറ്റങ്ങൾ കൊണ്ടുവരുന്നതിനായുള്ള ബഹുജന മുന്നേറ്റത്തിന്റെ അച്ചുതണ്ടായി നിൽക്കാൻ തൊഴിലാളികളുടെയും മണ്ണിലധ്വാനിക്കുന്ന കർഷകരുടെയും യോജിച്ച നിശ്ചയദാർഢ്യത്തോടെയുള്ള ചെറുത്തുനിൽപ്പുകൾക്ക് മാത്രമേ സാധിക്കൂ.

ലോക മുതലാളിത്തപ്രതിസന്ധിയോട് കോൺഗ്രസ് നേതൃത്വം നൽകുന്ന കേന്ദ്രസർക്കാരിന്റെ മനോഭാവം അതിന്റെ ഉപരിവർഗപക്ഷ

പാതവും ജനവിരുദ്ധ സ്വഭാവവും വ്യക്തമാക്കുന്നുണ്ട്. സർക്കാർ പ്രഖ്യാപിച്ച പ്രത്യേക പാക്കേജുകൾ വൻകിട ബിസിനസുകാരുടെയും അന്താരാഷ്ട്ര ധനമുതലാളിത്തത്തിന്റെയും മറ്റു ധനികവിഭാഗങ്ങളുടെയും താൽപ്പര്യങ്ങൾക്കാണ് പ്രാധാന്യം കൊടുക്കുന്നത്. കോർപ്പറേറ്റുകളുടെ ലാഭം സംരക്ഷിക്കാനായി പലിശനിരക്കുകൾ കുറയ്ക്കുക, നികുതി ഇളവുകൾ നൽകുക തുടങ്ങിയ നടപടികളാണ് സർക്കാർ സ്വീകരിക്കുന്നത്.

സ്വാതന്ത്ര്യാനന്തര ഘട്ടത്തിൽ സർക്കാർ നേതൃത്വം നൽകിയ ധനികപക്ഷപാതപരമായ വികസനത്തിന്, വിശാലമായ കാർഷികവളർച്ചയ്ക്ക് അടിത്തറയിടുന്നതിൽ വിജയിക്കാനായില്ല. 1991നു ശേഷം കേന്ദ്രസർക്കാരുകൾ നടപ്പാക്കിയ ഉദാരവൽക്കരണനയങ്ങൾ ഗൗരവമായ കാർഷിക പ്രതിസന്ധി സൃഷ്ടിച്ചു. തങ്ങളുടെ ഉൽപ്പന്നങ്ങൾക്ക് ന്യായമായ വില കിട്ടാതിരിക്കൽ, വിലകളുടെ നിയന്ത്രണരഹിതമായ കയറ്റിറക്കങ്ങൾ, തുടർച്ചയായ വിളനാശങ്ങൾ, ഉയരുന്ന ഉൽപ്പാദന ചെലവ്, സ്ഥാപന വായ്പകൾ ലഭിക്കാതിരിക്കൽ തുടങ്ങി ഇന്ത്യയിലെ കർഷകർ അനുഭവിക്കുന്ന അടിസ്ഥാന പ്രശ്നങ്ങളെല്ലാം തന്നെ നവ ഉദാരവൽക്കരണനയങ്ങളുടെ ഫലമായുള്ളതാണ്. കർഷകരെ താഴുന്ന വരുമാനത്തിലൂടെയും ഉയരുന്ന കടബാധ്യതയിലൂടെയും ക്രമാനുഗതമായി ദുരിതത്തിലേക്ക് തള്ളിവിടുകയായിരുന്നു. മുൻകാലങ്ങളിലുണ്ടായിട്ടില്ലാത്തവിധം കടബാധ്യത മൂലമുള്ള കർഷകആത്മഹത്യ എന്ന പ്രവണത രാജ്യത്താകെ ശക്തിപ്പെട്ടു. കാർഷികവൃത്തി തന്നെ നഷ്ടത്തിലാവുന്നതിനും കർഷകർക്ക് തങ്ങളുടെ കൈവശഭൂമി നഷ്ടപ്പെടുന്നതിനും ഇടയാക്കി. പ്രതിസന്ധിയുടെ അതികഠിനമായ ദുരിതങ്ങൾ ഏറ്റുവാങ്ങിയത് കർഷകത്തൊഴിലാളികളാണ്. കാർഷിക വളർച്ച കുറഞ്ഞുവരുന്നതിന്റെ ഭാഗമായി കാർഷികരംഗത്തെ തൊഴിലവസരങ്ങൾ കുറയുകയും യഥാർഥകൂലി നിശ്ചലമാവുകയും ചെയ്തു. ഗ്രാമീണ മേഖലയിലെ ദുരിതം ജോലി തേടി കർഷകത്തൊഴിലാളി കുടുംബങ്ങളാകെ പട്ടണങ്ങളിലേക്കും നഗരങ്ങളിലേക്കും വൻതോതിൽ കുടിയേറുന്നതിന് കാരണമായി.

കടുത്ത കാർഷികപ്രതിസന്ധിയുടെ പശ്ചാത്തലത്തിലാണ് തെറ്റായ സാമ്പത്തികനയങ്ങൾ തിരുത്തണമെന്ന സന്ദേശം നൽകി കോൺഗ്രസ് നേതൃത്വത്തിലുള്ള സർക്കാരിന് അധികാരത്തിൽ വരാൻ സഹായകരമായ ജനവിധി അഞ്ചുവർഷം മുമ്പ് ഉണ്ടായത്. ഇടതുപാർട്ടികളുടെ നിരന്തരമായ സമ്മർദം മൂലം മണ്ണിലധ്വാനിക്കുന്ന കർഷകർക്കനുകൂലമായ ചില നയമാറ്റങ്ങൾ സ്വീകരിച്ചെങ്കിലും നവ ഉദാരവൽക്കരണ നയങ്ങളിൽ നിന്ന് അണുവിട മാറാൻ പ്രധാനമന്ത്രിയും കോൺഗ്രസ് പാർട്ടി നേതൃത്വവും തയാറായില്ല. അർധമനസോടെയുള്ള നടപടികൾ വേണ്ടത്ര ഫലമുണ്ടാക്കിയില്ല. ഏറെ പ്രചാരണം നൽകി കടാശ്വാസ പദ്ധതികൾ നിലവിൽ വന്നിട്ടും കർഷകആത്മഹത്യകൾ തുടർന്നുവരുന്നതിൽ ആശ്ചര്യമില്ല. ദേശീയ കർഷകകമ്മീഷന്റെ മുഖ്യ ശുപാർശകളായ കാർഷിക

വായ്പയുടെ പലിശ നിരക്ക് നാലു ശതമാനമാക്കി കുറയ്ക്കുക, വില സ്ഥിരതാ ഫണ്ട് ഉണ്ടാക്കുക, വിളഇൻഷുറൻസ് എല്ലാ വിളകൾക്കും ബാധകമാക്കുക എന്നിവയെല്ലാം അവഗണിക്കപ്പെട്ടു. പൊതുവിതരണ സമ്പ്രദായം എല്ലാ ആളുകളിലേക്കും വ്യാപിപ്പിക്കാമെന്ന പൊതുമിനിമം പരിപാടിയിൽ അംഗീകരിച്ച കാര്യവും നിരസിക്കപ്പെടുകയാണുണ്ടായത്. മറിച്ച് ബഹുരാഷ്ട്രകമ്പനികളടക്കമുള്ള കോർപ്പറേറ്റുകളെ ഭക്ഷ്യസംഭരണ മേഖലയിലേക്ക് കടന്നുവരാനനുവദിച്ചു.

ഇന്ത്യൻ കാർഷികമേഖലയെ അന്താരാഷ്ട്ര വ്യാപാരത്തിനും വിദേശമൂലധനത്തിനും കോർപ്പറേറ്റ് ഭീമന്മാരുടെ കടന്നുകയറ്റത്തിനുമായി തുറന്നുകൊടുക്കുന്ന നയം തുടരുകയാണെങ്കിൽ മണ്ണിലധ്വാനിക്കുന്ന കർഷകരുടെ കാർഷികവ്യവസ്ഥ ഇന്ന് നേരിടുന്ന പ്രശ്നങ്ങളും കഷ്ടപ്പാടുകളും നിയന്ത്രണാതീതമായി തീരുമെന്ന് എസ് ആർ പി ചൂണ്ടിക്കാട്ടി. കർഷകപ്രസ്ഥാനത്തിന്റെ മുന്നിലെ പ്രധാനപ്രശ്നമാണ് കാർഷിക മേഖലയിൽ കേന്ദ്രസർക്കാർ സ്വീകരിക്കുന്ന നവ ഉദാരവൽക്കരണനയം തിരുത്തുക എന്നത്. ഇടതുപാർട്ടികളുടെ ആവേശകരമായ ചെറുത്തുനിൽപ്പ് ഇല്ലായിരുന്നുവെങ്കിൽ പാർലമെന്റിൽ വിത്ത്ബിൽ പാസാക്കാൻ യു പി എ സർക്കാരിന് കഴിയുമായിരുന്നു. കർഷകർക്ക് വിത്തിന്മേലുള്ള അവകാശം നഷ്ടപ്പെടുമായിരുന്നു; ബഹുരാഷ്ട്രകുത്തകകൾക്ക് വിത്ത് വിപണിയിലുള്ള ആധിപത്യം വർധിപ്പിക്കാനും തന്മൂലം കഴിയുമായിരുന്നു. സാമ്രാജ്യത്വ അമേരിക്കയുമായി സഹകരിച്ച് ഒരു കാർഷിക വിജ്ഞാന സംരംഭത്തിന് (അഗ്രികൾച്ചർ നോളജ് ഇനിഷ്യേറ്റീവ്) കോൺഗ്രസ് നേതൃത്വത്തിലുള്ള കേന്ദ്രസർക്കാർ തയാറെടുത്തിരിക്കുന്നു. ഇത് കാർഷിക ഗവേഷണത്തെ കോർപ്പറേറ്റ് കാർഷികസംവിധാനത്തിലേക്ക് കൂടുതൽ അടുപ്പിക്കുകയും ഇന്ത്യൻ കൃഷിയെ വിദേശ മൂലധനത്തിന് കൂടുതൽ തുറന്നുകൊടുക്കുകയും ചെയ്യുമെന്ന് എസ് ആർ പി വിമർശിച്ചു. കരാർ കൃഷിയിലും വെയർ ഹൗസിങ്ങിലും ചില്ലറവ്യാപാരത്തിലും നേരിട്ടുള്ള വിദേശ നിക്ഷേപം അനുവദിക്കുന്ന നടപടികളുമായി കേന്ദ്രസർക്കാർ മുന്നേറുകയാണ്.

ചെറുത്തു നിൽപ്പ് പ്രക്ഷോഭങ്ങളുടെ പ്രാധാന്യം

കാർഷികമേഖലയിലേക്കുള്ള കടന്നുകയറ്റത്തിൽ നിന്ന് കോർപ്പറേറ്റുകളെ എന്തു വിലകൊടുത്തും പിന്തിരിപ്പിക്കണമെന്ന് എസ് ആർ പി ആവശ്യപ്പെട്ടു. വൻകിട കോർപ്പറേറ്റുകളിലൂടെ മാത്രമേ കാർഷിക വികസനത്തിനും സംസ്കരണത്തിനുമുള്ള സാങ്കേതികവിദ്യാ വികസനവും ആധുനികവൽക്കരണവും നടക്കുകയുള്ളൂ എന്ന മിഥ്യാധാരണ പൊളിക്കേണ്ടതുണ്ട്. കോർപ്പറേറ്റുകൾ ഭൂമി കൈവശപ്പെടുത്തുന്നതും യാതൊരു നിയന്ത്രണവുമില്ലാതെ റിയൽ എസ്റ്റേറ്റ് സംരംഭങ്ങൾ എണ്ണമില്ലാത്ത കാര്യങ്ങൾക്കായി കൃഷിഭൂമിയെ ആശ്രയിക്കുന്നതും ഇന്ത്യയുടെ നവലിബ

റൽ ഭരണക്രമത്തിന്റെ ഉത്തമസാക്ഷ്യമായി മാറിയിരിക്കുന്നു. ഇടതു പാർട്ടികളുടെ ചെറുത്തുനിൽപ്പുകൊണ്ട് തുടക്കത്തിൽ ചില അതിക്രമങ്ങളെ തടഞ്ഞുനിർത്താനായെങ്കിലും സ്പെഷ്യൽ ഇക്കണോമിക് സോൺ നിയമത്തിലെ ജനവിരുദ്ധ വകുപ്പുകൾ മിക്കതും മാറ്റമില്ലാതെ തുടരുകയാണ്. കോർപ്പറേറ്റുകൾ ഊഹകച്ചവടത്തിനുവേണ്ടി മാത്രം വൻതോതിൽ കൃഷിഭൂമി വാങ്ങിക്കൂട്ടിക്കൊണ്ടിരിക്കുകയാണ്. വൻകിട മൂലധനത്തെ ആകർഷിക്കാനെന്ന പേരിൽ ഒരു വ്യവസായ സംരംഭത്തിനോ പശ്ചാത്തലവികസന പദ്ധതിക്കോ ആവശ്യമുള്ളതിനേക്കാൾ അളവിൽ എത്രയോ കൂടുതൽ ഭൂമി വാണിജ്യചൂഷണത്തിനായി വാങ്ങിക്കൂട്ടാൻ സർക്കാർ സൗകര്യം ചെയ്തുകൊടുക്കുന്നു. ഇത് വികസനപ്രക്രിയയെ അട്ടിമറിക്കലും സമതുലിതമായ വികസനത്തെ തുരങ്കം വെക്കലുമാണ്. ഭൂമി ഏറ്റെടുക്കൽ നിയമത്തിൽ ഭേദഗതികൾ വരുത്തി സ്വകാര്യശക്തികൾക്ക് വൻതോതിൽ ഭൂമി ഏറ്റെടുക്കാനുള്ള സൗകര്യം ഉണ്ടാക്കിക്കൊടുക്കാനാണ് സർക്കാർ പരിശ്രമിക്കുന്നത്. ഇത്തരം നീക്കങ്ങൾക്കെല്ലാമെതിരെ നിശ്ചയദാർഢ്യത്തോടെയുള്ള ചെറുത്തുനിൽപ്പ് വളർത്തിയെടുക്കാൻ കർഷകപ്രസ്ഥാനത്തിന് സാധിക്കണമെന്ന് എസ് ആർ പി അഭിപ്രായപ്പെട്ടു. സാമ്പത്തിക വളർച്ചയ്ക്ക് വ്യവസായവൽക്കരണവും പശ്ചാത്തലസൗകര്യങ്ങളുടെ ആധുനികവൽക്കരണവും അത്യന്താപേക്ഷിതമാണെന്നതുപോലെതന്നെ പ്രധാനമാണ് കൃഷിയുടെ വികസനവും. കാർഷികമേഖലയെ തകർത്തുകൊണ്ടല്ല വ്യവസായവൽക്കരണവും ആധുനികവൽക്കരണവും നടപ്പിലാക്കേണ്ടത്. കർഷകജനവിഭാഗങ്ങളെ സംരക്ഷിക്കുന്ന ആസൂത്രിതവും സന്തുലിതവുമായ വികസനമാണ് നമുക്കാവശ്യം.

1930കളിലെ ലോകമുതലാളിത്ത പ്രതിസന്ധിയുടെ പശ്ചാത്തലത്തിൽ ഇന്ത്യൻ സ്വാതന്ത്ര്യസമരത്തിന്റെ മുഖ്യധാരയിലേക്ക് കർഷകരെ ആദ്യമായി അണിനിരത്തിയത് അഖിലേന്ത്യാ കിസാൻസഭയായിരുന്നുവെന്നത് എസ് ആർ പി ഓർമിപ്പിച്ചു. കോളനിഭരണത്തിന്റെ അന്ത്യംകുറിക്കുന്ന പോരാട്ടങ്ങൾക്ക് കർഷകരെ ഉത്തേജിപ്പിക്കാൻ കിസാൻസഭയ്ക്ക് കഴിഞ്ഞു. ലോകമുതലാളിത്ത രാജ്യങ്ങളിൽ പൊട്ടിപ്പുറപ്പെട്ടിരിക്കുന്ന പ്രതിസന്ധിയുടെ പശ്ചാത്തലത്തിൽ തൊഴിലാളി– കർഷക ഐക്യം പടുത്തുയർത്തി ഇന്ത്യയിലെ നവ ഉദാരവൽക്കരണ ഭരണക്രമത്തിനെതിരെ അതിശക്തമായ സമരങ്ങൾ കെട്ടഴിച്ചുവിടുന്നതിന് സാമ്രാജ്യത്വവിരുദ്ധ പോരാട്ടങ്ങളുടെ പാരമ്പര്യത്തെ ശക്തിപ്പെടുത്താൻ കിസാൻസഭ മുൻകയ്യെടുക്കണമെന്ന് എസ് ആർ പി ആഹ്വാനം ചെയ്തു. ഇന്നത്തെ ഭരണക്രമത്തിനെതിരായ കർഷകരുടെ തീവ്രസമരങ്ങൾക്ക് പ്രചോദനമാകാൻ ദേശീയ സെമിനാറിൽ നടക്കുന്ന ചർച്ചകൾക്കും എത്തിച്ചേരുന്ന നിഗമനങ്ങൾക്കും കഴിയട്ടെയെന്ന് എസ് ആർ പി പ്രത്യാശ പ്രകടിപ്പിച്ചു.

തുടർന്ന് 'കർഷക പ്രക്ഷോഭങ്ങളും അനന്തരഫലങ്ങളും – വയനാടിന്റെ അനുഭവപാഠങ്ങൾ' എന്ന പ്രബന്ധം ഈ ലേഖകൻ അവതരിപ്പിച്ചു. നവ ഉദാരവൽക്കരണനയങ്ങളെ തുടർന്ന് ഏറ്റവും രൂക്ഷമായ കാർ

ഷിക തകർച്ച നേരിടേണ്ടിവരികയും രാജ്യത്തെ ഏറ്റവും ഉയർന്ന കർഷക ആത്മഹത്യാനിരക്ക് അനുഭവപ്പെടുകയും ചെയ്ത വയനാട് ജില്ലയിൽ കക്ഷിരാഷ്ട്രീയത്തിനതീതമായി കർഷകസംഘം നേതൃത്വത്തിൽ ഉയർന്നുവന്ന പ്രക്ഷോഭങ്ങളും 2006ൽ അധികാരത്തിൽ വന്ന ഇടതുപക്ഷ ജനാധിപത്യ മുന്നണിസർക്കാർ നടപ്പിലാക്കിയ ആഗോളവൽക്കരണവിരുദ്ധ ബദൽ സാമ്പത്തികനയങ്ങളും സൃഷ്ടിച്ച സദ്ഫലങ്ങൾ പ്രസ്തുത പ്രബന്ധത്തിൽ വിലയിരുത്തപ്പെട്ടു. രാജ്യത്താകെ കർഷക ആത്മഹത്യ തുടരുമ്പോഴും 2007 പകുതിയോടെ വയനാടടക്കം കേരളത്തിൽ കർഷക ആത്മഹത്യ നിയന്ത്രിക്കുന്നതിൽ നാം വിജയിച്ചു. ബദൽനയങ്ങൾ ഫലപ്രദമായി നടപ്പിലാക്കിയതിലൂടെ കാർഷികമേഖലയിൽ പുത്തനുണർവ് സൃഷ്ടിക്കാനും കഴിഞ്ഞു. മൗലികമായ രാഷ്ട്രീയ മാറ്റങ്ങളിലേക്ക് വയനാടിനെ നയിക്കാനും ഉദാരവൽക്കരണ വിരുദ്ധ കർഷകപ്രക്ഷോഭങ്ങൾക്ക് സാധിച്ചു. വലതുപക്ഷരാഷ്ട്രീയ പാർട്ടികളുടെ ശക്തികേന്ദ്രമായിരുന്ന വയനാട് ജില്ല കഴിഞ്ഞ ലോകസഭാ – പഞ്ചായത്ത് – നിയമസഭാ തിരഞ്ഞെടുപ്പുകളിൽ ഇടതുപക്ഷ ജനാധിപത്യശക്തികളുടെ വൻ മുന്നേറ്റത്തിന്റെ വേദിയായി മാറിയതിൽ കർഷക – ആദിവാസി പ്രക്ഷോഭങ്ങൾ നൽകിയ സംഭാവനകൾ നിർണായകമാണ്.

ദേശീയ സെമിനാറിൽ നടന്ന സംവാദങ്ങൾക്ക് വ്യക്തമായ രാഷ്ട്രീയ ദിശ നിർണയിക്കുന്നതിന് സഹായകരമായിരുന്നു ഉൽഘാടന പ്രസംഗത്തിലും മുഖ്യ പ്രബന്ധത്തിലും അവതരിപ്പിക്കപ്പെട്ട വിലയിരുത്തലുകളും നിഗമനങ്ങളും. ദേശീയ സെമിനാറിന്റെ രാഷ്ട്രീയ പ്രാധാന്യത്തെ ഫലപ്രദമായി ഉയർത്തിപ്പിടിക്കാനും പ്രതിനിധികൾക്കാകെ ഉത്തേജനം പകരുന്നതിനും ഉൽഘാടന സെഷൻ ഉപകരിച്ചു.

കാർഷികമേഖലയിലെ വൈരുധ്യങ്ങളുടെ മാറുന്ന സ്വഭാവം

ദേശീയ സെമിനാറിൽ അവതരിപ്പിക്കപ്പെട്ട പഠനരേഖകളിൽ മൗലികമായ വിമർശനങ്ങളാലും വിലയിരുത്തലുകളാലും സമ്പന്നമായിരുന്നു പ്രൊഫ. ഉത്സ പട്നായിക്ക് അവതരിപ്പിച്ച 'യുദ്ധാനന്തര കാലഘട്ടത്തിലെ കാർഷികപ്രശ്നവും ഇന്ത്യൻ കർഷകരും' എന്ന പ്രബന്ധം. ഡോ. അശോക് ധാവളയുടെ അധ്യക്ഷതയിൽ ചേർന്ന സെഷനിൽ ഡോ. രാമകുമാർ, പ്രൊഫ. വെങ്കിടേഷ് ആത്രേയ എന്നിവർ പ്രബന്ധത്തെ വിശകലനം ചെയ്ത് സംസാരിച്ചു. ഇന്ത്യൻ കാർഷികമേഖലയിലെ വൈരുധ്യങ്ങളുടെ സ്വഭാവത്തിൽ സംഭവിക്കുന്ന മാറ്റങ്ങളെ സംബന്ധിച്ച് സൂക്ഷ്മവും ശ്രദ്ധേയവുമായ വിലയിരുത്തലുകൾ ഉയർന്നുവന്ന പ്രസ്തുത സെഷൻ സെമിനാറിൽ പങ്കെടുത്ത മുഴുവൻ പ്രതിനിധികൾക്കും ചിന്തോദ്ദീപകമായ അനുഭവമാണ് പകർന്നുനൽകിയത്.

കോളനിവാഴ്ച, സ്വാതന്ത്ര്യാനന്തര മുതലാളിത്ത വികസനഘട്ടം, നവ ഉദാരവൽക്കരണഘട്ടം എന്നിവ ഇന്ത്യൻ കാർഷികമേഖലയിൽ സൃ

ഷ്ടിച്ച വൈരുധ്യങ്ങളുടെ മാറുന്ന സ്വഭാവത്തെ വസ്തുനിഷ്ഠമായി വിലയിരുത്തുകയാണ് പ്രസ്തുത പ്രബന്ധം. കൊളോണിയൽ ഘട്ടത്തിൽ സാമ്രാജ്യത്വവും ഇന്ത്യൻ ജനതയും തമ്മിലുള്ളതായിരുന്നു മുഖ്യവൈരുധ്യം. സ്വാതന്ത്ര്യാനന്തരം, ചെറുകിട കർഷക- കർഷകത്തൊഴിലാളി ജനസാമാന്യവും ജന്മി- വ്യാപാരി - പലിശക്കാർ അച്ചുതണ്ടും തമ്മിലുള്ള വൈരുധ്യം കാർഷികമേഖലയിലെ മുഖ്യവൈരുധ്യമായി ഉയർന്നുവന്നു. നവ ഉദാരവൽക്കരണ പരിഷ്കാരങ്ങളെ തുടർന്ന് കാർഷികമേഖലയിൽ സാമ്രാജ്യത്വവും കർഷകജനസാമാന്യവും തമ്മിലുള്ള വൈരുധ്യമാണ് മുഖ്യവൈരുധ്യമായി മൂർഛിച്ചിരിക്കുന്നതെന്ന് ഒരു ദശകക്കാലം മുമ്പ് തന്നെ താൻ ചൂണ്ടിക്കാണിച്ചതാണെന്ന് പ്രൊ. ഉത്സ പട്നായിക്ക് പറഞ്ഞു.

സ്വാതന്ത്ര്യാനന്തരം കാർഷികമേഖലയിൽ കർഷകജനസാമാന്യവും ജന്മി - വ്യാപാരി - പലിശക്കാർ അച്ചുതണ്ടും തമ്മിലുള്ള മുഖ്യവൈരുധ്യത്തെ പരിഹരിക്കാൻ പ്രധാനമായും മൂന്ന് മാർഗങ്ങളാണുണ്ടായിരുന്നത്. 1. ഭൂമിയുടെ പുനഃവിതരണത്തിലൂടെ ജന്മിസമ്പ്രദായത്തെ ഇല്ലാതാക്കുക, 2. കർഷകരുടെ കോ-ഓപ്പറേറ്റീവുകൾ രൂപീകരിച്ച് വിപണന, വായ്പാ മേഖലകളിലെ കുത്തകവൽക്കരണത്തെ തകർക്കുക, 3. ഉൽപ്പാദകരെയും ഉപഭോക്താക്കളെയും നേരിട്ടു ബന്ധപ്പെടുന്ന വിപണന - സംസ്കരണ രീതികൾ വികസിപ്പിച്ച് ഇടത്തട്ടുകാരെ ഒഴിവാക്കി ഉൽപ്പാദകർക്കും ഉപഭോക്താക്കൾക്കും ന്യായവില ഉറപ്പാക്കുക. അതോടൊപ്പം ഉൽപ്പാദകർക്ക് വായ്പാ ലഭ്യത ഉറപ്പാക്കുക. എന്നാൽ ഈ കടമകളൊന്നും നിർവഹിക്കപ്പെട്ടില്ല.

മുഖ്യവൈരുധ്യം പരിഹരിക്കുന്നതിനെ ആശ്രയിച്ച് അതിനോട് ബന്ധപ്പെട്ട് നിൽക്കുന്ന ഉപവൈരുധ്യങ്ങളുടെ പരിഹാരവും നിർവഹിക്കപ്പെടേണ്ടതായിട്ടുണ്ട്. ഒന്നാമതായി, ഒരു ഭാഗത്ത് ഉൽപ്പാദനശക്തികളുടെ പിന്നോക്കാവസ്ഥയും വളർച്ചാമുരടിപ്പും മറുഭാഗത്ത് വർധിച്ചുവരുന്ന ഭക്ഷ്യ ധാന്യ ഉൽപ്പാദനത്തിനും വിപണിവളർച്ചയ്ക്കും വേണ്ടിയുള്ള ആവശ്യവും തമ്മിലുള്ള വൈരുധ്യം. രണ്ടാമതായി അസംസ്കൃത ചരക്കുകളുടെ ഉൽപ്പാദന മുരടിപ്പും മറുഭാഗത്ത് അസംസ്കൃത ചരക്കുകളുടെ വർധമാനമായി വരുന്ന ആവശ്യവും. മൂന്നാമതായി ഗ്രാമീണ ഇന്ത്യ നേരിടുന്ന ആഴത്തിലുള്ള ദാരിദ്ര്യവും തുച്ഛമായ ഭൗതിക ജീവിതാവസ്ഥയും മറുഭാഗത്ത് പൊതുജനസാമാന്യത്തിൻെറ വാങ്ങൽ ശേഷി വർധിപ്പിച്ച് ആഭ്യന്തരവിപണി വികസിപ്പിക്കുകയും വ്യവസായ വളർച്ചയും വികസനവും യാഥാർഥ്യമാക്കുകയും ചെയ്യേണ്ടതിൻെറ ആവശ്യം. നാലാമതായി ജാതി - ലിംഗ - വർഗ അടിസ്ഥാനത്തിലുള്ള അടിച്ചമർത്തലുകളും വിവേചനങ്ങളും മറുഭാഗത്ത് എല്ലാത്തരം ഉച്ചനീചത്വങ്ങൾക്കും എതിരായ അവസരസമത്വത്തിന്റേതായ സാമൂഹ്യദർശനവും തമ്മിലുള്ള വൈരുധ്യം.

ഈ ഉപവൈരുധ്യങ്ങളുടെ പരിഹാരം മുഖ്യവൈരുധ്യത്തിൻെറ പരിഹാരവുമായി അഭേദ്യമായി ബന്ധപ്പെട്ടാണ് നിലനിന്നത്. മാത്രവുമല്ല സ്വാതന്ത്ര്യാനന്തര ഭാരതത്തിലെ കാർഷികഘടനയും പരിസ്ഥിതിയും പ്രശ്നങ്ങളും സാമ്രാജ്യത്വവിരുദ്ധമായ ദേശീയവികസനം എന്ന പ്രമേയവുമായി ബന്ധപ്പെട്ടിരുന്നുവെന്നും വ്യക്തമാണ്. എന്നാൽ ന്യൂനപക്ഷം വരുന്ന ഭൂവുടമകളുടെ സാമ്പത്തിക- സാമൂഹ്യ അധീശത്വം തകർക്കാൻ പര്യാപ്തമായ ഭൂപരിഷ്കരണത്തിൻെറ നിർണായകമായ പ്രാധാന്യം ഉൾക്കൊള്ളാൻ ഇടതുപക്ഷേതര ധാരകളിലെ സംഘടനകൾക്കോ സാമ്പത്തിക ചിന്തകർക്കോ സാധിച്ചില്ല. ഭൂസ്വത്തിൻെറ പുനഃവിതരണത്തിലൂടെ മാത്രമേ ഗ്രാമീണ ഉൽപ്പാദനത്തിൻെറ വളർച്ചയും അതുവഴി വ്യവസായിക വളർച്ചയ്ക്കാവശ്യമായ ശക്തമായ ഒരു ആഭ്യന്തരവിപണിയുടെ വ്യാപനവും സാധ്യമാവുകയുള്ളൂവെന്നതും ഉൾക്കൊള്ളാൻ അവർക്ക് കഴിഞ്ഞില്ല. ഗ്രാമീണ മുതൽമുടക്കിൻെറ സാമൂഹ്യതലം വളരുമ്പോൾ വഴി തുറക്കുന്ന ദാരിദ്ര്യ-നിരക്ഷരതാ നിർമാർജനവും അതുവഴി ജാതി-ലിംഗ-വർഗ അധീശത്വങ്ങൾക്കെതിരായുള്ള സാമൂഹ്യശാക്തീകരണവും അവബോധവിപ്ലവവും ഒന്നും തന്നെ വിഭാവന ചെയ്യാൻ വ്യവസ്ഥാപിത സാമ്പത്തികാസൂത്രണ അജണ്ടകൾക്ക് സാധിക്കാതെ പോയി. ഇടതുപക്ഷ സ്വാധീനമുള്ള ചില സംസ്ഥാനങ്ങളിൽ മാത്രമാണ് പരിമിതികൾക്കുള്ളിലും ഗുണപരമായ സാമൂഹിക ഫലങ്ങൾക്ക് വഴിയൊരുക്കിയ ഭൂപരിഷ്കരണ പ്രക്രിയകൾ സാധ്യമായത്.

നാൽപ്പത് വർഷത്തിലേറെക്കാലം നിലനിന്ന ആസൂത്രിത മുതലാളിത്തവികസനം കാമ്പുള്ള പല നേട്ടങ്ങളും നൽകിയെങ്കിലും മറുഭാഗത്തുണ്ടായ ദയനീയമായ സാമ്പത്തിക-സാമൂഹ്യ പരാജയങ്ങൾ തെളിയിക്കുന്നത് ഈ ആസൂത്രണനയവൈകല്യത്തിന്റെ ജനവിരുദ്ധ ഉള്ളടക്കമാണ്. രൂക്ഷമായ ഗ്രാമീണദാരിദ്ര്യം, സങ്കോചിച്ച് നിൽക്കുന്ന ആഭ്യന്തരവിപണി, വിദേശ മൂലധനത്തിലധിഷ്ഠിതമായ സാമ്പത്തിക വിഭവസ്രോതസുകളിന്മേലുള്ള അതിരുകടന്ന ആശ്രിതത്വം എന്നിവയെല്ലാം ഈ നയവൈകല്യത്തിൻെറ പരാജയമാണ്.

ധനമൂലധനത്തിന്റെ ആധിപത്യം

70കളുടെ അന്ത്യത്തോടെ, അന്താരാഷ്ട്ര ധനമൂലധനം പ്രബലമായി തിരിച്ചുവരുന്നതിന് ഇടയാക്കിയ സാഹചര്യമുണ്ടായി. തങ്ങൾക്കിടയിലുള്ള വൈരുധ്യങ്ങൾ ബോധപൂർവം മാറ്റിവെച്ച് മൂന്നാംലോക രാജ്യങ്ങളിൽ പൊതുലക്ഷ്യത്തോടെ ഇടപെടാൻ സാമ്രാജ്യത്വ രാജ്യങ്ങൾക്ക് സാധിച്ചത്, അന്താരാഷ്ട്ര ധനകാര്യ - വ്യാപാര സ്ഥാപനങ്ങൾ, ബൗദ്ധികസ്വത്തവകാശ നിയമങ്ങൾ എന്നിവ മൂന്നാംലോക രാജ്യങ്ങൾക്കെതിരെ ഉപയോഗപ്പെടുത്തൽ, സോവിയറ്റ് യൂണിയൻെറ പതനം എന്നിവയെല്ലാം മൂന്നാംലോക രാജ്യങ്ങളെ പുനഃകോളനീകരിക്കാൻ ലോകസാമ്രാജ്യത്വ

ത്തിന് അനുകൂലമായി വന്ന സാഹചര്യങ്ങളാണ്. ഇന്ത്യയിലാകട്ടെ വികസന സംബന്ധമായ എല്ലാ ചർച്ചകളെയും പൊതുജനങ്ങളുടെ അടിസ്ഥാന ആവശ്യങ്ങളിൽനിന്ന് അടർത്തിമാറ്റി വമ്പിച്ച നഗര കേന്ദ്രീകൃത മാതൃകകളിലേക്ക് പരിമിതപ്പെടുത്തുകയാണ് പുത്തൻ അധിനിവേശ പ്രത്യയശാസ്ത്രം ചെയ്യുന്നത്. തൊഴിൽ, ജീവസന്ധാരണം, ആരോഗ്യം എന്നിവയുടെയൊക്കെ പൊതുസൂചികകൾ വമ്പിച്ച തകർച്ചയിലേക്ക് നീങ്ങുകയാണ്. എന്നാൽ മുതലാളിത്തത്തെ പിടികൂടിയിരിക്കുന്ന ആനുകാലിക പ്രതിസന്ധി ഈ പുത്തൻ സാമ്രാജ്യത്വ അജണ്ടയെ ചെറുക്കാൻ സാധ്യതകൾ തുറന്നിരിക്കുകയാണ് എന്ന് ഉത്സ ചൂണ്ടിക്കാട്ടി.

ലോകം മൊത്തം ബാധിച്ചിരിക്കുന്ന സാമ്പത്തിക മാന്ദ്യമാണ് മുതലാളിത്തത്തെ മുമ്പൊന്നുമില്ലാത്തവിധം പ്രതിക്കൂട്ടിലാക്കിയിട്ടുള്ളത്. പ്രതിസന്ധിക്ക് കാരണക്കാരായ സ്വകാര്യ ധനകാര്യ സ്ഥാപനങ്ങളെയും ഇൻഷുറൻസ് കമ്പനികളെയും തന്നെ സഹായിക്കാൻ നികുതിപ്പണം കോടിക്കണക്കിനു ഡോളറുകൾ ഉപയോഗിക്കുന്ന പാക്കേജുകൾ പ്രതിസന്ധി പരിഹരിക്കാൻ ഉതകില്ല. യഥാർഥ ചരക്കുൽപ്പാദനവുമായി ബന്ധമില്ലാത്ത പണംകൊണ്ടുതന്നെ പണം കൊയ്യുന്ന ഊഹക്കച്ചവട 'ലാഭ' ഘടനയാണ് ധനമൂലധന ഏജൻസികൾക്കുള്ളത്. തൊഴിലാളികളുടെ ഉപജീവനത്തെയും സമ്പാദ്യത്തെയും മാത്രമല്ല തൊഴിൽസേനയുടെ വലിപ്പത്തെതന്നെ ക്രമാനുഗതമായി ചുരുക്കിനിർത്തി, ലാഭത്തെ മാത്രം ആത്യന്തിക ലക്ഷ്യമായി കാണുന്ന മുതലാളിത്ത ഉൽപ്പാദകൻ അവൻെറ സ്വന്തം വിപണിയുടെതന്നെ ദീർഘമായ ആരോഗ്യത്തെയും ഈടുനിൽപ്പിനെയും തുരങ്കംവെക്കുകയാണ് ചെയ്യുന്നത്. എന്നാൽ ഫിനാൻസുകാരുടെ വരുമാനം ഉൽപ്പാദനത്തിലൂടെയുള്ള ലാഭമല്ല മറിച്ച് കടംകൊടുക്കുന്ന വായ്പയിൽനിന്നുള്ള പലിശയാണ്. ധനമൂലധന ലോബികളുടെ നിയന്ത്രണത്തിലുള്ള ഭരണകൂടങ്ങൾ തൊഴിൽ വളർച്ചയെയും ഉപഭോഗ വികാസത്തെയുംപോലും വിപരീതമായി ബാധിക്കുന്ന തീവ്ര ധനകാര്യ -സാമ്പത്തികനയങ്ങൾ നടപ്പിലാക്കുകയാണ്.

ഗ്രാമത്തിലെ ഹുണ്ടികപ്പലിശക്കാരൻ തടിച്ചുകൊഴുക്കുന്നത് കാർഷികവൃത്തിയിൽ ഏർപ്പെട്ടവരുടെ സമ്പാദ്യവും വസ്തുവകകളും കൊള്ളയടിച്ച് അവരുടെ ജീവിതസാഹചര്യങ്ങൾ തകർത്തുകൊണ്ടാണെങ്കിൽ, ആധുനിക ധനമൂലധന ഏജൻസികൾ പ്രവർത്തിക്കുന്നത് ഭൗതിക ഉൽപ്പാദന മണ്ഡലങ്ങളിലെ മിച്ചമൂല്യ ഉൽപ്പാദകരുടെ ജീവിതസാഹചര്യങ്ങളെ തകർത്തുകൊണ്ടും അയഥാർഥമായ സേവനമേഖലകളിൽ ഊഹക്കച്ചവടാധിഷ്ഠിതമായ ലാഭവും വളർച്ചയും ഉറപ്പുവരുത്തിക്കൊണ്ടുമാണ്.

ഗ്രാമീണപ്പലിശക്കാരനെ അപേക്ഷിച്ച് ആഗോള ധനമൂലധന ഏജൻസികൾ എത്രയോമടങ്ങ് കൂടുതൽ ശക്തരും ആഗോള സാമ്പത്തിക നയങ്ങളെയും പ്രവർത്തനക്രമങ്ങളെയും വരുതിയിൽ നിർത്തുന്നവരുമാണ്. നിർഭാഗ്യവശാൽ ട്രേഡ്‌യൂണിയനുകളും തൊഴിലാളികളും ഈ

നയങ്ങളുടെ സമഗ്രമായ ജനവിരുദ്ധ ഉള്ളടക്കം പലപ്പോഴും തിരിച്ചറിയാതിരിക്കുകയും, നിയന്ത്രിതമായ വിലക്കയറ്റംമൂലം വേതന വർഗങ്ങൾക്ക് ലഭിക്കുന്ന താൽക്കാലിക സമൃദ്ധിയിൽ വശംവദരായി തൊഴിൽ–വ്യാവസായിക വളർച്ചാ മുരടിപ്പിൻേറതായ ഭീഷണമായ ചിത്രം കാണാതെ പോവുകയുമാണ് എന്ന് ഉത്സ വിമർശിച്ചു.

ധനമൂലധന പ്രത്യയശാസ്ത്രത്തിൻെറ രണ്ടു സുപ്രധാന പ്രവർത്തനരീതികളാണ് പൊതുകാര്യ ചെലവുകളുടെ വെട്ടിച്ചുരുക്കലും സംരക്ഷിതസമ്പദ്ഘടനകളുടെതുറന്നിടലും. ലോകമഹായുദ്ധങ്ങൾക്കിടയിലുള്ള കാലഘട്ടത്തിൽ ലോകമൊട്ടുക്കുമുള്ള മുതലാളിത്ത രാജ്യങ്ങളിലും അവയുടെ കോളനികളിലും കാർഷികപ്രശ്നത്തെ നേരിട്ടത് 20കളുടെ മധ്യത്തോടെ പൊതു ചെലവുകൾ പരിമിതപ്പെടുത്തിയും ആഗോള വിലസൂചികയിലും ഉൽപ്പാദനത്തിലും നിരന്തരമായ പണച്ചുരുക്ക (Deflation) നയങ്ങൾ ഉറപ്പുവരുത്തുകയും ചെയ്താണ്. ഈ ഘട്ടത്തിൽ ധനമേഖലയിലെ ഊഹക്കച്ചവടം അഭിവൃദ്ധിപ്പെടുകയും ഓഹരി വിപണികൾ അഭുതപൂർവമായ ഉയരങ്ങളിലേക്ക് കുതിക്കുകയും ഒടുവിൽ 1929ലെ വമ്പിച്ച തകർച്ചയിലേക്ക് പതിക്കുകയും ചെയ്തു. മഹത്തായ മാന്ദ്യം (Great Depression) എന്നറിയപ്പെടുന്ന ഈ ചരിത്ര കാലയളവിലാണ് ലോകമാകെ വമ്പിച്ച ഉൽപ്പാദന മുരടിപ്പ് നേരിടുകയും നാലിലൊന്നു വരുന്ന ആഗോള തൊഴിലാളിവർഗം തൊഴിൽരഹിതരാവുകയും അതേ അനുപാതത്തിലുള്ള ഉൽപ്പാദനശേഷി സ്തംഭിക്കുകയും 1933–ഓടുകൂടി ലോക വ്യാപാരം 1929ൻെറ അളവിന് മൂന്നിലൊന്നായി ചുരുങ്ങുകയും ചെയ്തത്. ലോകമാകെ ചെറുകിട ഉൽപ്പാദകരും വിപണിയുടെ ശോഷിപ്പ് താങ്ങാനാവാതെ പാപ്പരാവുകയോ അല്ലെങ്കിൽ വമ്പൻ കോർപ്പറേറ്റു കമ്പനികളുടെ നീരാളിപ്പിടിത്തത്തിനു വഴങ്ങുകയോ ചെയ്തു.

മഹാമാന്ദ്യവും കെയ്നീഷ്യൻ ഇടവേളയും

നിലവിലുള്ള ആഗോളസാമ്പത്തിക പ്രതിസന്ധിയും സർവതലസ്പർശിയായ മാന്ദ്യവും 1930കളിലെ 'മഹാമാന്ദ്യവു'മായി താരതമ്യം ചെയ്യപ്പെടുന്നു. ഇത് ശരിയായതും പ്രസക്തവുമായ ഒരു സാമ്യപഠനം തന്നെയാണ്. 2–ാം ലോക മഹായുദ്ധത്തിനുശേഷമുള്ള 3 ദശകക്കാലത്തെ കെയ്നീഷ്യൻ ഇടവേള മാറ്റിനിർത്തിയാൽ 70കളുടെ മധ്യംമുതൽ ധനമൂലധനത്തിൻെറ നവ ഉദാരവൽക്കരണ പ്രത്യയശാസ്ത്രം തിരിച്ചുവരവ് നടത്തുകയും ആഗോളമായി പൊതുനയ രൂപീകരണത്തിൽ സ്വാധീനം ശക്തിപ്പെടുത്തുകയും ചെയ്തു. ഐ എം എഫും ലോകബാങ്കും എ ഡി ബി പോലുള്ള ഉപഗ്രഹബാങ്കുകളും അടക്കമുള്ള അന്താരാഷ്ട്ര ഉപകരണങ്ങളിലൂടെയാണ് ധനമൂലധന പ്രത്യയശാസ്ത്രം തിരിച്ചുവരുന്നത്. അങ്ങനെ പിന്നീടിതുവരെയുള്ള മൂന്ന് ദശകക്കാലത്തെ നവ ഉദാരവൽക്കരണവ്യാപനമാണ് ആഗോളസാമ്പത്തിക വ്യവസ്ഥയെ ഇന്നത്തെ

പ്രതിസന്ധിയിലേക്ക് എത്തിച്ചതെന്ന് ഉത്സ ചൂണ്ടിക്കാട്ടി.

മഹാമാന്ദ്യം സൃഷ്ടിച്ച സാമൂഹ്യദുരിതങ്ങളും ശേഷംവന്ന ലോക മഹായുദ്ധം വിതച്ച നാശനഷ്ടങ്ങളും ഒരുക്കിയ അനുകൂല പരിതഃസ്ഥിതിയിലാണ് ഫിനാൻസ് മൂലധന താൽപ്പര്യങ്ങൾക്കെതിരായ കെയ്നീഷ്യൻ ആശയങ്ങൾക്ക് വിപ്ലവകരമായ മേധാവിത്വം കരസ്ഥമായത് എന്ന് ഉത്സ പട്നായിക്ക് നിരീക്ഷിക്കുന്നു. ഫിനാൻസ് മൂലധനത്തിൻെറ അടക്കമുള്ള അരാജക പ്രവണതകളിൽ നിന്ന് മാറി ഭരണകൂട നേതൃത്വത്തിലുള്ള പൊതുകാര്യ ചെലവും (Public Expenditure) അതുവഴി തൊഴിൽ വളർച്ചയുടെയും സാമൂഹിക ഉപഭോഗശേഷിയുടെയും പുരോഗമനപരവും സാമൂഹ്യക്ഷേമപരവുമായ മാനേജ്മെൻറും കെയിൻസ് നിർദേശിച്ചു. രണ്ടാം ലോകമഹായുദ്ധത്തിനുശേഷം വികസിതരാജ്യങ്ങളിൽ ദീർഘകാലം നിലനിന്ന വളർച്ചയുടെ അധ്യായം സാമൂഹിക സുരക്ഷാ പദ്ധതികളുടെയും വളരെ താഴ്ന്ന തോതിലുള്ള തൊഴിലില്ലായ്മയുടെയും ന്യായവേതനം ഉറപ്പുവരുത്തുന്ന ട്രേഡ്യൂണിയൻ പ്രവർത്തനങ്ങളുടെയും അധ്യായം കൂടിയായിരുന്നു. ചുരുക്കത്തിൽ ധനമൂലധന പ്രത്യയശാസ്ത്രത്തിന് അരോചകമായ നിരവധി സാമ്പത്തിക കാഴ്ചപ്പാടുകളെ പിന്തുടരാൻ ഇതേ മൂലധനശക്തികളുടെ സഹചാരിയായ വൻകിട വ്യാവസായിക മൂലധനശക്തികൾ നിർബന്ധിക്കപ്പെട്ടു.

എന്നാൽ യുദ്ധാനന്തരമുള്ള മൂന്നു പതിറ്റാണ്ടുകൾ 1970കളിലെ ധനമൂലധന ശക്തികളുടെ തിരിച്ചുവരവിനുമുമ്പുള്ള താൽക്കാലിക ഇടവേള മാത്രമായിരുന്നു. 70കൾ മുതൽ എല്ലാ വികസിതരാഷ്ട്ര സർക്കാരുകളും ആഗോളധനമൂലധന സ്ഥാപനങ്ങളും ശ്രമിക്കുന്നത് തൊഴിലാളിവർഗ നേട്ടങ്ങളെ തിരിച്ചുപിടിക്കാനും തുറന്ന വാണിജ്യ നയങ്ങളോടൊപ്പം ചേർത്ത് സാമ്പത്തിക ലോഭനയങ്ങൾ (Deflationary Policies) നടപ്പാക്കാനുമാണ്. തുടക്കത്തിൽ വിദേശ വാണിജ്യ കമ്മിയുടെ സമ്മർദങ്ങളാൽ കടമെടുക്കേണ്ടിവരികയും അതുവഴി സാമ്പത്തിക നയങ്ങളിൽ രാഷ്ട്രീയ–ബൗധിക വിധേയത്വത്തിലേക്കു നീങ്ങുകയും ചെയ്ത മൂന്നാം ലോക രാജ്യങ്ങൾ പിന്നീട് പൊതു ചെലവുചുരുക്കലിൽ അധിഷ്ഠിതമായ ഘടനാപരമായ പൊളിച്ചെഴുത്തുകൾക്ക് വിധേയമാകേണ്ടിവന്നു. രാജ്യത്തിന്റെ കാർഷിക വ്യവസ്ഥിതിയെ സാർവദേശീയ മൂലധനത്തിന്റെ നീരാളിപ്പിടിത്തത്തിനു തുറന്നുകൊടുത്തത് കാർഷിക പ്രതിസന്ധിക്ക് നിദാനമായ പരമപ്രധാനമായ കാരണമാണ്.1970കളുടെ അവസാനം മുതൽ തൊഴിലില്ലായ്മ നിയന്ത്രിക്കാനും പൊതു ഉപഭോഗത്വര നിലനിർത്താനും അതുവരെ ആശ്രയിച്ചിരുന്ന കെയിൻസിൻെറ പൊതുധനകാര്യ രീതിശാസ്ത്രങ്ങൾ പൂർണമായും ഉപേക്ഷിക്കപ്പെട്ടു. ആസ്തി മൂല്യപ്പെരുപ്പത്തിലൂടെയും വർധമാനമായ ഉപഭോക്തൃ വായ്പാ പെരുപ്പത്തിലൂടെയും ഉളവാകുന്ന കാലികമായ സ്വകാര്യ മുതൽമുടക്ക് കുമിളകളുടെ കൃത്രിമമായി ത്വരിതപ്പെടുത്തിയ പൊതുചോദനകൾ, ഈ കുമിളകളോ

ടൊപ്പം തന്നെ ഇടയ്ക്കിടയ്ക്ക് തകരുകയും ചെയ്യുന്ന പ്രതിഭാസമാണ് സുസ്ഥാപിതമായിരിക്കുന്നതെന്ന് ഉത്സ ചൂണ്ടിക്കാട്ടി. ഇതുമൂലം ഉപഭോക്താക്കൾക്കും മുതലിറക്കുന്നവർക്കും ഉളവാകുന്ന ആത്മവിശ്വാസതകർച്ച ദാരുണമാണ്. എന്നുവെച്ചാൽ ആസ്തിമൂല്യങ്ങൾ തകരുന്നു, വിപണിയിലേക്ക് ആഴത്തിൽ മുതലിറക്കിയ ബാങ്കുകളും ഫിനാൻസ് സ്ഥാപനങ്ങളും തകരുന്നു. പിരിച്ചുവിടലുകളും തൊഴിൽനഷ്ടങ്ങളും പെരുകുമ്പോൾ സാമ്പത്തിക ചോദന തളരുന്നു. ഇതാകട്ടെ വീണ്ടും മുതലിറക്കൽ പ്രവണതകളെയും തൊഴിൽസൃഷ്ടി സാധ്യതകളെയും വിനാശകരമായി താഴേക്കു വലിക്കുക വഴി സാർപ്പിളകമായ ഒരു തകർച്ചയുടെ നൈരന്തര്യത്തിന് കാരണമാവുന്നു. വികസിതരാജ്യ സർക്കാരുകൾ തകരുന്ന സ്വകാര്യ ബാങ്കുകളിലേക്കും മറ്റും വലിയ അളവിലുള്ള പൊതുപണം നിക്ഷേപിക്കുക വഴി നടത്തുന്ന സുരക്ഷാ നടപടികളും അതിജീവനപാക്കേജുകളും മറ്റും പൊതുചോദനയെ വീണ്ടെടുക്കാനോ മുതൽമുടക്കിനുതകുന്ന ആത്മവിശ്വാസത്തിൻെറ അന്തരീക്ഷം സൃഷ്ടിക്കാനോ പര്യാപ്തമല്ല. കാരണം പ്രതിസന്ധിക്ക് കാരണമായ അതേ ശക്തികളെയാണ് ഭരണകൂടം ഈ സൗജന്യങ്ങൾ വഴി പരിലാളിക്കുന്നത്.

വികസിതരാജ്യങ്ങളുമായി വ്യാപാരബന്ധങ്ങൾ വഴി അടുത്ത ബന്ധമുള്ള വികസ്വര സമ്പദ്ഘടനകളെയാകെ കയറ്റുമതി മുരടിപ്പും വളരുന്ന തൊഴിലില്ലായ്മയും മൂലധനചോർച്ചയും ഓഹരിവിപണി തകർച്ചയും ബാധിച്ചിരിക്കുന്നു. അമേരിക്കയിലും യൂറോപ്പിലുമായി വിപുലമായ ഉപഭോഗവിപണികളുള്ള ചൈനയാണ് ഉൽപ്പാദനരംഗത്തെ ഏറ്റവും കടുത്ത തൊഴിൽനഷ്ടങ്ങൾ ഏറ്റുവാങ്ങിയത്. കയറ്റുമതിയധിഷ്ഠിതമായ എല്ലാ മേഖലകളിലും ഇന്ത്യയിലും വ്യാപകമായ അടച്ചുപൂട്ടലും തൊഴിൽനഷ്ടവും അനുഭവഭേദ്യമായിരിക്കുന്നു. ടെക്സ്റ്റൈൽ മേഖലയിൽ അഞ്ചുലക്ഷത്തോളം തൊഴിലുകളാണ് നഷ്ടപ്പെട്ടിരിക്കുന്നത്. വിദേശ വിപണിയുടെ ശോഷണവും വിലത്തകർച്ചയും കൂടിച്ചേർന്നു പരുത്തി, ചായ, കാപ്പി, സുഗന്ധദ്രവ്യങ്ങൾ മുതലായ മേഖലകളെ ഗുരുതരമായ പ്രതിസന്ധിയിലാക്കുകയാണ്. ഇവയിൽ തന്നെ ഇടത്തരം കർഷകരും ചെറുകിടഉൽപ്പാദകരും സംസ്കരണ യൂണിറ്റുകളുമാണ് ഗുരുതരമായ പ്രത്യാഘാതങ്ങൾ അനുഭവിക്കുന്നത്.

പ്രതിസന്ധി സൃഷ്ടിക്കുന്ന വിപ്ലവ സാഹചര്യവും ഇടതുപക്ഷ പ്രസ്ഥാനത്തിന്റെ പങ്കും

വ്യാപകമായ മാന്ദ്യത്തിൻെറ ചുറ്റുപാടിൽ ലോകമുതലാളിത്ത തലവനായ അമേരിക്കയാവട്ടെ, ആഭ്യന്തര തൊഴിൽനാശം സഹിച്ചുകൊണ്ടുപോലും സ്വന്തം വിപണി ഇറക്കുമതികൾക്കായി തുടർന്നും നിലനിർത്തുവാനും അതോടൊപ്പം ചോദനം നിലനിർത്താൻ പുറത്തേക്ക് വായ്പകൾ നൽകിക്കൊണ്ടിരിക്കാനും നിർബന്ധിതമാണ്. എന്നാൽ ലോകമു

തലാളിത്തത്തിൻെറ സാരഥി എന്ന നിലയ്ക്കുള്ള ഈ കഠിന ഉത്തരവാദിത്വങ്ങൾ ഫലപ്രദമായി നടത്താനുള്ള പ്രാപ്തി ഇന്ന് അമേരിക്കയ്ക്കില്ല എന്ന് ഉത്സ അഭിപ്രായപ്പെട്ടു. ഇറക്കുമതി ആശ്രിതമായ ഉയർന്ന ഉപഭോഗ നിലവാരം നിലനിർത്താനുള്ള ശേഷി നഷ്ടപ്പെട്ട അമേരിക്കയ്ക്ക് ആഭ്യന്തരമാന്ദ്യത്തിൽനിന്ന് കരകയറാൻ സാധിച്ചിട്ടില്ല. തൊഴിൽനഷ്ടം നിയന്ത്രിക്കാൻ ആഭ്യന്തരവിപണിയുടെ പല വാതിലുകളും ഇറക്കുമതിക്കെതിരെ കൊട്ടിയടക്കുന്ന സംരക്ഷണ നിലപാട് ഒബാമയുടെ ഏറ്റവും പുതിയ പ്രസ്താവനകളിൽ കാണാം. 2009നുശേഷവും യൂറോപ്പും ജപ്പാനുമടക്കം മുഴുവൻ മുതലാളിത്തലോകവും കൂടുതൽ രൂക്ഷമായ പൊതുമാന്ദ്യത്തിലേക്കും അസ്ഥിരതയിലേക്കും നീങ്ങിക്കൊണ്ടിരിക്കും എന്നാണ് സൂചനയുള്ളത്. ഈ ആഗോളമുതലാളിത്ത പ്രതിസന്ധി ഇന്ത്യയിലെ പുരോഗമന ശക്തികൾക്ക്, തൊഴിലാളി–കർഷക സഖ്യത്തിലധിഷ്ഠിതമായ പൊതുജനമുന്നേറ്റത്തിന്, വ്യക്തമായ സാധ്യത ഒരുക്കിത്തരുന്നുണ്ട്. വസ്തുനിഷ്ഠ സാഹചര്യങ്ങൾ വളർച്ചപ്രാപിച്ചുകഴിഞ്ഞതായി ഉത്സ നിരീക്ഷിച്ചു. ഈ ചരിത്ര സാഹചര്യം മുതലെടുക്കാൻ തക്ക ആശയവ്യക്തതയും സംഘടനാ മുൻകയ്യും രാഷ്ട്രീയ ഊർജവും ഇടതുപക്ഷപ്രസ്ഥാനത്തിന് കൈമുതലായുണ്ടോ എന്നതാണ് പ്രശ്നം; ഉത്സ അഭിപ്രായപ്പെട്ടു.

ഇപ്പോഴത്തെ ആഗോള സാമ്പത്തിക പ്രതിസന്ധിയും 1930കളിലെ മഹാമാന്ദ്യവും തമ്മിൽ ശ്രദ്ധേയമായ ചില സാമ്യതകളുണ്ട്. 1929ലെ സ്റ്റോക്ക് മാർക്കറ്റ് തകർച്ചയ്ക്ക് അഞ്ചുവർഷം മുമ്പുതന്നെ ആഗോളമായി രൂക്ഷമായിക്കൊണ്ടിരുന്ന ഒരു കാർഷികമാന്ദ്യം ആരംഭിച്ചിരുന്നു. സമാനമായി, ഇപ്പോൾ ഏകദേശം ഒരു ദശകത്തിലേറെ കാലമായി വികസ്വര രാഷ്ട്രങ്ങളിലെ കാർഷികരംഗം ഗുരുതരമായ മാന്ദ്യത്തിൻെറ പിടിയിലാണ്. ആറുവർഷം മുമ്പുതന്നെ, നിയോ ലിബറലിസം ഇന്ത്യയടക്കമുള്ള വികസ്വര രാഷ്ട്രങ്ങളിൽ അതിരൂക്ഷമായ കാർഷിക മുരടിപ്പ് സൃഷ്ടിക്കുന്നതിനെ സംബന്ധിച്ച് താൻ മുന്നറിയിപ്പ് നൽകിയിരുന്നതായി ഉത്സ ചൂണ്ടിക്കാട്ടി. 1930കളിൽനിന്നും ഇപ്പോഴുള്ള ഒരു സുപ്രധാന വ്യത്യാസം പുതിയ കാലത്തെ കാർഷികപ്രതിസന്ധി ദക്ഷിണമേഖലയിലെ വികസ്വരരാജ്യങ്ങളെ മാത്രമാണ് ബാധിച്ചിരിക്കുന്നു എന്നതാണ്.

1931നുശേഷം ഇന്ത്യയുടെ ആഭ്യന്തര സ്വർണ സമ്പാദ്യത്തിൽ കനത്ത ഇടിവാണ് സംഭവിച്ചത്. വിളകളുടെ വിലത്തകർച്ച കാരണം കടബാധ്യതകൾ ഭീഷണമായി പെരുകിയപ്പോൾ വ്യാപകമായ തോതിൽ കൃഷിഭൂമിയും കന്നുകാലികളും കർഷകർക്ക് നഷ്ടപ്പെടുകയുണ്ടായി. 1921ലെ 26ശതമാനം എന്ന തോതിനെ അപേക്ഷിച്ച് 1931ലെ സെൻസസിൽ 38ശതമാനം പേരാണ് സ്വയം കൂലിവേലക്കാരായി പ്രഖ്യാപിച്ചത്. ഈ കാർഷിക പരിതോവസ്ഥ ജന്മിമാർക്കും വിദേശഭരണത്തിനുമെതിരായ പ്രതിഷേധവും ചെറുത്തുനിൽപ്പുമായി രൂപാന്തരം പ്രാപിച്ചു. ബംഗാൾ, തെലങ്കാന,

കേരളം എന്നിവിടങ്ങളിൽ ഇത് കമ്യൂണിസ്റ്റുകാരുടെ നേതൃത്വത്തിലുള്ള കർഷകപ്രസ്ഥാനങ്ങളായി വളർന്നുവരികയുണ്ടായി.

തത്തുല്യമായ ഒരു സാമൂഹ്യ - സാമ്പത്തിക ദുരന്തമാണ് ഇന്ന് കർഷക- കർഷകത്തൊഴിലാളി സാമാന്യത്തെ പട്ടിണിയിലേക്കും കടക്കെണിയിലേക്കും സ്വത്തുനാശത്തിലേക്കും തള്ളിവിട്ടിരിക്കുന്നതെന്ന് ഉത്സ വ്യക്തമാക്കി. കർഷക ആത്മഹത്യയിലൂടെ തുടങ്ങിയ പരിത്യാഗപരമായ സഹനങ്ങൾ ഇന്ന് ദേശീയവും സാർവദേശീയവുമായ മൂലധനശക്തികളുടെ നേതൃത്വത്തിൽ നടക്കുന്ന ഭൂമി അധിനിവേശങ്ങൾക്കെതിരായുള്ള, ജൈവമായ സംഘടിത രോഷമായും സവിശേഷ സാമ്പത്തിക മേഖലകൾക്കുവേണ്ടി (Special economic zone) ഭരണകൂടം നടത്തുന്ന ഭൂമിയേറ്റെടുക്കലുകൾക്കെതിരായുള്ള ചെറുത്തുനിൽപ്പായും വളർച്ച പ്രാപിച്ചിരിക്കുകയാണ്. കർഷക പ്രതിഷേധത്തിൻെറ വീര്യം ശക്തിപ്രാപിക്കുന്നത് മെല്ലെയാകാമെങ്കിലും, ഈ ജനവിഭാഗം വെച്ചു പൊറിപ്പിക്കാവുന്ന പീഡനശിക്ഷകൾക്ക് ഒരു പരിധിയുണ്ട്. മഹാരാഷ്ട്രയിലെ ഒരു പ്രത്യേക സാമ്പത്തിക മേഖലയ്ക്കെതിരെയുള്ള പ്രക്ഷോഭത്തിനിടയിൽ ഒരു പ്രാദേശിക കർഷക തൊഴിലാളി നേതാവ് നൽകിയ മുന്നറിയിപ്പിനെ ഉത്സ എടുത്തുകാട്ടി; "ഈ രാജ്യം ഇതേവരെ കണ്ടത് കർഷകരുടെ ആത്മഹത്യയാണെങ്കിൽ ഇനിയങ്ങോട്ട് അവരുടെ നരഹത്യക്കും ദൃക്സാക്ഷികളാവാൻ തയാറാകേണ്ടിവരും."

സ്വന്തം സ്വത്തുവകകളെയും ഉപജീവനമാർഗത്തെയും സംരക്ഷിക്കാനുള്ള കർഷകരുടെ സമരത്തിന് നേതൃത്വം നൽകുക, അതിനെ സാമ്രാജ്യത്വത്തിനും അതിൻെറ പ്രാദേശിക പങ്കാളികൾക്കും തദ്ദേശീയ സഖ്യശക്തികൾക്കുമെതിരെയുള്ള അധ്വാനിക്കുന്ന ജനവിഭാഗങ്ങളുടെ കൂട്ടുമുന്നണിയായി രൂപാന്തരപ്പെടുത്തുക എന്നതാണ് ഇടതുപക്ഷത്തിനു മുമ്പിൽ ഈ സന്ദർഭത്തിലുള്ള മാർഗം. ഏറ്റവും ശരിയും രാജ്യത്തെ ജനാധിപത്യ പ്രസ്ഥാനത്തിന്റെ പൂർണമായ വളർച്ചയിലേക്ക് നയിക്കുന്നതുമായ ഈ മാർഗത്തിൽ ശക്തമായി മുന്നേറാൻ ഇടതുപക്ഷ പ്രസ്ഥാനത്തിന് കഴിയണം, ഉത്സ ഊന്നിപ്പറഞ്ഞു.

കർഷക ജനസാമാന്യം നേരിടുന്ന പാപ്പരീകരണം

1982–83 മുതൽ 2006–07 വരെയുള്ള വിവിധ സൂചികകൾ വിലയിരുത്തിയാൽ സ്ഥൂലമായ സാമ്പത്തിക ചുരുക്കത്തിനിടയാക്കുന്ന നയങ്ങളാണ് ഇന്ത്യയിൽ നടപ്പാക്കപ്പെട്ടതെന്ന് വ്യക്തമാണ്. ഭൗതിക ഉൽപ്പാദനമേഖലകളെ പരാന്നഭോഗം നടത്തുന്ന ഒരു സേവനമേഖലയുടെ അതിദ്രുതമായ വളർച്ചാവികാസമാണ് നവലിബറൽ നയപരിപാടിമൂലം ഇന്ത്യയിൽ സംഭവിച്ചത്. മൊത്തം ആഭ്യന്തര ഉൽപ്പാദനത്തിൽ കാർഷിക മേഖലയുടെ ശോഷണവും സേവനമേഖലയുടെ വളർച്ചയും സംഭവിച്ചപ്പോൾ വ്യാവസായിക -നിർമാണമേഖലകളുടെ പങ്ക് ഏറെക്കുറെ മാറ്റ

മില്ലാതെ തുടരുകയാണുണ്ടായത്. പൊതുചെലവ് വൻതോതിൽ വെട്ടിക്കുറയ്ക്കപ്പെട്ടു. കൃഷിയും ഗ്രാമവികസനവുമടക്കമുള്ള മേഖലകളിൽ സംസ്ഥാന സർക്കാരുകളുടെ മുതൽമുടക്കിലെ വളർച്ചാനിരക്ക് 1970കളിലെ 11ശതമാനത്തിൽനിന്ന് 1990കളിലെ പൂജ്യത്തോളമായി കൂപ്പുകുത്തി. ഭൗതികോൽപ്പാദനം സങ്കോചിക്കുകയും തൊഴിലില്ലായ്മ വളരുകയും ചെയ്യുമ്പോൾ പൊതുചെലവ് വെട്ടിച്ചുരുക്കുന്നതിന് യുക്തിസഹമായ ഒരു വിശദീകരണവും സാധ്യമല്ല തന്നെ — ധനമൂലധനശക്തികളുടെ വക്രീകരിച്ച ലാഭ പദ്ധതികളല്ലാതെ.

തുറന്ന വ്യാപാരവ്യവസ്ഥ ഭക്ഷ്യസുരക്ഷിതത്വത്തെ വിനാശകരമായിട്ടാണ് ബാധിക്കുന്നത്. 80 ലക്ഷം ഹെക്ടർ ഭക്ഷ്യധാന്യ കൃഷിഭൂമി മറ്റു വിളകൾക്കായി മാറ്റിയതുവഴി ഭക്ഷ്യധാന്യ ഉൽപ്പാദന വളർച്ച, ജനസംഖ്യാവളർച്ചാനിരക്കിനേക്കാൾ താഴോട്ടു പതിച്ചിരിക്കുന്നു. 2004–05ലെ പ്രതിശീർഷ വാർഷിക ഭക്ഷ്യധാന്യ ഉപഭോഗം 157 കി. ഗ്രാമായി കുറഞ്ഞിരിക്കുന്നു. ഇത് ബ്രിട്ടീഷ് ഇന്ത്യയിൽ 1937–41 കാലഘട്ടത്തിലേതിന് തുല്യമാണ്. ഇന്ത്യയിലെ 20 കോടിയോളം വരുന്ന വരേണ്യവിഭാഗത്തിന്റെ പ്രതിശീർഷ വാർഷിക ഭക്ഷ്യധാന്യ ഉപഭോഗം 400 കി. ഗ്രാം ആണെന്ന് കണക്കാക്കിയാൽ 100 കോടിയോളം വരുന്ന പാവപ്പെട്ട ജനങ്ങളുടെ പ്രതിശീർഷ വാർഷിക ഭക്ഷ്യധാന്യ ഉപഭോഗം 121 കി. ഗ്രാം (ദിനംപ്രതി 331. 5 ഗ്രാം) മാത്രമാണ്. ഇതിനർഥം പ്രതിദിനം 1400 കലോറി ഭക്ഷണ ലഭ്യതയാണ് ശരാശരി ഇന്ത്യൻ പട്ടിണിപാവത്തിന് ലഭ്യമായിട്ടുള്ളതെന്നാണ്. ഇത് പ്രായോഗികമായ ആരോഗ്യസുരക്ഷയ്ക്ക് ആവശ്യമായതിലും എത്രയോ താഴ്ന്ന നിലവാരമാണ്. ഭക്ഷ്യധാന്യ ഉൽപ്പാദനം വർധിപ്പിക്കേണ്ടതിൻെറയും നമ്മുടെ സംഭരണ - വിതരണ സംവിധാനങ്ങളെ ശക്തിപ്പെടുത്തേണ്ടതിൻെറയും ചരിത്രപരവും ദേശീയവുമായ ഉത്തരവാദിത്വത്തിൻെറ തീവ്രപ്രാധാന്യത്തെ ഇത് വ്യക്തമാക്കുന്നുണ്ട്.

ദശലക്ഷക്കണക്കിനു കർഷകർ സാമ്പത്തിക കടക്കെണിയിൽ അകപ്പെടുകയും കൃഷിഭൂമിയും കന്നുകാലികളടക്കമുള്ള ഉൽപ്പാദനോപാധികളും പണയപ്പെടുത്തുകയും ചെയ്തിരിക്കുകയാണ്. കൃഷിഭൂമിയും ജലവും അടക്കമുള്ള ഉൽപ്പാദനോപാധികളെ കാർഷിക–വ്യവസായ കോർപ്പറേറ്റുകൾ അതിവേഗം കയ്യേറിക്കൊണ്ടിരിക്കുന്നു. ഭൂമിയുടെ ഉടമസ്ഥതാ പരിധി നിയമങ്ങൾ കാർഷിക വ്യാപാര കോർപ്പറേറ്റുകൾക്കനുകൂലമായി ഭേദഗതി ചെയ്യപ്പെട്ടിരിക്കുന്നു. ധനികകർഷകർ അടക്കമുള്ള വിഭാഗങ്ങൾപോലും അധഃപതിക്കുന്ന ലാഭക്ഷമതാ സാഹചര്യങ്ങളെ അഭിമുഖീകരിക്കുകയും ഭൂമി നഷ്ടപ്പെട്ട കർഷകർക്ക് വിശപ്പ് പാട്ടം അടിസ്ഥാനത്തിൽ ഭൂമി നൽകുകയുമാണ്. മുതലാളിത്തത്തിൻെറ തനതായ ആദ്യകാല പ്രവണതയായ കൃഷിയുടെ മുതലാളിത്തവൽക്കരണം എന്ന സാധ്യത പ്രായോഗികമായി ഇല്ലാതാവാനും തകരുന്ന ലാഭക്ഷമത കാരണമാവുന്നു.

കാർഷിക ദുരന്തങ്ങളുടെയും ആത്മഹത്യകളുടെയും പ്രധാനപ്പെട്ട കാരണം അവരെ ആഗോളവിലകളുടെ അസ്ഥിരതകളിലേക്ക് തുറന്നു കൊടുത്തതാണ്. 1970കളിൽ ആഗോള ധാന്യവിലകൾ 15 വർഷക്കാലത്തെ താഴ്ചയിലേക്ക് കൂപ്പുകുത്തിയപ്പോഴും ഒരു സംരക്ഷിത പരിസ്ഥിതിയിൽ ഉൽപ്പാദനം നടത്തിയിരുന്ന ഇന്ത്യൻ കൃഷിക്കാരനെ അത് ബാധിച്ചിരുന്നില്ല. വാണിജ്യ വിളകളുടെ നല്ലൊരു ഭാഗം സർക്കാർ കമ്മോഡിറ്റി ബോർഡുകൾ താങ്ങുവില നൽകി സംഭരിച്ചത് വില സ്ഥിരതയ്ക്ക് കാരണമാവുകയും ചെയ്തു. ആഗോള വിലകൾ ഉയരുമ്പോൾ വമ്പൻ ലാഭം കൊയ്യാൻ കഴിഞ്ഞില്ലെങ്കിൽപ്പോലും വിലത്തകർച്ചയുടെ കാലങ്ങളിൽ കടക്കെണിയോ ആത്മഹത്യാപരമായ പ്രതിസന്ധിയോ ഇന്ത്യൻ കർഷകർക്ക് നേരിടേണ്ടിവന്നിരുന്നില്ല. സംരക്ഷിത കാർഷികഘടനയുടെ പൊളിച്ചെഴുത്തിനുശേഷം, ആഗോളവില നിലവാരങ്ങളിലെ ഭീകരമായ കയറ്റിറക്കങ്ങളെ അതിജീവിക്കാൻ ഒരു ചെറിയ ധനിക കർഷകവിഭാഗത്തിനു മാത്രമേ കഴിഞ്ഞുള്ളു. ചില വിളകളാവട്ടെ ഫലം നൽകാൻ വർഷങ്ങളെടുക്കുന്ന സാഹചര്യത്തിൽ, കാർഷികവൃത്തി എന്നത് ആഗോളവിലകളുടെ ചാഞ്ചാട്ടങ്ങൾക്ക് വിധേയമായ ഒരു അതിസാഹസിക ചൂതാട്ടമാണ്, ഉത്സ അഭിപ്രായപ്പെട്ടു.

ഭൂപരിഷ്കരണ നടപടികളുടെ നേട്ടങ്ങൾ പല സംസ്ഥാനങ്ങളിലും വലിയ അളവിൽ തിരോഭവിച്ചു കഴിഞ്ഞു. അഖിലേന്ത്യാതലത്തിൽ ഉൽപ്പാദനക്ഷമമായ ഭൂമിയില്ലാത്ത കുടുംബങ്ങളുടെ എണ്ണം 22ൽനിന്നും 32ശതമാനം ആയി ഉയർന്നു. തീർത്തും ഭൂരഹിതരായവരുടെ എണ്ണം 2 കോടി 3 ലക്ഷത്തിൽനിന്നും 4 കോടി 6 ലക്ഷമായി വളർന്നു. എന്നാൽ കേരളത്തിലാവട്ടെ കാർഷികോൽപ്പാദനരഹിതമായ ഭൂമിയുടെ വിസ്തീർണം 6ശതമാനത്തിൽനിന്നും മൊത്തം ഉൽപ്പാദനക്ഷമമായ ഭൂമിയുടെ 38.6 ശതമാനം ആയി വളർന്നിരിക്കുന്നു.

ഈ സാഹചര്യത്തിൽ അധിവാസത്തിനും ഉപജീവനത്തിനും വേണ്ടിയുള്ള ഭൂമിക്കായുള്ള സമരം സാമ്രാജ്യത്വവിരുദ്ധ പ്രക്ഷോഭവുമായി അഭേദ്യമായി ബന്ധപ്പെട്ടിരിക്കുന്നു. കാർഷിക പ്രതിസന്ധിയെയും ഭൂമി ഉടമസ്ഥതാ ചലനങ്ങളെയും സംബന്ധിച്ച കൃത്യമായ വിശകലനങ്ങളുടെ അഭാവത്തിൽ, നിലവിൽ ഈ സമരത്തിൽ ദരിദ്ര, ഇടത്തരം കർഷക വർഗങ്ങൾ നിരന്തരം പരാജയപ്പെട്ടുകൊണ്ടിരിക്കുകയാണ്; ഉത്സ ചൂണ്ടിക്കാണിച്ചു.

വികസ്വരമായ ഒരു ആഭ്യന്തരവിപണിക്ക് അനുയോജ്യമായ വിധത്തിൽ, സ്വതന്ത്രമായ ദേശീയ വികസനനയങ്ങൾക്കുകീഴിൽ, 1950 മുതൽ കാർഷികരംഗത്തെ മുതലാളിത്തവൽക്കരണമാണ് 1990വരെ ഇന്ത്യയിൽ സംഭവിച്ചത്. വളരെ അസന്തുലിതമായി പങ്ക്വെക്കപ്പെട്ടതെങ്കിലും കുറച്ചൊക്കെ സമൃദ്ധി കാർഷികരംഗത്ത് ഇതുമൂലം ഉണ്ടാവുകയും ചെയ്തു. ഇതിൽനിന്ന് വ്യത്യസ്തമായി കാർഷികമേഖലയുടെ കോർ

പ്പറേറ്റൈസേഷൻ എന്നാൽ (Corporatisation) കയറ്റുമതി ഉൽപ്പാദനത്തിനുവേണ്ടി കാർഷിക ഉൽപ്പാദനശക്തികൾക്കുമേലുള്ള സാമ്രാജ്യത്വത്തിന്റെ നഗ്നമായ അധിനിവേശം മാത്രമാണ്. അത് കർഷകത്തൊഴിലാളികളുടെ ദാരിദ്ര്യവൽക്കരണത്തിന്റെ പാതകൂടിയാണ്.

ചില കർഷക നേതാക്കളും ഭരണവർഗവക്താക്കളും ആവശ്യപ്പെടുന്നത് വിദേശ ബഹുരാഷ്ട്ര കോർപ്പറേഷനുകളുമായി 25ശതമാനം കരാർ ബന്ധങ്ങൾ സ്ഥാപിക്കുകവഴി മാത്രമേ കർഷക ജനസാമാന്യത്തിന് ഈ ഉൽപ്പാദന - തൊഴിൽമേഖലകളിൽ അതിജീവിക്കാനാവൂ എന്നാണ്. എന്നാൽ മാർക്സിസ്റ്റ്-ലെനിനിസ്റ്റ് പ്രത്യയശാസ്ത്രങ്ങളിൽ സൂചിപ്പിച്ചിരിക്കുന്ന 'കൃഷിയിലെ മുതലാളിത്തത്തിന്റെ വികസനം' എന്ന പരികൽപ്പനയിൽനിന്ന് വളരെ വ്യത്യസ്തമാണ്, മേൽപ്പറഞ്ഞ സാർവ ദേശീയ കാർഷിക വ്യവസ്ഥയ്ക്കുമേലുള്ള ബഹുരാഷ്ട്ര കുത്തക മൂലധനത്തിന്റെ അപ്രച്ഛന്നമായ അധിനിവേശം—ഉത്സ വ്യക്തമാക്കി.

കാർഷികോൽപ്പാദന വ്യവസ്ഥ സംരക്ഷിക്കേണ്ടതിന്റെ പ്രാധാന്യം

കാർഷികമേഖലയിലെ ഉൽപ്പാദനശക്തികൾക്കുമേലുള്ള സാമ്രാജ്യത്വ കടന്നാക്രമണത്തെ ചെറുത്ത് കാർഷികോൽപ്പാദനം ശക്തിപ്പെടുത്താൻ മൂന്നുതലങ്ങളിലുള്ള രീതിശാസ്ത്രമാണ് അവലംബിക്കേണ്ടത്. ഒന്ന്, നഗര കേന്ദ്രീകൃത വൻ പശ്ചാത്തല സൗകര്യവികസനത്തിൽ പരിമിതപ്പെടുത്താതെ ചെറുകിട - ഇടത്തരം ജലസേചന പദ്ധതികൾ, കാർഷികഭൂമിയുടെ പുനരുദ്ധാരണം, മെച്ചപ്പെട്ട കാർഷിക സാങ്കേതിക, സേവന സംവിധാനങ്ങൾ, മെച്ചപ്പെട്ട സസ്യവൈവിധ്യങ്ങൾക്കായുള്ള ഗവേഷണം എന്നിവയ്ക്കായുള്ള വികസന ചെലവുകൾ വർധിപ്പിക്കുക വഴി ആഭ്യന്തരചോദനം വീണ്ടെടുക്കുക. രണ്ട്; കൂടുതൽ ധാന്യോൽപ്പാദനത്തിനായുള്ള ബഹുജനപ്രസ്ഥാനം ശക്തിപ്പെടുത്തി ആഭ്യന്തര ഭക്ഷ്യ സുരക്ഷിതത്വം മെച്ചപ്പെടുത്തുക. മൂന്ന്; നാണ്യവിള ബോർഡുകളെ (Commodity Boards) പുനരുജ്ജീവിപ്പിച്ച് വിപണിയിൽ ഫലപ്രദമായി ഇടപെടുവാൻ സജ്ജമാക്കുക വഴി വിലസ്ഥിരത ഉറപ്പാക്കുന്ന തരത്തിലേക്കുള്ള സംഭരണശേഷി വർധിപ്പിക്കുക. ഇതോടൊപ്പം കാർഷികവൃത്തി വരുമാനസജ്ജവും ആദായകരവുമാക്കി വീണ്ടും ബാങ്ക്വായ്പാ സംവിധാനങ്ങളെ കാർഷികരംഗത്തേക്ക് തിരിച്ചാകർഷിക്കണം. കടബാധ്യതയിൽ കുരുങ്ങി കൃഷിഭൂമി അന്യവൽക്കരിക്കപ്പെടുന്നതിനും തരിശിടുന്നതിനുമെതിരെ നിയമനിർമാണം നടത്തണം. 2007ൽ കേരളത്തിൽ ആവിഷ്കരിച്ച കടാശ്വാസ കമ്മീഷന്റെ മാതൃകയിൽ ദരിദ്രകർഷകരെ സ്വകാര്യ പലിശക്കാരിൽനിന്ന് കടവിമുക്തരാക്കി കർഷക ആത്മഹത്യകളെ തടയേണ്ടതുണ്ട്.

കൃഷിഭൂമിക്കും ഉപജീവനത്തിനുമായുള്ള കാർഷികജനതയുടെ മുന്നേറ്റത്തിന്റെ മർമം ഭൂപ്രശ്നത്തിന് പരിഹാരം കാണുക എന്നതാ

ണ്. സാമ്രാജ്യത്വ ആഗോളവൽക്കരണത്തിനെതിരായുള്ള സമരത്തിൽ നിന്ന് ഭൂപ്രശ്നത്തെ വേർപെടുത്താനാവില്ല. ഭൂവുടമസ്ഥതാ- ഭൂവിനിയോഗ പ്രശ്നത്തിന് പരിഹാരം കാണാനുള്ള ദിശയിലേക്കുള്ള അനിവാര്യമായ മുൻ ഉപാധിയാണ് ഭൂസമരങ്ങൾ. കോർപ്പറേഷനുകൾക്കനുകൂലമായി ഭൂപരിധി നിയമങ്ങളെ പൊളിച്ചെഴുതുന്നതിനെതിരെയും കാർഷികേതരശക്തികൾക്ക് ഭൂവ്യാപാരത്തിനായി കൃഷിഭൂമി ലഭ്യമാക്കുന്നതിനെയും പൊതുരാഷ്ട്രീയ പ്രസ്ഥാനങ്ങളോടെ ഇടത്തരം ലിബറൽ മധ്യവർഗമോ ഒരു രീതിയിലും എതിർക്കുന്നില്ല എന്നത് അത്യന്തം ലജ്ജാകരമാണ്. കൊളോണിയൽ കാലഘട്ടത്തിൽപോലും ഭൂസ്വത്ത് തട്ടിയെടുക്കലിനെതിരെയും കടബാധ്യതമൂലം കൃഷിഭൂമി തരിശാക്കിയിടുന്നതിനെതിരെയും നിയമങ്ങളുണ്ടായിരുന്നു. എന്നാൽ ആനുകാലിക, കാർഷിക ദുരന്ത പരിതഃസ്ഥിതിയിൽ നഗ്നമായ ഭൂസ്വത്തപഹരണത്തിനെതിരെ പ്രതിഷേധമുയരുന്നില്ല.

കാർഷിക മേഖലയിൽ രൂക്ഷമാകുന്ന മുഖ്യ വൈരുധ്യം

ഒരു ദശകം മുമ്പുതന്നെ കാർഷികമേഖലയിൽ ഉയർന്നുവരുന്ന മുഖ്യവൈരുധ്യം സാമ്രാജ്യത്വവും കർഷകജനസാമാന്യവും തമ്മിലാണെന്ന് താൻ പ്രവചിച്ചിരുന്നതാണെന്ന് ഉത്സ എടുത്തുപറഞ്ഞു. കാർഷിക പ്രതിസന്ധിയുടെ ഇദംപ്രഥമമായ സാർവലൗകികവും സർവതല സ്പർശിയുമായ സ്വഭാവം മുഖ്യവൈരുധ്യത്തിൻെറ മാറുന്ന ഘടനയെ സംബന്ധിച്ചുള്ള വ്യക്തമായ തെളിവാണ്. കൃഷിയുടെ സാമ്രാജ്യത്വ ആഗോളവൽക്കരണത്തിൻെറ നേരിട്ടുള്ള ഫലമാണ് നിലവിലുള്ള കാർഷികപ്രതിസന്ധി.

സാമ്രാജ്യത്വ കടന്നുകയറ്റത്തിൻെറ ഇതിലും ഗുരുതരമായ പ്രതിഭാസങ്ങൾ വരാനിരിക്കുന്നതേയുള്ളൂ. ആഗോള ഭക്ഷ്യ പ്രതിസന്ധിയെ നേരിടാൻ വികസിത രാഷ്ട്രങ്ങളുടെ നേതൃത്വത്തിൽ സാർവദേശീയ കൃഷിയിടങ്ങളൊക്കെ തന്നെ നേരിട്ട് കയ്യടക്കാനുള്ള നിരന്തരശ്രമങ്ങളാണ് നടക്കുന്നത്. കരാർബന്ധങ്ങളിലൂടെയും മറ്റും കൃഷിഭൂമിയിലേക്ക് കോർപ്പറേറ്റൈസേഷൻെറതായ ഒരു പുതിയ മാതൃക അടിച്ചേൽപ്പിക്കാനും പ്രാദേശിക ജനിതക വൈജാത്യങ്ങളെ സമർഥമായി കയ്യടക്കാനും ജനിതക സാങ്കേതികതയിലൂന്നിയ ആശ്രിതത്വത്തിലേക്കും കടക്കെണിയിലേക്കും തദ്ദേശീയ കാർഷികശക്തികളെ തളയ്ക്കുവാനും എന്തിനേറെ വികസ്വര രാഷ്ട്രങ്ങളിൽ നേരിട്ട് കൃഷിഭൂമി വാങ്ങുവാൻപോലും വികസിത രാഷ്ട്രങ്ങൾ തുനിഞ്ഞിറങ്ങിയിരിക്കുന്നു. സാമ്രാജ്യത്വത്തിനും അതിന്റെ ആഭ്യന്തര സഖ്യങ്ങൾക്കുമെതിരെ കർഷകജനവിഭാഗങ്ങളുടെയും തൊഴിലാളികളുടെയും സമരോത്സുകമായ ഐക്യം സ്ഥാപിച്ചുകൊണ്ടു മാത്രമേ ഈ പ്രതിസന്ധിയിൽനിന്നും ഇന്ത്യക്കുരക്ഷ നേടാനാവുകയുള്ളൂ. കാർഷികരംഗത്തു മാത്രമല്ല മറ്റെല്ലാ മേഖലകളിലേക്കുമുള്ള സാമ്രാജ്യത്വ കടന്നാക്രമണത്തെ ചെറുക്കാൻ, ഇത്തരമൊരു മുന്നണിയുടെ അംഗ

ബലത്തിന് നിസ്സംശയം കഴിയുക തന്നെ ചെയ്യും-ഉത്സ ഊന്നിപ്പറഞ്ഞു.

സാമ്രാജ്യത്വവിരുദ്ധ സംഘടനകൾക്ക് യുക്തമായ ദാർശനികാടിസ്ഥാനവും ദിശാബോധവും നൽകാൻ തൊഴിലാളിവർഗ പ്രത്യയശാസ്ത്രത്തിനു കഴിയുമെങ്കിലും തൊഴിലാളിവർഗത്തെ അപേക്ഷിച്ച് തീർത്തും വ്യതിരിക്തമായ ഒരു വിപ്ലവശക്തിയായി മാറാനുള്ള അംഗബലം കർഷക-കർഷകതൊഴിലാളി ജനതയ്ക്കു മാത്രമാണുള്ളത്. പട്ടിണിയും പാപ്പരീകരണവും നേരിടുന്ന ദശലക്ഷക്കണക്കിനു വരുന്ന ബഹുജനങ്ങളിൽ നിന്ന് വളരെ പൊടുന്നനെയും സ്വാഭാവികവുമായവിധം ഇത്തരമൊരു ഐക്യമുന്നണി ഉയർന്നുവരുമെന്ന് പ്രതീക്ഷിക്കുക അസ്ഥാനത്തായിരിക്കും. വളരെ ക്ഷമയോടുകൂടി എന്നാൽ ഉടനടി തന്നെ ഇടതുപക്ഷ പുരോഗമന പ്രസ്ഥാനമാണ് ഈ മുന്നണി പടുത്തുയർത്തേണ്ടത്. ആഗോള – ആഭ്യന്തര സമ്പദ്ഘടനയിൽ നടക്കുന്ന സ്ഥാനചലനങ്ങളെ ശരിയായ വിശലകനത്തിന് വിധേയമാക്കുകയും മൂർച്ഛിക്കുന്ന മുഖ്യ വൈരുധ്യങ്ങളെ കണ്ടെത്തുകയും ഭാവി സംഭവവികാസങ്ങളുടെ ആത്യന്തിക ദിശയെ ശരിയായി നിർണയിക്കുകയും ചെയ്തുകൊണ്ട് ഒരു പ്രവർത്തനതന്ത്രം രൂപപ്പെടുത്തേണ്ട ചുമതല ഇടതുപക്ഷത്തിനാണ്. തൊഴിലാളി – കർഷക സഖ്യം എന്ന ലെനിനിസ്റ്റ് പരികൽപ്പനയായിരിക്കണം ഈ പ്രവർത്തന പരിപാടിയുടെ മൂലക്കല്ല് എന്ന് ചൂണ്ടിക്കാണിച്ചാണ് ഉത്സ തന്റെ പ്രബന്ധം പര്യവസാനിപ്പിച്ചത്.

വൈരുധ്യങ്ങളുടെ സ്വഭാവത്തിൽ വരുന്ന മാറ്റങ്ങളെയും മുഖ്യ വൈരുധ്യമായി മൂർച്ഛിക്കുന്ന വൈരുധ്യത്തെയും വസ്തുനിഷ്ഠമായി വിലയിരുത്തുന്നതും സംബന്ധിച്ച അതിസൂക്ഷ്മമായ പരിശോധനയാണ് പ്രബന്ധാവതരണത്തെ തുടർന്ന് നടന്നത്. കഴിഞ്ഞ 6 വർഷമായി അഖിലേന്ത്യാതലത്തിൽ നടക്കുന്ന ഈ സംവാദത്തിൽ ശ്രദ്ധേയമായ പുരോഗതി കൈവരിക്കാൻ സഹായകരമായിരുന്നു ദേശീയ സെമിനാറിൽ ഡോ. രാമകുമാർ, വെങ്കടേഷ് ആത്രേയ, അശോക് ധവാളെ എന്നിവർ നടത്തിയ നിരീക്ഷണങ്ങൾ. മൂർച്ചയുള്ള വിമർശനങ്ങളാലും അതിസൂക്ഷ്മമായ വിശകലനങ്ങളാലും ഏറ്റവും സമ്പന്നമായ സെഷനായിരുന്നു അത്.

സാമ്രാജ്യത്വവും കാർഷിക മുരടിപ്പും

ദേശീയ സെമിനാറിലെ ഏറ്റവും പ്രാധാന്യമുള്ള മറ്റൊരു സെഷൻ പ്രൊഫ. പ്രഭാത്പട്നായിക്കിന്റെ സമകാലീന സാമ്രാജ്യത്വത്തിനു കീഴിലെ കാർഷികപ്രശ്നം എന്ന പ്രബന്ധത്തിന്റെ അവതരണമായിരുന്നു. കിസാൻസഭയുടെ അഖിലേന്ത്യാ ജോയിൻറ് സെക്രട്ടറിയും പശ്ചിമ ബംഗാളിലെ ഗ്രാമീണ വികസന മന്ത്രിയുമായ സൂര്യകാന്തമിശ്ര, ഡോ. പ്രസൻജിത്ത് ബോസ് എന്നിവരാണ് ചർച്ചയിൽ പങ്കെടുത്തത്. പ്രബന്ധത്തിലും ചർച്ചയിലും ഉയർന്ന ആശയങ്ങളെയും വിമർശനപരമായ നിരീക്ഷണങ്ങളെയും ക്രോഡീകരിച്ച് സീതാറാം യെച്ചൂരി നടത്തിയ മനോ

ഹരമായ വിശകലനം ദേശീയ സെമിനാറിന് ശരിയായ രാഷ്ട്രീയ ദിശാബോധം പകർന്നു നൽകി.

കൊളോണിയൽ കാലത്തെ കാർഷികോൽപ്പാദന വ്യവസ്ഥയുടെ സ്ഥിതിയുമായി താരതമ്യം ചെയ്താണ് സമകാലീന സാമ്രാജ്യത്വത്തിനു കീഴിലെ കാർഷിക പ്രശ്നത്തെ പ്രഭാത് അവതരിപ്പിച്ചത്. കോളണി കാലത്തെ മുതലാളിത്തത്തിൻെറ അടിസ്ഥാന സ്വഭാവം പ്രത്യക്ഷമോ പരോക്ഷമോ ആയ ബലപ്രയോഗത്തിലൂടെ ചുറ്റുമുള്ള കാർഷികമേഖലയിൽ നിന്നും അതിനാവശ്യമായ പ്രാഥമിക ചരക്കുകൾ നേടുക എന്നതായിരുന്നു. എന്നാൽ കാർഷിക മേഖലയുടെ വളർച്ചയ്ക്കായി തിരികെ ഒന്നും സംഭാവന ചെയ്യാൻ തയാറായതുമില്ല. ചുറ്റുപാടുമുള്ള കർഷകജനസാമാന്യത്തിൽനിന്നുള്ള പ്രാകൃതമായ മൂലധന സഞ്ചയത്തിൽ ഏർപ്പെടുകയാണ് മുതലാളിത്തം ചെയ്തത്; പ്രഭാത് നിരീക്ഷിച്ചു.

ബ്രിട്ടീഷ് ഭരണത്തിൻെറ അവസാനത്തെ അരനൂറ്റാണ്ടിൽ പ്രതിശീർഷ ഭക്ഷ്യലഭ്യതയിൽ 25 ശതമാനത്തിൻെറ കുറവുണ്ടായി; അതായത് 200 കി ഗ്രാമിൽനിന്ന് 150 കി ഗ്രാമായി കുറഞ്ഞു. ഇതിൻെറ കാരണം നാണ്യവിളകളുടെ കയറ്റുമതിയിലുണ്ടായ വർധനവാണ്. വർധിച്ചുവന്ന നാണ്യവിള കയറ്റുമതിയിൽ നല്ലൊരുഭാഗം ബ്രിട്ടീഷ് സർക്കാർ ഉൽപ്പന്ന രൂപത്തിൽ സാമ്പത്തിക മിച്ചമായി കവർന്നെടുത്തതായിരുന്നു. അതാകട്ടെ പകരം ഇറക്കുമതിയില്ലാതെ വിദേശത്തേക്ക് കടത്തിക്കൊണ്ടുപോവുകയായിരുന്നു. ഈ വിഭവ ചോർച്ചയുടെ മറുഭാഗത്ത് ഭക്ഷ്യധാന്യത്തിൻെറ ലഭ്യത കുറഞ്ഞുകൊണ്ടിരിക്കുകയായിരുന്നു. ഇതോടൊപ്പം തദ്ദേശവാസികളിൽനിന്ന് പിഴിഞ്ഞെടുത്ത നികുതിവരുമാനം സാമ്പത്തിക മിച്ചമായി കരസ്ഥമാക്കി. ഇത് ജനങ്ങളുടെ ഭക്ഷ്യധാന്യങ്ങളുടേതടക്കമുള്ള വാങ്ങൽശേഷിയെ പ്രതികൂലമായി ബാധിച്ചു. ഇങ്ങനെ പിഴിഞ്ഞെടുക്കപ്പെട്ടവരുടെ കൂട്ടത്തിൽ തൊഴിൽ നഷ്ടപ്പെട്ട കൈവേലക്കാർ, ചെറുകിട ഉൽപ്പാദകർ എന്നിവരും ഉൾപ്പെട്ടിരുന്നു. കർഷകരിൽനിന്ന് പിഴിഞ്ഞെടുത്ത നികുതിപ്പണത്തിൽ ഒന്നും തന്നെ കാർഷികമേഖലയുടെ വളർച്ചയ്ക്കായി ചെലവാക്കിയിരുന്നില്ല. തന്മൂലം തൊഴിലില്ലായ്മയും വരുമാന നഷ്ടവും ഉണ്ടായി. വർധിച്ച നികുതി ഭാരവും കാർഷികമേഖലയുടെ മുരടിപ്പും ചേർന്നുള്ള സ്ഥിതി എല്ലാ കൃഷിക്കാരെയും പ്രതികൂലമായി ബാധിച്ചു. ഈ മുരടിപ്പ് മാറ്റിയെടുക്കുക ബ്രിട്ടീഷ് ഭരണത്തിൻെറ മുൻഗണന ആയിരുന്നില്ല. പഞ്ചാബിലെ കനാൽ കോളണികളിൽ കുറച്ചുതുക മുടക്കിയെന്നല്ലാതെ അവർ ജലസേചനത്തിനായി കാര്യമായി ഒന്നും ചെയ്തില്ല. ബ്രിട്ടീഷ് നയത്തിൻെറ പ്രധാന ഉപഭോക്താക്കൾ ഭൂപ്രഭുക്കൾ, പണമിടപാടുകാർ, കച്ചവടക്കാർ എന്നിവരായിരുന്നു. ചരക്കുൽപ്പാദന പ്രക്രിയ ഇവരുടെ നില മെച്ചപ്പെടുത്തി. അതേസമയം കൃഷിക്കാരുടെ സ്ഥിതി കൂടുതൽ പരിതാപകരമായി. വിലത്തകർച്ചയുടെ ദുരിതങ്ങൾ കർഷകരിലേക്ക് തള്ളിവിട്ടപ്പോൾ വില വർധനവിൻെറ നേട്ടങ്ങ

ളൊന്നും അവർക്ക് ലഭിച്ചില്ല. ഈ അവസ്ഥ കർഷകരുടെ കടഭാരം വർധിക്കാനിടയാക്കി. പ്രാന്തപ്രദേശങ്ങളിലെ അവ്യവസായീകരണത്തിൻെറ പ്രശ്നങ്ങളും തൊഴിലില്ലായ്മയും പരിഹരിക്കപ്പെട്ടില്ല.

കാർഷികോൽപ്പാദനം വർധിക്കണമെങ്കിൽ വിള വിസ്തൃതി വർധിപ്പിക്കണം, ജലസേചന സൗകര്യം മെച്ചപ്പെടുത്തണം, പൊതുനിക്ഷേപം ഉണ്ടാകണം, ഗവേഷണ — വികസന പ്രവർത്തനങ്ങൾ നടക്കണം, ചെലവുകുറഞ്ഞ വായ്പാ സൗകര്യങ്ങൾ ഉണ്ടാവണം, ഉൽപ്പന്നങ്ങൾക്ക് വില സംരക്ഷണം ലഭ്യമാകണം - ചുരുക്കത്തിൽ കാർഷികോൽപ്പാദന വ്യവസ്ഥയിൽ ഉൽപ്പാദനം വർധിക്കണമെങ്കിൽ സർക്കാരിൻെറ സഹായം കൂടിയേ തീരൂ.

എന്നാൽ കാർഷികോൽപ്പാദന വ്യവസ്ഥ ബൂർഷ്വാ ഭരണകൂടത്തിന്റെ നിയന്ത്രണത്തിലാവുമ്പോൾ സ്വാഭാവികമായും അത് സ്വതന്ത്ര കച്ചവടത്തിന്റെയോ നവലിബറൽ നയങ്ങളുടെയോ ഭാഗമായാണ് പ്രവർത്തിക്കുക. അപ്പോൾ സർക്കാർ സഹായം അസാധ്യമാകും. അതുകൊണ്ടുതന്നെ സ്വതന്ത്ര കച്ചവടത്തിനും നവലിബറൽ ഇടപെടലുകൾക്കും കീഴിൽ കാർഷികോൽപ്പാദന വ്യവസ്ഥ മുരടിക്കാനാണ് സാധ്യത. കൊളോണിയൽ കാലഘട്ടത്തിൽ ഇതാണ് കൃത്യമായി സംഭവിച്ചത്. അതുതന്നെയാണ് സമകാലീന മുതലാളിത്തത്തിനു കീഴിലും സംഭവിക്കുന്നത് — പ്രഭാത് ചൂണ്ടിക്കാട്ടി.

ഇതിന് വിപരീതമായി ഇന്ത്യയിലെ ബൂർഷ്വാസി നേതൃത്വം നൽകിയ സ്വാതന്ത്ര്യാനന്തര ഘട്ടത്തിലെ നിയന്ത്രിത കമ്പോളവ്യവസ്ഥയുടെ കാലത്ത് ഭരണകൂട ഇടപെടൽ ഗണ്യമായി വർധിക്കുകയും അത് കാർഷികോൽപ്പാദന വർധനവിന് പ്രചോദനമാവുകയും ചെയ്തിട്ടുണ്ട്. ഈ ഘട്ടത്തിലെ ഭരണകൂട ഇടപെടൽ മുകളിൽനിന്നുള്ള ഭൂപ്രഭുത്വ മുതലാളിത്തത്തെയും താഴെ നിന്നുള്ള കാർഷിക മുതലാളിത്തത്തെയും പ്രോൽസാഹിപ്പിച്ചിരുന്നു. മുതലാളിത്തവൽക്കരണ പ്രക്രിയ നാട്ടിൻപുറങ്ങളിലേക്കും വർധിപ്പിക്കുക എന്ന തന്ത്രത്തിൻെറ ഭാഗമായിരുന്നു അത്. എങ്കിലും കൊളോണിയൽ കാലഘട്ടത്തിലെ കാർഷിക മുരടിപ്പ് ഇല്ലാതാക്കാൻ നിയന്ത്രിത കമ്പോളകാലത്ത് കഴിഞ്ഞിരുന്നു. എന്നാൽ പഴയ കൊളോണിയൽ സ്ഥിതിയിലേക്കാണ് ഇന്നത്തെ നവലിബറൽ നടപടികൾ കാര്യങ്ങളെത്തിച്ചിരിക്കുന്നത്. സമകാലീന നവലിബറൽ നയങ്ങൾക്ക് കൃത്യമായ വർഗ അടിത്തറയുണ്ട്. അത് അന്താരാഷ്ട്ര ധനമൂലധനത്തിന്റെ മേൽക്കോയ്മയുമായി ബന്ധപ്പെട്ടിരിക്കുന്നു. ധനമൂലധനത്തിന്റെ താൽപര്യാർത്ഥമാണ് ഭരണകൂടം നവലിബറൽ നയങ്ങൾ നടപ്പാക്കിക്കൊണ്ടിരിക്കുന്നത്.

ധനമൂലധനത്തിൻെറ മേൽക്കോയ്മ കാർഷികോൽപ്പാദന വ്യവസ്ഥയിലെ മുരടിപ്പ് ശക്തിപ്പെടുത്തുന്ന നയങ്ങളുമായി കെട്ടുപിണഞ്ഞു കിടക്കുന്നു. ചുരുക്കത്തിൽ ധനമൂലധനത്തിൻെറ അധീശത്വം കാർഷി

കോൽപ്പാദന വ്യവസ്ഥയിലെ മുരടിപ്പ് വർധിപ്പിക്കാനുള്ള ഒരു മതിയായ ഘടകമാണ് — പ്രഭാത് വ്യക്തമാക്കി.

വൻകിട കൂട്ടുസംരംഭ കാർഷികോൽപ്പാദനത്തിന്റെ പ്രാധാന്യം

മൂന്നാംലോക രാജ്യങ്ങളിൽ നടപ്പിലാക്കിയ നിയന്ത്രിത കമ്പോളവ്യവസ്ഥയും വികസിത മുതലാളിത്ത രാജ്യങ്ങളിൽ നടപ്പിലാക്കിയ കെയ്നീഷ്യൻ ചോദന പരിപാലന നയങ്ങളും യുദ്ധാനന്തര ഘട്ടത്തിന്റെ ഭാഗമായിരുന്നു. ധനമൂലധനത്തിന്റെ സ്വാധീനം കുറയുകയും തൊഴിലാളി വർഗത്തിന്റെ നിലപാടുകൾ ശക്തിപ്പെടുകയും ചെയ്ത കാലമായിരുന്നു അത്. തൽഫലമായി ധനമൂലധനം ഒട്ടേറെ ഇളവുകൾ അനുവദിക്കാൻ നിർബന്ധിക്കപ്പെട്ടു. അപകോളനീകരണം ഉദാഹരണം. നിയന്ത്രിത വിപണി വ്യവസ്ഥ സാമ്രാജ്യത്വത്തിൽനിന്ന് താരതമ്യേന സ്വതന്ത്രവും സോവിയറ്റ്യൂണിയനുമായി സഹകരിക്കുന്നതുമായ ബൂർഷ്വാ വികസന നയങ്ങൾ തുടരാനാണ് ശ്രമിച്ചത്. താരതമ്യേന സ്വതന്ത്രമായ ഈ ദേശീയ ബൂർഷ്വാ വികസനപാതയ്ക്ക് ദേശീയ ബൂർഷ്വാസിയുടെ സാമൂഹ്യാടിത്തറ വിപുലപ്പെടുത്താനും വികസന സന്തുലിതാവസ്ഥ നിലനിർത്താനും നഗര മുതലാളിത്തത്തിന്റെ കടന്നാക്രമണത്തിൽനിന്നും കാർഷികോൽപ്പാദന വ്യവസ്ഥയെ സംരക്ഷിക്കേണ്ടിയിരുന്നു. അതിനാൽ കാർഷിക വ്യാപാരത്തിൽ അളവുപരമായ നിയന്ത്രണമേർപ്പെടുത്തിയിരുന്നു. വിളകൾക്ക് മെച്ചപ്പെട്ട വില നൽകാനുള്ള സംഭരണനയങ്ങളുണ്ടായിരുന്നു. കാർഷിക കടം ലഭ്യമാക്കാൻ ബാങ്കുകൾക്ക് നിർദേശമുണ്ടായിരുന്നു. ഗവേഷണ-വിപുലീകരണ പ്രവർത്തനങ്ങളിൽ മുന്നേറ്റമുണ്ടായി. പലതരം അത്യുൽപ്പാദന വിത്തിനങ്ങൾ വികസിപ്പിക്കാനും പ്രചരിപ്പിക്കാനും കഴിഞ്ഞു. ഇതെല്ലാം വ്യത്യസ്ത വർഗങ്ങളിൽ വ്യത്യസ്ത പ്രതിഫലനമാണ് സൃഷ്ടിച്ചത്. കാർഷിക മുതലാളിത്തത്തെയും ഭൂപ്രഭുത്വ മുതലാളിത്തത്തേയും കൂട്ടിപ്പിടിച്ച് ഇത് നടപ്പാക്കാനാണ് ശ്രമിച്ചത്. എങ്കിലും ഇക്കാലത്ത് കാർഷികോൽപ്പാദനം, അതിൽതന്നെ ഭക്ഷ്യധാന്യങ്ങളുടെ ഉൽപ്പാദനം ഗണ്യമായി വർധിച്ചു എന്നത് വസ്തുതയാണ്. ബ്രിട്ടീഷ് ഭരണത്തിനുകീഴിൽ സ്വാതന്ത്ര്യലബ്ധിയുടെ കാലത്ത് 150 കി.ഗ്രാമായിരുന്ന പ്രതിശീർഷ ഭക്ഷ്യധാന്യലഭ്യത 1980കളുടെ അവസാനമായപ്പോഴേക്കും 180 കി ഗ്രാമായി വർധിച്ചിരുന്നു. പ്രസ്തുത നൂറ്റാണ്ടിന്റെ തുടക്കത്തിലെ അവസ്ഥയിലേക്ക് ഭക്ഷ്യധാന്യലഭ്യത എത്തിയില്ലെങ്കിൽപോലും കോളനി കാലത്തെ പ്രവണതയിൽനിന്നുള്ള നിശ്ചിതമായ തിരിച്ചുപോക്ക് ഇക്കാലത്തുണ്ടായി.

എന്നാൽ നവലിബറൽ കാലത്ത് ഭരണകൂടം അന്താരാഷ്ട്ര മൂലധനത്തിന്റെ താൽപ്പര്യങ്ങൾക്ക് കൂടുതൽ വിധേയമായി. അതിന്റെ ഭാഗമായി താരതമ്യേന സ്വതന്ത്രമായ വികസനപാത ഇന്ത്യയിലെ വൻകിട ബൂർഷ്വാസി അവസാനിപ്പിച്ചു. കാർഷികോൽപ്പാദനവ്യവസ്ഥ ഒരിക്കൽക്കൂടി

കുഴപ്പത്തിലേക്കു നീങ്ങി. കൃഷിക്കുള്ള സ്ഥാപനവായ്പ ഏതാണ്ട് അവസാനിച്ചു. അളവുപരമായ വ്യാപാര നിയന്ത്രണങ്ങൾ വേണ്ടെന്നു വെച്ചു. വിളബോർഡുകളുടെ നേതൃത്വത്തിൽ നടന്ന വിപണനപ്രവർത്തനങ്ങൾ ഒഴിവാക്കി. കൃഷിക്കാർക്കു ഭേദപ്പെട്ട വില നൽകി ഉൽപ്പന്നങ്ങൾ സംഭരിക്കുന്ന പ്രവർത്തനങ്ങൾ ക്രമേണ നിലച്ചു. ഭക്ഷ്യധാന്യങ്ങളുടെ കാര്യത്തിൽ പൊതുവിതരണ സംവിധാനം പിറകോട്ടടിച്ചു. കാർഷികോൽപ്പാദന വ്യവസ്ഥയ്ക്കുള്ള സർക്കാർ സംരക്ഷണം അവസാനിപ്പിച്ചു.

തുടർന്നുണ്ടായ കാർഷിക മുരടിപ്പ് കൊളോണിയൽ ചോർച്ചാ കാലത്തേതുപോലെ പ്രതിശീർഷ ഭക്ഷ്യലഭ്യതയിൽ കുറവുവരുത്തി. നടപ്പ് നൂറ്റാണ്ട് ആരംഭിച്ചപ്പോൾ തന്നെ അത് രണ്ടാംലോക യുദ്ധകാലത്തേതിനു തുല്യമായി. 180 കി. ഗ്രാമിൽനിന്ന് 150 കി. ഗ്രാമായി താഴ്ന്നു.

നവലിബറൽ നയങ്ങൾ ഗ്രാമങ്ങളിലേക്കുള്ള പൊതുചെലവ് വെട്ടിക്കുറച്ചു. തൽഫലമായി ഗ്രാമീണരുടെ ക്രയശേഷി ഗണ്യമായി കുറഞ്ഞു. മുതലാളിമാർക്ക് ഉദാരമായി നികുതി ഇളവ് അനുവദിച്ചു. ഒപ്പം തന്നെ ഇറക്കുമതിച്ചുങ്കം ഗണ്യമായി കുറയ്ക്കുകയോ വേണ്ടെന്നു വെക്കുകയോ ചെയ്തു. പണച്ചുരുക്കത്തിനായുള്ള മറ്റൊരു നടപടി അവ്യവസായീകരണത്തിന്റേതായിരുന്നു. ചെറുകിടക്കാരെയും നാമമാത്രക്കാരെയും ഒഴിവാക്കി വൻകിട ഷോപ്പിങ് മാളുകൾ നാട്ടുനടപ്പാക്കി. മറ്റൊരു കാര്യം കാർഷികോൽപ്പന്നങ്ങളുടെയും ചെറുകിട ഉൽപ്പന്നങ്ങളുടെയും വിപണനം ബഹുരാഷ്ട്ര കമ്പനികളും ഇന്ത്യയിലെ തന്നെ വൻകിട കുത്തകകളും ഏറ്റെടുക്കുന്നതാണ്. തൽഫലമായി ധാരാളം ചെറുകിട – ഇടത്തരം കച്ചവടക്കാർ ഏതാനും വൻകിടക്കാരാൽ പുറംതള്ളപ്പെടുന്നു. തൽഫലമായി കച്ചവടരംഗത്തെ ലാഭം ഏതാനും പേരിലേക്ക് മാത്രം കേന്ദ്രീകരിക്കുന്നു. ഒപ്പം ലാഭനിരക്കും വർധിക്കുന്നു. അതായത് ഉൽപ്പാദകരിൽനിന്നും വൻകിടക്കാരിലേക്ക് വരുമാനം പുനർവിതരണം ചെയ്യപ്പെടുകയാണ്. രണ്ടായാലും ചെറുകിടക്കാരിലും കൃഷിക്കാരിലും എത്തുന്ന കൈമാറ്റ വരുമാനം കുറയുകയും അവരുടെ ക്രയശേഷി ദുർബലപ്പെടുകയുമാണ്. നിയന്ത്രിത കമ്പോളക്കാലത്ത് ചെറുകിടക്കാരെ വളർത്തുകയും സംരക്ഷിക്കുകയും ചെയ്തിരുന്നെങ്കിൽ ഇപ്പോൾ അവരെ ഉന്മൂലനം ചെയ്യാനായി നവലിബറലിസം കൈക്കൊള്ളുന്ന നടപടികൾക്കെതിരെ വൻകിട ബൂർഷ്വാസി കണ്ണടയ്ക്കുകയാണ്.

ഇതിൽനിന്ന് മനസിലാക്കേണ്ടത് കൃഷിക്കാരെയും ചെറുകിട ഉൽപ്പാദകരെയും വളർത്താനും സംരക്ഷിക്കാനുമുള്ള ബാധ്യത തൊഴിലാളിവർഗം ഏറ്റെടുക്കണമെന്നാണ്. എല്ലാ വിഭാഗത്തിന്റെയും മോചനത്തിനായി പൊരുതുക എന്ന ചരിത്രപരമായ കടമ നിർവഹിക്കാൻ പ്രാപ്തമാകും വിധം തൊഴിലാളിവർഗത്തിനു മുന്നേറണമെങ്കിൽ ഈ ചുമതല ഏറ്റെടുത്തേ തീരൂ — പ്രഭാത് വിശദീകരിച്ചു.

കർഷകരെയും ചെറുകിട ഉൽപ്പാദകരെയും തൊഴിലാളിവർഗം സംര

ക്ഷിക്കണമെന്നതിനർഥം അത്തരം ഉൽപ്പാദനം നമ്മുടെ സാമ്പത്തിക ജീവിതത്തിൽ ശാശ്വതമായി തുടരുമെന്നല്ല. കർഷകരെയും ചെറുകിടക്കാരെയും സംരക്ഷിക്കാനുള്ള സമരങ്ങളിലൂടെ ജനാധിപത്യവിപ്ലവത്തെ മുന്നോട്ടു നയിക്കാനാവുംവിധം ഈ വർഗങ്ങളുമായി അടുത്തബന്ധം സ്ഥാപിക്കുകയും, പ്രത്യേകിച്ച് തൊഴിലാളി – കർഷക ഐക്യം ശക്തമാക്കുകയും ചെയ്യും. ഈ കാര്യപരിപാടി നടപ്പിലാക്കപ്പെടുകയും സോഷ്യലിസ്റ്റ് വിപ്ലവം എന്ന ലക്ഷ്യത്തിലേക്ക് തൊഴിലാളിവർഗ നേതൃത്വത്തിൽ ജനാധിപത്യവിപ്ലവം മുന്നേറുകയും ചെയ്യുമ്പോൾ നാമമാത്ര—ചെറുകിട ഉൽപ്പാദനസംരംഭങ്ങൾ കൂട്ടുസ്വത്തിന്റെ സ്വഭാവത്തിൽ വൻകിട ഉൽപ്പാദന സംരംഭങ്ങളാക്കി മാറ്റപ്പെടും; അത് മുതലാളിത്തം കെട്ടഴിച്ചുവിടുന്ന ചെറുകിട ഉൽപ്പാദകരെ ഉന്മൂലനം ചെയ്യുക എന്ന പ്രക്രിയയുടെ പുനരാവർത്തനമല്ല, മറിച്ച് ചെറുകിട ഉൽപ്പാദകരുടെ ജീവിതനിലവാരം തന്നെ ഉയർത്തുന്നവിധം വൻകിട കൂട്ടുസംരംഭ ഉൽപ്പാദന രീതിയുടെ മേൽക്കോയ്മ ചെറുകിട ഉൽപ്പാദന രീതിക്കുമേൽ പ്രായോഗികമായി സ്ഥാപിച്ചുകൊണ്ടായിരിക്കും.

ഭൂമിയുടെ പുനർ വിതരണം

വിപ്ലവകരമായ ഭൂവിതരണം എന്ന അർഥത്തിൽ ജനാധിപത്യവിപ്ലവത്തിൽ ഭൂപരിഷ്കരണത്തിനുള്ള കേന്ദ്രസ്ഥാനം ഊന്നിപ്പറയേണ്ടതില്ല. സ്വാഭാവികമായും ഉയർന്നുവരുന്ന ചോദ്യം വിപ്ലവകരമായ ഭൂവിതരണം എന്ന കാര്യപരിപാടി വിവിധ കർഷക ജനവിഭാഗങ്ങളുമായുള്ള തൊഴിലാളിവർഗത്തിൻെറ സഖ്യത്തെ ദോഷകരമായി ബാധിക്കില്ലേ എന്നതാണ്. ഭൂപരിഷ്കരണം ഒരു അടിയന്തിര മുദ്രാവാക്യമാണോ അല്ലയോ എന്നതല്ല പ്രശ്നം, മറിച്ച് ജനാധിപത്യവിപ്ലവം നടപ്പാക്കുക എന്ന ലക്ഷ്യത്തോടെ പ്രവർത്തിക്കുന്ന തൊഴിലാളിവർഗവുമായുള്ള സഖ്യത്തിൽനിന്ന് വലിയൊരു വിഭാഗം കർഷകരെ ഭയപ്പെടുത്തി അകറ്റുന്നതിന് ഭൂപരിഷ്കരണമെന്ന മുദ്രാവാക്യം, അതെപ്പോൾ ഉയർത്തിയാലും കാരണമാകുമോ എന്നതാണ്. ഈ സാഹചര്യത്തിൽ 'പെസൻറ്', അഥവാ 'കൃഷിക്കാരൻ' എന്ന വാക്കിനുപകരം 'ഫാമർ' അഥവാ 'കർഷകൻ' എന്ന പദം വ്യാപകമായി ഉപയോഗിക്കപ്പെടുന്നതിനാൽ ഇതു സംബന്ധിച്ച പ്രാഥമികമായ ചില വിഷയങ്ങൾ വിശദീകരിക്കേണ്ടത് വളരെ പ്രധാനപ്പെട്ടതാണ്. കൃഷിക്കാരൻ എന്നാൽ ശാരീരികമായി കാർഷികവൃത്തിയിൽ പങ്കാളിയാകുന്നവനാണ്; അതുകൊണ്ടുതന്നെ കാർഷികവൃത്തിയിൽ നേരിട്ട് പങ്കാളിയാകാത്ത ഭൂപ്രഭുവിൽനിന്നും വ്യത്യസ്തനുമാണ്. ഭൂപരിഷ്കരണത്തിൻെറ അടിസ്ഥാന ലക്ഷ്യം ജന്മഭൂമിയുടെ വൻതോതിലുള്ള കേന്ദ്രീകരണം തകർത്ത് മണ്ണിലധ്വാനിക്കുന്ന കൃഷിക്കാർക്ക് ഭൂമി വിതരണം ചെയ്യുന്നതിലൂടെ ജന്മിയുടെ സാമൂഹ്യ പദവി തകർക്കുക എന്നതാണ്. എന്നാൽ കാർഷികരംഗത്ത് മുതലാളി

ത്തവൽക്കരണം കുറെയേറെ നടന്ന് കഴിഞ്ഞാൽ, അതിൻെറ ഭാഗമായി ഭൂപരിഷ്കരണ നടപടിക്കും ഈ ലക്ഷ്യത്തിനായി നടപ്പാക്കപ്പെട്ടാൽ ഫ്യൂഡൽ ഭൂഉടമസ്ഥത അതിൻെറ കലർപ്പില്ലാത്ത സ്വഭാവം നഷ്ടപ്പെട്ട് മുതലാളിത്ത ഭൂവുടമസ്ഥതയിലേക്ക് മാറും; സമ്പന്ന കർഷക ജനവിഭാഗങ്ങൾക്കിടയിൽ മുതലാളിത്തം വളർന്നു വികസിക്കും; തൽഫലമായി സാമൂഹ്യ സാഹചര്യങ്ങളെ ആധാരമാക്കിയുള്ള ഭൂമിയുടെ പുനർവിതരണത്തിനുപകരം സങ്കുചിതവും അളവുപരവുമായ ഭൂപരിധി നിർണയിക്കുന്നതടക്കമുള്ള നടപടികൾ ആധാരമാക്കപ്പെടും. ഇവിടെ *തെലങ്കാനയിലെ ജനകീയ സമരവും അതിന്റെ പാഠങ്ങളും* എന്ന പുസ്തകത്തിൽ പി സുന്ദരയ്യ കാർഷിക സമ്പദ്ഘടനയിലെ വൈരുധ്യങ്ങളുടെ ആദ്യകാലത്തെയും പിൽക്കാലത്തെയും മാറ്റങ്ങൾ സംബന്ധിച്ച് എഴുതിയ പരാമർശങ്ങൾ പ്രസക്തമാണ്. ആദ്യകാലങ്ങളിൽ, സുന്ദരയ്യ പറയുന്നു: "ഭൂപ്രഭുക്കളെ സാമൂഹ്യമായി തിരിച്ചറിയാനാവും, ഗ്രാമത്തിൽനിന്ന് അകന്ന് മാറിയാണ് അയാൾ താമസിക്കുക; അതുകൊണ്ടുതന്നെ ഗ്രാമീണ ജനങ്ങൾക്കാകെ — ആർക്കിടയിലാണോ വ്യത്യസ്തതകൾ വളരെ പരിമിതമായിരിക്കുന്നത് — ഭൂപ്രഭുവിനെതിരെ ഒരുമിച്ച് നിൽക്കാൻ സാധിക്കുമായിരുന്നു. എന്നാൽ പിൽക്കാലത്ത് ഗ്രാമത്തിനകത്ത് തന്നെ വ്യത്യസ്തതകൾ ശക്തിപ്പെട്ടുവന്നു". നിശ്ചിതപരിധിയേക്കാൾ കൂടുതൽ ഭൂമി കൈവശമുള്ളവരും സമ്പന്ന കർഷകരിൽനിന്ന് വളർന്നുവന്ന മുതലാളിത്ത വിഭാഗങ്ങളും, അവർ അന്താരാഷ്ട്ര ധനമൂലധനത്തിൻെറ മേൽക്കോയ്മയ്ക്കെതിരായ സമരങ്ങളിൽ പങ്കാളിയാകുമ്പോൾ പോലും, തൊഴിലാളിവർഗവുമായി കൂടിച്ചേർന്ന് പ്രവർത്തിക്കുന്നതിൽ സംശയാലുക്കളായിരിക്കും; എന്നാൽ ബഹുഭൂരിപക്ഷം വരുന്ന കൃഷിക്കാരെ സംബന്ധിച്ചിടത്തോളം തൊഴിലാളിവർഗവുമായി പൊതുമുന്നണിയിൽ പങ്കാളികളാകുന്നതിൽ പ്രയാസമുണ്ടാവില്ല.

ഭൂമിയുടെ പുനർവിതരണത്തിന്; ഭൂരഹിതർക്ക് ഭൂമി ലഭ്യമാക്കുകയും ഭൂപ്രഭുക്കളുടെ സാമൂഹ്യപദവി തകർക്കുകയും എന്ന നേട്ടങ്ങൾ കൂടാതെ ദീർഘകാലാടിസ്ഥാനത്തിൽ കൃഷിക്കാരുടെ കാർഷികോൽപ്പാദന വ്യവസ്ഥയിൽ (Peasant Agriculture)നിന്ന് കൂട്ടുസംരംഭ കാർഷികോൽപ്പാദന വ്യവസ്ഥയിലേക്ക് (Collection Agriculture) മാറുന്നതിനുള്ള സാഹചര്യങ്ങൾ സൃഷ്ടിക്കുന്നുവെന്ന പ്രാധാന്യമുണ്ട്. എന്നാൽ ഭൂപരിഷ്കരണത്തിൻെറ കൃത്യമായ സമയവും സമയദൈർഘ്യവും സാമ്രാജ്യത്വവിരുദ്ധ സമരങ്ങൾ അഥവാ അന്താരാഷ്ട്ര ധനമൂലധനത്തിന്റെ മേൽക്കോയ്മയ്ക്കെതിരായ സമരങ്ങൾ വളർത്തിക്കൊണ്ടുവരുന്നതിനൊപ്പം ഫലപ്രദമായി ഏറ്റെടുത്ത് നിർവഹിക്കാവുന്ന വിധം നിശ്ചയിക്കേണ്ടത് വളരെ പ്രാധാന്യമുള്ളതാണ്.

ചുരുക്കത്തിൽ നിയന്ത്രിത വിപണി വ്യവസ്ഥയിൽ ബൂർഷ്വാസി അതിൻേറതായ രീതിയിൽ മണ്ണിലധ്വാനിക്കുന്ന കൃഷിക്കാരെ സംരക്ഷി

ച്ചും പ്രോൽസാഹിപ്പിച്ചും എങ്ങനെയാണോ അവർക്കിടയിൽ തന്നെ മുതലാളിത്ത വികസനത്തെ സഹായിച്ചത്, അതുപോലെ തന്നെ തൊഴിലാളിവർഗം അതിൻേറതായ രീതിയിൽ സമഗ്ര ഭൂപരിഷ്കരണം നടപ്പിലാക്കിക്കൊണ്ടായിരിക്കണം ധനമൂലധനത്തിൻെറ കടന്നാക്രമണത്തിൽ നിന്നും കാർഷികോൽപ്പാദന വ്യവസ്ഥയെ സംരക്ഷിക്കുന്നതും ശക്തിപ്പെടുത്തുന്നതും—പ്രഭാത് വ്യക്തമാക്കി.

കർഷക താൽപ്പര്യങ്ങൾ സംരക്ഷിക്കുന്നതിൽ തൊഴിലാളി വർഗത്തിന്റെ പങ്ക്

ഇവിടെ ഉയർന്നുവരാവുന്ന മറ്റൊരു വിഷയം മൂലധനത്തിൻെറ കടന്നാക്രമണത്തിൽനിന്ന് ചെറുകിട ഉൽപ്പാദനത്തെ സംരക്ഷിക്കുന്നത് ഉൽപ്പാദനശക്തികളുടെ വികാസത്തെ തടസപ്പെടുത്തുകയില്ലേ, തൊഴിലാളിവർഗം അത്തരം സമീപനം സ്വീകരിക്കാമോ എന്നതാണ്. ഇതിൽ സവിശേഷമായ പരിശോധന ആവശ്യപ്പെടുന്ന നിരവധി കാര്യങ്ങളുണ്ട്. ഒന്നാമതായി ചെറുകിട ഉൽപ്പാദനത്തിനെതിരായ കടന്നാക്രമണത്തിന് നേതൃത്വം നൽകുന്നത് ധനമൂലധനമാണെന്നതിനാൽ അത് പ്രതിനിധീകരിക്കുന്നത് ഉൽപ്പാദനശക്തികളുടെ വികസന പ്രക്രിയയെയല്ല, മറിച്ച് മുരടിച്ച കാർഷികോൽപ്പാദന വ്യവസ്ഥയിലെ കൃഷിക്കാരെയും ഇതര തൊഴിലാളി ജനവിഭാഗങ്ങളെയും പിഴിഞ്ഞെടുക്കുക എന്ന പ്രക്രിയയുടെ ഭാഗമാണിത്. ലളിതമായ പുനരുൽപ്പാദനംപോലും അസാധ്യമാക്കുന്ന ചൂഷണരീതിയാണിത് (ഇതാണ് കർഷക ആത്മഹത്യയുടെ പശ്ചാത്തലം) എന്നതിനാൽ ഉൽപ്പാദനശക്തികളുടെ വികാസമല്ല, മറിച്ച് പിന്നോട്ടടിയാണ് ഉണ്ടാകുന്നത് - പ്രഭാത് വിലയിരുത്തി.

രണ്ടാമതായി, ധനമൂലധനത്തിൻെറ കടന്നാക്രമണം കൃഷിക്കാരുടെ കാർഷികോൽപ്പാദന വ്യവസ്ഥ തകർത്ത് പകരം വൻകിട മുതലാളിത്ത കൃഷി വളർത്തുകയും തൽഫലമായി ഭൂമിയുടെയും തൊഴിലാളിയുടെയും ഉൽപ്പാദനക്ഷമത വർധിപ്പിക്കുകയും ചെയ്യുമെന്ന് ഒരു നിമിഷം അംഗീകരിച്ച് കൊടുത്താൽ പോലും വൻതോതിൽ കൃഷിക്കാരെ സ്വന്തം ഭൂമിയിൽനിന്ന് പുറന്തള്ളുന്നു എന്ന കാരണത്താൽ തൊഴിലാളിവർഗം ഈ പ്രക്രിയയ്ക്കെതിരെ ശക്തമായി നിലകൊള്ളേണ്ടതുണ്ട്. ഉൽപ്പാദനശക്തികളുടെ വികാസം എന്ന അമൂർത്തമായ താൽപ്പര്യങ്ങളേക്കാൾ ജനാധിപത്യവിപ്ലവത്തിലേക്ക് മുന്നേറുന്നതിനായി തൊഴിലാളി - കർഷക ഐക്യം ശക്തമാക്കുക എന്ന മൂർത്തമായ ആവശ്യത്തിനാണ് തൊഴിലാളിവർഗത്തിന് പ്രാധാന്യമുള്ളത്. ഇതിലുമുപരി കൃഷിക്കാർ ഭൂമി നഷ്ടപ്പെട്ടവരാവുക വഴി ഉണ്ടാകുന്ന ചോദനത്തകർച്ചമൂലം വൻകിട മുതലാളിത്ത കാർഷിക ഉൽപ്പാദനക്ഷമതയിലും ഉൽപ്പാദനത്തിലും വർധനവുണ്ടായാലും പൊതുസമൂഹത്തിൻെറ ക്രയശേഷി നഷ്ടപ്പെടുന്നതിനാൽ ഉൽപ്പാദനശക്തികൾ ശക്തിപ്പെടണമെന്നില്ല.

വൻകിട വ്യവസായങ്ങൾക്കും പശ്ചാത്തല സൗകര്യ വികസനത്തിനുമായി കൃഷിക്കാരുടെ കാർഷികോൽപ്പാദന വ്യവസ്ഥയെ ഇല്ലാതാക്കുന്ന പ്രശ്നവും പ്രധാനമാണ്. അടിസ്ഥാന പശ്ചാത്തല സൗകര്യ വികസനം പൊതുവെ ഉപകാരപ്രദമാണ് എന്നതിനാൽ അതിനെ കലർപ്പില്ലാത്ത വർഗ വീക്ഷണത്തിൽ നോക്കിക്കാണുകയോ വികസനത്തിൻെറ വർഗസ്വഭാവവുമായി കണ്ണിചേർത്ത് വിലയിരുത്തുകയോ ചെയ്യേണ്ടതില്ല എന്ന സമീപനം മാർക്സിസ്റ്റ് നിലപാടല്ല — പ്രഭാത് ചൂണ്ടിക്കാട്ടി. കൊളോണിയൽ ഘട്ടത്തിൽ റെയിൽവെ സ്ഥാപിച്ചതിനെപ്പറ്റി, ഉൽപ്പാദനശക്തികളുടെ വികസനത്തിൽ അതിനുള്ള വിപ്ലവകരമായ ക്ഷമത സംബന്ധിച്ച് യഥാർഥ ബോധ്യമുള്ളപ്പോൾ തന്നെ, അത് നിർമിക്കാനുള്ള ചെലവു മൂലമുള്ള വിഭവചോർച്ചയും പ്രാകൃത മൂലധന സഞ്ചയനത്തിനായുള്ള ഉപാധിയാണെന്നതും മുൻനിർത്തി 'ഇന്ത്യക്കാർക്ക് ഉപകാരമില്ലാത്ത റെയിൽവെ' എന്നാണ് മാർക്സ് വിലയിരുത്തിയത്. മുതലാളിത്ത വികാസത്തിൽ സംഭാവന ചെയ്യുമ്പോൾ തന്നെ മൂലധനത്തിൽനിന്ന് പരമാവധി നേട്ടങ്ങൾ നേടുന്നതിന് തൊഴിലാളി സമരം ചെയ്യുന്നത് എങ്ങനെയോ അതേ രീതിയിൽ മണ്ണിലധ്വാനിക്കുന്ന കർഷകർക്കും മൂലധനത്തിൽനിന്ന് പരമാവധി നേട്ടങ്ങൾ ലഭ്യമാക്കാനായി തൊഴിലാളിവർഗം സമരം ചെയ്യണം. അതുകൊണ്ടുതന്നെ വൻകിട വികസനപദ്ധതികളിൽ ഏർപ്പെടുന്ന മുതലാളിത്ത ശക്തികൾ കർഷകരുടെ ചെലവിൽ പ്രാകൃത മൂലധന സഞ്ചയനം നടത്തുന്നതിനെ തൊഴിലാളിവർഗം വിട്ടുവീഴ്ചയില്ലാതെ ചെറുക്കണം—പ്രഭാത് ആവശ്യപ്പെട്ടു.

മൂലധനത്തിന്റെ വാദങ്ങളെ പിന്തുണച്ചില്ലെങ്കിൽ മൂലധന സ്വരൂപണത്തിന്റെ ഗതിയെയും അതുവഴി ഉൽപ്പാദന ശക്തികളുടെ വികാസത്തെയും മാത്രമല്ല തൊഴിലാളി വർഗത്തിന്റെ വളർച്ചയ്ക്കുപോലും എതിരാകുമെന്ന വാദങ്ങളെ പരാമർശിച്ച് ഇത്തരം വാദങ്ങളുയർത്തി മുതലാളിത്ത നിലപാടുകളോട് സമരസപ്പെട്ടാൽ അതിന്റെ ഫലം മൂലധനത്തിന്റെ വാദങ്ങളെ തന്നെ അംഗീകരിക്കലും അതിന്റെ മേൽക്കോയ്മയ്ക്ക് കീഴ്പ്പെടലുമായിരിക്കുമെന്ന് പ്രഭാത് വിലയിരുത്തി.

ജനകീയ ജനാധിപത്യ വിപ്ലവത്തിന്റെ ഹൃദയം കാർഷിക വിപ്ലവം

വിദേശ ധനമൂലധനവുമായി കൂടുതൽ കൂടുതൽ സഹകരിക്കുന്ന രാജ്യത്തെ വൻകിട മുതലാളിത്ത - ഭൂപ്രഭുത്വ വർഗങ്ങളുടെ നേതൃത്വത്തിലുള്ള ഭരണകൂട വ്യവസ്ഥയെ കടപുഴക്കി ജനകീയ ജനാധിപത്യ വിപ്ലവമെന്ന ലക്ഷ്യത്തിലേക്കു മുന്നേറുന്നതിനാവശ്യമായ കടമകൾ സംബന്ധിച്ച് രാഷ്ട്രീയ വ്യക്തത വരുത്താനുപകരിച്ച സൗന്ദര്യാത്മകമായ വിശകലനമാണ് കാർഷിക പ്രശ്നവും സമകാലീന സാമ്രാജ്യത്വവും എന്ന സെഷനിലെ തന്റെ അധ്യക്ഷപ്രസംഗത്തിൽ സിപിഐ(എം) പൊളിറ്റ് ബ്യൂറോ അംഗം സീതാറാംയെച്ചൂരി നടത്തിയത്.

വിപ്ലവ സാമൂഹ്യശക്തികളെ സംബന്ധിച്ചിടത്തോളം വൈരുധ്യങ്ങളെയും, മൂലധനവാഴ്ചയ്ക്കെതിരെ തൊഴിലാളി വർഗ നേതൃത്വത്തിൽ നടക്കേണ്ട അക്രമണോത്സുകമായ പ്രക്ഷോഭങ്ങളെയും സംബന്ധിച്ച പഠനം നിർണായകമാം വിധം പ്രധാന്യമുള്ളതാണെന്ന് സീതാറാം വ്യക്തമാക്കി. പ്രധാനപ്പെട്ട നാലു വൈരുധ്യങ്ങളിൽ ഇക്കാലയളവിൽ ഏറ്റവും കൂടുതലായി മൂർച്ഛിക്കുന്നത് സാമ്രാജ്യത്വവും മൂന്നാംലോക രാഷ്ട്രങ്ങളും തമ്മിലുള്ള വൈരുധ്യമാണ് എന്നത് 17–ാം പാർട്ടി കോൺഗ്രസു മുതൽ സി പി ഐ (എം) സ്വീകരിച്ചു വരുന്ന ശാസ്ത്രീയമായ വിലയിരുത്തലാണ്. എന്നാൽ ഈ വൈരുധ്യം മുഖ്യവൈരുധ്യമെന്ന സ്ഥാനത്തേക്ക് ഉയർന്നിരിക്കുന്നുവെന്ന വിലയിരുത്തലിൽ പാർട്ടി ഇതേവരെയും എത്തിച്ചേർന്നിട്ടില്ല. അതേ സമയം നാലു വൈരുധ്യങ്ങളിൽ ഏറ്റവും കൂടുതലായി മൂർച്ഛിക്കുന്ന വൈരുധ്യവും, അതുകൊണ്ടു തന്നെ മുഖ്യവൈരുധ്യമായി മാറാൻ ഏറ്റവും ഉയർന്ന സാധ്യതയുള്ള വൈരുധ്യവും സാമ്രാജ്യത്വവും മൂന്നാംലോക രാജ്യങ്ങളും തമ്മിലുള്ള വൈരുധ്യം തന്നെയാണെന്ന് സീതാറാം ചൂണ്ടിക്കാട്ടി.

2008 ഒക്ടോബറിൽ പൊട്ടിപ്പുറപ്പെട്ട സമകാലിക മുതലാളിത്ത പ്രതിസന്ധി ലോകമുതലാളിത്ത ചരിത്രത്തിലെ ഏറ്റവും വഷളായ പ്രതിസന്ധിയാണ്. സോഷ്യലിസത്തിനേറ്റ തിരിച്ചടികൾക്കും സോവിയറ്റ് യൂണിയന്റെ തകർച്ചയ്ക്കും ശേഷം നൂറ്റാണ്ടുകളുടെ സമരങ്ങളിലൂടെ നാം നേടിയെടുത്ത അവകാശങ്ങൾ സംരക്ഷിക്കാനുള്ള പ്രതിരോധ സമരങ്ങളിലാണ് ലോക തൊഴിലാളിവർഗപ്രസ്ഥാനവും കമ്യൂണിസ്റ്റുകാരും ഏർപ്പെട്ടിരിക്കുന്നത്. എന്നാൽ പ്രതിരോധ സമരങ്ങളെ വീണ്ടും മൂലധന വാഴ്ചയ്ക്കെതിരായ അക്രമണോത്സുക പ്രക്ഷോഭങ്ങളാക്കി മാറ്റാനുള്ള അവസരം ഈ മുതലാളിത്ത പ്രതിസന്ധിയിലൂടെ നമുക്കു ലഭിച്ചിരിക്കുകയാണ്. മുതലാളിത്ത പ്രതിസന്ധി വിപ്ലവകരമായ പരിത:സ്ഥിതി സൃഷ്ടിക്കുന്നുവെന്ന് മാർക്സ് വ്യകതമാക്കിയിട്ടുണ്ട്. ദൗർഭാഗ്യവശാൽ, വർത്തമാന കാല മുതലാളിത്ത പ്രതിസന്ധിയെ വിപ്ലവകരമായ സാഹചര്യങ്ങളിലേക്കു പരിവർത്തിപ്പിക്കാനാവും വിധം ഇന്ത്യയിൽ വർഗശക്തികളുടെ ബലാബലത്തിൽ മാറ്റമുണ്ടാക്കുന്നതിനോ, ചൂഷിതവർഗങ്ങളെയാകെ സംഘടിപ്പിക്കാനും വർഗസമരങ്ങൾ കെട്ടഴിച്ചു വിടുന്നതിനും ശേഷിയുള്ള വിധം വിപ്ലവപ്രസ്ഥാനത്തെ സജ്ജമാക്കാനോ നാം വിജയിച്ചിട്ടില്ല; സീതാറാം പറഞ്ഞു. നാം നടത്തുന്ന പ്രതിരോധ സമരങ്ങളെ കൂടുതൽ ശക്തവും വിപുലവുമാക്കി അക്രമണോത്സുക പ്രക്ഷോഭങ്ങളിലേക്കു മുന്നേറാനുള്ള ബോധപൂർവമായ പരിശ്രമം ഏറ്റെടുക്കുകയാണ് ഈ ഘട്ടത്തിൽ വിപ്ലവ പ്രസ്ഥാനത്തിന്റെ കടമ.

ഇന്ത്യയിൽ നവഉദാരവൽക്കരണ സാമ്രാജ്യത്വശക്തികൾ കർഷകരുടെ ചെലവിൽ പ്രാകൃതമൂലധന സഞ്ചയന പ്രക്രിയയിൽ ഏർപ്പെട്ടിരിക്കുകയാണ്. ഈ പ്രക്രിയയിൽ പങ്കാളികളാവാൻ തൊഴിലാളിവർഗത്തിന്

സാധ്യമല്ല എന്ന് സീതാറാം വ്യക്തമാക്കി. ജനകീയജനാധിപത്യ വിപ്ലവത്തിലേക്ക് മുന്നേറുക എന്ന തന്ത്രപരമായ ലക്ഷ്യത്തെ മുന്നോട്ടു നയിക്കുന്ന അടവുകളാണ് വിപ്ലവപ്രസ്ഥാനം സ്വീകരിക്കേണ്ടത്. ഇന്ത്യയിൽ ജനകീയജനാധിപത്യവിപ്ലവത്തിന്റെ ഹൃദയം കാർഷിക വിപ്ലവമാണ്. തൊഴിലാളി – കർഷക ഐക്യത്തിന്റെ കരുത്തിൽ കാർഷിക വിപ്ലവത്തിലേക്കുള്ള ബഹുജന മുന്നേറ്റത്തിന് നേതൃത്വം നൽകുക എന്ന അടിയന്തര ചുമതലയാണ് വർത്തമാന കാലയളവിൽ തൊഴിലാളിവർഗ വിപ്ലവ പ്രസ്ഥാനത്തിന് ഏറ്റെടുക്കാനുള്ളത്. ഇതിനാവശ്യമായ അടവുകൾ നിർണയിക്കുന്നതിനുള്ള സൂക്ഷ്മ പഠനത്തിനുള്ള അവസരമാണ് ഈ ദേശീയ സെമിനാർ ലഭ്യമാക്കിയിരിക്കുന്നതെന്ന് സീതാറാം അഭിപ്രായപ്പെട്ടു.

ഇന്ത്യൻ ഭരണകൂടത്തിനു നേതൃത്വം നൽകുന്ന വൻകിടമുതലാളിത്ത – ഭൂപ്രഭുത്വ സഖ്യം വിദേശമൂലധന ശക്തികളുമായി വർധമാനമായ വിധം സഹകരിക്കുകയാണെന്ന 1964ലെ പാർട്ടി പരിപാടിയിലെ വിലയിരുത്തൽ ശരിയാണെന്ന് തെളിയിക്കുന്നതാണ് വർത്തമനകാല പരിത:സ്ഥിതി. നവഉദാരവൽക്കരണ സാമ്രാജ്യത്വശക്തികൾ കാർഷിക മേഖലയിൽ നടത്തുന്ന കടന്നാക്രമണങ്ങൾക്കെതിരെ ഭൂപ്രഭുത്വേതര വർഗശക്തികളുടെ ഐക്യം രൂപപ്പെടുത്തുകയാണ് വേണ്ടത്. ഇത് സാധിക്കണമെങ്കിൽ കാർഷികമേഖലയിൽ വിപ്ലവ ശക്തികളുടെ അടിത്തറയായ കർഷകത്തൊഴിലാളി – ദരിദ്ര കർഷക അച്ചുതണ്ട് ബോധപൂർവം പടുത്തുയർത്തി ശക്തമായ പ്രക്ഷോഭങ്ങൾ കെട്ടഴിച്ച് വിട്ട് അടിസ്ഥാന വർഗങ്ങളുടെ ഉയർത്തെഴുന്നേൽപ്പിനു നാം നേതൃത്വം നൽകണം. അപ്പോൾ മാത്രമേ ഭൂപ്രഭുത്വേതര വർഗശക്തികൾ നമ്മളോടൊപ്പം അണിനിരക്കാൻ മുന്നോട്ടു വരികയുള്ളു എന്ന് സീതാറാം ചൂണ്ടിക്കാട്ടി.

ലോകസാമ്പത്തിക തകർച്ചയും കാർഷികമേഖലയിലെ പ്രത്യാഘാതങ്ങളും എന്ന വിഷയത്തിൽ നടന്ന സെഷനിൽ പ്രൊഫ. സി പി ചന്ദ്രശേഖർ അവതരിപ്പിച്ച പ്രബന്ധം വികസിത രാജ്യങ്ങളിൽ 1990കളിലും അതിനു ശേഷവുമുണ്ടായ ധനാഭിവൃദ്ധിയിലേക്കും തുടർന്ന് വന്ന ധനാസ്ഥിരതയിലേക്കും നയിച്ച കാരണങ്ങൾ വിശദമായി അന്വേഷിക്കുന്നു. അഭിവൃദ്ധിയുടെയും തകർച്ചയുടെയും കാലഘട്ടത്തിൽ ധനവ്യവസ്ഥയും യഥാർഥ സമ്പദ്ഘടനയും തമ്മിലുള്ള ബന്ധം എന്നതാണ് എന്നും അത് ഇന്ത്യയിലെ കാർഷിക ജീവിതത്തിൽ സൃഷ്ടിച്ച പ്രത്യാഘാതങ്ങളെന്തെല്ലാമാണെന്നും വിലയിരുത്തുന്നു.

ലോകസാമ്പത്തിക പ്രതിസന്ധിയുടെ പശ്ചാത്തലത്തിൽ ഇന്ത്യൻ ഭരണകൂടം അതു പിന്തുടരുന്ന സാമ്പത്തികനയം പുനരാലോചനയ്ക്കു വിധേയമാക്കണമെന്ന് ചന്ദ്രശേഖർ ആവശ്യപ്പെട്ടു. തൊഴിൽ ഉദാരീകരണം, വിദേശവിപണി എന്നീ രംഗങ്ങളിൽ നിന്ന് മാറി ആഭ്യന്തരവിപണി അടിത്തറയായുള്ള സാമ്പത്തിക പുരോഗതി എന്ന ലക്ഷ്യത്തിലേക്ക് ഭരണകൂടം ശ്രദ്ധ തിരിക്കണം. സ്വന്തമായൊരു സമ്പദ്‌വ്യവസ്ഥയ്ക്ക് രൂപം

കൊടുക്കുന്നതിനെക്കുറിച്ച് ചിന്തിക്കാനും ധനമേഖലയിലെ നിയന്ത്രണ രാഹിത്യവും ഉദാരവൽക്കരണവും ഉപേക്ഷിച്ച് അടിസ്ഥാന മേഖലകളിൽ കർശനമായ ക്രമീകരണങ്ങൾ ഏർപ്പെടുത്താനും തയ്യാറാകണമെന്ന് ചന്ദ്രശേഖർ ശക്തമായി ആവശ്യപ്പെട്ടു. പ്രൊഫ. പ്രഭാത്പട്നായിക് അധ്യക്ഷനായിരുന്നു. പ്രൊഫ.അഭിജിത്സെൻ ചർച്ചയിൽ പങ്കെടുത്തു.

പ്രതിസന്ധിയുടെ പശ്ചാത്തലത്തിൽ കർഷകരുടെ അടിയന്തരാവശ്യങ്ങൾ എന്ന വിഷയത്തിൽ നടന്ന സെഷനിൽ അധ്യക്ഷത വഹിച്ചത് കിസാൻസഭ തമിഴ്നാട് സംസ്ഥാന സെക്രട്ടറി കെ ബാലകൃഷ്ണനാണ്. പ്രൊഫ.ജയതിഘോഷ് പ്രബന്ധം അവതരിപ്പിക്കുകയും ഡോ.ജോതിർമയി ഭട്ടാചാര്യ ചർച്ചയിൽ പങ്കെടുക്കുകയും ചെയ്തു. പ്രതിനിധികളിൽ നിന്ന് ഉയർന്ന നിർദേശങ്ങൾ ഉൾപ്പെടുത്തി കർഷകരുടെ വരുമാനവും കർഷകത്തൊഴിലാളികളുടെ തൊഴിലും സാമൂഹ്യസുരക്ഷിതത്വവും ഉറപ്പു വരുത്താനുതകുന്ന നിരവധി ബദൽ നിർദേശങ്ങൾ ജയതിഘോഷ് അവതരിപ്പിച്ചു.

പ്രതിസന്ധിയും ഗ്രാമീണ ജീവിതോപാധികളും എന്ന വിഷയത്തിൽ പ്രബന്ധമവതരിപ്പിച്ചത് പ്രൊഫ.വെങ്കിടേഷ് ആത്രേയയാണ്. സ. എ വിജയരാഘവൻ അധ്യക്ഷത വഹിച്ച സെഷനിൽ സുനിത്ചോപ്ര, സ്മിത ഗുപ്ത എന്നിവർ ചർച്ചയിൽ പങ്കെടുത്തു. നവഉദാരവൽക്കരണ പരിഷ്കരണങ്ങളെത്തുടർന്ന് പ്രതിസന്ധിയിൽപ്പെട്ടുഴലുന്ന ദുർബലമായ ഗ്രാമീണ സമ്പദ്ഘടനയാണ് ഇപ്പോൾ ആഗോള സാമ്പത്തിക പ്രതിസന്ധിയുടെ പ്രത്യാഘാതങ്ങൾ ഏറ്റുവാങ്ങേണ്ടിവരുന്നതെന്ന് ചൂണ്ടിക്കാട്ടിയ ആത്രേയ ഗ്രാമീണ മേഖലകളിലോ ഉൽപ്പാദനമേഖലകളിലോ നിക്ഷേപം വർധിപ്പിച്ച് തൊഴിലവസരങ്ങൾ സൃഷ്ടിക്കാനോ അതുവഴി പ്രതിസന്ധിയുടെ ആഘാതം കുറയ്ക്കാനോ കേന്ദ്രസർക്കാർ സന്നദ്ധമാവുന്നില്ല എന്ന് കുറ്റപ്പെടുത്തി. ഗ്രാമീണ മേഖലയിൽ തൊഴിലുറപ്പുവരുത്തുക, പൊതുവിതരണ സമ്പ്രദായം ശക്തിപ്പെടുത്തുക, ഭക്ഷ്യസുരക്ഷ ഉറപ്പാക്കുക എന്നീ നയങ്ങൾക്കായുള്ള പോരാട്ടം ശക്തിപ്പെടുത്തണമെന്ന് ആത്രേയ ആവശ്യപ്പെട്ടു.

കർഷക ജനസാമാന്യത്തിന്റെ അവകാശപത്രിക അഖിലേന്ത്യാ കിസാൻ സഭ ജനറൽസെക്രട്ടറിയും സി പി ഐ (എം) പൊളിറ്റ് ബ്യൂറോ അംഗവുമായ കെ വരദരാജൻ അവതരിപ്പിച്ചു. അവകാശപത്രികയ്ക്ക് ഇരുസംഘടനകളുടെയും കേന്ദ്രനിർവാഹക സമിതികളുടെ ചർച്ചയ്ക്കു ശേഷം അവസാന രൂപംനൽകുമെന്ന് അദ്ദേഹം വ്യക്തമാക്കി.

വിപ്ലവ മുന്നേറ്റവും ആശയവ്യക്തതയുടെ അനിവാര്യതയും

നവഉദാരവൽക്കരണ ഘട്ടത്തിൽ ഇന്ത്യൻ കാർഷികമേഖലയിലെ വൈരുധ്യങ്ങളുടെ മാറുന്ന സ്വഭാവത്തെയും മൂലധന വാഴ്ചയ്ക്കെതിരായ വർഗസമരത്തിൽ സ്വീകരിക്കേണ്ട ശരിയായ അടവുകളെയും

സംബന്ധിച്ച് കഴിഞ്ഞ ഒരു ദശകത്തോളം കാലമായി നടന്നു വരുന്ന പഠനങ്ങൾ ക്കും സംവാദങ്ങൾക്കും പൊതുവായ സമവായം നിർദേശിക്കുന്നതിൽ വലിയൊരളവോളം മുന്നേറാൻ ദേശീയ സെമിനാറിൽ നടന്ന ആശയവിനിമയത്തിലൂടെ സാധിച്ചു. ഇന്ത്യൻ കാർഷികമേഖലയിൽ സാമ്രാജ്യത്വവും കർഷക ജനസാമാന്യവും തമ്മിൽ മൂർച്ഛിച്ചുകൊണ്ടിരിക്കുന്ന വൈരുധ്യത്തിന്റെ പ്രാധാന്യത്തെ സംശയരഹിതമായി മറനീക്കി കാണിക്കുന്നതിൽ വിജയിച്ചുവെന്നതാണ് ഈ സെമിനാറിന്റെ ചരിത്ര പ്രാധാന്യം. നവഉദാരവൽക്കരണ - സാമ്രാജ്യത്വശക്തികളുടെ കടന്നാക്രമണത്തിൽ രാജ്യത്തിന്റെ ചരിത്രത്തിലിന്നേവരെ ഉണ്ടായിട്ടില്ലാത്ത വിധം കടുത്ത ദുരിതങ്ങളും കർഷക ആത്മഹത്യകളും പാപ്പരീകരണവും നേരിടുന്ന കർഷക ജനസാമാന്യത്തെയാകെ വിപ്ലവകരമായ പരിത:സ്ഥിതിലേക്കു കൈപിടിച്ചുയർത്തുക എന്ന ചരിത്രപരമായ ചുമതല ഇന്ത്യയിലെ തൊഴിലാളിവർഗ പ്രസ്ഥാനത്തിന്റെ ചുമലുകളിൽ അർപ്പിതമാണ്. ബൂർഷ്വാസിക്ക് അഭിമുഖമായി നിൽക്കുന്ന ഇതരവർഗങ്ങളെയാകെ വർഗ ചൂഷണത്തിൽ നിന്ന് മോചിപ്പിച്ചുകൊണ്ടല്ലാതെ തൊഴിലാളി വർഗത്തിന് സ്വന്തം മോചനം സാധ്യമല്ല എന്ന മാർക്സിയൻ കാഴ്ചപ്പാട് ഇന്ത്യൻ സാഹചര്യത്തിൽ എത്രയും പ്രസക്തമാവുന്നു.

സാമ്രാജ്യത്വ നവഉദാരവൽക്കരണത്തിനും ഭൂപ്രഭുത്വത്തിനുമെതിരായ അക്രമണോത്സുക പ്രക്ഷോഭങ്ങൾക്ക് നേതൃത്വം നൽകാൻ തൊഴിലാളിവർഗ വിപ്ലവ പ്രസ്ഥാനത്തെയും പുരോഗമന ജനാധിപത്യ വർഗ ബഹുജന പ്രസ്ഥാനത്തെയും സജ്ജമാക്കുന്നതിന് സഹായകരമായ വസ്തുനിഷ്ഠ പഠനങ്ങൾക്കും ശാസ്ത്രീയ വിശകലനങ്ങൾക്കും വേദിയൊരുക്കിയ ചരിത്രസംഭവമെന്നാവും വയനാട്ടിൽ നടന്ന ദേശീയ സെമിനാർ ഭാവിയിൽ വിലയിരുത്തപ്പെടുക.

1

ഉദാരവൽക്കരണവും ഇടതുപക്ഷവും

പ്രകാശ് കാരാട്ട്

അഖിലേന്ത്യാ കിസാൻസഭയുടെയും അഖിലേന്ത്യാ കർഷക ത്തൊഴിലാളി യൂണിയന്റെയും നേതൃത്വത്തിൽ നടത്തപ്പെടുന്ന ഈ ദേ ശീയ സെമിനാർ ഇന്നത്തെ പ്രധാന സംഭവവികാസങ്ങളെയും പ്രശ്ന ങ്ങളെയും സംബന്ധിച്ച സുപ്രധാനമായ ഒരു കാര്യം ചർച്ച ചെയ്യാനാണ് ഉദ്ദേശിക്കുന്നത്. ആഗോളവൽക്കരണ–ഉദാരവൽക്കരണ നയങ്ങൾ ഇന്ത്യ യുടെ കാർഷിക സമ്പദ്‌വ്യവസ്ഥയിലും ഗ്രാമീണ സമ്പദ്‌വ്യവസ്ഥയിലും ഏൽപ്പിച്ച ആഘാതമാണ് അത്. അന്താരാഷ്ട്ര മുതലാളിത്തവും ആഭ്യ ന്തര ബൂർഷ്വാസികളും കഴിഞ്ഞ രണ്ട് പതിറ്റാണ്ടായി ഈ നയങ്ങൾ മൂന്നാം ലോക രാജ്യങ്ങളിലെ ജനങ്ങളിൽ അടിച്ചേൽപ്പിച്ചുകൊണ്ടിരിക്ക യാണ്. ഇന്ത്യയെ സംബന്ധിച്ചിടത്തോളം ആഗോളവൽക്കരണ കാല ഘട്ടവും അതിന് മുൻപ് നിലവിലുണ്ടായിരുന്ന കാലവും തമ്മിൽ ഒരു തുടർച്ച ഉണ്ടായിരുന്നുവെങ്കിലും സർക്കാരിന്റെ ഇടപെടലുകളും ഇന്ത്യ യുടെ ഗ്രാമപ്രദേശത്ത് സാമ്രാജ്യത്വ ശക്തികൾ വഹിച്ച പങ്കും—അതാ യത്, ഉപരിവർഗപക്ഷപാതിത്വ നയങ്ങൾ—1991നുശേഷം പുതിയരൂപ ങ്ങൾ കൈക്കൊള്ളുകയുണ്ടായി.

ഇപ്പോൾ പ്രതിസന്ധിയും മാന്ദ്യവും അന്താരാഷ്ട്ര സമ്പദ്ഘടനയെ വിഴുങ്ങുന്ന സമയത്ത് ഗ്രാമീണമേഖലയിൽ ആഗോളവൽക്കരണം വരു ത്തിയ ആഘാതത്തെക്കുറിച്ച് പരിശോധിക്കാനും അവലോകനം നടത്താ നുമുള്ള നല്ല അവസരമാണ് കൈവന്നിരിക്കുന്നത്.

കാർഷികപ്രതിസന്ധിയുടെയും കർഷകരുടെ ഇപ്പോഴത്തെ അവ സ്ഥയുടെയും പ്രധാന സ്വഭാവങ്ങൾ പരിശോധിക്കാം.

ഭൂപരിഷ്കരണം വിപരീത ദിശയിലേക്ക്

ശരിയായ ദിശയിലുള്ള കാർഷിക പരിഷ്കരണം വർഗബന്ധങ്ങളെ അധ്വാനിക്കുന്ന ജനങ്ങൾക്ക് അനുകൂലമാക്കിമാറ്റുകയും ഗ്രാമപ്രദേശങ്ങളിലെ വാങ്ങൽശേഷിയെ ഉയർത്തി ഉൽപ്പന്നവിപണി സൃഷ്ടിക്കുകയും അങ്ങനെ വിശാലാടിസ്ഥാനത്തിലുള്ള ഉൽപ്പാദനപരമായ നിക്ഷേപത്തിന് അടിത്തറയൊരുക്കുകയും ചെയ്യും.

സ്വാതന്ത്ര്യസമരക്കാലത്തും സ്വാതന്ത്ര്യത്തിന്റെ ആദ്യ ദശകത്തിലും രൂപപ്പെട്ട ഭൂപരിഷ്കരണനയങ്ങൾ ഇന്ന് ഔദ്യോഗിക നയങ്ങളുടെ ഭാഗമായിത്തന്നെ ഒഴിവാക്കപ്പെടുകയും ചില സന്ദർഭങ്ങളിൽ നേരത്തേ ഉദ്ദേശിച്ചതിന് വിപരീതദിശയിലേക്ക് പോകുന്ന സമീപനം സ്വീകരിക്കുകയും ചെയ്തു. ഭൂപരിധി നിയമങ്ങൾക്ക് തുരങ്കം വയ്ക്കുന്ന തരത്തിൽ ഉയർന്ന ഭൂപരിധിയിൽ ഇളവ് വരുത്തുന്ന നിയമങ്ങൾ പാസാക്കുകയും വൻകിട കർഷകർക്ക് ജന്മിത്തകൃഷി ചെയ്യാനുള്ള അവസരം സൃഷ്ടിക്കുകയും ചെയ്തു. പ്രസ്തുത നയങ്ങൾ പുനർവിതരണത്തിനുള്ള ഭൂമിയുടെ അളവ് കുറയ്ക്കുകയും ഭൂവിതരണത്തിലുള്ള അസമത്വങ്ങൾ കൂടുതൽ വഷളാക്കുകയും ചെയ്തു.

കൃഷിയിലും ഗ്രാമീണ നിക്ഷേപത്തിലുമുള്ള നിക്ഷേപം ഗണ്യമായി കുറഞ്ഞു

ഇന്നത്തെ ധനനയത്തിന്റെ കേന്ദ്രബിന്ദു പൊതുചെലവ് കുറയ്ക്കുന്നിടത്താണ്. പൊതുപദ്ധതികളിൽനിന്നും തൊഴിൽദാന പരിപാടികളിൽനിന്നും സർക്കാർ പിന്മാറുന്നത് ഗ്രാമപ്രദേശങ്ങളിലെ വളർച്ചയ്ക്കും ദാരിദ്ര്യനിർമാർജനത്തിനും ഉള്ള അവസരം കവർന്നെടുക്കലാണ്. കാർഷിക മേഖലയിലെ പൊതുനിക്ഷേപം 1980കളിൽ കുറയാൻ തുടങ്ങിയത് 90കളിൽ വേഗത്തിലായി. 2004നുശേഷം ഇടതുപക്ഷത്തിന്റെ സമ്മർദഫലമായി കാർഷികമേഖലയിലെ പൊതുനിക്ഷേപം അൽപ്പം വർധിച്ചു. എങ്കിലും കാർഷികമേഖല യഥാർഥത്തിൽ പുതുക്കണമെങ്കിൽ ഉൽപ്പാദനത്തിനും ആന്തരഘടനാവികസനത്തിനുമുള്ള പൊതുചെലവ് കാര്യമായി വർധിക്കണം.

ധനഉദാരവൽക്കരണം ഗ്രാമീണബാങ്കിങ്ങിന്റെ സ്ഥാപനപരമായ ഘടനയെ നശിപ്പിച്ചു

1991നുശേഷം അധ്വാനിക്കുന്ന ജനങ്ങൾക്കും ദരിദ്രർക്കും അനുഭവപ്പെട്ട വായ്പാപ്രതിസന്ധി രാജ്യമാകെ നടമാടുകയാണ്. ആയിരക്കണക്കിന് ഗ്രാമീണബാങ്കുകൾ അടച്ചുപൂട്ടി, വായ്പാ-നിക്ഷേപ നിരക്കുകളുടെ തോത് കുറഞ്ഞു, കൃഷിക്കും ഗ്രാമീണരുടെ വരുമാനവർധനവിനുമുള്ള വായ്പകൾ യഥാർഥത്തിൽ കുറയുകയും അത് കഷ്ടപ്പെടുന്നവരിൽനിന്ന് വൻഭൂവുടമകളിലേക്കും കോർപ്പറേറ്റുകളിലേക്കും തിരിച്ചുവി

ടപ്പെടുകയും ചെയ്തു. ഇതുമൂലം കർഷകരുടെമേലുള്ള നാടൻ പലിശക്കാരുടെയും കച്ചവടക്കാരുടെയും പിടുത്തം മുറുകുകയും ചെയ്തു.

സാധാരണ ജനങ്ങളിൽനിന്നും ഇടതുപാർട്ടികളിൽനിന്നുമുള്ള സമ്മർദത്തിന്റെ ഫലമായി, പ്രത്യേകിച്ച് 2004ന് ശേഷം, ഇന്ത്യാ സർക്കാർ വായ്പാസമ്പ്രദായത്തിന്റെ പൊളിച്ചെഴുത്തിന് ചില നിയന്ത്രണങ്ങൾ വരുത്താൻ നിർബന്ധിതമായി. 2007ലെ ഭാഗികമായ കടം എഴുതിത്തള്ളലിന്റെ ഫലമായി ഗ്രാമീണവായ്പയുടെ അളവിലും ഗ്രാമീണ ബ്രാഞ്ചുകളിലെ വായ്പാ നിക്ഷേപ നിരക്കുകളിലും അൽപ്പം വർധനവ് ഉണ്ടായിട്ടുണ്ട്. നവലിബറൽ ബാങ്കിങ് നയങ്ങളിൽ ഏതെങ്കിലും തരത്തിലുള്ള മാറ്റം വന്നതായി ഇതുകൊണ്ട് കരുതാനാവില്ല.

കുറയുന്ന ഉൽപ്പന്ന വിലയും നിവേശങ്ങളുടെ ഉയരുന്ന വിലയും: കർഷകർ ഇരുവശത്തു നിന്നും പോരിനെ നേരിടുന്നു

വായ്പാപ്രതിസന്ധിയും ജീവസന്ധാരണത്തിനുള്ള കൃഷിയുടെ തകർച്ചയും പ്രതിഫലിച്ചത് ഗ്രാമീണജനതയുടെ നിരാശ്രയത്വത്തിലും പട്ടിണിമരണങ്ങളിലും കൂട്ട ആത്മഹത്യ എന്ന പ്രതിഭാസത്തിലുമാണ്.

പ്രതികൂലമായ നിവേശ-ഉൽപ്പന്ന വിലകളിൽനിന്ന് സംരക്ഷണം നൽകാതെ കർഷകർക്ക് ജീവിക്കാനുള്ള വരുമാനം ഉറപ്പ് വരുത്താൻ കഴിയുകയില്ല. കാർഷികോൽപ്പാദനച്ചെലവ് തൊണ്ണൂറുകളിലും 2000ത്തിന്റെ ആദ്യകാലത്തും കുത്തനെയാണ് ഉയർന്നത്. വിത്തിനും രാസവളങ്ങൾക്കും ജലസേചനത്തിനും യന്ത്രങ്ങൾ ഉപയോഗിക്കുന്നതിനുമുള്ള ചെലവും അടുത്തകാലത്ത് ഉയർന്നു. മറുവശത്ത്, ഉൽപ്പന്നത്തിന്റെ വിലയിലുണ്ടായ താഴ്ചയും കയറ്റിറക്കങ്ങളും ഒട്ടനവധി ഭക്ഷ്യ-ഭക്ഷ്യേതര വിളകളെ ബാധിച്ചിട്ടുണ്ട്. ഇതോടൊപ്പം, കർഷകർക്ക് ന്യായമായ വിലകൾ ഉറപ്പ് വരുത്താൻ സർക്കാർ പ്രഖ്യാപിച്ച കുറഞ്ഞ താങ്ങുവിലയാകട്ടെ, ഉൽപ്പാദനച്ചെലവിലുണ്ടായ വർധനവ് വകവച്ചുകിട്ടാൻപോലും തികയില്ല. കാർഷികോൽപ്പന്നങ്ങളുടെ ഇറക്കുമതിയിലുണ്ടായിരുന്ന അളവുപരമായ നിയന്ത്രണങ്ങൾ നീക്കിയതും, കയറ്റുമതി ലക്ഷ്യമാക്കിയ ഉൽപ്പാദനത്തിലുള്ള ഊന്നലും, അന്താരാഷ്ട്രതലത്തിൽ പ്രാഥമിക വസ്തുക്കളുടെ വില താഴ്ന്നതും കാരണം കർഷകരുടെ വരുമാനത്തിൽ വന്ന തകർച്ച തീവ്രമായിരുന്നു.

ഇന്ത്യയുടെ പരമാധികാരത്തിന്റെ കാതലായ ഘടകമാണ് ഭക്ഷ്യസ്വയംപര്യാപ്തത. കാർഷിക ഭരണക്രമത്തിന്റെ പുത്തൻ പ്രവണതകൾ ഭൂമിയുടെ ഉപയോഗം, വിളസമ്പ്രദായങ്ങൾ, ഭാവി ഭക്ഷ്യസ്വയംപര്യാപ്തത എന്നീ തുറകളിൽ ഗൗരവമായ പ്രത്യാഘാതങ്ങൾ ഉണ്ടാക്കുന്നതാണ്. ഹരിതവിപ്ലവം ആരംഭിച്ചശേഷം ആദ്യമായി ഭക്ഷ്യോൽപ്പാദന വളർച്ച ജനസംഖ്യാ വളർച്ചയേക്കാൾ കുറഞ്ഞ തോതിലാവുന്നത് ഉദാരവൽക്കരണകാലത്തിനുശേഷമുള്ള ആദ്യദശകമായ 1990കളിലാണ് എന്നത് യാദൃച്ഛികമല്ല...

ഗ്രാമങ്ങളിൽനിന്നു കിട്ടുന്ന വിവരങ്ങളനുസരിച്ച് സമകാലീന കർഷകരെ സംബന്ധിച്ചിടത്തോളം രണ്ട് ഹെക്ടർ ഭൂമിയിൽ നിന്നുള്ള വരുമാനം കൊണ്ട് അവരുടെ കുടുംബം പുലർത്താൻപോലും അസാധ്യമാണ്. താരതമ്യേന, മുന്തിയ ഉൽപ്പാദനശക്തികൾ ഉള്ളേടത്തു പോലും ദരിദ്രരും ഇടത്തരക്കാരുമായ കർഷകർക്ക് വിളകളിൽ നിന്നും കിട്ടുന്ന വരുമാനം അതിനുള്ള ചെലവിനേക്കാൾ കുറവാണെന്നതാണ് ഇപ്പോഴത്തെ അവസ്ഥ.

ഗ്രാമീണതൊഴിലവസരങ്ങൾ നിഷേധിക്കപ്പെടുന്നു

ഇപ്പോഴത്തെ നയങ്ങൾക്ക് ഗ്രാമപ്രദേശങ്ങളിലെ ശാരീരികാധ്വാനം ആവശ്യമായ തൊഴിലുകളിന്മേലുള്ള ആഘാതം ഏറെയാണ്. കൃഷിയിലുള്ള പൊതുനിക്ഷേപം കുറഞ്ഞത്, നേരിട്ടുള്ള കാർഷികവികസന പരിപാടികളും വിജ്ഞാന പരിപാടികളും കുറഞ്ഞത്, കൂടാതെ കാർഷിക മേഖലയുടെ തന്നെ തകർച്ച എന്നിവയെല്ലാം ഗ്രാമീണമേഖലയിലെ കർഷകത്തൊഴിലാളികളുടെ ആകെ തൊഴിൽദിനങ്ങളുടെ ലഭ്യതയെ ബാധിച്ചു. രാജ്യത്തിന്റെ മിക്കവാറും ഭാഗങ്ങളിൽ ഗ്രാമീണ തൊഴിലാളിക്ക് കിട്ടുന്നത് ശരാശരി 150 ൽ താഴെ തൊഴിൽദിനങ്ങളാണ്. പല സ്ഥലങ്ങളിലും ഇത് 100 ദിനത്തിൽ താഴെയാണ്.

രാജ്യങ്ങളിൽനിന്നുള്ള വികസനാനുഭവത്തിന്റെ പാഠം വലിയ തൊഴിൽദാനപദ്ധതികളെല്ലാംതന്നെ സർക്കാർ നടത്തുന്നവയോ സർക്കാർ ധനസഹായത്താലുള്ളവയോ ആണെന്നതാണ്. പക്ഷേ, 1990കളിലും ഈ ദശകത്തിന്റെ ആദ്യ വർഷങ്ങളിലും സർക്കാർ അതിന്റെ തൊഴിൽദാന പദ്ധതികളിൽനിന്നും പിൻവാങ്ങുന്നതാണ് കണ്ടത്.

പാർലമെന്റിനകത്തും പുറത്തുമായി സി പി ഐ (എം)ഉം മറ്റ് ജനാധിപത്യകക്ഷികളും നടത്തിയ വമ്പിച്ച പ്രചരണത്തിന്റെയും സമ്മർദങ്ങളുടെയും ഫലമായി ദേശീയ ഗ്രാമീണ തൊഴിലുറപ്പ് നിയമം പാസാക്കിയതാണ് ഈ അവസ്ഥയിൽനിന്നും പ്രധാനമായും ഉണ്ടായ ഒരു വ്യതിയാനം.

തൊഴിലുറപ്പുപദ്ധതി നടപ്പിലാക്കിയിട്ടുള്ള 330 ജില്ലകളിലായി 2007–2008 വർഷത്തിൽ ഏകദേശം 1400 മനുഷ്യദിനങ്ങൾ സൃഷ്ടിക്കപ്പെട്ടതായാണ് കണക്കുകൾ പറയുന്നത്. 2007–2008ൽ ഓരോ കുടുംബത്തിനും ശരാശരി 43 ദിവസത്തെ ജോലി നൽകിയതായും കാണാം.

ഒരുവശത്ത്, ദേശീയ ഗ്രാമീണ തൊഴിലുറപ്പുനിയമം ഇതുവരെ നടപ്പിലാക്കിയിട്ടുള്ള തൊഴിൽപദ്ധതികളിൽനിന്നും വ്യക്തമായ മാറ്റം വരുത്തിയിട്ടുണ്ടെങ്കിലും ഇത് വളരെ ചുരുങ്ങിയ തൊഴിൽ ദിനങ്ങളാണ് ഉറപ്പ് നൽകുന്നതെന്നും ഇതിന്റെ നടത്തിപ്പ് ഗൗരവമായ തടസ്സങ്ങളും പ്രശ്നങ്ങളും നേരിടുന്നുവെന്നും നാം ചൂണ്ടിക്കാട്ടിയിട്ടുണ്ട്. ഈ പദ്ധതിയുടെ നടത്തിപ്പിലുള്ള പിഴവുകളും പ്രശ്നങ്ങളും മാറ്റാനുള്ള ശ്രമങ്ങളിൽ നമുക്ക് ശ്രദ്ധ കേന്ദ്രീകരിക്കണം.

ഇന്ത്യൻകൃഷി അന്താരാഷ്ട്ര കോർപ്പറേഷനുകൾക്ക് വിധേയ മാകുന്നു

പൊതുമേഖലാ ദേശീയ കാർഷികഗവേഷണ സ്ഥാപനങ്ങളേയും തുറന്ന ഇടപെടൽ സാധ്യമായ അന്താരാഷ്ട്ര ഗവേഷണസ്ഥാപനങ്ങ ളേയും മാറ്റിനിർത്തിക്കൊണ്ട് ബഹുരാഷ്ട്ര കോർപ്പറേഷനുകളുടെ ഇട പെടൽ ശക്തിപ്പെടുത്താനാണ് പുതിയ കച്ചവടനയവും പേറ്റന്റ് ഭരണ ക്രമവും ശ്രമിക്കുന്നത്. മാത്രമല്ല, ഈ ഭരണക്രമം കൃഷിക്കാരുടേയും പ്രാദേശിക വിത്തുൽപ്പാദകരുടേയും അവകാശങ്ങളെ ഹനിക്കുകയും ചെ യ്യുന്നു. ഒരു പ്രമുഖ ജനിതക ശാസ്ത്രജ്ഞന്റെ വാക്കുകളിൽ ഇത് 'ജനിതക വൈവിധ്യത്തിൽനിന്ന് ജനിതക അടിമത്തത്തിലേക്ക് നയി ക്കുമോ' എന്ന് പേടിക്കണം. കാർഷിക നയങ്ങളിലും നയരൂപീകരണ സ്ഥാപനങ്ങളിലും അമേരിക്കൻ കോർപ്പറേഷനുകളുടെ ഇടപെടലു കളാണ് ആഗോളവൽക്കരണത്തിന്റെ പുതിയ സ്വഭാവം. അമേരിക്കയോട് ചേർന്നുള്ള കാർഷിക വിജ്ഞാന സംരംഭം (Knowledge Initiative on agriculture) ഇന്ത്യയിലെ കാർഷികവ്യവസ്ഥിതിയെ അമേരിക്കൻ കോർ പ്പറേറ്റ് താൽപ്പര്യങ്ങൾക്ക് വിധേയമാക്കുന്നു. പാരിസ്ഥിതികമായി നില നിൽപ്പുള്ള വിപണനോന്മുഖമായ കൃഷി ആധാരമാക്കി നിത്യഹരിത വിപ്ലവം കൊണ്ടുവരുന്നതിനായി കാർഷിക വികസനം, വിദ്യാഭ്യാസം എന്നിവയുമായി ബന്ധപ്പെട്ട പ്രവർത്തനങ്ങൾക്ക് പിന്തുണ നൽകു ന്നതിനാണ് KIA എന്ന് പറയുന്നത്.

KIA രൂപപ്പെടുത്തിയിരിക്കുന്നതും ദിശാനിർണയം ചെയ്യപ്പെടുന്നതും അഗ്രിബിസിനസ് കോർപ്പറേറ്റുകളുടെ പ്രതിനിധികൾ അംഗങ്ങളായിട്ടുള്ള ഒരു ഗവേണിങ് ബോഡിയാണ്. ഇതിന്റെ അമേരിക്കൻ അംഗങ്ങൾ അവ രുടെ എട്ട് മെമ്പർമാർക്ക് പുറമേ മൊൺസാന്റോ, വാൾമാർട്ട് മറ്റ് ബിസി നസ് സ്ഥാപനങ്ങൾ എന്നിവയുടെ പ്രതിനിധികളാണ്.

ഇന്ത്യയിലെ പൊതുഗവേഷണസ്ഥാപനങ്ങളിൽ നടത്തുന്ന ഗവേ ഷണത്തിന് അഗ്രി ബിസിനസ് കോർപ്പറേഷനുകളിൽനിന്ന് കിട്ടാൻപോ കുന്ന സ്വകാര്യഫണ്ടിങ് പ്രസ്തുത ഗവേഷണഫലമായുണ്ടാകുന്ന ഉൽ പ്പന്നങ്ങൾക്കുള്ള ലൈസൻസുമായും പേറ്റന്റുമായും ബന്ധപ്പെടുത്തിയാ യിരിക്കണം എന്നാണ് പൊതുവായി ലഭ്യമായ രേഖകളിൽനിന്ന് വ്യക്ത മാകുന്നത്. KIA യുടെ മറ്റൊരുവശം, അമേരിക്കൻ അഗ്രിബിസിനസ് കോർപ്പറേഷനുകൾക്ക് ഇന്ത്യയിലെ കാർഷിക ഗവേഷണത്തിന്റെ സ്ഥാ പനസംവിധാനങ്ങളുമായും അതിലുള്ള ശാസ്ത്രജ്ഞരുടെയും സാങ്കേ തിക വിദഗ്ധരുടെയും സംഘവുമായും അടുപ്പമുണ്ടാക്കുന്നതിനുള്ള വഴിയായി ഇതിനെ ഉപയോഗിക്കും എന്നതാണ്.

പൊതു ഭക്ഷ്യവിതരണസമ്പ്രദായം പതിറ്റാണ്ടുകൾക്ക് പിറകി ലേക്ക് തള്ളപ്പെട്ടു.

സാമ്പത്തിക ഉദാരവൽക്കരണത്തിന്റെ ഫലമായി ഭക്ഷ്യസുരക്ഷ യ്ക്കായുള്ള മുഖ്യപരിപാടികളെല്ലാം തന്നെ വിപരീതദിശയിലായി. ടി

പി ഡി എസ് (Targeted Public Distribution System) നടപ്പിലാക്കിയതിനാൽ യഥാർഥത്തിൽ അർഹരായ അനേകംപേർ പൊതുവിതരണ സമ്പ്രദായത്തിൽനിന്നും പുറത്തുപോകേണ്ടിവന്നു. 2004–05ൽ നടത്തിയ ദേശീയ സാമ്പിൾ സർവേയുടെ 61 റൗണ്ട് വ്യക്തമാക്കുന്നത്, വലിയൊരു പങ്ക് കർഷക–കാർഷികേതര തൊഴിലാളി കുടുംബങ്ങൾ, പട്ടികജാതി–പട്ടികവർഗ കുടുംബങ്ങൾ, ഭൂരഹിതരും അൽപ്പം മാത്രം ഭൂമിയുള്ളവരും തുടങ്ങിയവരെല്ലാം പൊതുവിതരണ സമ്പ്രദായത്തിൽനിന്ന് പുറത്താണ് എന്നാണ്. കർഷകത്തൊഴിലാളി കുടുംബങ്ങളിൽ 52 ശതമാനവും പി ഡി എസിൽ ഉൾപ്പെടുന്നില്ല എന്നാണ് ദേശീയതലത്തിലുള്ള കണക്കുകൾ സൂചിപ്പിക്കുന്നത്.

ബി പി എൽ തരംതിരിവ് പൊതുവിതരണ ശൃംഖലയുടെ സാമ്പത്തികമായ നിലനിൽപ്പിനേയും പ്രവർത്തനക്ഷമതയേയും ബാധിച്ചതിനു പുറമേ, ഭക്ഷ്യവിതരണ സംവിധാനത്തെ ദുർബലപ്പെടുത്തുകയും ചെയ്തു. (വളരെ നല്ലനിലയിൽ ഈ സംവിധാനം നടന്നുവന്നിരുന്ന കേരളത്തെ സംബന്ധിച്ചിടത്തോളം ഇതിന്റെ ആഘാതം തീവ്രമായിരുന്നു. എ പി എൽ – ബി പി എൽ തരംതിരിവിന്റെ ഭാഗമായി ന്യായവില ഷോപ്പുകളിലും റേഷൻഷോപ്പുകളിലുംകൂടി വിറ്റിരുന്ന ധാന്യത്തിന്റെ അളവിൽ സാരമായ കുറവുമുണ്ടായി.) കൂടാതെ ഭക്ഷ്യധാന്യമിച്ചമുള്ള പ്രദേശങ്ങളിൽനിന്നും കമ്മിയുള്ള പ്രദേശത്തേക്ക് ധാന്യങ്ങൾ എത്തിക്കുക വഴി വിലസ്ഥിരത ഉറപ്പുവരുത്തുക എന്ന ലക്ഷ്യം നേടുന്നതിൽ ടി പി ഡി എസ് പരാജയപ്പെട്ടു.

ഭക്ഷ്യസബ്സിഡി അടക്കമുള്ള സബ്സിഡികളുടെ കൂടുതലിനെക്കുറിച്ച് നവലിബറൽ പരിഷ്കർത്താക്കൾ നിരന്തരമായി വിമർശിക്കുന്നുണ്ടെങ്കിലും, അടുത്തകാലത്തായി മൊത്തം ഭക്ഷ്യസബ്സിഡി യഥാർഥത്തിൽ കുറഞ്ഞിരിക്കയാണ്. ഇന്ത്യാസർക്കാറിന്റെ ബജറ്റിൽ നിർവചിച്ചിരിക്കുന്ന പ്രകാരം (ഫുഡ് കോർപ്പറേഷൻ ഓഫ് ഇന്ത്യയുടെ പ്രവർത്തന കമ്മി) ഇന്ത്യയിലെ ഭക്ഷ്യസബ്സിഡി 1965 മുതൽ 1990 വരെയുള്ള കാലയളവിൽ മൊത്തം ദേശീയ വരുമാനത്തിന്റെ 0.6 ശതമാനമായിരുന്നു. ഇത് 2002–03ലെ 0.99 ശതമാനത്തിൽനിന്നും 2007–08 ൽ 0.5 ശതമാനമായി താഴ്ന്നിരിക്കയാണ്.

വലിയ തോതിൽ കുടുംബങ്ങളെ പി ഡി എസിൽനിന്ന് ഒഴിവാക്കുകയും സംസ്ഥാനങ്ങൾക്ക് ധാന്യം കൊടുക്കാതിരിക്കുകയും ചെയ്യുന്ന നയം മാറ്റമില്ലാതെ തുടരുകയാണ്. മുഴുവൻപേർക്കും ഭക്ഷ്യസുരക്ഷ ഉറപ്പാക്കൽ എന്ന ലക്ഷ്യം കേന്ദ്രസർക്കാറിന്റെ അജണ്ടയ്ക്ക് പുറത്തുതന്നെ തുടരുകയാണ് എന്ന് വ്യക്തം.

കഴിഞ്ഞ നാലര വർഷമായി ഇടതുപക്ഷം കൈക്കൊണ്ട ദേശീയ ഗ്രാമീണനയത്തിന്റെ ഫലങ്ങൾ.

ഒന്നാമതായി, പൊതുചെലവ് കുറയ്ക്കുന്ന നടപടിയുടെയും പൊതു ബാങ്കിങ് സമ്പ്രദായം തകർക്കുന്ന നടപടിയുടെയും വേഗം കുറയ്ക്കാൻ

ഇടത് പാർട്ടികളുടെ തുടർച്ചയായ സമ്മർദവും സമരങ്ങളും മൂലം കഴിഞ്ഞു.

രണ്ടാമതായി, ഇടതുപക്ഷത്തിന്റെ സമ്മർദത്തിന്റെ ഭാഗമായാണ് യു പി എ സർക്കാറിന്റെ ഏറ്റവുംപ്രധാന വികസന ഇടപെടലായ ദേശീയ ഗ്രാമീണ തൊഴിലുറപ്പ് നിയമവും പദ്ധതിയും രൂപീകൃതമായത്.

മൂന്നാമതായി, ഇടത് കക്ഷികളുടെ നേരിട്ടുള്ള ഇടപെടലും നിരന്തരമായ സമരവുമാണ് പട്ടികവർഗക്കാർക്കും മറ്റ് വനവാസികൾക്കും വനാവകാശങ്ങൾക്ക് അംഗീകാരം എന്ന നിയമം പാർലമെന്റിൽ പാസാക്കിയത്. ആദിവാസി ജനതയുടെ ജീവിക്കാനുള്ള അവകാശത്തെ നേരിട്ട് സ്വാധീനിക്കുന്ന സുപ്രധാനമായ നിയമമാണിത്.

അടുത്തകാലത്ത്, ജനങ്ങളുടെ അടിയന്തിര പ്രശ്നങ്ങൾ കൈകാര്യം ചെയ്യുന്നതിനായി ഇടതുപാർട്ടികളുടെ ഇടപെടൽ ചിത്രീകരിക്കാൻ വയനാട് ജില്ല ഉദാഹരണമായി എടുക്കാവുന്നതാണ്. യുഡിഎഫ് ഭരണകാലത്ത് വയനാട് ഒരു ആത്മഹത്യാപ്രദേശമായിരുന്നു. ഇടതുപക്ഷ സർക്കാർ അധികാരത്തിൽവന്നശേഷം നിയമങ്ങളുടെ ചരിത്രത്തിൽത്തന്നെ വേറിട്ട് നിൽക്കുന്ന കേരള കർഷക കടാശ്വാസ കമ്മീഷൻ നിയമം 2006ൽ പാസാക്കുകയും ദേശീയ ഗ്രാമീണ തൊഴിലുറപ്പ് പദ്ധതി മാതൃകാപരമായി നടപ്പിലാക്കുകയും ചെയ്തതോടെ ജില്ലയിലെ കർഷക ആത്മഹത്യ അസ്തമിച്ചിരിക്കുകയാണ്.

II

സമ്പദ്വ്യവസ്ഥയിലെ വാങ്ങൽശേഷിയെ തളർത്തിക്കൊണ്ട് ഉൽപ്പാദനമാന്ദ്യത്തിലേക്ക് നയിക്കുന്ന നയമാണ് കഴിഞ്ഞ 18 വർഷമായി കേന്ദ്രസർക്കാറിന്റേത്. കാർഷികനിവേശങ്ങളുടെ ചെലവും ഉൽപ്പന്ന വിലകളും നിയന്ത്രിച്ചിരുന്ന ഭരണപരമായ സംവിധാനങ്ങൾക്ക് തുരങ്കം വയ്ക്കുക, ഗ്രാമീണമേഖലയിൽ സാമൂഹ്യ-സാമ്പത്തിക ആന്തരഘടന കെട്ടിപ്പടുക്കുന്നതിനുള്ള പൊതുനിക്ഷേപത്തിൽ വെട്ടിച്ചുരുക്കലുകൾ നടത്തുക, സാമൂഹ്യ-വികസന ബാങ്കിങ് സമ്പ്രദായത്തിന്റെ സ്ഥാപനപരമായ ചട്ടക്കൂട് തന്നെ തകർക്കുക, കാർഷികോൽപ്പന്നങ്ങളുടെ ഇറക്കുമതിയിൽ ഉണ്ടായിരുന്ന അളവുപരമായ നിയന്ത്രണങ്ങൾ എടുത്തുകളയുക, പൊതുവിതരണസമ്പ്രദായം പരിമിതപ്പെടുത്തുക, ദേശീയ ഗവേഷണ-വികസന സമ്പ്രദായങ്ങളേയും ദേശീയ ജനിതകസമ്പത്തിന്റെ സംരക്ഷണത്തേയും ദുർബലമാക്കുക തുടങ്ങിയവയായിരുന്നു ഈ നയങ്ങൾ.

വൻകിട ബൂർഷ്വാസി നേതൃത്വംനൽകുന്ന ബൂർഷ്വാ-ഭൂപ്രഭു വർഗഭരണക്രമത്തിന്റെ ഉപകരണമായാണ് ഇന്ത്യൻ ഭരണകൂടത്തെ സി പി ഐ(എം) കാണുന്നത്. ഇവരാകട്ടെ, സാമ്രാജ്യത്വവുമായി സഹവർത്തിത്വം വർധിപ്പിച്ചു വരികയുമാണ്.

പൊതുവെയുള്ള സാമൂഹ്യപുരോഗതിക്കും കാർഷിക പുരോഗതിക്കും മൗലികമായ തടസ്സം സൃഷ്ടിക്കുന്ന ജന്മിത്വം ഇല്ലായ്മ ചെയ്യാൻ ഭരണ

കൂടത്തിന്റെ ഈ അവസ്ഥയ്ക്ക് സാധ്യമായി. സ്വാതന്ത്ര്യത്തിനുശേഷമുള്ള കാലത്തെ സുപ്രധാന പ്രശ്നമായി കാർഷിക പ്രശ്നം നിലനിൽക്കുകയാണ്. ജന്മിത്വം, നാടൻപലിശക്കാരുടേയും കച്ചവടക്കാരുടെയും ചൂഷണം, ജാതിപരവും ലിംഗപരവുമായുള്ള ചൂഷണം എന്നിവ ഇല്ലാതാക്കുന്നതരത്തിലുള്ള കാർഷികപരിഷ്കാരം ഉൾപ്പെടെ ഒരു വിപ്ലവകരമായ മാറ്റത്തിലൂടെ മാത്രമേ കാർഷികപ്രശ്നം പരിഹൃതമാവുകയുള്ളൂ. നവലിബറലിസ്റ്റ് പരിഷ്കാരങ്ങൾക്ക് ഈ വൈരുധ്യത്തിന്റെ പ്രാധാന്യം കുറയ്ക്കാൻ കഴിഞ്ഞിട്ടില്ല. മറിച്ച്, അടുത്തകാലത്തെ സംഭവവികാസങ്ങൾ ഈ വൈരുധ്യത്തിന്റെ മൂർച്ചകൂട്ടുക മാത്രമാണ് ചെയ്തത്.

മാത്രമല്ല, എല്ലാത്തരത്തിലുമുള്ള പ്രാദേശിക പ്രശ്നങ്ങൾക്കും ആഗോളവൽക്കരണം പരിഹാരമാകുകയില്ല. നവലിബറലിസ്റ്റ് ഭരണക്രമത്തിൽ മുതലാളിത്ത വികസനക്രമത്തിലുള്ള അസമത്വത്തിന്റെ പ്രശ്നങ്ങൾ രൂക്ഷമാകുകയാണ് ചെയ്തിട്ടുള്ളത്. സാമ്രാജ്യത്വ ആഗോളവൽക്കരണത്തിന്റെ സ്വഭാവവിശേഷങ്ങളും ഗ്രാമീണ സമൂഹങ്ങളുടെ രൂപാന്തരവും—അതിൽ ആഗോളവൽക്കരണത്തിന്റെയും ഉദാരവൽക്കരണത്തിന്റെയും ആഘാതം ഉൾപ്പെടെ—ഇന്നത്തെ പ്രത്യേക പരിതസ്ഥിതിയിൽ എങ്ങനെയായിരിക്കുമെന്ന് പഠിക്കേണ്ടതുണ്ട്.

അതിനാൽ, ഗ്രാമീണ മേഖലയിൽ പുരോഗമനപരമായ സമൂലമാറ്റത്തിനുവേണ്ടി പ്രവർത്തിക്കുന്നവരുടെ മുന്നിൽ ഇന്നത്തെ അവസ്ഥ ഒരു പ്രധാന വിഷയമാകുന്നു. കാർഷികപ്രശ്നത്തിനുള്ള പരിഹാരം ഗ്രാമീണമേഖലയിലെ നേരിട്ടുള്ള വർഗസമരവും ആഭ്യന്തര ബൂർഷ്വാസിയുടേയും സാമ്രാജ്യത്വത്തിന്റെയും അതിക്രമത്തിനെതിരായ സമരങ്ങളും ഉൾക്കൊള്ളുന്നതാണ്. (ഇന്ത്യൻ സാഹചര്യത്തിൽ ഗ്രാമീണമേഖലയിലെ വർഗസമരത്തിൽ ജന്മിത്വത്തിനും ഹുണ്ടികക്കാരുടെയും കച്ചവടക്കാരുടെയും ചൂഷണത്തിനും എതിരായ സമരങ്ങൾ ഉൾപ്പെടുന്നു.) കാർഷിക മാറ്റത്തിനുവേണ്ടിയുള്ള സമരത്തിന്റെ വ്യത്യസ്തവശങ്ങളെ എങ്ങനെ കൂട്ടിയിണക്കാം എന്നത് ഗ്രാമീണമേഖലയിലെ ജനാധിപത്യപ്രസ്ഥാനത്തിന്റെ മുന്നിലുള്ള താത്വികവും പ്രായോഗികവുമായ നിർണായക സമസ്യയാണ്.

മുന്നിലുള്ള സമരത്തിൽ, കാർഷിക പ്രശ്നം പരിഹരിക്കുന്നതിനുള്ള ഉപകരണം എന്ന നിലയിൽ തൊഴിലാളി-കർഷക ഐക്യം പടുത്തുയർത്തുന്നതിന് നാം ശ്രദ്ധിക്കണം. ജനകീയജനാധിപത്യ പ്രസ്ഥാനം പടുത്തുയർത്തുന്നതിനുള്ള സി പി ഐ (എം)ന്റെ പരിപാടിയിൽ വിശേഷാൽ പ്രധാനപ്പെട്ടതും പ്രസക്തമായതുമായ വിലയിരുത്തൽ എന്തെന്നാൽ:

> അധ്വാനിക്കുന്ന തൊഴിലാളിവർഗവും മണ്ണിൽ പണിയെടുക്കുന്ന കർഷകരും തമ്മിലുള്ള ഉറച്ച കൂട്ടുകെട്ടാണ് ജനകീയ ജനാധിപത്യമുന്നണിയുടെ കാതലും അടിസ്ഥാനവും. ദേശീയസ്വാതന്ത്ര്യം

> കാത്തുരക്ഷിക്കുന്നതിനും, ദൂരവ്യാപകമായ ജനാധിപത്യമാറ്റങ്ങൾ പൂർത്തിയാക്കുന്നതിനും, സർവതോമുഖമായ സാമൂഹിക പുരോഗതി ഉറപ്പുവരുത്തുന്നതിനും മുഖ്യപ്രേരകശക്തി ഈ കൂട്ടുകെട്ടാണ്.

കർഷകതൊഴിലാളികളുടെയും മണ്ണിൽ അധ്വാനിക്കുന്ന കർഷകരുടെയും വർഗപരമായ ആവശ്യങ്ങൾക്കുള്ള സമരങ്ങൾക്ക് നേരിട്ട് പിന്തുണ നൽകലാണ് തൊഴിലാളി-കർഷക കൂട്ടുകെട്ടിനെ അഭിമുഖീകരിക്കുന്നത്.

ഇതോടൊപ്പം, വരാനിരിക്കുന്ന കാലത്ത്, പുതിയതും ഭാവനാപൂർണവുമായ രീതിയിൽ ഈ കൂട്ടുകെട്ടിനെ പടുത്തുയർത്താൻ യത്നിക്കണം. ഉദാഹരണത്തിന്, തൊഴിലുറപ്പ് പദ്ധതി നഗര-ഗ്രാമ പ്രദേശങ്ങളിലെ കാർഷികേതര തൊഴിലുകളിലേക്കുകൂടി വ്യാപിപ്പിക്കാനും പട്ടണങ്ങളിലും ഗ്രാമപ്രദേശത്തും പൊതുവിതരണ പരിപാടി എല്ലാവരിലേക്കും എത്തിക്കാനും, പാവപ്പെട്ടവർക്ക് വീട്, വെള്ളം, ശുചിത്വം, വൈദ്യുതി തുടങ്ങിയ അടിസ്ഥാനാവശ്യങ്ങൾ എത്തിക്കാനും, വിദ്യാഭ്യാസവും അടിസ്ഥാന ആരോഗ്യ പരിരക്ഷയും സാർവത്രികമാക്കാനും, ജാതിപരവും ലിംഗപരവും മറ്റ് തരത്തിലുള്ളതുമായ സാമൂഹ്യ അടിച്ചമർത്തലുകൾ ഇല്ലാതാക്കാനുമുള്ള സമരത്തിലൂടെ നമുക്ക് ഇതിന് കഴിയും.

ഈ ദേശീയ സെമിനാർ അതിന്റെ ചർച്ചകളിലും നടപടിക്രമങ്ങളിലും വിജയിക്കട്ടെ എന്ന് ആശംസിക്കുന്നു.

2

ധനപ്രതിസന്ധിയുടെ ആഴം

എസ് രാമചന്ദ്രൻ പിള്ള

അന്താരാഷ്ട്രതലത്തിൽ സുപ്രധാനമായ സൂചനകൾ നൽകുന്ന സംഭവങ്ങളുടെ പശ്ചാത്തലത്തിലാണ് ഈ ദേശീയ സെമിനാർ നടക്കുന്നത്. പോയ വർഷം അമേരിക്കയിൽ പുറത്തുവന്ന ധനപ്രതിസന്ധി യഥാർഥത്തിൽ വാൾസ്ട്രീറ്റ് കേന്ദ്രമാക്കിയുള്ള നിക്ഷേപ ബാങ്കുകൾ, ഇൻഷുറൻസ് കമ്പനികൾ, ധനവായ്പാസ്ഥാപനങ്ങൾ തുടങ്ങിയ അന്താരാഷ്ട്ര ധനമുതലാളിത്തസ്ഥാപനങ്ങളുടെ അതിരുകടന്ന ഊഹക്കച്ചവടത്തിന്റെ ഫലമായിട്ടാണ് സംഭവിച്ചത്. പക്ഷേ, സ്വതന്ത്ര വിപണി നയങ്ങളുടെ പേരിൽ മൂലധനത്തിനുമേലുള്ള എല്ലാ നിയന്ത്രണങ്ങളും എടുത്തു കളയുന്നതു വഴി, നവലിബറൽ ഭരണസമ്പ്രദായം തന്നെയാണ് ലക്കുകെട്ട ഊഹക്കച്ചവടത്തെ ധനവ്യവസ്ഥയുടെ രൂഢമൂലമായ ഭാഗമാക്കിയത്.

ഈ ധനപ്രതിസന്ധി, ഇന്നത്തെ വികസിത മുതലാളിത്തലോകത്തെയാകെ വിഴുങ്ങുക മാത്രമല്ല, കനത്ത മാന്ദ്യം യഥാർഥ സമ്പദ്വ്യവസ്ഥയിൽ ഊറി വരുന്നതിന് കാരണമാകുകയും ചെയ്തു. 1930കളിൽ സംഭവിച്ച വൻ മാന്ദ്യത്തിനുശേഷമുള്ള മുതലാളിത്ത ലോകം നേരിടുന്ന ഏറ്റവും വലിയ മാന്ദ്യമാണ് ഇതെന്നാണ് ഐ എം എഫ് പോലുള്ള യാഥാസ്ഥിതിക സ്ഥാപനങ്ങളിൽനിന്ന് നൽകുന്ന മാന്ദ്യത്തിന്റെ ആഴവും ദൈർഘ്യവും കാണിക്കുന്ന കണക്കുകൾ സൂചിപ്പിക്കുന്നത്. വികസിത മുതലാളിത്ത രാജ്യങ്ങൾ ഇന്ന് ഉൽപ്പാദനക്കുറവും തൊഴിലില്ലായ്മാ വർധനവും നേരിടുകയാണ്. സ്വതന്ത്ര വിപണി നയങ്ങൾ അനേക വർഷങ്ങൾ നടപ്പിലാക്കിയതിനുശേഷം ഇപ്പോഴത്തെ അവസ്ഥയിൽനിന്നും രക്ഷപ്രാപിക്കുന്നതിനായി മുതലാളിത്ത ലോകത്താകെയുള്ള സർക്കാരുകൾ ബാങ്ക് ദേശവൽക്കരണത്തിലേക്കും ധനച്ചെലവ് വർധിപ്പിച്ചുകൊ

ണ്ടുള്ള ധനനയങ്ങളിലേക്കും തിരിച്ച് പോകാൻ നിർബന്ധിതരാവുകയാണ്.

എന്തായാലും ഈ പ്രതിസന്ധിയിൽനിന്ന് പുറത്തുകടക്കാൻ വികസിത മുതലാളിത്തലോകത്തിന് എളുപ്പമായിരിക്കുകയില്ല. ഈ രാജ്യങ്ങൾ നടപ്പിലാക്കിവരുന്ന നയങ്ങളിൽ നിന്ന് മൗലികമായ മാറ്റങ്ങൾ വരുത്തുന്നതിനെ അന്താരാഷ്ട്ര മുതലാളിത്തവും വൻകിട കോർപ്പറേഷനുകളും ചെറുക്കുമെന്നുറപ്പാണ്. സാമ്പത്തികമായ തിരിച്ചുവരവിന് വഴിയൊരുക്കുന്നവിധത്തിൽ സർക്കാരിന്റെ ഇടപെടൽ വർധിപ്പിക്കുന്നതിനുള്ള ബൂർഷ്വാ സർക്കാറുകളുടെ ശേഷിയെ ഇത് ബാധിക്കും. ധനവിപണികളെ നിയന്ത്രിക്കുന്നതിനും അവയിൽ അച്ചടക്കം സ്ഥാപിക്കുന്നതിനുമുള്ള ശ്രമങ്ങൾക്ക് ശക്തമായ എതിർപ്പുണ്ടാകും. ഈ പ്രതിസന്ധിയിൽനിന്ന് കരകയറാൻ ശ്രമിക്കുന്ന ആഗോളതലത്തിലുള്ള ഏതു കൂട്ടായ്മകൾക്കും അമേരിക്കൻ സാമ്രാജ്യത്വത്തിന്റെ അധിനിവേശ ഇടപെടൽ തടസ്സമാകും. കഴിഞ്ഞ ദശകങ്ങളിൽ ആഗോള സാമ്പത്തിക വളർച്ചയ്ക്ക് പ്രധാനമായ ഉത്തേജനം നൽകിയത് അമേരിക്കയുടെ വളരുന്ന സമ്പദ്‌വ്യവസ്ഥയായിരുന്നു. ലോകത്തിലാകെയുള്ള സമ്പദ്‌വ്യവസ്ഥകൾ അമേരിക്കൻ വിപണിയിലേക്ക് സാധനങ്ങളും സേവനങ്ങളും കയറ്റുമതി ചെയ്ത് വളർച്ച നേടിക്കൊണ്ടിരുന്നപ്പോൾ ഈ പ്രക്രിയയുടെ ഭാഗമായി അമേരിക്കയുടെ വ്യാപാരശിഷ്ടവും കടബാധ്യതയും നാനാമടങ്ങ് വളരുകയായിരുന്നു. ഇവ കുറയ്ക്കുന്നതിന് അമേരിക്ക ശ്രമിക്കുക എന്നാൽ മറ്റ് രാജ്യങ്ങൾക്ക് അമേരിക്കയിലുള്ള വിപണി ചുരുങ്ങുക എന്നതാവും അർഥം. അമേരിക്കൻ ആധിപത്യത്തിലുള്ള ലോകക്രമത്തിൽ ലോകകറൻസിയായി നിൽക്കുന്ന ഡോളറിന്റെ സുസ്ഥിരതയെ സംബന്ധിച്ചും ഇപ്പോൾ സംശയമുണ്ട്.

വികസ്വരരാജ്യങ്ങളേയും ഈ പ്രതിസന്ധി ദോഷകരമായി ബാധിച്ചിട്ടുണ്ട്. ആഗോളവൽക്കരണത്തിന്റെ ഭാഗമായി സ്വതന്ത്ര കമ്പോള നയങ്ങൾ സ്വീകരിച്ചതിന്റെ ഫലമായി വികസ്വരരാജ്യങ്ങളിലെ ഉൽപ്പാദന വളർച്ചയും തൊഴിൽ വളർച്ചയും വികസിതരാജ്യങ്ങളുടെ സാമ്പത്തിക വളർച്ചയെ കൂടുതൽ കൂടുതൽ ആശ്രയിക്കുന്ന അവസ്ഥയിലേക്ക് എത്തിച്ചേർന്നു. വികസിതരാജ്യങ്ങൾ മാന്ദ്യത്തിൽ അകപ്പെട്ടതോടെ വികസ്വരരാജ്യങ്ങളുടെ കയറ്റുമതി വിപണി വേഗത്തിൽ ചുരുങ്ങുന്നതിന്റെ ഫലമായി ലേ ഓഫുകളും തൊഴിൽ നഷ്ടവും സംഭവിച്ചുകൊണ്ടിരിക്കുകയാണ്. പ്രത്യേകിച്ചും ചെറുകിട വ്യവസായങ്ങളേയും അസംഘടിത വ്യവസായങ്ങളേയുമാണ് ഇത് കാര്യമായി ബാധിക്കുന്നത്. ഇതേസമയംതന്നെ ഉൽപ്പന്നങ്ങളുടെ വില കുറയുന്നതുമൂലം പ്രാഥമിക ഉൽപ്പന്നങ്ങളുടെ ഉൽപ്പാദകരെയും ഇത് ദോഷകരമായി ബാധിക്കുന്നു.

ഒട്ടേറെ രാജ്യങ്ങളിൽ ഭക്ഷ്യപ്രതിസന്ധി ഉളവാക്കിക്കൊണ്ട് ഭക്ഷ്യധാന്യങ്ങളുടെ വില കഴിഞ്ഞ രണ്ടു വർഷങ്ങളായി കുത്തനെ ഉയർന്നുകൊണ്ടിരിക്കുകയാണ്. മറ്റ് ഘടകങ്ങളോടൊപ്പം, ഉൽപ്പന്നവിപണിയിലേക്കുള്ള ഊഹക്കച്ചവടത്തിന്റെ കടന്നാക്രമണത്തിന്റെ ഫലമായാണ്

ഭക്ഷ്യധാന്യവിലയിൽ ഈ വർധനയുടെ കുമിള പ്രത്യക്ഷപ്പെട്ടത്. ഈ ഭക്ഷ്യ വിലവർധന വികസ്വരരാജ്യങ്ങളിലെ ഏറ്റവും പാവപ്പെട്ട ജനങ്ങളെ ഏറെ ദോഷകരമായി ബാധിച്ചു. എന്നാൽ, ഈ വിലവർധനയുടെ മെച്ചം വികസ്വരരാജ്യങ്ങളിലെ കർഷകർക്ക് ലഭിച്ചിട്ടുമില്ല. 2007–2008 കാലയളവിൽ വികസിതരാജ്യങ്ങളിലെ ഭക്ഷ്യധാന്യ ഉൽപ്പാദനം 11 ശതമാനം വച്ച് വളർന്നുവെങ്കിൽ വികസ്വരരാജ്യങ്ങളിൽ ഇത് 0.9 ശതമാനം മാത്രമായിരുന്നു. ചൈന, ബ്രസീൽ, ഇന്ത്യ എന്നീ രാജ്യങ്ങളെ വികസ്വരരാജ്യങ്ങളുടെ പട്ടികയിൽനിന്ന് മാറ്റി നിർത്തിയാണ് അന്താരാഷ്ട്ര തലത്തിൽ ഭക്ഷ്യധാന്യവില ഉയർന്നിരുന്നിട്ടുപോലും വികസ്വരരാജ്യങ്ങളിലെ ഭക്ഷ്യധാന്യോൽപ്പാദനം യഥാർഥത്തിൽ ഈ കാലത്ത് 1.6ശതമാനം കുറയുകയാണ് ചെയ്തത്. ഐക്യരാഷ്ട്രസഭയുടെ ഭക്ഷ്യ-കൃഷി സംഘടന (FAO) യുടെ 2008 നവംബർ ലക്കം ഫുഡ് ഔട്ട്ലുക്ക് കഴിഞ്ഞ രണ്ട് വർഷക്കാലത്തെ ഉൽപ്പാദന വർധനവിന്റെ ഏകദേശം മുഴുവൻ ഭാഗവും വികസിതരാജ്യങ്ങളിൽ നിന്നാണെന്നാണ് കണക്കുകൾ കാണിക്കുന്നതെന്ന് പറയുന്നു. വികസ്വരരാജ്യങ്ങളിലെ ഉൽപ്പാദന വർധനവ് 2007ൽ നേരിയ തോതിലും 2008ൽ യഥാർഥത്തിൽ പൂജ്യവും ആയിരുന്നതിനാൽ വികസ്വര രാജ്യങ്ങളിലെ കർഷകർക്ക് ഈ വില വർധനവിന്റെ മെച്ചം അൽപ്പംപോലും നേടാൻ കഴിഞ്ഞില്ല. ഇതിന് നാനാവിധ കാരണങ്ങളുണ്ട്. അടിസ്ഥാന കാർഷിക നിവേശങ്ങളായ രാസവളങ്ങൾ, വിത്തുകൾ, ഊർജം എന്നിവയുടെ ഉയർന്ന വില മൂലം മിക്കവാറും കർഷകർക്ക് ഇവ ഉപയോഗിച്ച് ഉൽപ്പാദന വർധനവ് ഉണ്ടാക്കാൻ കഴിഞ്ഞില്ല. എന്നാൽ വിപണിയിലേക്ക് കൊടുത്തയക്കാൻ ആവശ്യമായത്ര ഉൽപ്പാദിപ്പിച്ച് വരുമാനം ഉണ്ടാക്കാൻ കഴിയാതിരുന്ന കർഷകർക്കാണ് നിവേശങ്ങളുടെ ഈ വിലവർധനവ് അഭിമുഖീകരിക്കേണ്ടി വന്നത്. അതേസമയം തന്നെ, കയറ്റുമതി നികുതികളും നിയന്ത്രണങ്ങളും മൂലം അന്താരാഷ്ട്ര വിലയിലുണ്ടായ വർധനവ് ആഭ്യന്തര വിപണിയിൽ അനുഭവവേദ്യമായി. മറിച്ച് ഉയർന്ന ഉൽപ്പാദനച്ചെലവും നിശ്ചലമായ ഉൽപ്പാദനവും നിമിത്തം വ്യാപാരാടിസ്ഥാനത്തിൽ കൃഷി ചെയ്യുന്നവർക്കുപോലും അത് ഭാരമായിത്തീരുകയാണ് ചെയ്തത്.

സാമ്പത്തിക പ്രതിസന്ധിയും മാന്ദ്യത്തിന്റെ വരവും നിമിത്തം ഇപ്പോൾ കാർഷിക ചരക്കുകളുടെ വില താഴാൻ തുടങ്ങിയിരിക്കുകയാണ്. FAO യുടെ ഫുഡ് ഔട്ട്ലുക്ക് പറയുന്നു:

> മിക്കവാറും കാർഷികവസ്തുക്കളുടെ വിലകൾ ഈ അടുത്ത മാസങ്ങളിലായി വേഗത്തിലും കാര്യമായ തോതിലും താഴ്ന്നിട്ടുണ്ട്. ധാന്യങ്ങളുടെ ആഗോളവിലകൾ കഴിഞ്ഞവർഷത്തെ റെക്കോർഡ് വിലയിൽ നിന്നും 50 ശതമാനത്തിലധികം താഴോട്ട് പോയിരിക്കുന്നു. ഭക്ഷ്യഎണ്ണകൾ, എണ്ണക്കുരുക്കൾ, പാലുൽപ്പന്നങ്ങൾ എന്നിങ്ങനെ മറ്റ് പ്രധാന ഭക്ഷ്യവസ്തുക്കളുടെ അന്താ

രാഷ്ട്ര വിലകളും താഴോട്ട് പോയിരിക്കുകയാണ്... വിലകൾ കുറയുന്നത് ഉൽപ്പന്നങ്ങളുടെ പ്രദാനം വർധിച്ചതുകൊണ്ടല്ലെന്നും മറിച്ച് വസ്തുക്കളുടെ ചോദനം കുറഞ്ഞ് വരുന്നതിനനുസരിച്ചാണെന്നുമുള്ള ധാരണയാണ് കൂടുതൽ ആശങ്ക ഉളവാക്കുന്നത്. വഷളായിക്കൊണ്ടിരിക്കുന്ന ആഗോള സാമ്പത്തിക വീക്ഷണത്തോടൊപ്പം എല്ലാ ഉൽപ്പന്നവിലകളും താഴ്ന്നുകൊണ്ടിരിക്കുകയാണെന്ന വസ്തുത മേൽപ്പറഞ്ഞ കാര്യത്തിന് ഉപോൽബലകമാകുന്നു. സാമ്പത്തിക തകർച്ച ഇപ്പോൾ പ്രതീക്ഷിക്കുന്നതിലപ്പുറം വേഗത്തിലും കൂടുതൽ തീവ്രമായും സംഭവിക്കുമെന്നാണ് ആഗോളസാമ്പത്തിക പ്രതിസന്ധി സൂചിപ്പിക്കുന്നത്. വിലകൾ സാമ്പത്തിക വളർച്ചയിൽ പ്രതീക്ഷിതമായ താഴ്ച പ്രതിഫലിപ്പിക്കുന്നിടത്തോളം കുറഞ്ഞ വില എന്നത് കൂടുതൽ ദാരിദ്ര്യത്തെയും പട്ടിണിയെയും സൂചിപ്പിക്കുന്നു.

വികസ്വരരാജ്യങ്ങളിലെ തൊഴിലാളികളിൽ ഭീമമായ അംശവും—പ്രത്യേകിച്ച് തൊഴിലാളിവർഗം, അധ്വാനിക്കുന്ന കർഷകർ, മറ്റ് ചെറുകിട ഉൽപ്പാദകർ എന്നിവർ—അടുത്ത കാലത്തുണ്ടായ ആഗോള സാമ്പത്തിക വളർച്ചയിൽനിന്നും മെച്ചമൊന്നും നേടിയിട്ടില്ല എന്നിരിക്കേ തന്നെ ഇപ്പോഴത്തെ പ്രതിസന്ധി അവരുടെ ജീവസന്ധാരണത്തിൽ തീവ്രമായ ആഘാതമാണ് സൃഷ്ടിച്ചിട്ടുള്ളത്. മുൻകാലത്തെ പ്രതിസന്ധികളിൽ എന്ന പോലെ ഇപ്പോഴും ഭരണവർഗം പ്രതിസന്ധിയുടെ ഭാരം അധ്വാനിക്കുന്ന ജനവർഗങ്ങളിലേക്ക് കൈമാറ്റം ചെയ്യാനാണ് ആഗ്രഹിക്കുന്നത്. ഇത്തരം ശ്രമങ്ങളെ ചെറുക്കുന്നതിനുവേണ്ടി വികസ്വര രാജ്യങ്ങൾക്ക് അകത്തും വികസ്വരരാജ്യങ്ങൾ തമ്മിലും അടിസ്ഥാന വർഗങ്ങളിൽ ഐക്യം കൊണ്ടുവരികയെന്നതാണ് ഇപ്പോഴത്തെ ആവശ്യം. വരും നാളുകളിൽ പുരോഗമനപരമായ സാമൂഹ്യ-രാഷ്ട്രീയ മാറ്റങ്ങൾ കൊണ്ടുവരുന്നതിനുള്ള സംവിധാനത്തിന്റെ അച്ചുതണ്ടായി നിൽക്കാൻ തൊഴിലാളികളുടെയും അധ്വാനിക്കുന്ന കർഷകരുടെയും നിശ്ചയദാർഢ്യത്തോടെയുള്ള ചെറുത്തുനിൽപ്പിന് കഴിയും.

ആഗോളസാമ്പത്തിക പ്രതിസന്ധിയുടെ ആഘാതം ഇന്ത്യയിൽ ഇതിനകം തന്നെ അനുഭവപ്പെട്ടു കഴിഞ്ഞു. ലക്ഷക്കണക്കിന് തൊഴിലുകളാണ് തുണിമിൽ, തുകൽ, എഞ്ചിനിയറിങ്, ആഭരണ നിർമാണം, കൈത്തറി, ഭക്ഷ്യസംസ്കരണം, ഖനനം, സമുദ്രോൽപ്പന്നങ്ങൾ തുടങ്ങിയ മേഖലകളിൽ ഇല്ലാതാക്കിയത്. പരുത്തി, റബ്ബർ, കാപ്പി തുടങ്ങിയ നാണ്യവിളകളുടെ വിലകൾ കുത്തനെ താഴുകയാണ്. കേരളത്തിലെ നാണ്യവിള കർഷകർ വിലകളുടെ കയറ്റിറക്കത്തിന്റെ ആഘാതം ഇപ്പോൾതന്നെ അനുഭവിക്കുന്നുണ്ട്. ഇപ്പോൾ പുറത്തു വന്നിരിക്കുന്ന പ്രതിസന്ധിയോട് കേന്ദ്രത്തിൽ കോൺഗ്രസ് ഭരിക്കുന്ന സർക്കാറിന്റെ മനോഭാവം അതിന്റെ ഉപരിവർഗ പക്ഷപാതവും ജനവിരുദ്ധ സ്വഭാവവും വെളിവാക്കുന്നു

ണ്ട്. സർക്കാറിന്റെ പ്രധാന താൽപ്പര്യം വൻകിട ബിസിനസുകാരുടെയും അന്താരാഷ്ട്ര ധനമൂലധനശക്തിയുടെയും മറ്റ് ധനിക വിഭാഗങ്ങളുടെയും താൽപ്പര്യം എങ്ങനെ സംരക്ഷിക്കും എന്നതിലാണ്. കോർപ്പറേഷനുകളുടെ ലാഭം സംരക്ഷിക്കാനായി പലിശനിരക്ക് കുറയ്ക്കുക, നികുതി ഇളവുകൾ നൽകുക തുടങ്ങിയ നടപടികൾ എടുത്തു വരികയാണ് സർക്കാർ. ഇതുവരെ 20000 കോടി രൂപയാണ് പ്രതിസന്ധി തരണം ചെയ്യുന്നതിനായി സർക്കാർ പ്രഖ്യാപിച്ച തുക. ഇത് ആകെ ദേശീയ വരുമാനത്തിന്റെ 0.5 ശതമാനം മാത്രം വരും. ഇത്ര ദുർബലമായ ധനഉത്തേജനം കൊണ്ട് തകർച്ചയിൽനിന്ന് കരകയറാനോ തൊഴിൽനഷ്ടവും വളർന്നു വരുന്ന തൊഴിലില്ലായ്മയും തടഞ്ഞു നിർത്താനോ കഴിയുകയില്ല.

ഇന്ത്യയിലെ അധ്വാനിക്കുന്ന കർഷകരെ സംബന്ധിച്ചിടത്തോളം ഈ സാമ്പത്തിക പ്രതിസന്ധി അപകടങ്ങൾ നിറഞ്ഞതാണ്. കർഷക മേഖലയിലുണ്ടായ പ്രതിസന്ധിയുടെ ഫലമായുള്ള വേദനകൾക്കും കഷ്ടപ്പാടുകൾക്കും മേലെയാണ് ഈ സാമ്പത്തിക പ്രതിസന്ധി സൃഷ്ടിക്കുന്ന ആഘാതങ്ങൾ അനുഭവപ്പെടുക. സ്വാതന്ത്ര്യാനന്തര കാലഘട്ടത്തിൽ സർക്കാറിന്റെ നേതൃത്വത്തിൽ നടന്ന ധനിക പക്ഷപാതപരമായ വികസനത്തിന് വിശാലാടിസ്ഥാനത്തിലുള്ള കാർഷിക വളർച്ചയ്ക്ക് അടിത്തറയിടുന്ന കാര്യത്തിൽ ഒരിക്കലും വിജയിക്കാൻ കഴിഞ്ഞില്ല. മാത്രമല്ല, 1991ന് ശേഷം തുടർച്ചയായി വന്ന കേന്ദ്രസർക്കാറുകൾ സ്വീകരിച്ച നവലിബറൽ നയങ്ങൾ ഗൗരവമായ തോതിലുള്ള കാർഷിക പ്രതിസന്ധി വരുത്തുകയും ചെയ്തു. കർഷകർക്ക് നൽകി വന്നിരുന്ന സർക്കാർ സഹായങ്ങൾ ദുർബലപ്പെടുത്തിക്കൊണ്ടും, സർക്കാർ വരുമാനം കുറച്ചുകൊണ്ടുള്ള ധനനയങ്ങൾ സ്വീകരിച്ചുകൊണ്ടും, വ്യാപാര-ധനകാര്യ നിയന്ത്രണങ്ങൾ എടുത്തുകളഞ്ഞുകൊണ്ടും, ബഹുരാഷ്ട്ര കുത്തകകളെയും ആഭ്യന്തര കോർപ്പറേഷനുകളെയും കാർഷിക നിവേശങ്ങളുടെയും ഉൽപ്പന്നങ്ങളുടെയും വിപണിയിൽ ആധിപത്യം ഉറപ്പിക്കാൻ സഹായിച്ചുകൊണ്ടും കേന്ദ്രസർക്കാർ കാർഷിക പ്രതിസന്ധിക്ക് കളമൊരുക്കുകയായിരുന്നു. തങ്ങളുടെ ഉൽപ്പന്നങ്ങൾക്ക് ന്യായമായവില കിട്ടാതിരിക്കുക, വിലകളുടെ കയറ്റിറക്കങ്ങൾ, തുടർച്ചയായ വിളനാശങ്ങൾ, ഉയരുന്ന ഉൽപ്പാദനച്ചെലവ്, സ്ഥാപനവായ്പകൾ കിട്ടാതിരിക്കൽ, മറ്റൊരു തൊഴിലിനുള്ള അവസരങ്ങൾ ഇല്ലാതിരിക്കൽ തുടങ്ങി ഇന്ത്യയിലെ അധ്വാനിക്കുന്ന കർഷകർ അനുഭവിക്കുന്ന അടിസ്ഥാന പ്രശ്നങ്ങൾ എല്ലാം തന്നെ നവലിബറൽ നയങ്ങളുടെ നേരിട്ടുള്ള ഫലമായി ഉണ്ടായതാണ്. ഈ കർഷകരെ താഴുന്ന വരുമാനത്തിലൂടെയും കൂടുന്ന കടബാധ്യതയിലൂടെയും ക്രമാനുഗതമായി ദുരിതത്തിലേക്ക് തള്ളിവിടുകയായിരുന്നു. ഇത് കാർഷികവൃത്തിയെത്തന്നെ നഷ്ടത്തിലാക്കുന്ന അവസ്ഥയിലേക്കും തങ്ങളുടെ കൈവശഭൂമി നഷ്ടപ്പെടുന്നതിലേക്കുമാണ് കൊണ്ടെത്തിച്ചത്. കാർഷിക പ്രതിസന്ധിയുടെ അതികഠിനമായ ദുരിതങ്ങൾ ഏറ്റുവാങ്ങിയത് കർഷകത്തൊഴിലാളികളായിരുന്നു.

കാർഷിക വളർച്ച കുറഞ്ഞു വരുന്നതിന്റെ ഭാഗമായി കാർഷികരംഗത്തെ തൊഴിലവസരങ്ങൾ കുറയുകയും യഥാർഥ കൂലി നിശ്ചലമാകുകയും ചെയ്തു. ഗ്രാമ പ്രദേശത്തെ ദുരിതംമൂലം കർഷകത്തൊഴിലാളികൾ വലിയ തോതിൽ പട്ടണങ്ങളിലേക്കും നഗരങ്ങളിലേക്കും ജോലി തേടി പോകുന്നതിന് നിർബന്ധിതരായി. ദശലക്ഷക്കണക്കിന് തൊഴിലാളികൾക്ക് നഗരത്തിലെ സുരക്ഷിതമല്ലാത്തതും കുറഞ്ഞകൂലി മാത്രമുള്ളതുമായ തൊഴിലുകൾ ചെയ്ത് അതിവേഗത്തിൽവളർന്നുകൊണ്ടിരിക്കുന്ന ചേരികളിൽ മനുഷ്യത്വരഹിതമായ സാഹചര്യങ്ങളിൽ കഴിയേണ്ടി വരുന്നു.

അഞ്ചു വർഷങ്ങൾക്കു മുൻപ്, കർഷകർക്ക് ദുരിതങ്ങൾ വരുത്തി വയ്ക്കുകയും ആത്മഹത്യയിലേക്ക് തള്ളിവിടുകയും ചെയ്ത സാമ്പത്തികനയങ്ങൾ തിരുത്തുന്നതിനുള്ള മാൻഡേറ്റ് നൽകിക്കൊണ്ട് കേന്ദ്രത്തിൽ കോൺഗ്രസ് നയിക്കുന്ന സർക്കാറിനെ ജനങ്ങൾ തിരഞ്ഞെടുക്കുകയുണ്ടായി. ഇടതു പാർട്ടികളുടെ നിരന്തരമായ സമ്മർദത്തിന്റെ ഫലമായി അധ്വാനിക്കുന്ന കർഷകർക്ക് അനുകൂലമായ ചില നയമാറ്റങ്ങൾ നടത്തിയെങ്കിലും പ്രധാനമന്ത്രിയും കേന്ദ്ര കാബിനറ്റും നവലിബറൽ നയങ്ങളിൽനിന്ന് അണുവിട മാറാൻ തയാറായില്ല. ഇതിന്റെ ഫലമായി, കർഷകന്റെ ദുരവസ്ഥയ്ക്ക് ശമനമുണ്ടാക്കാനോ കാർഷിക മേഖലയെ പുനർജീവിപ്പിക്കാനോ കൊള്ളാത്ത അർധമനസോടെയുള്ള ചില നടപടികൾ എടുത്തത് നാം കാണുകയുണ്ടായി. പതിനൊന്നാം പദ്ധതിക്കാലത്ത് കൃഷി-ജലസേചനമേഖലകൾക്ക് നീക്കിവച്ച പൊതുനിക്ഷേപത്തിൽ വേണ്ടത്ര വർധനയുണ്ടായിട്ടില്ല. ഏറെ പ്രചരണം നൽകി പ്രഖ്യാപിക്കപ്പെട്ട കടം എഴുതിത്തള്ളൽ പരിപാടിയിലാകട്ടെ, ചെറുകിട കർഷകർ സ്വകാര്യവ്യക്തികളിൽ നിന്നെടുത്ത വായ്പയ്ക്ക് സമാധാനമൊന്നും ഉണ്ടാവാത്തതുമൂലം ബഹുഭൂരിപക്ഷം വരുന്ന കർഷകർക്കും ഇതിന്റെ ഗുണം കിട്ടാതെ വന്നു. അതുകൊണ്ട് സർക്കാറിന്റെ കടാശ്വാസ പദ്ധതികൾ നിലവിൽ വന്നിട്ടും കർഷക ആത്മഹത്യകൾ തുടർന്നു വരുന്നതിൽ ആശ്ചര്യമൊന്നുമില്ല.

കൂടിയ വിലയ്ക്ക് ഗോതമ്പ് ഇറക്കുമതി നടത്തുന്നതിനോടനുബന്ധിച്ചുണ്ടായ കോലാഹലങ്ങളുടെ ഫലമായി ഗോതമ്പിന്റെ കുറഞ്ഞ താങ്ങുവില സർക്കാർ ഉയർത്തിയെങ്കിലും അരിയുടെ താങ്ങുവില കാര്യമായി ഉയർന്നിട്ടില്ല. കർഷകരുടെ പ്രശ്നങ്ങൾ പഠിക്കാൻ നിയോഗിക്കപ്പെട്ട കമ്മീഷൻ (National Commission on Farmers) നൽകിയ മുഖ്യ ശുപാർശകളായ കാർഷിക കടങ്ങളുടെ പലിശനിരക്ക് 4 ശതമാനമായി കുറയ്ക്കുക, കാർഷിക ഉൽപ്പന്നങ്ങൾക്ക് വിലസ്ഥിരതാ ഫണ്ട് ഉണ്ടാക്കുക, വിള ഇൻഷുറൻസ് എല്ലാ വിളകൾക്കും ബാധകമാക്കുക, എന്നിവയെല്ലാം തന്നെ ഇച്ഛാനുസാരം അവഗണിക്കപ്പെട്ടു. ഇടതുപാർട്ടികളുടെ ആവേശകരമായ ചെറുത്തുനിൽപ്പ് ഇല്ലായിരുന്നുവെങ്കിൽ സർക്കാറിന് പാർലമെന്റിൽ വിത്ത്ബിൽ പാസാക്കാൻ കഴിയുമായിരുന്നു. ഇത് കർഷ

കർക്ക് വിത്തിന്മേലുള്ള അവകാശം നഷ്ടപ്പെടുത്തുകയും ബഹുരാഷ്ട്ര കുത്തകകൾക്ക് വിത്ത് വിപണിയിന്മേലുള്ള ആധിപത്യം വർധിപ്പിക്കാൻ കഴിയുകയും ചെയ്യുമായിരുന്നു. കോൺഗ്രസ് നേതൃത്വം നൽകുന്ന സർക്കാർ സാമ്രാജ്യത്വ അമേരിക്കയുമായി സഹകരിച്ച് ഒരു കാർഷിക അറിവ് സംരംഭത്തിന് (Agricultural Knowledge Initiative) തയാറെടുത്തിരിക്കയാണ്. ഇത് കാർഷിക ഗവേഷണത്തെ കോർപ്പറേറ്റ് കാർഷിക സംവിധാനത്തിലേക്ക് കൂടുതൽ അടുപ്പിക്കുന്നതും ഇന്ത്യൻ കൃഷിയെ വിദേശമൂലധനത്തിന് കൂടുതൽ തുറന്നു കൊടുക്കുന്നതുമായിരിക്കും. രണ്ടാം കാർഷിക വിപ്ലവത്തിനുള്ള ആഹ്വാനം മൊൺസാന്റൊവിന്റെയും വാൾമാർട്ടിന്റെയും കാർഷിക മേഖലയുമായി ബന്ധപ്പെട്ട നയപരിപാടികളുടെ ഒരു വളച്ചൊടിച്ച ഭാഷ്യം മാത്രമാണ്. അതുകൊണ്ടാണ് കോർപ്പറേറ്റുകളുടെ കരാർ കൃഷിയിലും വെയർഹൗസിങ്ങിലും ചില്ലറ വ്യാപാരത്തിലും നേരിട്ടുള്ള വിദേശനിക്ഷേപം നടത്തുന്ന നടപടികൾ ഊർജിതമായി മുന്നോട്ട് പോകുന്നത്. അതേ സമയം കോൺഗ്രസ് നേതൃത്വം നൽകുന്ന സർക്കാർ പൊതുവിതരണ സമ്പ്രദായം മുഴുവൻ ആളുകളിലേക്കും വ്യാപിപ്പിക്കാമെന്ന പൊതുമിനിമം പരിപാടിയിൽസമ്മതിച്ച കാര്യം ദുർവാശിയോടെ നിരസിക്കുകയാണ് ചെയ്തത്. പൊതുസംഭരണ സംവിധാനങ്ങൾ ശക്തിപ്പെടുത്താത്തതിനാൽ സംഭരണത്തിൽ കുറവുണ്ടാകുകയും കഴിഞ്ഞ രണ്ട് വർഷത്തിനിടയിൽ കൂടിയ വിലയ്ക്ക് ഗോതമ്പ് ഇറക്കുമതി ചെയ്യേണ്ട അവസ്ഥയിലേക്ക് എത്തിക്കുകയും ചെയ്തു. ബഹുരാഷ്ട്രകുത്തകകൾ അടക്കമുള്ള കോർപ്പറേറ്റുകളെ ഭക്ഷ്യസംഭരണ മേഖലയിലേക്ക് കടന്നു വരാനനുവദിക്കുകയും ചെയ്തു. സ്വകാര്യ വ്യക്തികൾക്ക് കൈവശം വയ്ക്കാവുന്ന ഷെയറുകളുടെ കാര്യത്തിലുള്ള നിയന്ത്രണം എടുത്തു നീക്കിയതു മൂലം ധാന്യങ്ങളും മറ്റ് അവശ്യ വസ്തുക്കളും പൂഴ്ത്തിവയ്ക്കുന്നത് വർധിച്ചു. ഭക്ഷ്യധാന്യ വിലകളിൽ കുത്തനെയുണ്ടായ കയറ്റവും ഇടതു പാർട്ടികളുടെ ശക്തിയായ സമരങ്ങളും കണ്ട് സർക്കാർ ഗോതമ്പ്, അരി, ചില പയറുവർഗങ്ങൾ, കുറച്ച് മറ്റ് വസ്തുക്കൾ എന്നിവയുടെ അവധി വ്യാപാരത്തിലുള്ള ഊഹക്കച്ചവടം മനസില്ലാമനസോടെ നിരോധിച്ചു. എങ്ങനെ ആയാലും സർക്കാർ നയത്തിന്റെ ഗതി വൻകിട കോർപ്പറേറ്റ് സ്ഥാപനങ്ങൾക്ക് കാർഷിക മേഖലയിലേക്കുള്ള കടന്നു കയറ്റത്തിന്റെയും ചെറുകിടകർഷകനെ സഹായിക്കുന്നതിൽനിന്ന് സർക്കാറിന്റെ പിൻമാറ്റത്തിന്റെയും ദിശയിലാണ് ഉള്ളത്.

ആഗോളസാമ്പത്തിക പ്രതിസന്ധിയുടേതായ ഈ സന്ദർഭത്തിൽ കർഷകപ്രസ്ഥാനത്തിന്റെ മുന്നിലുള്ള അടിസ്ഥാന പ്രശ്നവിഷയം കാർഷികമേഖലയുടെ ഗതിയെ സംബന്ധിച്ച് സർക്കാറിന്റെ തീരുമാനം എന്താണ് എന്നുള്ളതാണ്. ഇന്ത്യൻ കാർഷികമേഖലയെ ഇനിയും അന്താരാഷ്ട്രവ്യാപാരത്തിനും കോർപ്പറേറ്റ് കടന്നുകയറ്റത്തിനും തുറന്നുകൊടുക്കുന്നത് തുടരുകയാണെങ്കിൽ മണ്ണിൽ അധ്വാനിക്കുന്ന

കർഷകന്റെ കഷ്ടപ്പാടുകളും പ്രശ്നങ്ങളും പതിന്മടങ്ങ് രൂക്ഷമാവുകയായിരിക്കും ചെയ്യുക. സർക്കാരാണെങ്കിൽ ഇതുവരെയും അതിന്റെ നവലിബറൽ ചട്ടക്കൂടിൽനിന്ന് മാറാനുള്ള ഒരു ലക്ഷണവും കാണിച്ചിട്ടില്ല. മറിച്ച്, ഭക്ഷണം, ഇന്ധനം, രാസവളം തുടങ്ങിയവയിന്മേലുള്ള സബ്സിഡികളെക്കുറിച്ചുള്ള ഔദ്യോഗിക വാചോടാപം ദിനംപ്രതി കടുത്തുവരികയും ചെയ്യുന്നു. WTO ചർച്ചകളുടെ ദോഹവട്ടം ഇപ്പോഴും തുടരാനാകാതെ നിൽക്കുന്നത് അമേരിക്കയും യൂറോപ്യൻ യൂണിയനും അവർ നൽകി വരുന്ന വമ്പിച്ച കാർഷിക സബ്സിഡികൾ കുറയ്ക്കണമെന്ന ആവശ്യം നിരസിച്ചതിനാലാണ് എന്നതാണ് ഇതിന്റെ വിരോധാഭാസം. ചൈനയെപ്പോലുള്ള വികസ്വരരാജ്യങ്ങളും നേരിട്ടും അല്ലാതെയുമുള്ള കാർഷിക സബ്സിഡികൾ അടുത്ത കാലത്തായി വർധിപ്പിച്ചു കൊണ്ടിരിക്കയാണ്. ഇന്ത്യൻ സർക്കാരാകട്ടെ, മറുവശത്ത്, യുക്തിരഹിതമായ സബ്സിഡി വിരുദ്ധ മാനസികാവസ്ഥയിൽ അകപ്പെട്ടിരിക്കയാണ്. ഇതാകട്ടെ, കാർഷിക നിവേശങ്ങളുടെ പൊതു വിതരണത്തിനു എതിരായും സ്വകാര്യവൽക്കരണത്തിനെ കൂടുതൽ ആശ്രയിച്ചു കൊണ്ടുമുള്ള മുൻധാരണയുമായി ബന്ധിപ്പിച്ചുവേണം കാണാൻ. കർഷകരുടെ താൽപ്പര്യം സംരക്ഷിക്കണമെങ്കിൽ ഈ അവസ്ഥാവിശേഷം പൊട്ടിച്ചെറിയേണ്ടതുണ്ട്.

വിളകളുടെ കുത്തനെയുള്ള വിലയിടിവും തീവ്രമായ ഇറക്കുമതി മത്സരവും വരുത്തിവയ്ക്കാൻ പോകുന്ന കടുത്ത സാമ്പത്തിക പ്രതിസന്ധിയെക്കുറിച്ച് കർഷകർക്ക് മുന്നറിവ് കൊടുക്കേണ്ടതുണ്ട്. പ്രതിസന്ധി ധനമേഖലയെ ബാധിക്കുന്നതോടുകൂടി കാർഷിക വായ്പയുടെ ലഭ്യത കുറയുകയും തൽഫലമായി കടബാധ്യത പെരുത്ത് കൈവശഭൂമിയുടെ നഷ്ടത്തിൽ കലാശിക്കുകയും ചെയ്യും. കൃഷിയിലും ജലസേചനത്തിലും ഗ്രാമവികസനത്തിലുമുള്ള പൊതുനിക്ഷേപം വർധിപ്പിച്ചും ന്യായവും സ്ഥിരവുമായ വിലകൾ ഉറപ്പു വരുത്തിയും,പൊതുസംഭരണവും പൊതുവിതരണ സമ്പ്രദായവും ശക്തിപ്പെടുത്തിയും, കാർഷിക നിവേശങ്ങളുടെ സബ്സിഡികൾ വർധിപ്പിച്ചും, കുറഞ്ഞ പലിശനിരക്കുള്ള സ്ഥാപന വായ്പകൾ നൽകിയും കാർഷിക മേഖലയിൽ മുതൽമുടക്കാൻ സർക്കാറിനെ പ്രേരിപ്പിക്കുന്നതിന് ശക്തമായ കർഷക പടയൊരുക്കം നടത്തേണ്ടതുണ്ട്. വിലക്കുറവുള്ള ഇറക്കുമതി വസ്തുക്കളിൽനിന്ന് കർഷകരെ പോറലേൽക്കാതെ രക്ഷിക്കാൻ തക്കവണ്ണം ഇറക്കുമതി ചുങ്കം ഏർപ്പെടുത്താൻ സർക്കാർ നിർബന്ധിതമാവണം. സർക്കാർ ഇടപെടൽ കൂടുതൽ അർഥവത്താകുന്നതിന് കാർഷികമേഖലയിലേക്കുള്ള കടന്നുകയറ്റത്തിൽനിന്ന് കോർപ്പറേറ്റുകളെ പിന്തിരിപ്പിക്കണം. വൻകിട കോർപ്പറേറ്റുകളിലൂടെ മാത്രമേ കാർഷികവികസനത്തിനും സംഭരണത്തിനുമുള്ള സാങ്കേതികവിദ്യാവികസനവും ആധുനികവൽക്കരണവും നടക്കുകയുള്ളു എന്ന മിഥ്യാധാരണ പൊളിക്കേണ്ടതുണ്ട്. മണ്ണിൽ ശാരീരികാധ്വാനം ചെയ്യുന്ന കർഷകരുടെ വ്യവസ്ഥയെ (Peasant Agriculture) സർക്കാർ സംരക്ഷിക്കുകയും ബലപ്പെടുത്തുകയും ചെയ്യണമെ

ങ്കിൽ കാർഷികോൽപ്പന്നങ്ങളുടെ സംഭരണം, സൂക്ഷിപ്പ്, സംസ്കരണം, വിപണനം എന്നിവയിലുള്ള പൊതുനിക്ഷേപം വർധിപ്പിക്കുന്നതിനോടൊപ്പം വിവിധ തരത്തിലുള്ള സഹകരണസ്ഥാപനങ്ങളെ പ്രോത്സാഹിപ്പിക്കുകയും വേണം.

കോർപ്പറേറ്റുകൾ ഭൂമി കൈവശപ്പെടുത്തുന്നതും യാതൊരു നിയന്ത്രണവുമില്ലാതെ റിയൽ എസ്റ്റേറ്റ് സംരംഭങ്ങൾ എണ്ണമില്ലാത്ത കാര്യങ്ങൾക്കായി കാർഷികഭൂമിയെ ഉപയോഗിക്കുന്നതും ഇന്ത്യയുടെ നവലിബറൽ ഭരണക്രമത്തിന്റെ ഉത്തമസാക്ഷ്യമായി മാറിയിരിക്കയാണ്. പ്രത്യേക സാമ്പത്തിക മേഖലകൾ (SEZ) ഭൂമി കൈവശപ്പെടുത്തലിനുള്ള പ്രധാന ഉപാധിയായി തീർന്നിരിക്കുന്നു. ഇടതുപാർട്ടികളുടെ ചെറുത്തുനിൽപ്പുകൊണ്ട് തുടക്കത്തിൽ ചില അതിക്രമങ്ങളെ തടഞ്ഞു നിർത്താൻ കഴിഞ്ഞുവെങ്കിലും SEZ നിയമത്തിലുള്ള ജനവിരുദ്ധ വകുപ്പുകൾ മിക്കവാറും മാറ്റമില്ലാതെ നിൽക്കുകയാണ്. മാത്രമല്ല, സത്യം സംഭവത്തിൽനിന്ന് വെളിപ്പെടുന്നതുപോലെ കോർപ്പറേറ്റുകൾ ഊഹക്കച്ചവടത്തിനുവേണ്ടി മാത്രം വൻതോതിൽ ഭൂമി വാങ്ങിക്കൂട്ടിക്കൊണ്ടിരിക്കയാണ്. വൻസംരംഭങ്ങളെ പ്രോത്സാഹിപ്പിക്കാൻ എന്ന പേരിൽ ഒരു വ്യവസായസംരംഭത്തിനോ അന്തർഘടനാ സംരംഭത്തിനോ ആവശ്യമായതിൽ എത്രയോ കൂടുതൽ ഭൂമി വാണിജ്യ ചൂഷണത്തിന് ലഭ്യമാക്കിക്കൊണ്ടിരിക്കയാണ്. ഇത് വികസന പ്രക്രിയയെ ശിഥിലീകരിക്കുകയും സന്തുലിതമായ വികസന ലക്ഷ്യങ്ങളെ തകിടം മറിക്കുകയും ചെയ്യുന്നു. വൻതോതിൽ ഭൂമി സ്വകാര്യമായി കൈവശപ്പെടുത്തുന്നതിന് സൗകര്യപ്പെടുത്തുന്നതിനായി ലാന്റ് അക്വസിഷൻ ആക്ട് ഭേദഗതി ചെയ്യാൻ സർക്കാർ ഇപ്പോൾ ശ്രമിച്ചുകൊണ്ടിരിക്കയാണ്. ഇത്തരം നീക്കങ്ങളെ പ്രതിരോധിക്കുന്നതിന് നിശ്ചയദാർഢ്യത്തോടെയുള്ള ചെറുത്തുനിൽപ്പ് ആവശ്യമാണ്. വ്യവസായവൽക്കരണവും ആന്തരികഘടനയുടെ ആധുനികവൽക്കരണവും സാമ്പത്തികവികസനത്തിന് ആവശ്യമാണെന്നതുപോലെ കാർഷിക വികസനവും ആവശ്യമാണ്. ഇന്നത്തെ ആവശ്യം കാർഷിക മേഖലയുടെയും വ്യവസായമേഖലയുടെയും ആസൂത്രിതവും സന്തുലിതവും പൊരുത്തമുള്ളതുമായ വികസനമാണ്. ഒന്ന് മറ്റൊന്നിന്റെ ചെലവിൽ വികസിക്കുന്നതല്ല.

ഇടതുപക്ഷസമ്മർദത്തിൽ സർക്കാർ ദേശീയ ഗ്രാമീണ തൊഴിലുറപ്പ് നിയമം കൊണ്ടുവരാൻ തയാറായതിന്റെ ഫലമായി ഗ്രാമപ്രദേശങ്ങളിലുള്ള തൊഴിലാളികൾക്ക് കുറച്ച് ആശ്വാസം കിട്ടി. എന്നിരുന്നാലും ഈ നിയമം നടപ്പിലാകുന്നതിൽ അനേകം പ്രശ്നങ്ങളുണ്ട്. ഒറ്റ സംസ്ഥാനത്തുപോലും ഉറപ്പ് നൽകപ്പെട്ട 100 ദിവസത്തെ ജോലി മുഴുവൻ ആളുകൾക്കും നൽകാൻ കഴിഞ്ഞിട്ടില്ല. മിനിമം കൂലി ഉറപ്പ് വരുത്താൻ കഴിയാതിരിക്കുന്നതും പല സംസ്ഥാനങ്ങളിലും സ്ത്രീപങ്കാളിത്തക്കുറവ് ഉണ്ടാകുന്നതും ഉൽക്കണ്ഠയ്ക്ക് പാത്രമാകേണ്ടതാണ്. ഈ സുപ്രധാന നിയമത്തിന്റെ ശരിയായ നടത്തിപ്പിനുവേണ്ടി മാത്രമല്ല, ഇതിന്റെ ഭാഗ

മായി കൂടുതൽ ദിനങ്ങൾ ജോലി ലഭിക്കുന്നതിനുവേണ്ടിയും ഗ്രാമീണ തൊഴിലാളികളെ അണിനിരത്തേണ്ടതുണ്ട്. ഗ്രാമീണമേഖലയിൽ സാമ്പത്തികപ്രതിസന്ധി സൃഷ്ടിച്ച ദുരിതങ്ങളോട് പൊരുതാനുള്ള പ്രധാന ആയുധമായി ദേശീയ ഗ്രാമീണ തൊഴിലുറപ്പ് പദ്ധതി മാറേണ്ടതാണ്.

ഈ ദേശീയ സെമിനാർ വർധിച്ചു വരുന്ന സാമ്പത്തിക പ്രതിസന്ധിയെക്കുറിച്ചും അത് മണ്ണിൽ അധ്വാനിക്കുന്ന കർഷകരിൽ ഏൽപ്പിക്കുന്ന ആഘാതത്തെക്കുറിച്ചുമുള്ള വസ്തുതാപരമായ വിലയിരുത്തൽ നടത്തുന്നതിന് നമുക്ക് അവസരം തരുന്നു. ഇന്ത്യയുടെ സ്വാതന്ത്ര്യസമരത്തിന്റെ മുഖ്യധാരയിലേക്ക് കർഷകരെ ആദ്യമായി അണിചേർത്തത് അഖിലേന്ത്യാ കിസാൻ സഭയായിരുന്നുവെന്നതും അത് 1930കളിലെ വൻസാമ്പത്തിക മാന്ദ്യത്തിന്റെ പശ്ചാത്തലത്തിൽ ആയിരുന്നുവെന്നതും ഓർക്കേണ്ടതുണ്ട്. കൊളോണിയൽ ഭരണത്തിനു കീഴിൽ ഉണ്ടായിരുന്ന സ്വതന്ത്ര വ്യാപാരക്രമം വഴിയുണ്ടായ സാമ്പത്തിക മാന്ദ്യം ഇന്ത്യൻ കർഷകരിൽ നശീകരണാത്മകമായ ആഘാതമാണ് ഉളവാക്കിയത്. കിസാൻ സഭയുടെ നേതൃത്വത്തിലുള്ള കർഷക മുന്നണി സ്വാതന്ത്ര്യ സമരത്തെ സമൂലമായി പരിഷ്കരിക്കുക മാത്രമല്ല, അതിന് കോളനി ഭരണത്തിന്റെ അന്ത്യം കുറിക്കുന്നതിലേക്ക് നയിക്കുന്ന വിധത്തിൽ ഉത്തേജനം പ്രദാനം ചെയ്യുകയും ഉണ്ടായി.

മുതലാളിത്ത ലോകത്തിൽ പുറത്തുവന്നുകൊണ്ടിരിക്കുന്ന പ്രതിസന്ധിയുടെ പശ്ചാത്തലത്തിൽ തൊഴിലാളി കർഷക ഐക്യം ശക്തിപ്പെടുത്തിക്കൊണ്ട് ഇന്ത്യയിലെ നവലിബറൽ ഭരണക്രമത്തിനെതിരെ അതിശക്തമായ സമരം കെട്ടഴിച്ച് വിടാനായി ഈ പാരമ്പര്യത്തെ പ്രബലിതമാക്കണം. അഖിലേന്ത്യാ കിസാൻ സഭയും അഖിലേന്ത്യാ കർഷകത്തൊഴിലാളി യൂണിയനും 2003ൽ ഒരു ബദൽ നയരേഖ സ്വീകരിക്കുകയും കാർഷിക നയങ്ങളോടുള്ള നമ്മുടെ കാഴ്ചപ്പാട് മുന്നോട്ട് വച്ച് അതിന്റെ അടിസ്ഥാനത്തിൽ സമരങ്ങൾ സംഘടിപ്പിക്കുകയുമാണ്.

ഈ സെമിനാറിൽ നടത്തുന്ന അവതരണങ്ങളും അതിന്മേൽനടത്തപ്പെടുന്ന ചർച്ചകളും നമ്മുടെ ബദൽ നയരേഖയെ സമ്പന്നമാക്കുമെന്നും ഇന്നത്തെ ഭരണക്രമത്തിനെതിരെയുള്ള തീവ്രമായ സമരങ്ങൾക്ക് പ്രചോദനം നൽകുമെന്നും ഞങ്ങൾ ആശിക്കുകയാണ്.

3

യുദ്ധാനന്തര കാലഘട്ടത്തിലെ കാർഷിക പ്രശ്നങ്ങളും, ഇന്ത്യൻ കർഷക ജനസാമാന്യവും

പ്രൊഫ. ഉത്സ പട്നായക്

1. സ്വാതന്ത്ര്യപൂർവ കാലഘട്ടത്തിലെ കാർഷികപ്രശ്നത്തിന്റെ ഉള്ളടക്കം

കൊളോണിയൽ കാലഘട്ടത്തിലെ മുഖ്യവൈരുധ്യം ഇന്ത്യൻ ജനതയും, സാമ്രാജ്യത്വവും (അതിന്റെ പ്രാദേശിക കോംപ്രഡോർ സഖ്യങ്ങളും) തമ്മിലായിരുന്നെങ്കിൽ സ്വാതന്ത്ര്യാനന്തരം അത് ചെറുകിട കർഷക-കർഷകത്തൊഴിലാളി ജനസാമാന്യവും; ഭൂമിക്കും പണത്തിനും മുകളിൽ കുത്തകാവകാശം കൈമുതലായുള്ള 'ജന്മി-വ്യാപാരി-കൊള്ളപ്പലിശക്കാർ' അച്ചുതണ്ടും തമ്മിലുള്ളതായി രൂപാന്തരപ്പെട്ടു. വാടക, പാട്ടം, കൊള്ളപ്പലിശ മുതലായ രൂപങ്ങളിലാണ് ഈ ചൂഷകവ്യവസ്ഥ പ്രാവർത്തികമായത്. സാമ്രാജ്യത്വത്തിന് ഒരു രീതിയിലും അന്ത്യം സംഭവിച്ചുവെന്ന് അനുമാനിക്കാൻ കഴിയുമായിരുന്നില്ലെങ്കിലും, യുദ്ധാനന്തര കാലഘട്ടത്തിലെ ആഗോളമാന്ദ്യ പരിതസ്ഥിതിയിൽ അതിന് പിറകോട്ടടി സംഭവിച്ച സാഹചര്യം കൂടിയായിരുന്നു. ഇത്, ലോകത്തിലേക്ക് പൂർണമായും തുറന്നുവെച്ച ഒരു സമ്പദ്വ്യവസ്ഥ എന്ന നിലയിൽ നിന്ന് ആഗോള തൊഴിൽ വിഭജനഘടനയുമായി സ്വയം വിച്ഛേദിക്കേണ്ട അടിസ്ഥാന സാഹചര്യം ഇന്ത്യയിൽ രൂപപ്പെടുന്നത് ഇങ്ങനെയാണ്. ഒരു തുറന്ന സമ്പദ്ഘടനയുടെ പ്രധാന സ്വഭാവങ്ങളിൽ ഒന്നായ നഗരമാത്രമായ വളർച്ചയിൽനിന്ന് വ്യത്യസ്തമായി, ഭരണകൂട നേതൃത്വത്തിലുള്ള സംരക്ഷിതമായ ദേശീയ വളർച്ച എന്ന പരികൽപ്പനയുടെ പരീക്ഷണങ്ങൾ ഉൽഘാടനം ചെയ്യപ്പെട്ടു. ഇതിലേക്കായി സോഷ്യലിസ്റ്റ് ചേരിയുടെ പിന്തുണയും ലഭ്യമായി.

മുൻപ് സൂചിപ്പിച്ച മുഖ്യവും പ്രാഥമികവുമായ വൈരുധ്യത്തെ (ജന്മി -വ്യാപാരി–പലിശക്കാരൻ അച്ചുതണ്ടും കർഷക–കർഷകത്തൊഴിലാളി ജനസാമാന്യവും തമ്മിലുള്ളത്) കൈകാര്യം ചെയ്യേണ്ടത്, കാലഘട്ടത്തിന്റെ പ്രധാനപ്പെട്ട സാമൂഹിക സാമ്പത്തിക വെല്ലുവിളിയായി ഉയർന്നുവന്നു. പ്രധാനമായും മൂന്നു തലങ്ങളിലാണ് ഈ മുഖ്യവൈരുധ്യം അഭിസംബോധന ചെയ്യപ്പെടേണ്ടത്.

1. ജന്മികളുടെ കുത്തകാവകാശത്തിൽനിന്ന് കൃഷിഭൂമി മോചിപ്പിച്ച് ഭൂരഹിതർക്കും, പാവങ്ങൾക്കുമായി ഭൂമി കാര്യക്ഷമമായി പുനർവിതരണം ചെയ്യുക.
2. കാർഷിക സഹകരണസംഘടനകളുടെ സംഘാടനം വഴി, വായ്പാ–വിപണന മേഖലകളിലുള്ള കുത്തകവൽക്കരണത്തെ തകർക്കുക.
3. ഉൽപ്പാദകനേയും, ഉപഭോക്താവിനേയും നേരിട്ട് ബന്ധിപ്പിക്കുന്ന ലാഭാധിഷ്ഠിതമല്ലാത്ത വിപണന സംവിധാനങ്ങൾ സർക്കാർ ഇടപെടലുകളിൽക്കൂടി ആവിഷ്കരിച്ച് ഇരുവിഭാഗത്തിനും ന്യായവിലകൾ ഉറപ്പാക്കുക. വിഭവ ദൗർലഭ്യം നേരിടുന്ന ഉൽപ്പാദകർക്ക് വായ്പാലഭ്യത യാഥാർഥ്യമാക്കുക എന്നതുകൂടി ഈ സർക്കാർ ഇടപെടലിന്റെ പ്രധാനപ്പെട്ട കടമയായിരുന്നു.

സാമൂഹിക സാമ്പത്തിക മണ്ഡലങ്ങളിലെ പ്രധാനപ്പെട്ട അനുബന്ധ വൈരുധ്യങ്ങളുടെയൊക്കെ പരിഹാരപ്രക്രിയ, ഈ കേന്ദ്രവൈരുധ്യത്തിന്റെ പരിഹാരവുമായി ഇഴചേർന്നു കിടന്നിരുന്നു. ഉദാഹരണത്തിന്:

ഉൽപ്പാദനക്ഷമമല്ലാത്ത മിച്ചമൂല്യവ്യവസ്ഥയിൽനിന്ന് ഉളവാകുന്ന വളർച്ചാമുരടിപ്പും ഉൽപ്പാദന ശക്തികളുടെ പിന്നോക്കാവസ്ഥയും, ഒരു വശത്തും; ഗ്രാമീണ ജനതയുടെ വിശപ്പടക്കുന്നതോടൊപ്പം വ്യവസായ വളർച്ചയ്ക്കാവശ്യമായ 'വേതന വിഭവ'ങ്ങൾ സൃഷ്ടിക്കാൻ തക്കതായ രീതിയിൽ ഭക്ഷ്യധാന്യങ്ങളുടെ വർധിച്ച ഉൽപ്പാദനത്തിന്റെയും, വിപണി വളർച്ചയുടെയും ആവശ്യം മറുവശത്തും.

അസംസ്കൃത വസ്തുക്കളുടെ വളർച്ചയില്ലായ്മയ്ക്കിടയിലും കയറ്റുമതി നിലനിറുത്തേണ്ട ആവശ്യം ഒരുവശത്തും, അസംസ്കൃത വിഭവങ്ങൾക്കായുള്ള ആഭ്യന്തരവ്യവസായത്തിന്റെ വർധമാനമായ ആവശ്യങ്ങൾ, മറുവശത്തും.

ഗ്രാമീണ ഇന്ത്യ ആണ്ടുകിടക്കുന്ന ആഴത്തിലുള്ള ദാരിദ്ര്യവും, തുച്ഛമായ ഭൗതിക ജീവിതാവസ്ഥയും ഒരുവശത്തും, പൊതുജന സാമാന്യത്തിന്റെ വാങ്ങൽശേഷി വർധിപ്പിച്ച് ആഭ്യന്തര വിപണി വികസിപ്പിക്കുകയും സ്വയംസജ്ജവും ഈടുനിൽക്കുന്നതുമായ വ്യവസായ വളർച്ചയും വികസനവും പ്രാവർത്തികമാക്കേണ്ടതിന്റെ ആവശ്യം മറുവശത്തും.

വിശേഷാൽ ഗ്രാമീണ ഇന്ത്യയിൽ രൂക്ഷമായി നിലനിന്നിരുന്ന ജാതി-വർഗ-ലിംഗ അടിസ്ഥാനത്തിലുള്ള അടിച്ചമർത്തലുകൾ ഒരു വശത്തും; എല്ലാത്തരം ഉച്ചനീചത്വങ്ങൾക്കും അതീതമായുള്ള അവസര സമത്വത്തിന്റേതായ മൂല്യപരിപാടിയിൽ കെട്ടിപ്പടുത്ത ഇന്ത്യൻ രാഷ്ട്രീയ ഭരണഘടനയുടെ സാമൂഹ്യദർശനം മറുവശത്തും.

ഈ ഉപവൈരുധ്യങ്ങളൊക്കെത്തന്നെ, ആദ്യം സൂചിപ്പിച്ച മുഖ്യ വൈരുധ്യത്തിന്റെ അടിസ്ഥാന ഭൂമികയിലാണ് പല തലങ്ങളിൽ വേരോടി നിൽക്കുന്നത്, എന്നു വ്യക്തമാണ്. മാത്രമല്ല, സ്വാതന്ത്ര്യാനന്തര ഭാരതത്തിലെ കാർഷികഘടനയും പരിസ്ഥിതിയും പ്രശ്നങ്ങളും എത്രമാത്രം, സാമ്രാജ്യത്വവിരുദ്ധമായ ദേശീയ വികസനം എന്ന പ്രമേയവുമായി ബന്ധപ്പെട്ടുകിടന്നിരുന്നു എന്നും വ്യക്തമാണ്.

ന്യൂനപക്ഷം വരുന്ന ഭൂവുടമകളുടെ സാമ്പത്തിക സാമൂഹിക അധീശത്വം തകർക്കുവാൻ പര്യാപ്തമായ തരത്തിലുള്ള ഭൂപരിഷ്കരണത്തിന്റെ നിർണായകമായ പ്രസക്തി മനസിലാക്കുവാൻ അക്കാലത്തെ ഇടതുപക്ഷേതരധാരകളിലെ സംഘടനകൾക്കോ സാമ്പത്തിക ചിന്തകർക്കോ കഴിയാതെ പോയി.

ഭൂസ്വത്തിന്റെ പുനർവിതരണത്തിലൂടെ മാത്രമേ ഗ്രാമീണ ഉൽപ്പാദനത്തിന്റെ വളർച്ചയും അതുവഴി വ്യവസായ വളർച്ചയ്ക്കാവശ്യമായ ശക്തമായ ഒരാഭ്യന്തര വിപണിയുടെ വ്യാപനവും സാധ്യമാവുകയുള്ളു എന്നും ഉൾക്കൊള്ളുവാൻ ഇവർക്കുകഴിഞ്ഞില്ല. ഗ്രാമീണ മുതൽമുടക്കിന്റെ സാമൂഹികതലം വളരുമ്പോൾ വഴിതുറക്കുന്ന ദാരിദ്ര്യ-നിരക്ഷരതാനിർമാർജനവും അതുവഴി ജാതി-വർഗ-ലിംഗ അധീശത്വങ്ങൾക്ക് എതിരായുള്ള സാമൂഹ്യ ശാക്തീകരണവും, അവബോധ വിപ്ലവവും ഒന്നും തന്നെ, വിഭാവനം ചെയ്യാൻ ഇവരുടെ സാമ്പത്തികാസൂത്രണ അജണ്ടകൾക്ക് കഴിയാതെ പോയി. ഇടതുപക്ഷ സ്വാധീനമുള്ള ചില സംസ്ഥാനങ്ങളിൽ മാത്രമാണ്, പരിമിതികൾക്കുള്ളിലും, ഗുണപരമായ സാമൂഹിക ഫലങ്ങൾക്ക് വഴിയൊരുക്കിയ ഭൂപരിഷ്കരണ പ്രക്രിയകൾ സാധ്യമായത്.

നാൽപ്പത് വർഷത്തിലേറെക്കാലം നിലനിന്ന ആസൂത്രിത വികസനം നമ്മുടെ രാജ്യത്തിന് കാമ്പുള്ള പല നേട്ടങ്ങളും നൽകിയെങ്കിലും അതിന്റെ ദയനീയ സാമ്പത്തിക സാമൂഹിക പരാജയങ്ങളുടെ മറുപുറം സാക്ഷ്യപ്പെടുത്തുന്നത്, ഈ ആസൂത്രണനയവൈകല്യത്തിന്റെ തുടർച്ചയെയാണ്. നിർണായകമായതോതിൽ ഗ്രാമീണ കേന്ദ്രീകൃതമായ ദാരിദ്ര്യം കുറച്ചു കൊണ്ടുവരുന്നതിലും ആഭ്യന്തര പൊതുവിപണിയുടെ അനുയോജ്യമായ വികാസം സംഭവിക്കാത്തതിലും, തൽഫലമായി വിദേശമൂലധനത്തിലധിഷ്ഠിതമായ സാമ്പത്തിക വളർച്ചാസ്രോതസുകളെ ആശ്രയിക്കുന്നതിലും ഒക്കെ, ഈ പരാജയത്തിന്റെ ഉള്ളടക്കം തന്നെ വായിച്ചെടുക്കാവുന്നതാണ്.

70 കളുടെ അന്ത്യത്തോടുകൂടി അന്താരാഷ്ട്ര ധനമൂലധനം പ്രബലമായി തിരിച്ചുവരുന്നതിന് ഇടയാക്കിയ സാർവദേശീയ സാഹചര്യമുണ്ടായി. മൂന്നാം ലോകരാജ്യങ്ങളെ ലക്ഷ്യം വെച്ചുകൊണ്ടുള്ള സംയുക്ത സാമ്പത്തിക തന്ത്രങ്ങൾകൊണ്ട്, സാമ്രാജ്യത്വത്തിന്റെ തന്നെ ആന്തരിക കിടമത്സരങ്ങളെ മറികടക്കുന്ന വികസിത രാഷ്ട്രങ്ങളുടെ ഒരു രാഷ്ട്രീയ ഐക്യം സ്ഥാപിച്ചെടുക്കാൻ, അന്താരാഷ്ട്ര മൂലധന ശക്തികൾക്ക് സാധിച്ചു. ഐ എം എഫും, വേൾഡ് ബാങ്കും അടക്കമുള്ള സ്ഥാപനങ്ങളെ ഈ ലക്ഷ്യത്തിലേക്കായി വിധ്വംസകമായി ഉപയോഗപ്പെടുത്താനും സോവിയറ്റ് യൂണിയന്റെ പതനത്തോടുകൂടി, മൂന്നാം ലോകരാജ്യങ്ങളുടെ പുനർകോളനിവൽക്കരണത്തിന് സജ്ജമായ പ്രായപൂർത്തിയിലേക്ക് പുത്തൻ സാമ്രാജ്യത്വത്തെ പരുവപ്പെടുത്തുന്നതിലും, സാർവദേശീയ മൂലധനശക്തികൾ വിജയിച്ചു. പല ചെറുരാജ്യങ്ങളുടേയും മേൽ സാമ്പത്തികമായ പുനരധിവേശം സാധ്യമാക്കാൻ, ഇതിനകം ഈ സാമ്പത്തിക ശക്തികൾ വിജയിച്ചുകഴിഞ്ഞു. ഇന്ത്യയിലാകട്ടെ, വികസന സംബന്ധമായ എല്ലാ ചർച്ചകളെയും സംവാദങ്ങളെയും പൊതുജനങ്ങളുടെ ഏറ്റവും അടിസ്ഥാന ആവശ്യങ്ങളിൽനിന്ന് അടർത്തിമാറ്റി, വമ്പിച്ച നാഗരികമാതൃകകളിലേക്ക് പരിമിതപ്പെടുത്തുകയാണ് പുത്തൻ അധിനിവേശ പ്രത്യയശാസ്ത്രം ചെയ്യുന്നത്. തൊഴിലിന്റെയും, ഉപജീവനത്തിന്റെയും ആരോഗ്യത്തിന്റെയും, ജീവസന്ധാരണത്തിന്റെയും ഒക്കെ പൊതുസൂചികകൾ വമ്പിച്ച തകർച്ചയിലേക്ക് നീങ്ങുകയാണ്. പക്ഷേ മുതലാളിത്തത്തെ പിടികൂടിയിരിക്കുന്ന ആനുകാലികപ്രതിസന്ധി, പുത്തൻ സാമ്രാജ്യത്വ അജണ്ടയെ ചെറുക്കാൻ പുതിയ സാധ്യതകൾക്ക് ഇപ്പോൾ വഴി തുറന്നിരിക്കുകയാണ്.

2 ആഗോള സാമ്പത്തിക തകർച്ചയും മാന്ദ്യവും

വികസിത രാഷ്ട്രങ്ങളിൽ കഴിഞ്ഞ നാലുമാസമായുള്ള സംഭവങ്ങൾ മുതലാളിത്തത്തിന്റെ സഹജമായ അധഃപതനത്തെയും അഴുകലിനേയും ആണ് സാക്ഷ്യപ്പെടുത്തുന്നത്. മുതലാളിത്തത്തിന്റെ ഈറ്റില്ലമായ അമേരിക്കയിൽ തന്നെ അതിന്റെ ആന്തരികമായ യുക്തിയോ, യുക്തിയില്ലായ്മയോ ചോദ്യം ചെയ്യപ്പെടുകയാണ്. സബ് പ്രൈം പണയസമ്പ്രദായത്തിന്റേയും അതിന്റെ വിപണിഘടനയുടേയും സമ്പൂർണമായ തകർച്ചയിലാരംഭിച്ച് ലോകം മൊത്തം വ്യാപിച്ചിരിക്കുന്ന ആഗോള സാമ്പത്തിക മാന്ദ്യമാണ് മുതലാളിത്തത്തെ മുമ്പൊന്നുമില്ലാത്ത തരത്തിൽ പ്രതിക്കൂട്ടിലാക്കിയിരിക്കുന്നത്. ഏകദേശം 2.3 ദശലക്ഷം അമേരിക്കൻ കുടുംബങ്ങൾ (ഫലത്തിൽ 10 ദശലക്ഷം പേരെങ്കിലും) ജപ്തിയുടേയും പാർപ്പിട നഷ്ടത്തിന്റേയും പ്രതിസന്ധിയാണ് 2009 ൽ മറികടക്കേണ്ടത്. ഇതിൽ വലിയൊരു വിഭാഗം അവരുടെ പെൻഷൻ തുകയോ മറ്റു സമ്പാദ്യങ്ങളോ നഷ്ടപ്പെ

ടുത്തിക്കഴിഞ്ഞു. ധനകാര്യപ്രതിസന്ധി അടിസ്ഥാന സമ്പദ്ഘടനയിലേക്ക് അരിച്ചുകയറവേ, തൊഴിലില്ലായ്മ നാൾക്കുനാൾ അതിവേഗം വർധിക്കുന്നു. ഈ പ്രതിസന്ധിക്ക് കാരണക്കാരായ സ്വകാര്യ ബാങ്കിങ് സ്ഥാപനങ്ങളേയും ഇൻഷുറൻസ് കമ്പനികളേയും തന്നെ വീണ്ടും കരകയറ്റാൻ, നികുതിദായകരുടെ ബില്ല്യൻ കണക്കിനു ഡോളറുകൾ വിനിയോഗിക്കുന്ന ഭരണകൂടവ്യവസ്ഥയ്ക്കെതിരെ ശരാശരി അമേരിക്കൻ പൗരന്റെ ധാർമികരോഷം ആളിക്കത്തുകയാണ്. സമ്പദ്ഘടനയിലുള്ള വിശ്വാസം പരിപൂർണമായും അപ്രത്യക്ഷമായിരിക്കുന്ന സ്തംഭനാവസ്ഥയിൽ, ബാങ്കുകൾ തമ്മിലുള്ള ക്രയവിക്രയങ്ങളും, പൊതുഉപഭോഗം വഴിക്കുള്ള വിപണിയുടെ ശ്വാസോച്ഛ്വാസവും ദിനംപ്രതി ശുഷ്കിച്ചുകൊണ്ടേയിരിക്കുന്നു. കൃത്രിമമായ ലാഭക്കണക്കുകൾ ഉയർത്തിക്കാട്ടി, ആദ്യമൊക്കെ വമ്പിച്ച ആദായം വിതരണം ചെയ്യുകയും, സാഹസികമായി പൊതുനിക്ഷേപം അമ്മാനമാടുകയും ചെയ്ത ഫിനാൻസ് കമ്പനികളുടെ ക്രിമിനൽ ചെയ്തികൾ, കുമിളയുടെ തകർച്ചയോടുകൂടി അനിവാര്യമായി വഴിമുട്ടിയപ്പോൾ, വെള്ളത്തിലായത് ഒരു മുഴുവൻ പൊതുസമൂഹത്തിന്റേയും സഞ്ചിത സമ്പാദ്യമാണ്. വമ്പൻ ആസ്തിക്കൂമ്പാരങ്ങൾ സമാനമായി കൈകാര്യം ചെയ്തിരുന്ന യൂറോപ്യൻ ബാങ്കുകളേയും സ്ഥാപനങ്ങളേയും ഇല്ലായ്മയിൽ നിന്ന് മോചിപ്പിച്ച് നിർത്തുന്നത് പൊതുഖജനാവിൽ നിന്നുള്ള പണസഹായങ്ങളും ദേശസാൽക്കരണ നടപടിക്രമങ്ങളും ഒക്കെയാണ്. സാമ്പത്തിക ആസ്തികളുടെ നടത്തിപ്പിൽ തങ്ങളുടെ അമേരിക്കൻ മാതൃകകളുടെ അവിശുദ്ധ സ്വഭാവത്തിൽനിന്ന് ഒട്ടും പുറകിലല്ലെന്ന് ഒരു പ്രമുഖ ഐ ടി കമ്പനിയടക്കമുള്ള ഇന്ത്യൻ കോർപ്പറേറ്റ് കുത്തകകളും തെളിയിച്ചുതുടങ്ങിയിരിക്കുന്നു.

വിപണിയിലധിഷ്ഠിതവും ലാഭമാത്രമായ ചാലകങ്ങൾകൊണ്ട് നിർണയിക്കപ്പെടുന്നതുമായ ഏതൊരു സമ്പദ്ഘടനയ്ക്കും ഇത്തരം പ്രതിസന്ധികൾ അനിവാര്യമായ ഭാഗധേയമാണ്. തൊഴിലാളികളുടെ ഉപജീവനത്തേയും, സമ്പാദ്യത്തേയും മാത്രമല്ല, തൊഴിൽ സേനയുടെ വലുപ്പത്തെതന്നെയും, ക്രമാനുഗതമായി ചുരുക്കിനിർത്തി, ലാഭത്തെമാത്രം ആത്യന്തിക ലക്ഷ്യമായി നിർണയപ്പെടുത്തുന്ന മുതലാളിത്ത ഉൽപ്പാദകൻ, അവന്റെ സ്വന്തം വിപണിയുടെ തന്നെ ദീർഘകാല ആരോഗ്യത്തെയും, ഈടുനിൽപ്പിനെയും തുരങ്കം വെക്കുകയാണ് ചെയ്യുന്നത്. ഫൈനാൻസ് മൂലധനം സാരഥ്യം വഹിക്കുന്ന പൊതു സാമ്പത്തിക മണ്ഡലത്തിലാണെങ്കിൽ കൂടുതൽ ഗുരുതരമായ സ്ഥിതിവിശേഷമാണ് ചെറുകിട ഉൽപ്പാദകരും, തൊഴിലാളികളും നേരിടുന്നത്. യഥാർഥ ചരക്കുൽപ്പാദനവുമായി ബന്ധമില്ലാത്ത, പണം കൊണ്ടുതന്നെ പണം കൊയ്യുന്ന ഊഹക്കച്ചവട'ലാഭ'ഘടനയാണ് ഫിനാൻസ് മൂലധന ഏജൻസികൾക്കുള്ളത്. കൈകാര്യം ചെയ്യുന്ന ആസ്തികളുടെ ഭീമമായ അളവും വ്യാപ്തി

യും കാരണം, ഒരു വർഗമെന്ന നിലയിൽ നിർണായകവും പ്രബലവുമായ സ്വാധീനം ഇവർക്ക് ഗവൺമെന്റ്- കോർപ്പറേറ്റ് മേഖലകളിൽ ലഭിക്കുകയും ചെയ്യുന്നു. സാമ്പത്തിക നയരൂപീകരണം നടത്തുന്ന ഉയർന്ന സർക്കാർതല പ്രഭൃതികൾക്ക് സ്വകാര്യ കോർപ്പറേഷൻ ബോർഡുകളിൽ സേവനം നടത്തിയ ഒരു ഭൂതകാലം ഉണ്ടാവുന്നത്, വികസിത മുതലാളിത്ത രാജ്യങ്ങളിൽ അതിസാധാരണമാണ്. എന്നാൽ ഒരു പടികൂടി കടന്ന്, അമേരിക്കൻ പ്രസിഡന്റുമാർക്കാകട്ടെ, ബാങ്കിങ്—ആയുധവ്യവസായം—ഊർജം തുടങ്ങിയ മേഖലകളിലെ വൻ പണശക്തികളുമായി ആഴത്തിലുള്ള ചാർച്ചകളാണുള്ളത്.

എന്തുകൊണ്ടാണ് തൊഴിലാളികളുടേയും ചെറുകിട ഉൽപ്പാദകരുടേയും താൽപ്പര്യങ്ങൾ, ധനമൂലധനത്തിന്റെ താൽപ്പര്യങ്ങൾക്ക് വിരുദ്ധമാകുന്നത്?

ഫിനാൻസുകാരുടെ വരുമാനം ഉൽപ്പാദനത്തിലൂടെയുള്ള ലാഭമല്ല, മറിച്ച് കടം കൊടുക്കുന്ന വായ്പയിൽ നിന്നുള്ള പലിശയാണ്. വായ്പ -ഉപഭോക്താക്കളായ ഉൽപ്പാദകരെ സംബന്ധിച്ചിടത്തോളം വിലക്കയറ്റം ഉണ്ടാവുകയും, തദനുസൃതമായി അവർ നൽകുന്ന യഥാർഥപലിശയുടെ കുറയലുമാണ് അഭികാമ്യവും അനുകൂലവുമായ സാമ്പത്തിക സാഹചര്യമൊരുക്കുന്നത്. മറിച്ച്, വായ്പ നൽകുന്ന ഫിനാൻസ് സ്രോതസിനെ സംബന്ധിച്ചിടത്തോളം വിലകുറയലാണ് അഭികാമ്യമായ അവസ്ഥ. ഫൈനാൻസ് മൂലധന ശക്തികൾ എല്ലാകാലങ്ങളിലും ശ്രമിച്ചിട്ടുള്ളത്, വിലക്കയറ്റനിരക്ക് പൂജ്യമോ നാമമാത്രമോ ആയി നിലനിർത്തുകയും, അതുവഴി അവരുടെ സാമ്പത്തിക ആസ്തികളുടെ യഥാർഥ്യമൂല്യം അതേപടി നിലനിർത്തുവാനോ അതിവേഗം ഇരട്ടിപ്പിക്കുവാനോ ആണ്.

ഫിനാൻസ് ലോബികളുടെ നിയന്ത്രണത്തിലുള്ള ഭരണകൂടങ്ങൾ അതുകൊണ്ടാണ് വിലക്കയറ്റ നിയന്ത്രണ നയങ്ങളെ യാന്ത്രികമായി പിൻപറ്റുകയും അതിനുവേണ്ടി, തൊഴിൽ വളർച്ചയേയും ഉപഭോഗവികാസത്തേയും പോലും വിപരീതമായി സ്വാധീനിക്കുന്ന തീവ്രധനകാര്യ-സാമ്പത്തിക നയങ്ങൾ നടപ്പിലാക്കുകയും ചെയ്യുന്നത്. ഭൗതിക ഉൽപ്പാദന വളർച്ചയെ കടിഞ്ഞാണിടുകയും, ഉൽപ്പാദന നിരപേക്ഷമായ ഫൈനാൻസ് മേഖലകളെ പ്രചോദിപ്പിക്കുകയും ചെയ്യുന്നു. കാലക്രമേണ, അതിവേഗം മുരടിച്ചുകൊണ്ടിരിക്കുന്ന ഭൗതിക ഉൽപ്പാദന വ്യവസ്ഥയുടെ തന്നെ സാമ്പത്തിക മിച്ചം കൂടുതലായി കൈവശപ്പെടുത്താൻ ഈ പരാന്നഭോജിവർഗത്തിന് സാധിക്കുന്നു. സ്വഭാവികമായും, ഭൗതികോൽപ്പാദന രംഗത്തെ തൊഴിൽസേനയുടെ ഉപജീവനനിലവാരത്തെ തകർത്തുകൊണ്ടും, അങ്ങനെ അവരുടെ സമ്പാദ്യശേഷിയേയും, വാങ്ങൽ ശേഷിയേയും ശ്വാസംമുട്ടിച്ചുകൊണ്ടായിരിക്കും ഈ കൊള്ളയടിക്കൽ നടക്കുന്നത്. ഇന്ത്യയിൽ തന്നെ ഭൗതികോൽപ്പാദനം മുരടിച്ച പരിഷ്കരണ കാല

ഘട്ടത്തിൽ പരാന്നമേഖല എങ്ങനെ അഭൂതപൂർവമായി വളർന്നുവെന്ന് 1(എ), 1(ബി) എന്നീ ചാർട്ടുകൾ സാക്ഷ്യപ്പെടുത്തുന്നു.

ഗ്രാമത്തിലെ ഹുണ്ടികപലിശക്കാരൻ തടിച്ചുകൊഴുക്കുന്നത് കാർഷികവൃത്തിയിൽ ഏർപ്പെട്ടവരുടെ സമ്പാദ്യവും വസ്തുവകകളും കൊള്ളയടിച്ച് അവരുടെ ജീവിതപരിസരം തകർത്ത്കൊണ്ടാണെങ്കിൽ, കൂടുതൽ വിശാലമായ വിതാനത്തിൽ, ആധുനിക മുതലാളിത്തത്തിന്റെ ധനമൂലധന പ്രോത്സാഹകമായ സാമ്പത്തിക നയങ്ങൾ പ്രവർത്തനക്ഷമമാകുന്നത്, ഭൗതിക ഉൽപ്പാദന മണ്ഡലങ്ങളിലെ മിച്ചമൂല്യ ഉൽപ്പാദകരുടെ ജീവിതസാഹചര്യങ്ങളെ തകർത്തുകൊണ്ടും; ശോഷിക്കുന്ന ഉൽപ്പാദന മിച്ചത്തിന്റേയും, വർധിക്കുന്ന തൊഴിലില്ലായ്മയുടേയും ചെലവിൽ, അയഥാർഥമായ സേവനമേഖലകൾക്ക് ലാഭവും വളർച്ചയും ഉറപ്പുവരുത്തിക്കൊണ്ടും ആണ്.

എന്നാൽ ഗ്രാമീണ പലിശക്കാരനെ അപേക്ഷിച്ച്, ആഗോളഫിനാൻസ് ഏജൻസികൾ എത്രയോ തവണ കൂടുതൽ ശക്തരും സാർവദേശീയ ഫിനാൻസ് സ്ഥാപനങ്ങളിലൂടെ ആഗോള സാമ്പത്തിക നയങ്ങളേയും പ്രവർത്തന ക്രമങ്ങളിലേയും ഒട്ടാകെ വരുതിയിൽ നിർത്തുന്നവരുമാണ്. നിർഭാഗ്യവശാൽ ട്രേഡ് യൂണിയൻ രംഗത്തെ തൊഴിലാളികൾ ഈ നയങ്ങളുടെ സമഗ്രമായ ജനവിരുദ്ധ ഉള്ളടക്കം പലപ്പോഴും തിരിച്ചറിയാതിരിക്കുകയും, നിയന്ത്രിതമായ വിലക്കയറ്റംമൂലം വേതന വർഗങ്ങൾക്ക് ലഭിക്കുന്ന താൽക്കാലിക സമൃദ്ധിയിൽ വശംവദരായി, തൊഴിൽ വളർച്ച–വ്യാവസായികമുരടിപ്പിന്റേതായ ഭീഷണമായ വലിയ ചിത്രം കാണാതെ പോകയും ചെയ്യുന്നു.

പൊതുകാര്യ ചെലവുകളുടെ ചുരുക്കപ്പെടുത്തലും സംരക്ഷിത സമ്പദ്ഘടനകളുടെ തുറന്നിടലുമാണ് ഫിനാൻസ് മൂലധന പ്രത്യയശാസ്ത്രത്തിന്റെ സുപ്രധാനമായ ഇരട്ടത്തൂണുകൾ. മഹായുദ്ധങ്ങൾക്കിടയിലുള്ള കാലഘട്ടത്തിൽ ലോകമൊട്ടുക്കുമുള്ള മുതലാളിത്ത രാജ്യങ്ങളിലും അവയുടെ കോളനികളിലും കാർഷികപ്രശ്നം അഭിസംബോധന ചെയ്യപ്പെട്ടത്, 20കളുടെ മധ്യം മുതൽ പൊതുചെലവുകൾ പരിമിതപ്പെടുത്തിയും ആഗോളവിലസൂചികയിലും ഉൽപ്പാദനത്തിലും നിരന്തരമായ ലോപി (deflation)ക്കൽ ഉറപ്പുവരുത്തുകയും ചെയ്തുകൊണ്ടാണ്. (സോവിയറ്റ് യൂണിയനിൽ മാത്രം സോഷ്യലിസ്റ്റ് ആസൂത്രണത്തിന്റെ അടിസ്ഥാനത്തിലുള്ള ഉൽപ്പാദന വളർച്ച ഇതേ കാലഘട്ടത്തിൽ കാണാറായി.) ഇതിനിടയിൽ ഫിനാൻഷ്യൽ മേഖലയിലെ ഊഹക്കച്ചവടം അഭിവൃദ്ധിപ്പെടുകയും സ്റ്റോക്ക്മാർക്കറ്റുകൾ അഭൂതപൂർവമായ ഉയരങ്ങളിലേക്ക് കുതിക്കുകയും ഒടുവിൽ 1929 ലെ വമ്പിച്ച തകർച്ചയിൽ പര്യവസാനിക്കുകയും ചെയ്തു. 'മഹത്തായ മാന്ദ്യം' (great depression) എന്നു ഇപ്പോൾ വിശേഷിപ്പിക്കപ്പെടുന്ന ആ ചരിത്ര കാലയളവിലാണ് ലോകമെമ്പാടും വമ്പിച്ച ഉൽപ്പാദന മുരടിപ്പ് നേരിടുകയും, നാലിലൊന്നു വരുന്ന ആഗോളതൊഴിലാളി വർഗം

തൊഴിൽരഹിതരാവുകയും, അതേ അനുപാതത്തിലുള്ള ഉൽപ്പാദനശേഷി സ്തംഭിക്കുകയും, 1933-നോടു കൂടി സാർവദേശീയ വാണിജ്യം 1929 ന്റെ നിലവാരത്തിൽനിന്ന് മൂന്നിലൊന്നായി ചുരുങ്ങുകയും, ഒക്കെ ഉണ്ടായത്. തീർത്തും ശുഷ്കമായ അറ്റാദായ നിലവാരത്തിൽ പ്രവർത്തിച്ചിരുന്ന ചെറുകിട ഉൽപ്പാദകരും, വിപണിയുടെ ഈ ശോഷിപ്പ് അതിജീവിക്കാനാവാതെ, പാപ്പരാവുകയോ അല്ലെങ്കിൽ വമ്പൻ കോർപ്പറേഷനുകളുടെ (സർക്കാരിന്റെ ആയുധ ഉൽപ്പാദന ചെലവുകളുടെ ഗുണഭോക്താക്കളായ വമ്പന്മാരും ഇതിൽപ്പെടുന്നു.) നീരാളിപ്പിടിത്തത്തിനു വഴങ്ങുകയോ ചെയ്തു. അപ്പോഴും സർക്കാരിൽനിന്ന് സവിശേഷമായ സാമ്പത്തികാനുകൂല്യങ്ങൾ കരസ്ഥമാക്കാനുള്ള രാഷ്ട്രീയ മേധാവിത്വം കോർപ്പറേഷനുകൾക്ക് ഉണ്ടായിരുന്നു എന്നുള്ളത് ഓർമിക്കുന്നത് പ്രസക്തമായിരിക്കും.

നിലവിലുള്ള ആഗോള സാമ്പത്തിക പ്രതിസന്ധിയും സർവതല സ്പർശിയായ മാന്ദ്യവും, ഗ്രേറ്റ് ഡിപ്രഷനുമായി തുലനം ചെയ്യപ്പെടുന്നുണ്ട്. ഇതടിസ്ഥാനപരമായി ശരിയും പ്രസക്തവുമായ ഒരു സാമ്യപഠനം തന്നെയാണ്. കാരണം 2-ാം ലോകമഹായുദ്ധത്തിനുശേഷമുള്ള 3 ദശകക്കാലത്തെ കെയ്നീഷ്യൻ (Keynesian) ഇടവേള മാറ്റിനിർത്തിയാൽ 70കളുടെ മധ്യം മുതൽ ധനമൂലധനത്തിന്റെ നിയോലിബറൽ പ്രത്യയശാസ്ത്രം തിരിച്ചുവരവ് ആരംഭിക്കുകയും, ആഗോളമായി പൊതുനയരൂപീകരണത്തിൽ സ്വാധീനം ശക്തിപ്പെടുത്തുകയും ചെയ്തു. ഐ എം എഫും ലോകബാങ്കും എ ഡി ബി പോലുള്ള ഉപഗ്രഹബാങ്കുകളും അടക്കമുള്ള അന്താരാഷ്ട്ര ഉപകരണങ്ങളിലൂടെയാണ് ധനമൂലധന പ്രത്യയശാസ്ത്രം തിരിച്ചുവരുന്നത്. അങ്ങനെ പിന്നീടിതുവരെയുള്ള 3 ദശകക്കാലത്തെ നിയോ ലിബറൽ വ്യാപനമാണ് ആഗോള സാമ്പത്തിക വ്യവസ്ഥയെ ഈ പ്രതിസന്ധിയിൽ എത്തിച്ചത്.

ഡിപ്രഷൻകാലത്തെ സാമൂഹ്യദുരിതങ്ങളും, ശേഷം വന്ന ലോകമഹായുദ്ധം വിതച്ച നാശനഷ്ടങ്ങളും ഒരുക്കിയ അനുകൂല പരിതസ്ഥിതിയിലാണ്, ധനമൂലധനതാൽപ്പര്യങ്ങൾക്ക് എതിരായ കെയ്നീഷ്യൻ ആശയങ്ങൾക്ക് വിപ്ലവകരമായ മേധാവിത്വം കരസ്ഥമായത്. ധനമൂലധനത്തിന്റെ, ഊഹക്കച്ചവടമടക്കമുള്ള അരാജകപ്രവണതകളുടെ വിനാശകരമായ സ്വാധീനത്തിൽനിന്ന് ദീർഘകാലാടിസ്ഥാനത്തിൽ മുതലാളിത്വത്തെ സംരക്ഷിക്കുവാനും ക്രമപ്പെടുത്തുവാനും വേണ്ടി കെയിൻസ് മുന്നോട്ടുവെച്ചത്, ഭരണകൂട നേതൃത്വത്തിലുള്ള പൊതുകാര്യചെലവും (public expenditure) അതുവഴി തൊഴിൽ വളർച്ചയുടെയും സാമൂഹിക ഉപഭോഗശേഷിയുടെയും പുരോഗമനപരവും സാമൂഹികക്ഷേമപരവുമായ മാനേജുമെന്റും കൂടിയാണ്.

രണ്ടാം ലോകമഹായുദ്ധത്തിനുശേഷം വികസിതരാജ്യങ്ങളിൽ ദീർഘകാലം നിലനിന്ന വളർച്ചയുടെ അധ്യായം, സാമൂഹിക സുരക്ഷാ

പദ്ധതികളുടെയും, വളരെ താഴ്ന്ന തോതിലുള്ള തൊഴിലില്ലായ്മയുടെയും, ന്യായവേതനം ഉറപ്പുവരുത്തുന്ന ട്രേഡ് യൂണിയൻ പ്രവർത്തനങ്ങളുടെയും അധ്യായം കൂടിയായിരുന്നു. ചുരുക്കത്തിൽ ധനമൂലധന പ്രത്യയശാസ്ത്രത്തിന് അരോചകമായ പല സാമ്പത്തിക മൂല്യങ്ങളെയും നടപ്പിൽ വരുത്തുവാൻ, ഇതേ മൂലധന ശക്തികളുടെ സഹചാരിയായ ബിഗ് ബിസിനസ്സ് മുതലാളിത്തം, ഈ കാലഘട്ടത്തിൽ നിർബന്ധിതമായി.

എന്നാൽ മുമ്പ് സൂചിപ്പിച്ച പോലെ, യുദ്ധാനന്തരമുള്ള 3 ദശകങ്ങൾ യഥാർഥത്തിൽ, 70കളിൽ ധനമൂലധനത്തിന്റെ തിരിച്ചുവരവിന് മുമ്പുള്ള താൽക്കാലിക ഇടവേള മാത്രമായിരുന്നു. 70 കൾ മുതൽ എല്ലാ വികസിതരാഷ്ട്രസർക്കാരുകളും, ആഗോള ധനസ്ഥാപനങ്ങളും നിരന്തരം ശ്രമിച്ചുപോരുന്നത് തൊഴിലാളി വർഗനേട്ടങ്ങളെ തിരിച്ച് പിടിക്കാനും, തുറന്ന വാണിജ്യനയങ്ങളോടൊപ്പം ചേർത്ത് സാമ്പത്തിക ലോപനയങ്ങൾ (deflationary policies) നടപ്പിലാക്കാനുമാണ്. തുടക്കത്തിൽ വിദേശ വാണിജ്യകമ്മിയുടെ സമ്മർദങ്ങളാൽ കടമെടുക്കേണ്ടി വരികയും അതുവഴി സാമ്പത്തിക നയങ്ങളിൽ രാഷ്ട്രീയ ബൗദ്ധിക വിധേയത്വത്തിലേക്ക് നീങ്ങുകയും ചെയ്ത മൂന്നാംലോക രാജ്യ സർക്കാരുകളുടെ സാമ്പത്തിക നയങ്ങൾ ഒന്നൊന്നായി പൊതുചെലവുചുരുക്കലിൽ അധിഷ്ഠിതമായ SAP (Structural Adjustment Program) പരിപാടിയുടെ ഘടനാപരമായ പൊളിച്ചെഴുത്തുകൾക്ക് വിധേയമായി. ഗാട്ട് 2004 ഉടമ്പടിക്കും W T O നും എത്രയോ മുമ്പ് സ്വതന്ത്ര വാണിജ്യത്തിലേക്കുള്ള നിയന്ത്രണങ്ങൾ എടുത്തുകളയാനുള്ള സമ്മർദങ്ങൾ, ഈ പ്രക്രിയയ്ക്ക് ആക്കം കൂട്ടി. കെയ്നീഷ്യൻ സാമ്പത്തിക ശാസ്ത്ര പരികൽപ്പനകളിൽ സുശിക്ഷിതരായ പല ഭാരതീയ സാമ്പത്തികധനതത്വശാസ്ത്രജ്ഞരും നിർലജ്ജമായി നിയോ ലിബറൽ ആഗോളവൽക്കരണത്തെ സ്വാഗതം ചെയ്യുകയും ധനമൂലധനത്തിന്റെ രാഷ്ട്രീയ ആസൂത്രണ അജണ്ടകൾക്ക് ചുക്കാൻ പിടിക്കുകയും ചെയ്തു. നിലവിലുള്ള സാമ്പത്തിക പ്രതിസന്ധിയുടെ ഗൗരവത്തെ നിസ്സാരവൽക്കരിക്കാനും ഈ വിഭാഗം ഇപ്പോൾ ശ്രമിക്കുന്നുണ്ട്. പൊതുചെലവിലുള്ള ഗുരുതരമായ വെട്ടിക്കിഴിക്കലിനോടൊപ്പം രാജ്യത്തിന്റെ കാർഷിക വ്യവസ്ഥിതിയെ സാർവദേശീയ മൂലധനത്തിന്റെ നീരാളിപ്പിടിത്തത്തിന് തുറന്നുകൊടുത്തതും കാർഷിക പ്രതിസന്ധിക്ക് നിദാനമായ പരമപ്രധാനമായ കാരണങ്ങളിലൊന്നാണ്.

70കളുടെ അവസാനം മുതൽ വ്യാവസായിക സമ്പദ്ഘടനകളിലെല്ലാം തന്നെ മാസ്ട്രിച്റ്റ് (Maastricht) തരത്തിലുള്ള ധനപരവും, പണപരവുമായ സമൃദ്ധിസാഹചര്യങ്ങൾ പ്രവർത്തനക്ഷമമാകുന്നതിൽ ഫിനാൻസ് മൂലധനത്തിന്റെ അധീശത്വപരമായ പങ്കുണ്ട്. ഇതിന്റെ തുടർച്ചയായി വികസിതരാജ്യങ്ങളിലെ വളർച്ചാനിരക്കുകൾ 70 കളിലെ 2.7% എന്ന തോതിൽനിന്ന് 90 കളിൽ 1.5% എന്ന നേർപകുതി നിലവാരത്തി

ലേക്കെത്തിയപ്പോൾ, വികസ്വരരാഷ്ട്രങ്ങളിൽ 70 കളിലെ 3% തോതിനെ അപേക്ഷിച്ച്, അത് 90 കളിൽ 1.2% ആയി കൂപ്പുകുത്തി. തൊഴിലില്ലായ്മ നിയന്ത്രിക്കാനും, പൊതുഉപഭോഗത്വര നിലനിർത്താനും അതുവരെ ആശ്രയിച്ചിരുന്ന കെയ്ൻസിന്റെ പൊതുധനകാര്യരീതിശാസ്ത്രങ്ങൾ പൂർണമായും ഉപേക്ഷിക്കപ്പെട്ടു. മറിച്ച് ആസ്തിമൂല്യപെരുപ്പത്തിലൂടെയും വർധമാനമായ ഉപഭോക്തൃവായ്പാപെരുപ്പത്തിലൂടെയും ഉളവാകുന്ന കാലികമായ സ്വകാര്യമുതൽമുടക്കുകുമിളകളുടെ കൃത്രിമമായി ത്വരിതപ്പെടുത്തിയ പൊതുചോദനകൾ, ഈ കുമിളകളോടൊപ്പം തന്നെ ഇടയ്ക്കിടയ്ക്ക് തകരുകയും ചെയ്യുന്ന പ്രതിഭാസമാണ് സുസ്ഥാപിതമായിരിക്കുന്നത്. ഇതുമൂലം ഉപഭോക്താക്കൾക്കും, മുതലിറക്കുന്നവർക്കും ഒരുപോലെ ഉളവാകുന്ന ആത്മവിശ്വാസത്തകർച്ച അതിന്റെ നെല്ലിപ്പടിയിൽ എത്തുകയും സമ്പദ്ഘടനാലോപത്തിന്റേതായ ആദ്യഘട്ടത്തിലെ സൂചനകൾ കണ്ടുതുടങ്ങുകയും ചെയ്തിരിക്കുന്നു. (എന്നുവെച്ചാൽ ആസ്തിമൂല്യങ്ങൾ തകരുന്നു, വിപണിയിലേക്ക് ആഴത്തിൽ മുതലിറക്കിയ ബാങ്കുകളും, ധനകാര്യസ്ഥാപനങ്ങളും തകരുന്നു, പിരിച്ചുവിടലുകളും തൊഴിൽ നഷ്ടങ്ങളും പെരുകുമ്പോൾ സാമ്പത്തികചോദന തളരുന്നു. ഇതാകട്ടെ വീണ്ടും മുതലിറക്കൽ പ്രവണതകളേയും തൊഴിൽസൃഷ്ടിസാധ്യതകളേയും വിനാശകരമായി കീഴ്പോട്ട് വലിക്കുക വഴി സാർപ്പിളകമായ ഒരു തകർച്ചയുടെ നൈരന്തര്യത്തിന് കാരണമാകുന്നു.) വികസിതരാജ്യ സർക്കാരുകൾ തകരുന്ന സ്വകാര്യബാങ്കിലേക്കും മറ്റുസ്ഥാപനങ്ങളിലേക്കും വലിയ അളവിലുള്ള പൊതുപണം നിക്ഷേപിക്കുക വഴി നടത്തുന്ന സുരക്ഷാനടപടികളും, അതിജീവന പാക്കേജുകളും മറ്റും പൊതുചോദനയെ വീണ്ടെടുക്കുന്നതിനോ മുതൽമുടക്കിന് ആവശ്യമായ ആത്മവിശ്വാസത്തിന്റേതായ അന്തരീക്ഷം സൃഷ്ടിക്കാനോ പര്യാപ്തമല്ല. കാരണം പ്രതിസന്ധിക്ക് കാരണക്കാരായ അതേ ശക്തികളെയാണ് ഭരണകൂടം ഈ സൗജന്യങ്ങൾ വഴി പരിലാളിക്കുന്നത് എന്നത് സാധാരണ പൗരനെ സംബന്ധിച്ചിടത്തോളം പകൽവെളിച്ചം പോലെ വ്യക്തമാണ്.

വ്യാപാരബന്ധങ്ങൾവഴി വികസിത സമൂഹങ്ങളുമായി അടുത്തബന്ധമുള്ള വികസ്വര സമ്പദ്ഘടനകളെയൊക്കെത്തന്നെ കയറ്റുമതി മുരടിപ്പും വളരുന്ന തൊഴിലില്ലായ്മയും മൂലധന ചോർച്ചയും ഓഹരിവിപണിത്തകർച്ചയും ബാധിച്ചിരിക്കുന്നു. അമേരിക്കയിലും യൂറോപ്പിലുമായി വിപുലമായ ഉപഭോഗവിപണികളുള്ള ചൈനയാണ് ഉൽപ്പാദനരംഗത്തെ ഏറ്റവും കടുത്ത തൊഴിൽ നഷ്ടങ്ങൾ ഏറ്റുവാങ്ങിയിരിക്കുന്നത്. കയറ്റുമതിയധിഷ്ഠിതമായ എല്ലാ മേഖലയിലും ഇന്ത്യക്കും വ്യാപകമായ അടച്ചുപൂട്ടലും, തൊഴിൽ നഷ്ടവും അനുഭവവേദ്യമായിരിക്കുന്നു. വർഷാവസാനത്തോടുകൂടി ടെക്സ്റ്റൈൽ മേഖലയിൽ 5 ലക്ഷത്തോളം തൊഴിലു കളാണ് ലോപിച്ചുപോയിരിക്കുക. വിദേശ വിപണിയുടെ ശോഷണവും,

വിലകളിൽ കുത്തനേയുള്ള ഇടിവും കൂടിച്ചേർന്ന്, പരുത്തി, ചായ, കാപ്പി, സുഗന്ധദ്രവ്യങ്ങൾ തുടങ്ങിയ മേഖലകളെ ഭീഷണമായ പ്രതിസന്ധിയിലേക്ക് തള്ളിയിരിക്കുകയാണ്. ഇവയിൽത്തന്നെ ഇടത്തരം കർഷകരും, ചെറുകിട ഉൽപ്പാദകരും, സംസ്കരണ യൂണിറ്റുകളുമാണ് ഏറ്റവും ഗുരുതരമായ പ്രത്യാഘാതങ്ങൾ ഏറ്റുവാങ്ങുന്നത്.

വ്യാപകമായ മാന്ദ്യത്തിന്റെ ചുറ്റുപാടിൽ ലോകമുതലാളിത്ത തലവനായ അമേരിക്കയാകട്ടെ, ആഭ്യന്തര തൊഴിൽനാശം സഹിച്ചുകൊണ്ടുപോലും സ്വന്തം വിപണി ഇറക്കുമതികൾക്കായി തുടർന്നും നിലനിർത്തുവാനും, അതോടൊപ്പം ചോദന നിലനിർത്താൻ പുറത്തേക്ക് വായ്പകൾ നൽകിക്കൊണ്ടേയിരിക്കാനും, നിർബന്ധിതനാണ്. എന്നാൽ ലോകമുതലാളിത്തത്തിന്റെ സാരഥി എന്ന നിലയ്ക്കുള്ള ഈ കഠിന ഉത്തരവാദിത്വങ്ങൾ ഫലപ്രദമായി നടത്താനുള്ള പ്രാപ്തി ഇന്ന് അമേരിക്കയ്ക്കില്ല. കഴിഞ്ഞ കുറേ വർഷങ്ങളായി ലോകത്തിലെ ഏറ്റവും വലിയ വായ്പാ ഉപഭോക്താവ് അമേരിക്ക തന്നെയാണ്. ഇങ്ങനെയുള്ള കടമെടുക്കലിൽ കൂടിയാണ്, ഇറക്കുമതിയാശ്രിതമായ ഉയർന്ന ഉപഭോഗ നിലവാരം ഇത്രയുംകാലം സംരക്ഷിച്ചുകൊണ്ടിരിക്കുന്നത്. എന്നാൽ ഇപ്പോൾ ആ ശേഷി നഷ്ടപ്പെട്ട അമേരിക്കയ്ക്ക് ആഭ്യന്തര മാന്ദ്യത്തിൽനിന്ന് കരകയറുവാൻ സാധിച്ചിട്ടില്ല. ഇതുകൂടാതെ തൊഴിൽനഷ്ടം നിയന്ത്രിക്കുവാൻ ആഭ്യന്തര വിപണിയുടെ പല വാതിലുകളും ഇറക്കുമതിക്കെതിരെ കൊട്ടിയടയ്ക്കുന്ന സംരക്ഷണ നിലപാട് ഒബാമയുടെ ഏറ്റവും പുതിയ പ്രസ്താവനകളിലൂടെ കാണുമാറാകുന്നു. 2009 നുശേഷവും യൂറോപ്പും, ജപ്പാനുമടക്കം മുഴുവൻ മുതലാളിത്തലോകവും കൂടുതൽ രൂക്ഷമായ പൊതുമാന്ദ്യത്തിലേക്കും അസ്ഥിരതയിലേക്കും നീങ്ങിക്കൊണ്ടേയിരിക്കും എന്നാണ് സൂചനയുള്ളത്.

ആഗോള മുതലാളിത്ത പ്രതിസന്ധി ഇന്ത്യയിലെ പുരോഗമന ശക്തികൾക്ക്, തൊഴിലാളി - കർഷകസഖ്യത്തിലധിഷ്ഠിതമായ പൊതുജനമുന്നേറ്റത്തിന്, വ്യക്തമായ സാധ്യത ഒരുക്കിത്തരുന്നുണ്ട്. വസ്തുനിഷ്ഠസാഹചര്യങ്ങൾ വളർച്ച പ്രാപിച്ചുകഴിഞ്ഞു. ഈ ചരിത്ര സാഹചര്യം മുതലെടുക്കാൻ തക്കതായ ആശയവ്യക്തതയും സംഘടനാ മുൻകയ്യും രാഷ്ട്രീയ ഊർജവും, ഇടതുപക്ഷ പ്രസ്ഥാനത്തിന് കൈമുതലായിട്ടുണ്ടോ എന്നതാണ് പ്രശ്നം.

3 കാർഷിക പ്രതിസന്ധിയും 1930 കളിലെ മഹാമാന്ദ്യവും - ഇന്നത്തെ അവസ്ഥയുമായുള്ള സമാനതകൾ

സമകാലിക ആഗോള സാമ്പത്തിക പ്രതിസന്ധിയും മഹായുദ്ധങ്ങൾക്കിടയിൽ ഉയർന്നുവന്ന മഹാമാന്ദ്യവും തമ്മിൽ, ശ്രദ്ധേയവും, മുഴച്ചുനിൽക്കുന്നതുമായ ചില സമാനതകൾ കാണുവാൻ കഴിയും. 1929 ലെ

സ്റ്റോക്ക് മാർക്കറ്റ് തകർച്ചയ്ക്ക് 5 വർഷം മുമ്പുതന്നെ, ആഗോളമായി രൂക്ഷമായിക്കൊണ്ടിരുന്ന ഒരു കാർഷിക മാന്ദ്യം ആരംഭിച്ചിരുന്നു. സമാനമായി, ഇപ്പോൾ ഏകദേശം ഒരു ദശകത്തിലേറെയായി വികസിത രാഷ്ട്രങ്ങളിലെ കാർഷികരംഗം ഗുരുതരമായ മാന്ദ്യത്തിന്റെ പിടിയിലാണ്. 'മഹാമാന്ദ്യ'കാലഘട്ടത്തിൽ എന്നപോലെ, ഗ്രാമീണ മേഖലയിലെ വികസന ചെലവുകൾ ചുരുക്കി നിർത്തുകയെന്ന പ്രമേയത്തിൽ അടിസ്ഥാനപ്പെടുത്തിയ വികലവും, അശാസ്ത്രീയവുമായ വാദമുഖങ്ങളാണ് വലതുപക്ഷ ധനതത്വശാസ്ത്രജ്ഞർ അവതരിപ്പിക്കുന്നതെന്ന് 6 വർഷം മുമ്പുള്ള നിരവധി പ്രബന്ധങ്ങളിൽ ഈ ലേഖിക ചൂണ്ടിക്കാണിച്ചിരുന്നു. പൊതുമുതൽമുടക്കുകൾ സ്വകാര്യമുതൽമുടക്കുകളെ തള്ളിമാറ്റുകയും പാർശ്വവൽക്കരിക്കുകയും ചെയ്യുന്നു എന്നാണ് ഇവർ വാദിച്ചിരുന്നത്. ഐ എം എഫിന്റെ നേതൃത്വത്തിലുള്ള ചെലവുചുരുക്കൽ അടിസ്ഥാനപ്പെടുത്തിയ നിയോലിബറലിസം ഇന്ത്യയടക്കമുള്ള വികസ്വരരാഷ്ട്രങ്ങളിൽ എമ്പാടും, അതിരൂക്ഷമായ കാർഷിക മുരടിപ്പാണ് സൃഷ്ടിക്കുന്നത് എന്ന് ഞങ്ങൾ ചൂണ്ടിക്കാണിച്ചിരുന്നു.

ആഗോള പ്രാഥമിക വിലനിലവാരത്തിലെ ആനുപാതികമായ തളർച്ചകൾ, 1925 – 31 കാലഘട്ടത്തിലും 1995–2001 കാലയളവിലും തുല്യ അളവിലാണെന്നും ഞങ്ങൾ കണ്ടെത്തുകയുണ്ടായി.

എന്നാൽ മഹായുദ്ധങ്ങൾക്കിടയിലുള്ള കാലഘട്ടത്തിലെ പ്രധാനപ്പെട്ട വ്യത്യാസം, ആ കാലയളവിൽ, കാർഷികവൃത്തിക്ക്, അമേരിക്കയും ജർമനിയും പോലുള്ള വികസിത രാഷ്ട്രങ്ങളിലെ മൊത്തം ആഭ്യന്തര ഉൽപ്പാദനത്തിലുള്ള പങ്ക് വളരെ ഉയർന്നതായിരുന്നു. അതുകൊണ്ടുതന്നെ പരിപൂർണമായും തുറന്ന വിപണികളുള്ള കൊളോണിയൽ ഇന്ത്യയെപ്പോലെതന്നെ, ആ രാജ്യങ്ങളിലേയും, കർഷകത്തൊഴിലാളികളും ഈ പ്രതിസന്ധിയുടെ (ചുരുങ്ങുന്ന പ്രാഥമിക കയറ്റുമതിയും, തകരുന്ന പ്രാഥമിക വിലനിലവാരവും) നുകം പേറേണ്ടിവന്നവരാണ്. എന്നാൽ 80 വർഷങ്ങൾക്കിപ്പുറം വികസിത രാഷ്ട്രങ്ങളിലെ കർഷകത്തൊഴിലാളികൾ മൊത്തം തൊഴിൽ സേനയുടെ 5ശതമാനത്തിൽ താഴെ മാത്രമാണ്. മൊത്തം ആഭ്യന്തര ഉൽപ്പാദനത്തിൽ അവരുടെ ശതമാന പങ്കാണെങ്കിൽ അതിലും താഴെയും. അങ്ങനെ ആഗോള ധാന്യവിലകൾ തകരുമ്പോഴും കാർഷിക മേഖലയുടെ വരുമാനത്തെ താങ്ങിനിർത്തുവാൻ വേണ്ടി വമ്പൻ സാമ്പത്തിക സബ്സിഡികൾ നൽകാൻ ഈ രാജ്യങ്ങൾക്കാകും. ആഗോള വിലത്തകർച്ചയെ ഈ സബ്സിഡികളും സ്വാധീനിക്കുന്നുണ്ട്. ചുരുക്കത്തിൽ പുതിയകാലത്തെ കാർഷിക പ്രതിസന്ധി ദക്ഷിണമേഖലയിലെ വികസ്വര രാജ്യങ്ങളെ മാത്രമാണ് ബാധിച്ചിട്ടുള്ളത്.

1931 നുശേഷം ഇന്ത്യയുടെ ആന്തരിക സ്വർണസമ്പാദ്യത്തിൽ കനത്ത ഇടിവാണ് സംഭവിച്ചത്. ബ്രിട്ടനു കൊടുക്കേണ്ടതായ കൊളോണിയൽ സാമ്പത്തിക ബാധ്യതകൾക്ക് ഒട്ടും മയം വരാത്ത സാഹചര്യ

ത്തിൽ, കാർഷിക കയറ്റുമതി ഇടിഞ്ഞപ്പോഴും, വികസ്വര രാഷ്ട്രങ്ങളിൽ വെച്ച് ഏറ്റവും ഭീമമായ സ്വർണക്കടത്തിനാണ് ഇന്ത്യ വിധേയമായത്. വിളകളുടെ വില തകർച്ച കാരണം കടബാധ്യതകൾ ഭീഷണമായി പെരുകിയപ്പോൾ വ്യാപകമായ തോതിൽ കൃഷിഭൂമിയും കന്നുകാലികളും കർഷകരുടെ ഉടമസ്ഥതയിൽനിന്നും നഷ്ടപ്പെടുകയാണുണ്ടായത്. 1921 ലെ 26ശതമാനം എന്ന തോതിനെ അപേക്ഷിച്ച് 1931 ലെ സെൻസസിൽ കാർഷിക ഉൽപ്പാദന സമൂഹത്തിലെ 38ശതമാനം പേരാണ് സ്വയംകൂലി വേതനക്കാരായി പ്രഖ്യാപിച്ചത്. ഈ കാർഷികപരിതോവസ്ഥ സെമീന്ദാറുകൾക്കും, വിദേശഭരണത്തിനുമെതിരായ പ്രതിഷേധവും പ്രതിരോധവുമായി രൂപാന്തരം പ്രാപിക്കുകയാണുണ്ടായത്. ബംഗാൾ, തെലങ്കാന, കേരളമെന്നിവിടങ്ങളിൽ ഇത് കമ്യൂണിസ്റ്റുകളുടെ നേതൃത്വത്തിലുള്ള കർഷകപ്രസ്ഥാനങ്ങളായി വളർന്നുവരികയുണ്ടായി.

തത്തുല്യമായ ഒരു സാമൂഹ്യസാമ്പത്തിക ദുരന്തമാണ് ഇന്ന് കർഷക – കർഷകത്തൊഴിലാളി ജനസാമാന്യത്തെ പട്ടിണിയിലേക്കും, കടക്കെണിയിലേക്കും സ്വത്തുനാശത്തിലേക്കും തള്ളിവിട്ടിരിക്കുന്നത്. കർഷക ആത്മഹത്യകളിലൂടെ തുടങ്ങിയ പരിത്യാഗപരമായ സഹനങ്ങൾ ഇന്ന്, ദേശീയവും സാർവദേശീയവുമായ മൂലധന ശക്തികളുടെ നേതൃത്വത്തിൽ നടക്കുന്ന ഭൂമി അധിനിവേശങ്ങൾക്കെതിരെയുള്ള ജൈവമായ സംഘടിതരോഷമായും, സവിശേഷ സാമ്പത്തിക മേഖലകൾക്കുവേണ്ടി (special economic zone) ഭരണകൂടം നടത്തുന്ന ഭൂമിയേറ്റെടുക്കലുകൾക്കെതിരെയുള്ള ചെറുത്തുനിൽപ്പായും വളർച്ച പ്രാപിച്ചിരിക്കുകയാണ്. കർഷകപ്രതിഷേധത്തിന്റെ വീര്യം ശക്തി പ്രാപിക്കുന്നത് മെല്ലയാകാമെങ്കിലും, ഈ ജനവിഭാഗം വെച്ചുപൊറുപ്പിക്കാവുന്ന പീഡനശിക്ഷകൾക്ക് ഒരു പരിധിയുണ്ട്. മഹാരാഷ്ട്രയിലെ ഒരു കൂറ്റൻ SEZ ന് എതിരെയുള്ള സമരത്തിനിടയിൽ ഒരു പ്രാദേശിക കർഷകത്തൊഴിലാളി നേതാവ് മുന്നറിപ്പ് നൽകിയത് ഇപ്രകാരമാണ്—ഈ രാജ്യം ഇതുവരെ കണ്ടത് കൃഷിക്കാരുടെ ആത്മഹത്യയാണെങ്കിൽ ഇനിയങ്ങോട്ട് അവരുടെ പരഹത്യക്കും ദൃക്സാക്ഷികളാകുവാൻ തയാറാകേണ്ടിവരും.

ഇടതുപക്ഷപ്രസ്ഥാനത്തിന് ഈ സാഹചര്യത്തിൽ 3 വഴികളിൽ ഒന്നാണ് തെരഞ്ഞെടുക്കാനുള്ളത്: ഒന്ന്, സ്വന്തം സ്വത്തുവകകളേയും ഉപജീവനത്തേയും സംരക്ഷിക്കാനുള്ള കർഷകസമരങ്ങളോട് എതിരിട്ടുനിൽക്കുക. ജനാധിപത്യവിരുദ്ധവും ലെനിനിസ്റ്റ് വിരുദ്ധവുമായ ഈ സമീപനം തൊഴിലാളി–കർഷക ഐക്യദാർഢ്യത്തിന്റെ ചരിത്രപരമായ അന്തസ്സത്തയ്ക്ക് നിരക്കാത്തതുമാണ്. രണ്ട്, കർഷകപ്രസ്ഥാനം സ്വതന്ത്രമായി വളരുമ്പോൾ നിസ്സംഗരായ കാഴ്ചക്കാരായി ചുരുങ്ങുക എന്നുള്ളതാണ്. മൂന്ന്, ഈ സമരത്തിന് നേതൃത്വം നൽകുകയും സാമ്രാജ്യത്വത്തിനും അതിന്റെ പ്രാദേശിക പങ്കാളികൾക്കും തദ്ദേശീയ സഖ്യങ്ങൾക്കുമെതി

രേയുമുള്ള അധ്വാനിക്കുന്ന ജനവിഭാഗങ്ങളുടെ കൂട്ടുമുന്നണിയായി രൂപപ്പെടുത്തുക എന്നതാണ്. ഇതിലേറ്റവും ശരിയും, ജനാധിപത്യ പ്രസ്ഥാനത്തിന്റെ ഏറ്റവും പൂർണമായ വളർച്ചയിലേക്ക് നയിക്കുന്നതുമായ മാർഗം നിസ്സംശയമായും മൂന്നാമത്തേതാണ്.

അടുത്തതായി നിയോലിബറൽ കാലഘട്ടത്തിലെ വികസനമാതൃകകൾ കാർഷികരംഗത്തെ എങ്ങനെ ബാധിച്ചുവെന്ന് കൂടുതൽ വസ്തുതാപരമായി പരിശോധിക്കാം.

മേഖല തിരിച്ചുള്ള മൊത്തം ജനസംഖ്യയുടെ പ്രതിശീർഷ വരുമാനം (രൂപ) (1988–89 മുതൽ 2005–06 വരെ)

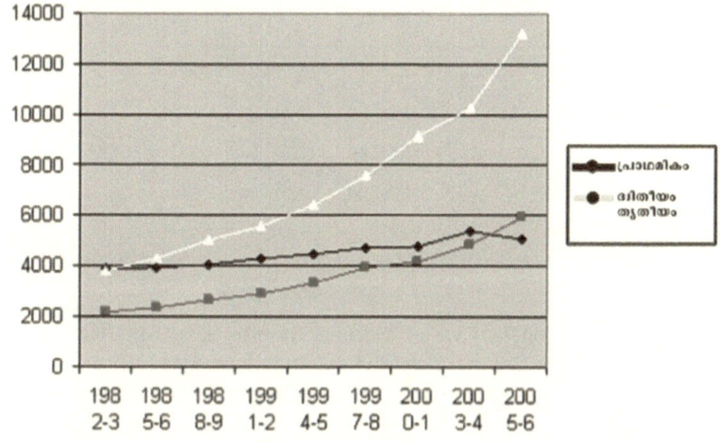

ചാർട്ട്1 *മൊത്തം ജനസംഖ്യയുടെ യഥാർഥ പ്രതിശീർഷ ഉൽപാദനം (ഇന്ത്യ 1988 - 89 മുതൽ 2005 - 06 വരെ)*

4 തൊഴിൽ നഷ്ടത്തിന്റേയും, ഭൗതിക ഉൽപ്പാദന മുരടിപ്പിന്റേയും ചെലവിൽ പരാന്നഭോജി മേഖലകളുടെ വളർച്ച

ഭൗതിക ഉൽപ്പാദന മേഖലകളെ പരാന്നഭോഗം നടത്തുന്ന ഒരു സേവന മേഖലയുടെ അതിദ്രുതമായ വളർച്ചാവികാസമാണ് നിയോ ലിബറൽ നയപരിപാടിയുടെ ഭാഗമായി ഇന്ത്യയിൽ സംഭവിച്ചിട്ടുള്ളത്. ചാർട്ട് 1ൽ ദൃശ്യമാകുന്നതുപോലെ 88–89 മുതൽ 2005–06 വരെയുള്ള കാലഘട്ടത്തിൽ കാർഷികമേഖലയുടെ പ്രതിശീർഷ ഉൽപ്പാദനം 4000 മുതൽ 5000 രൂപ വരെയാണ് വളർന്നതെങ്കിൽ ദ്വിതീയമേഖലയിൽ 3000 ൽനിന്ന് 6000

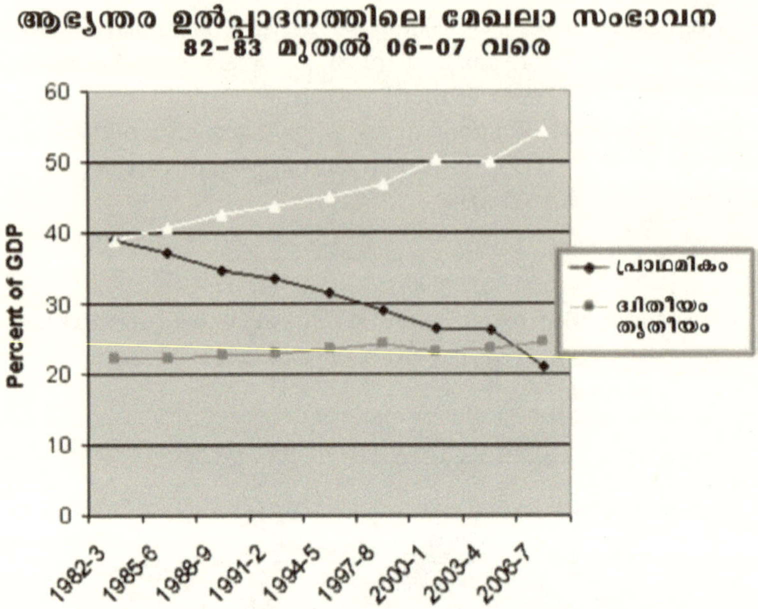

ചാർട്ട് 1 (ബി) *മൊത്തം ആഭ്യന്തര ഉൽപ്പാദനത്തിൽ മേഖല തിരിച്ചുള്ള സംഭാവന 1982 - 83 മുതൽ 2006 - 07 വരെ*

പ്രഭവം : Constant Value National Income data from RBI

ത്തിലേക്കുള്ള ഇരട്ടിക്കലാണ് ഇതേ കാലയളവിൽ സംഭവിച്ചത്. സേവന മേഖലയടക്കമുള്ള തൃതീയ മേഖലയാകട്ടെ 5000 ത്തിൽനിന്ന് 13000 ലേക്കുള്ള വളർച്ചയാണ് സാക്ഷാൽക്കരിച്ചത്.

മൊത്തം ആഭ്യന്തര ഉൽപ്പാദനത്തിൽ കാർഷിക മേഖലയുടെ ശോഷണവും സേവന മേഖലയുടെ വളർച്ചയും സംഭവിച്ചപ്പോൾ വ്യാവസായിക–നിർമാണമേഖലയുടെ പങ്ക് ഏറെക്കുറെ മാറ്റമില്ലാതെ തുടർന്നത് ചാർട്ട് 1 (ബി) ൽ നിന്ന് എളുപ്പത്തിൽ മനസിലാക്കാം.

ഐ എം എഫ് ലോകബാങ്കു തിട്ടൂരങ്ങൾക്ക് കീഴടങ്ങിക്കൊണ്ട്, 91–96 കാലഘട്ടത്തിലെ നരസിംഹറാവു സർക്കാരിന്റെ ധനകാര്യമന്ത്രി എന്ന നിലയിൽ മൻമോഹൻസിങ് നടപ്പിലാക്കിയത്, തീവ്രമായ സ്ഥൂല സാമ്പത്തിക സങ്കോചം (Macro economic contraction) പ്രാവർത്തികമാക്കുന്ന നയങ്ങളാണ്.

സാമ്പത്തിക പരിഷ്കാരങ്ങളുടെ ഈ ദശകത്തിൽ പൊതുചെലവ് വെട്ടിക്കുറയ്ക്കലിന്റെ രൂക്ഷത 2 (എ) മുതൽ 2 (സി) വരെയുള്ള ചാർട്ടു

പ്രതിശീർഷ കേന്ദ്ര വികസനമുതൽമുടക്കും, ചെലവും ദശകം തിരിച്ചുള്ള വളർച്ചാ നിരക്കുകൾ (%)

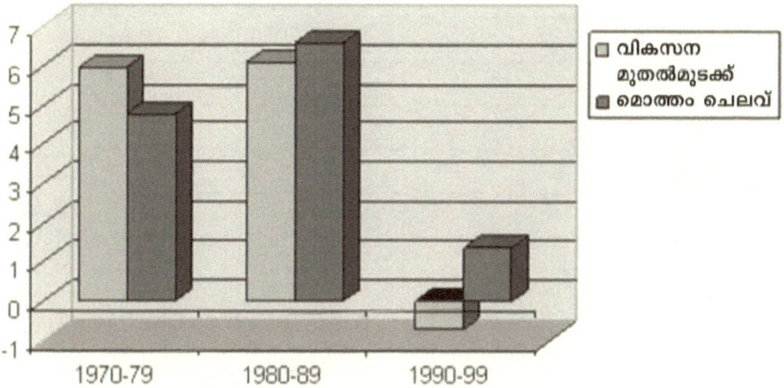

ചാർട്ട് 2 (എ) *പ്രതിശീർഷ കേന്ദ്ര വികസന മുതൽമുടക്കും, ചെലവും ദശകം തിരിച്ചുള്ള വളർച്ചാനിരക്കുകൾ ഇന്ത്യ - 1970 - 1999*

പ്രഭവം : Ramkumar 2008 Table 1

സാമ്പത്തിക സേവനങ്ങൾക്കും, സാമൂഹിക സേവനങ്ങൾക്കും വേണ്ടിയുള്ള സംസ്ഥാന ചെലവുകളുടെ പ്രതിവർഷ വളർച്ചാനിരക്കുകൾ 1972-99

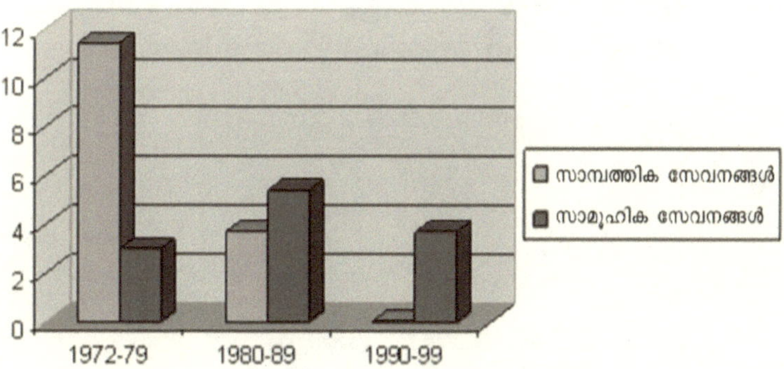

ചാർട്ട് 2 (ബി) *സാമ്പത്തിക സേവനങ്ങൾക്കും, സാമൂഹിക സേവനങ്ങൾക്കും വേണ്ടിയുള്ള സംസ്ഥാന ചെലവുകളുടെ പ്രതിവർഷ വളർച്ചാനിരക്കുകൾ 1972- 99*

ഗ്രാമീണ വികസന ചെലവും RDE, അടിസ്ഥാന സൗകര്യ ചെലവും IFE, മൊത്തം ദേശീയ ഉൽപ്പാദനത്തിന്റെ ശതമാന കണക്കിൽ 85-90 മുതൽ 2000 - 01 വരെ

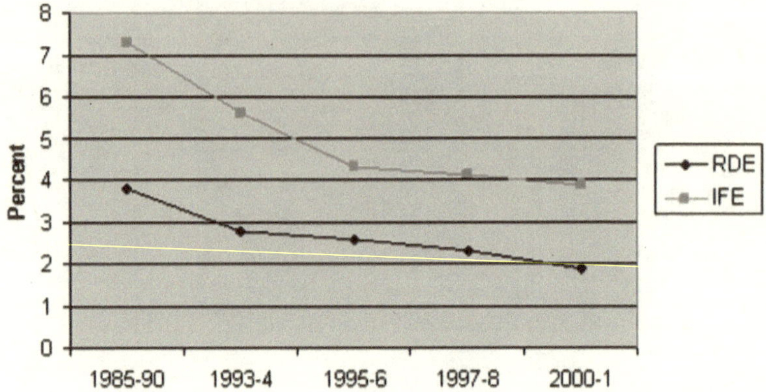

ചാർട്ട് 2 (സി) *ഗ്രാമീണ വികസന ചെലവും RDE, അടിസ്ഥാന സൗകര്യ ചെലവും IFE, മൊത്തം ദേശീയ ഉൽപ്പാദനത്തിന്റെ ശതമാന കണക്കിൽ 85 - 90 മുതൽ 2000 - 01 വരെ*
പ്രഭവം : Patnaik 2007

കൾ സാക്ഷ്യപ്പെടുത്തുന്നു. 70 കളിലും, 80 കളിലും 6 ശതമാനം വാർഷിക തോതിൽ വളർച്ച നേടിയതിനുശേഷം 90 കളിലെ യഥാർഥ കേന്ദ്ര പൊതു മുതൽമുടക്കിൽ കുത്തനെയുള്ള ഇടിവാണുണ്ടായത് ചാർട്ട് 2 (എ).

സംസ്ഥാന സർക്കാരുകളുടെ മുതൽമുടക്കിലും ഇതേപ്രവണത

1993-4 മുതൽ 2004-5 വരെയുള്ള സ്ത്രീ തൊഴിലാളികളുടെ അഖിലേന്ത്യാ തൊഴിലില്ലായ്മ നിരക്കുകൾ

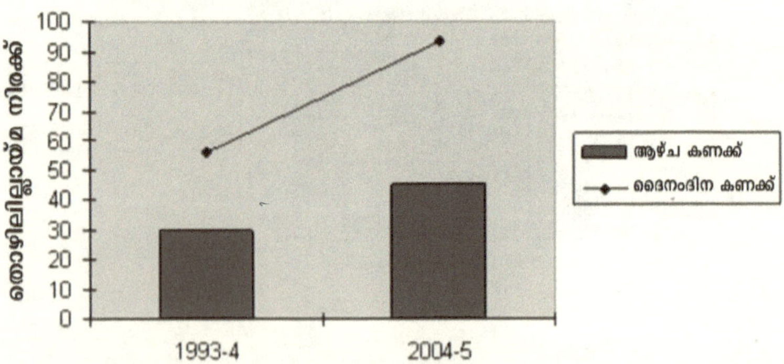

ചാർട്ട്3 (എ) *വർധിക്കുന്ന തൊഴിലില്ലായ്മ നിരക്കുകൾ, ഗ്രാമീണ ഇന്ത്യയിലെ സ്ത്രീ തൊഴിലാളികൾ*

പുരുഷ തൊഴിലാളികളുടെ
അഖിലേന്ത്യാ തൊഴിലില്ലായ്മ നിരക്കുകൾ

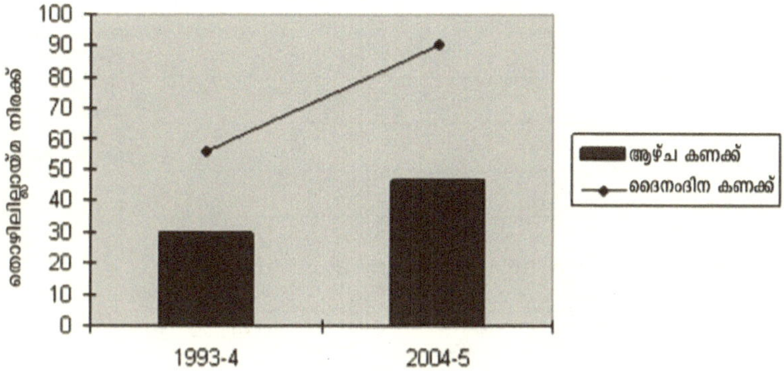

ചാർട്ട് 3 (ബി) *വർധിക്കുന്ന തൊഴിലില്ലായ്മ നിരക്കുകൾ, ഗ്രാമീണ ഇന്ത്യയിലെ പുരുഷ തൊഴിലാളികൾ*
പ്രഭവം : National Sample Survey Reports Employment and Unemployment

ദൃശ്യമായി. ചാർട്ട് 2(ബി). കൃഷിയും ഗ്രാമവികസനവുമടക്കമുള്ള സാമ്പത്തിക സേവനങ്ങളിലുള്ള സംസ്ഥാന സർക്കാർ മുതൽ മുടക്കിലെ വളർച്ചാനിരക്ക് എപ്രകാരം 70 കളിലെ 11 ശതമാനത്തിൽനിന്ന് 90 കളിലെ ശൂന്യതുല്യമായ നിലവാരത്തിലേക്ക് കൂപ്പുകുത്തി എന്ന് ചാർട്ട് വിളിച്ചു പറയുന്നു.

ശരാശരി വാർഷിക ഭക്ഷ്യധാന്യം - ജനസംഖ്യാ
വളർച്ചാ നിരക്കുകൾ 80-81 മുതൽ 2007-08 വരെ

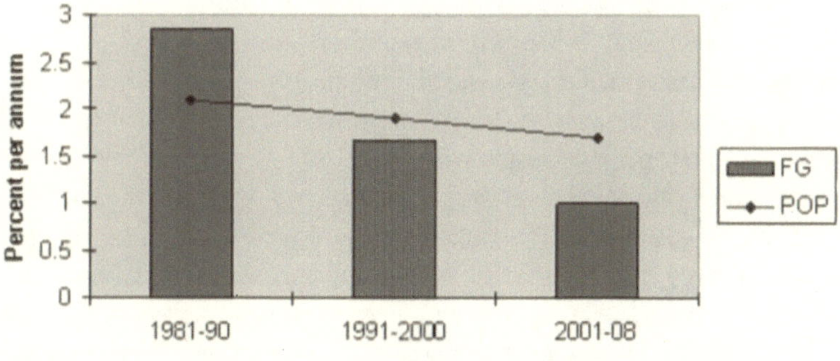

ചാർട്ട് 4 (എ) *ശരാശരി വാർഷിക ഭക്ഷ്യധാന്യം - ജനസംഖ്യാ വളർച്ചാ നിരക്കുകൾ 80 - 8 മുതൽ 2007 - 08 വരെ*
പ്രഭവം : Patnaik 2007 Basis data Min. of Finance, annual Economic Survey

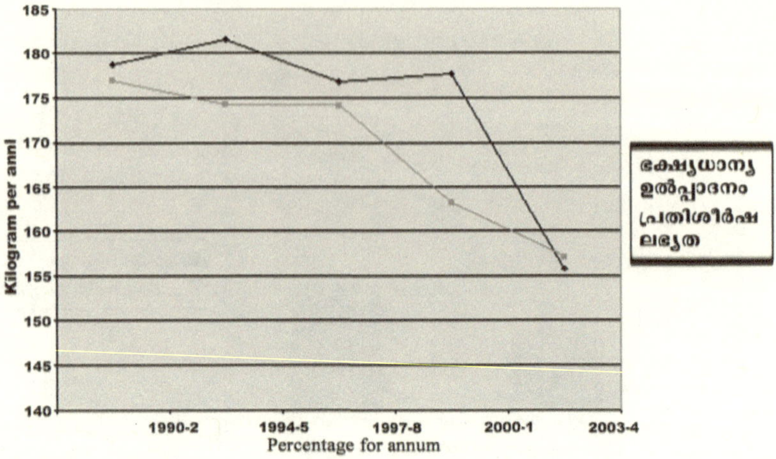

ചാർട്ട് 4 (ബി) *ഭക്ഷ്യധാന്യ ഉൽപാദനവും, പ്രതിശീർഷ ലഭ്യതയും - ത്രിവർഷ ശരാശരി കണക്ക് 90 - 91 മുതൽ 2004 - 05 വരെ*

പ്രഭവം : Patnaik 2007 Basis data Min. of Finance, annual Economic Survey various years. Chart updated from Patnaik 2007

ഇതേ കാലയളവിൽ കേന്ദ്രസർക്കാർ പദ്ധതി വിഹിതത്തിൽ അടിസ്ഥാന സൗകര്യവികസനത്തിനും ഗ്രാമവികസനത്തിനും (ഗ്രാമവികസനമെന്നാൽ കൃഷി, ഗ്രാമീണവികസനം, ജലസേചനം, പ്രളയനിയന്ത്രണം, ഗ്രാമീണ ചെറുകിട വ്യവസായ വികസനം, മറ്റുപ്രാദേശിക സവിശേഷ പദ്ധതികൾ എന്നിവ കൂടിച്ചേർന്ന ഒറ്റ അടങ്കൽ തുകയാണ്.) നടത്തിയ ചെലവുകൾ ചാർട്ട് 2 (സി) യിൽ കാണിച്ചിരിക്കുന്നു.

ചാർട്ടിൽ കാണിച്ചിട്ടില്ലെങ്കിലും 2002- 03 ലെ രൂക്ഷമായ വരൾച്ചാ കാലഘട്ടങ്ങളിൽ പൊതുകാര്യ ഗ്രാമീണ ചെലവുകൾ കാലികമായി ഉയർന്നുവെങ്കിലും, ഒരിക്കലും അവയ്ക്ക് പരിഷ്കരണ പൂർവകാലത്തിലെ നിലവാരത്തിലേക്ക് എത്തേണ്ടി വന്നിട്ടില്ല.

ഗുരുതരമായ ഈ ചെലവുചുരുക്കലുകൾ ഗ്രാമീണ ഇന്ത്യയിൽ എല്ലാ തുറയിലുമുള്ള തൊഴിലില്ലായ്മ നിരക്കുകളുടെ വർധനവിലേക്കാണ് നയിച്ചിട്ടുള്ളത്. (93-94 ഉം 2004-05 ഉം എൻ എസ് എസ് ഡാറ്റയിൽ നിന്ന്) ഇതേ കാലയളവിൽ നാഗരിക ഇന്ത്യയിലും തൊഴിലില്ലായ്മ നിരക്കുകൾ, ഇത്ര രൂക്ഷമായില്ലെങ്കിലും വളരുക തന്നെയായിരുന്നു. ഭൗതികോൽപ്പാദനം സങ്കോചിക്കുകയും തൊഴിലില്ലായ്മ വളരുകയും ചെയ്യുമ്പോൾ എന്തിനാണ് ചെലവ് ചുരുക്കുന്നത്? ആഗോള ഫൈനാൻസ് പ്രഭൃതികളുടെ വക്രീകരിച്ച സാമ്പത്തിക ലാഭപദ്ധതികളിലല്ലാതെ, ഈ ചോദ്യത്തിന് യുക്തിസഹമായ ഒരു മറുപടിയും നിലവിലില്ല.

2007 മുതൽ നടപ്പിലാക്കി തുടങ്ങിയ ദേശീയ-ഗ്രാമീണ തൊഴിൽ സുരക്ഷാനിയമം പ്രാബല്യത്തിൽ വന്നത് പല സംസ്ഥാനങ്ങളുടെയും സമ്പൂർണമായ ദാരിദ്ര്യവൽക്കരണത്തെ തടഞ്ഞുനിർത്തുവാൻ സഹായിച്ചിട്ടുണ്ട്. ഈ പരിപാടിയുടെ പരിധി ഇനിയും വ്യാപിപ്പിക്കേണ്ടതാണ്.

5. സാമ്പത്തിക പരിഷ്കാരങ്ങൾക്കും സ്വതന്ത്രവ്യാപാരത്തിനും കീഴിലെ ഭക്ഷ്യപ്രതിസന്ധി

യുദ്ധങ്ങൾക്കിടയിലുള്ള മാന്ദ്യകാലത്തുപോലും ബ്രിട്ടീഷ് സാമ്രാജ്യത്വത്തിന്റെ വിദേശനാണ്യ ആവശ്യങ്ങൾ തൃപ്തിപ്പെടുത്താൻ ഇന്ത്യക്ക് ഭക്ഷ്യധാന്യങ്ങളടക്കമുള്ള കാർഷിക കയറ്റുമതി നിലനിർത്തിപോകേണ്ടതായി വന്നു. നാണ്യവിളകളുടെ ഉൽപ്പാദനം പത്ത് മടങ്ങായി വളർന്നപ്പോഴും, ബ്രിട്ടീഷ് ഇന്ത്യയിലെ പ്രതിശീർഷ ഭക്ഷ്യധാന്യ ലഭ്യതയും മൊത്തമുൽപ്പാദനവും (ബംഗാളിലെ നെല്ലുൽപ്പാദനത്തിന്റെ തകർച്ചയടക്കം) മാരകമായി കുറയുകയാണുണ്ടായത്. പൊതുക്ഷാമം രൂക്ഷമാവുകയും ഗ്രാമീണ സമൂഹത്തിന്റെ ഭക്ഷ്യപോഷക നിലവാരം പാടേ തകരുകയും ചെയ്തു.

വ്യാപാര ഉദാരവൽക്കരണമെന്നാൽ, ഫലത്തിൽ സ്വാതന്ത്ര്യപൂർവ സാർവദേശീയ കാർഷിക തൊഴിൽ വിഭജനത്തിലേക്ക് തിരിച്ചുപോവുക എന്നത് കൂടിയായതുകൊണ്ട്, ഇതേ പ്രവണതകൾ 90 കളിലെ സാമ്പത്തിക പരിഷ്കരണ കാലഘട്ടത്തിലും തിരിച്ചുവരുന്നതായി കാണാം. 1992 ൽ തന്നെ ഈ ലേഖിക മുന്നറിയിപ്പ് തന്നതുപോലെ തുറന്ന വ്യാപാരവ്യവസ്ഥ ഭക്ഷ്യ സുരക്ഷിതത്വത്തെ വിനാശകരമായിട്ടാണ് ബാധിക്കുന്നത്. 8 ദശലക്ഷം ഹെക്ടർ ഭക്ഷ്യധാന്യ കൃഷിഭൂമി മറ്റു വിളകൾക്കായി, പ്രധാനമായും കയറ്റുമതി വിളകൃഷിക്കായി മാറ്റിയതുവഴി, ചാർട്ട് 4 (എ) യിൽ കാണപ്പെടുന്നതുപോലെ, ഭക്ഷ്യധാന്യ ഉൽപ്പാദനവളർച്ച, ജനസംഖ്യാ വളർച്ചാനിരക്കിന്റെ താഴോട്ട് പതിച്ചിരിക്കുന്നു. കഴിഞ്ഞ 8 വർഷത്തിനുള്ളിൽ ഈ വളർച്ചാ മുരടിപ്പ് ഏറെ രൂക്ഷമായിരിക്കുകയാണ്. കാരണം 2007-08 ലെ റെക്കോർഡ് 230 ദശലക്ഷം ടണ്ണിന്റെ കൊയ്ത്ത് കണക്കിലെടുത്താൽ പോലും 2000-01 നുശേഷമുള്ള വളർച്ചാനിരക്ക് 80 കൾക്ക് മുൻപുള്ളതിനേക്കാൾ കഷ്ടിച്ച് മൂന്നിലൊന്ന് മാത്രമാണ്.

ഉൽപ്പാദനം കുറയുന്നവിധം ഭൗതിക ഉൽപ്പാദനത്തിനുമേലുള്ള ഗുരുതരമായ ആക്രമണവും അതോടൊപ്പം പരാന്നഭോജി വർഗങ്ങളുടെ ഉയർന്ന വരുമാനമാർഗങ്ങൾമൂലം പ്രാഥമിക ഉൽപ്പന്നങ്ങൾക്കായുള്ള വർധിക്കുന്ന ആവശ്യങ്ങളും എന്ന പ്രശ്നം ബുദ്ധിജീവികളും പ്രതിരോധപ്രവർത്തകരും അവഗണിച്ചിട്ടുണ്ട്. വരുമാന വർധനവ് ഭക്ഷ്യധാന്യ ചോദനയേയും ഉപഭോഗത്തേയും പ്രതികൂലമായി ബാധിക്കുന്നത് സ്വാഭാവികമാണെന്നതാണ് ഇവരുടെ തെറ്റായ ഒരു പരികൽപ്പന. ഭക്ഷ്യധാന്യ

ഉൽപ്പാദന മുരടിപ്പും ദൗർലഭ്യവും ഭക്ഷ്യവസ്തു വിലകളുടെ വർധനവിൽ കലാശിക്കണമെന്നില്ലെന്നും, പാപ്പരാക്കപ്പെടുന്ന പൊതുജനത ഭക്ഷണ ഉപഭോഗം വെട്ടിക്കുറയ്ക്കുക എന്ന ക്രമീകരണത്തിന്റെ ദുരന്തത്തിലേക്കു വരെ കാര്യങ്ങളെത്താമെന്നും തിരിച്ചറിയപ്പെടുന്നില്ല.

യഥാർഥത്തിൽ ആത്യന്തികമായ ഭക്ഷ്യധാന്യ ദൗർലഭ്യം നിലവിലുണ്ടായിട്ടും, അടുത്തകാലം വരെ അസാധാരണമായ ഭക്ഷ്യവിലവർധന എന്ന നിലയ്ക്കുള്ള പ്രതിഭാസമായി ഇത് വെളിപ്പെട്ടിട്ടില്ല. ചാർട്ട് 4 (ബി) യിൽ കാണിക്കുന്നപോലെ, ഇങ്ങനെ സംഭവിക്കുന്നത്, സാമ്പത്തിക പരിഷ്കരണ കാലഘട്ടത്തിലുടനീളം പ്രതിശീർഷ ഉൽപ്പാദനത്തേക്കാൾ വേഗത്തിൽ പ്രതിശീർഷ ചോദന കുറഞ്ഞിരുന്നതുകൊണ്ടാണ്. 2004–05 ലെ പ്രതിശീർഷ വാർഷിക ഭക്ഷ്യധാന്യ ചോദന എത്തിനിൽക്കുന്ന 157 കി ഗ്രാം എന്ന സംഖ്യ യഥാർഥത്തിൽ കൊളോണിയൽ ഭാരതത്തിലെ 1937–41 കാലഘട്ടത്തിലെ ശരാശരിയോട് തുല്യമാണ്. 5 പേരടങ്ങുന്ന ശരാശരി ഇന്ത്യൻ കുടുംബം വാർഷികാടിസ്ഥാനത്തിൽ 105 കി ഗ്രാം കുറവ് ഭക്ഷ്യധാന്യങ്ങളാണ് 1990 നെ അപേക്ഷിച്ച് ഉപഭോഗം ചെയ്യുന്നത്. യുദ്ധങ്ങൾക്കിടയിലുള്ള മാന്ദ്യകാലഘട്ടത്തിലെന്നപോലെ പട്ടിണിയും വിശപ്പും വളരുമ്പോഴും, ധാന്യ ഉൽപ്പന്നങ്ങളുടെ വളരെ കൂടിയ അനുപാതം വരേണ്യർക്ക് പ്രിയപ്പെട്ട മാംസഭക്ഷണ മേഖലയിലേക്ക് ഊറ്റിയെടുക്കപ്പെടുക വഴി, പൊതുജനത്തിന്റെ പൊതുപോഷക ഉപഭോഗവും സ്വാതന്ത്ര്യപൂർവ ഇന്ത്യയേക്കാൾ ദാരുണമായ അവസ്ഥയിലേക്ക് എത്തിപ്പെട്ടിരിക്കുന്നു.

നമ്മുടെ ജനസംഖ്യയിലെ ആറിലൊന്നുവരുന്ന, വർധിക്കുന്ന വരുമാനമുള്ള 200 ദശലക്ഷം പേരുടെ വരേണ്യ ഉപഭോഗം മെക്സിക്കൻ ജനസംഖ്യയുടേതിനു തുല്യമായ, പ്രതിശീർഷം 400 കി ഗ്രാം ധാന്യം ആണെന്ന് നിജപ്പെടുത്തുകയാണെങ്കിൽ (മാംസഭക്ഷണവും മറ്റു സംസ്കൃതഭക്ഷണവും കൂടാതെയുള്ളത്) ഇവരുടെമാത്രം ധാന്യ ഉപഭോഗം 80 ദശലക്ഷം ടൺ ആണെന്ന് കണക്കുകൂട്ടാം. മൊത്തം ധാന്യ ഉൽപ്പാദനമായ 230 ദശലക്ഷം ടണ്ണിൽ എട്ടിലൊന്ന് വരുന്ന ഭാഗം വിത്ത്, കാലിത്തീറ്റ, പാഴായിപ്പോകൽ എന്നിവയ്ക്കുവേണ്ടി വകയിരുത്തിയാൽ ബാക്കി വരുന്നത് 201 ദശലക്ഷം ടണ്ണിന്റെ ലഭ്യതയാണ്. മുൻപ് സൂചിപ്പിച്ചതുപോലെ വരേണ്യ വിഭാഗത്തിന്റെ 80 ദശലക്ഷം ടൺ ഉപഭോഗം കഴിഞ്ഞാൽ ബാക്കി വരുന്ന 121 ദശലക്ഷം ടൺ ഭക്ഷ്യധാന്യങ്ങളാണ് ജനസംഖ്യയിലെ 1000 ദശലക്ഷം വരുന്ന പാവങ്ങൾക്ക് ലഭ്യമായിട്ടുള്ളത് അഥവാ പട്ടിണിക്കാരുടെ പ്രതിശീർഷ വാർഷിക ഉപഭോഗം 121 കെ ജി (ദിനംപ്രതി 331.5 ഗ്രാം) മാത്രമാണ്. ഇതിനർഥം നേരിട്ട ധാന്യഉപഭോഗവും, പാൽ, പച്ചക്കറിയിനങ്ങളിൽ വരുന്ന ശുഷ്കമായ അവാന്തര വസ്തുക്കളുംകൂടി ചേർത്താൽ, പ്രതിദിനം 1400 കാലറി ഭക്ഷണ ലഭ്യതയാണ് ശരാശരി ഇന്ത്യൻ പട്ടിണിപാവത്തിന് ലഭ്യമായിട്ടുള്ളത്. ഇത് പ്രായോഗികമായ ആരോഗ്യ സുരക്ഷയ്ക്ക് ആവശ്യമായ നിലവാര

ത്തിൽനിന്ന് എത്രയോ താഴെയാണ്. സാമ്പത്തിക പരിഷ്കാര കാലഘട്ടത്തിലെ പ്രോട്ടീൻ ഉപഭോഗവും ഇതേ പ്രവണത തന്നെ പിൻപറ്റുന്നുണ്ട്.

എണ്ണ കയറ്റുമതി രാഷ്ട്രങ്ങളൊഴിച്ച് എല്ലാ വികസ്വര ജനതകളും സ്വതന്ത്ര വ്യാപാര സാമ്പത്തിക പരിഷ്കാരങ്ങൾക്കു കീഴിൽ ഗുരുതരമായ പോഷകത്തകർച്ചയെ നേരിടുകയാണ്. ധനിക ഉത്തരമേഖല രാഷ്ട്രങ്ങൾക്ക് (north block) വേണ്ടി കയറ്റുമതി ധാന്യങ്ങൾ ഉൽപ്പാദിപ്പിക്കുന്ന തലത്തിലേക്ക് കാർഷിക സാമ്പത്തിക പുനഃസംഘടന സംഭവിച്ച 37 രാഷ്ട്രങ്ങളിൽ, 2007–08 കാലഘട്ടത്തിലെ ആഗോളഭക്ഷണ വിലക്കയറ്റത്തിന്റെ പരിതസ്ഥിതിയിൽ, സാമൂഹിക ലഹളകൾ പൊട്ടിപ്പുറപ്പെടുകയാണുണ്ടായത്. കാരണം ഈ രാജ്യങ്ങളോരോന്നും ആഭ്യന്തര ഭക്ഷ്യധാന്യ ആവശ്യങ്ങൾക്ക് ഇറക്കുമതിയെ ആശ്രയിക്കേണ്ട സ്ഥിതിയിലായിരുന്നു. ഫിലിപ്പൈൻസ് മുതൽ ബോട്സ്വാന വരെയുള്ള ഡസൻ കണക്കിന് രാജ്യങ്ങൾ അവരുടെ ഭക്ഷ്യ ധാന്യ സംഭരണ വിതരണ സംവിധാനങ്ങളെയൊക്കെ ഐ എം എഫ് മാർഗനിർദേശങ്ങൾക്ക് വഴങ്ങി പൊളിച്ചടുക്കിയിരുന്നു. ഇങ്ങനെ നിയോ ലിബറൽ തീട്ടൂരങ്ങൾക്ക് വഴങ്ങിക്കൊണ്ട് സാർവദേശീയ കാർഷിക തൊഴിൽ വിഭജനത്തിന്റെ ഉപഘടകങ്ങളെന്ന നിലയ്ക്ക് കാർഷിക സമ്പദ്ഘടനകൾ പൊളിച്ചെഴുതിയ എല്ലാ രാജ്യങ്ങളും, അവരുടെ ആഭ്യന്തര ഭക്ഷ്യധാന്യ ഉപഭോഗത്തിനായി

ടേബിൾ 1 *ഇന്ത്യയിലെ ഓരോ 100 കുടുംബങ്ങളും പ്രതി, കുറഞ്ഞുവരുന്ന കന്നുകാലി കണക്ക്*

NSS Round No.	48th 1991-2	59th 2002-3	
Size of Farm, Ha.	*Number of Milch Cattle Per 100 Households* **1991-2**	**2002-3**	*Percent of Households* ***2002-3***
Nil 0.00 to 0.002	6	1	31.9
Marginal0.002 to 1.00	41	40	47.1
Small1.01 to 2.00	69	63	11.2
Semi-medium2.01 to 4.0	**80**	**84**	**6.2**
Medium 4.0 to 10.0	**102**	**126**	**2.9**
Large10.1 and more	**130**	**208**	**0.5**
All	46	36	100.0

പ്രഭവം: NSS Report 493, Livestock Ownership across Operational Land Holdings in India 2002-03 pp. 14-16. Note that only top 9.6 percent of all households operating above 2 hectare show rise in milch cattle ownership while 90.4 percent of households show decline.

ആശ്രയിക്കേണ്ടിവരുന്നത് സാർവദേശീയ ധാന്യ ശേഖര സംഭരണ വിപണിയേയാണ്. എതനോൾ ഉൽപ്പാദനത്തിനുവേണ്ടി വമ്പിച്ച രീതിയിൽ ധാന്യശേഖരങ്ങൾ വിനിയോഗിക്കപ്പെട്ടപ്പോൾ ഉണ്ടായ ഗുരുതരമായ വിലക്കയറ്റത്തിന്റെ വെല്ലുവിളി നേരിടാൻ ഈ രാജ്യങ്ങൾക്ക് കഴിഞ്ഞില്ല. അമേരിക്കയിൽ തന്നെ 2002–03 നും 2008–09 നുമിടയ്ക്ക് എതനോൾ ഉൽപ്പാദനം നാലുമടങ്ങ് വളർന്ന് 100 ദശലക്ഷം ടണ്ണിൽ എത്തിയിരിക്കുന്നു. ആഗോള ഭക്ഷ്യധാന്യ ഉപഭോഗ വിനിയോഗ മേഖലകളിൽ സംഭവിച്ചുകൊണ്ടിരിക്കുന്ന ഈ സ്ഥാനചലനം, ഭക്ഷ്യധാന്യ ഉൽപ്പാദനം വർധിപ്പിക്കേണ്ടതിന്റെയും നമ്മുടെ സംഭരണ വിതരണ സംവിധാനങ്ങളെ ശക്തിപ്പെടുത്തേണ്ടതിന്റെയും ചരിത്രപരവും ദേശീയവുമായ ഉത്തരവാദിത്വത്തിലേക്ക് വിരൽ ചൂണ്ടുന്നു.

6. കാർഷിക മുരടിപ്പുകാലത്തെ കൃഷി ഭൂമിയുടെയും ഉൽപ്പാദനോപാധികളുടെയും നഷ്ടങ്ങൾ.

ദശലക്ഷക്കണക്കിനു വരുന്ന കൃഷിക്കാർ സാമ്പത്തിക കടക്കെണിയിൽ അകപ്പെടുകയും, അവരുടെ കൃഷിഭൂമിയും കന്നുകാലികളടക്കമുള്ള (livestock) ഉൽപ്പാദനോപാധികളും പലിശക്കാർക്ക് തീറെഴുതി നൽകേണ്ടി വന്നിരിക്കുകയും ചെയ്യുന്നു. 2 ഹെക്ടറിൽ താഴെ മാത്രം കൃഷി ഭൂമിയുള്ള കർഷകരിൽ 90ശതമാനം പേർക്കും അവരുടെ കാലിമൃഗസംവിധാനങ്ങൾ നഷ്ടമായിരിക്കുന്നു എന്ന് ടേബിൾ 1 സൂചിപ്പിക്കുന്നു. കൃഷിഭൂമി, ജലം അടക്കമുള്ള ഉൽപ്പാദന വിഭവങ്ങളെ കാർഷിക - വ്യവസായ കോർപ്പറേഷനുകൾ അതിവേഗം കയ്യേറിക്കൊണ്ടിരിക്കുന്നു ഒരു വശത്ത്, പലസംസ്ഥാന സർക്കാരുകളും കാർഷിക ഉൽപ്പാദനത്തിനല്ലാത്ത ഭൂമിയുടെ ഉടമസ്ഥതാ പരിധിനിയമങ്ങൾ പിൻവലിച്ചിരിക്കുന്നു. കാർഷിക ഭൂമിക്ക് ബാധകമായ ഉടമസ്ഥതാ പരിധികളും, കാർഷിക വ്യവസായ കോർപ്പറേഷനുകൾക്ക് (agri business corporation) അനുകൂലമായി റദ്ദു ചെയ്തിട്ടുണ്ട്. ധനികകൃഷിക്കാർ അടക്കമുള്ള വിഭാഗങ്ങൾപോലും അധഃപതിക്കുന്ന ലാഭക്ഷമതാസാഹചര്യങ്ങളെ അഭിമുഖീകരിക്കുകയും, ഭൂമി നഷ്ടപ്പെട്ട ചെറുകിട കൃഷിക്കാർക്ക് വിശപ്പു പാട്ട (Hunger rent) അടിസ്ഥാനത്തിൽ ഭൂമി നൽകുകയാണ്. മുതലാളിത്തത്തിന്റെ തനതായ ആദ്യകാല പ്രവണതയായ കൃഷിയുടെ മുതലാളിത്തവൽക്കരണം എന്ന സാധ്യത പ്രായോഗികമായി അസ്തമിക്കാനും തകരുന്ന ലാഭക്ഷമത കാരണമായിരിക്കുന്നു. ഭൂമി പാട്ടത്തിലൂടെയും പലിശയിലൂടെയും നൽകി, അധ്വാനക്ഷമമല്ലാത്ത മിച്ചമൂല്യം സംഭരിക്കുന്ന പ്രവണതയാണ് തിരിച്ചുവന്നിരിക്കുന്നത്. തന്മൂലം കർഷക ദാരിദ്ര്യവൽക്കരണത്തിന്റെ പഴയ ഒരു ഭൂമിക കൂടി വെട്ടിത്തുറക്കപ്പെട്ടിരിക്കുകയാണ്.

കാർഷിക ദുരന്തങ്ങളുടേയും ആത്മഹത്യകളുടേയും പ്രധാനപ്പെട്ട പരിസരം അവരെ ആഗോളവിലകളുടെ അസ്ഥിരതയിലേക്ക് തുറന്നു

കൊടുത്തതാണ്. 1970 കളിൽ ആഗോള ധാന്യവിളകൾ 15 വർഷക്കാലത്തെ താഴ്ചയിലേക്ക് കൂപ്പുകുത്തിയപ്പോഴും, ഒരു സംരക്ഷിത പരിസ്ഥിതിയിൽ ഉൽപ്പാദനം നടത്തിയിരുന്ന ഇന്ത്യൻ കൃഷിക്കാരനെ ബാധിച്ചിരുന്നില്ല. വാണിജ്യവിളകളുടെ നല്ലൊരുഭാഗംപോലും, സർക്കാർ ബോർഡുകൾ താങ്ങുവില നൽകി സംഭരിച്ചത് വില സ്ഥിരതയ്ക്ക് കാരണമാവുകയും ചെയ്തു. ആഗോളവിലകളുയരുമ്പോൾ വമ്പൻ ലാഭം കൊയ്യാൻ കഴിഞ്ഞില്ലെങ്കിൽപ്പോലും, വിലത്തകർച്ചയുടെ കാലങ്ങളിൽ കടക്കെണിയോ ആത്മഹത്യാപരമായ പ്രതിസന്ധിയോ ഇന്ത്യൻ കർഷകർക്ക് നേരിടേണ്ടി വന്നില്ല. സംരക്ഷിതകാർഷികഘടനയുടെ പൊളിച്ചെഴുത്തിനുശേഷം, ആഗോളവിലനിലവാരങ്ങളിലെ ഭീകരമായ കയറ്റിറക്കങ്ങളെ അതിജീവിക്കാൻ ഒരു ചെറിയ ധനിക കർഷക വിഭാഗത്തിനു മാത്രമേ കഴിഞ്ഞിട്ടുള്ളൂ. ചില വിളകളാകട്ടെ, ഫലം നൽകുവാൻ വർഷങ്ങളെടുക്കുന്ന സാഹചര്യത്തിൽ, കാർഷികവൃത്തി എന്നത് ആഗോളവിലകളുടെ ചാഞ്ചാട്ടങ്ങൾക്ക് വിധേയമായ ഒരു അതിസാഹസിക ചൂതാട്ടമാണ്.

മുൻകാലങ്ങളിലെ ഭൂപരിഷ്കരണ നടപടികളുടെയും ഭൂസ്വത്തിന്റെ പുനർ വിതരണത്തിന്റേയും നേട്ടങ്ങൾ പല സംസ്ഥാനങ്ങളിലും പൂർണമായും തിരോഭവിച്ചുകഴിഞ്ഞു. അഖിലേന്ത്യാതലത്തിൽ ഉൽപ്പാദക ഭൂമിയില്ലാത്ത കുടുംബങ്ങളുടെ എണ്ണം 22 ൽ നിന്ന് 32ശതമാനം ആയി വളർന്നെങ്കിൽ തീർത്തും ഭൂരഹിതരായവരുടെ എണ്ണം 23 ദശലക്ഷത്തിൽ നിന്നും 46 ദശലക്ഷമായി വളർന്നിരിക്കുന്നു. (ടേബിൾ 2) എന്നാൽ കേരളത്തിലാകട്ടെ കാർഷികോൽപ്പാദനരഹിതമായ ഭൂമിയുടെ വിസ്തീർണം 6 ശതമാനത്തിൽനിന്നും മൊത്തം ഉൽപ്പാദക ഭൂമിയുടെ 38.6 ശതമാനമായി വളർന്നിരിക്കുന്നു (ടേബിൾ 2).

ഈ ഒരു സാഹചര്യത്തിൽ അധിവാസത്തിനും ഉപജീവനത്തിനും വേണ്ടിയുള്ള ഭൂമിക്കായുള്ള സമരം സാമ്രാജ്യത്വ വിരുദ്ധ പ്രക്ഷോഭവുമായി അഭേദ്യമായി ബന്ധപ്പെട്ടിരിക്കുന്നു. കാർഷിക പ്രതിസന്ധിയേയും ഭൂമി ഉടമസ്ഥതാ ചലനങ്ങളേയും സംബന്ധിച്ച കൃത്യമായ വിശകലനങ്ങളുടെ അഭാവത്തിൽ, നിലവിൽ ഈ സമരത്തിൽ ദരിദ്ര ഇടത്തരം കാർഷിക വർഗങ്ങൾ നിരന്തരം പരാജയപ്പെട്ടുകൊണ്ടിരിക്കുകയാണ്. ചില കർഷക നേതാക്കളും ഭരണവർഗ വക്താക്കളും ആവശ്യപ്പെടുന്നത് വിദേശ ബഹുരാഷ്ട്ര കോർപ്പറേഷനുകളുമായി കടം/കോൺട്രാക്ട് ബന്ധങ്ങൾ സ്ഥാപിക്കുകവഴി മാത്രമേ കർഷക ജനസാമാന്യത്തിന് ഈ ഉൽപ്പാദന-തൊഴിൽ മേഖലയിൽ അതിജീവിക്കുവാൻ കഴിയൂ എന്നാണ്. മാർക്സിസ്റ്റ്-ലെനിനിസ്റ്റ് പ്രത്യയശാസ്ത്രങ്ങളിൽ സൂചിപ്പിച്ചിരിക്കുന്ന 'കൃഷിയിലെ മുതലാളിത്തത്തിന്റെ വികസനം' എന്ന പരികൽപ്പനയിൽ നിന്ന് വളരെ വ്യത്യസ്തമാണ് മേൽപ്പറഞ്ഞ സാർവദേശീയ കാർഷിക വ്യവസ്ഥയ്ക്കുമുകളിലുള്ള ബഹുരാഷ്ട്രകുത്തക മൂലധനത്തിന്റെ അപ്രഹന്നമായ അധിനിവേശം.

ടേബിൾ 2 *ഉൽപാദക ഭൂമിയില്ലാത്ത കുടുംബങ്ങളുടെ വളർച്ചയുടെ അഖിലേന്ത്യാകണക്ക് 1992 മുതൽ 2002-03 വരെ*

Size class Operated Area Ha	**1992, 48th Round** *PERCENT OF* Total HH	Area Operated	**2002-03, 59th Round** *PERCENT OF* Total HH	Area Operated
Nil	19.8	0.0	31.2	0.00
< 0.002	2.1	0.0	0.8	0.00
Sub-total ***Nil Operational***	***21.9***	***0.0***	***32.0***	***0.00***
0.002 – 0.4	28.2	3.3	9.8	0.2
0.4 – 1.0	20.0	12.2	37.3	22.0
1.0 – 5.0	26.0	51.4	18.8	50.9
5.0 +	3.9	33.0	2.1	26.9
All	100	100	100	100
Total No.of Households Lakhs		1164.173	1478.376	
No.of Nil Operated Area HH, lakhs		**230.506**	**461.253**	

പ്രഭവം : NSS 408, Land and Livestock Survey 1992; Report 493, Livestock Ownership across Operational Landholding classes in India, 2002-03. Report No. 492, Some Aspects of Operational Land Holdings in India, 2002-03.

വികസ്വരമായ ഒരു ആഭ്യന്തര വിപണിക്ക് അനുയോജ്യമായ തരത്തിൽ, സ്വതന്ത്രമായ ദേശീയ വികസന നയങ്ങൾക്കുകീഴിൽ, 1950 മുതൽ 1990 വരെ ഇന്ത്യയിൽ കാർഷികരംഗത്തെ മുതലാളിത്തവൽക്കരണമാണ് സംഭവിച്ചത്. വളരെ അസന്തുലിതമായി പങ്കുവയ്ക്കപ്പെട്ടതെങ്കിലും കുറച്ചൊക്കെ സമൃദ്ധി കാർഷികരംഗത്ത് ഇതുമൂലം ഉണ്ടാവുകയും ചെയ്തു.

ഇതിൽനിന്ന് വ്യത്യസ്തമായി കാർഷിക മേഖലയുടെ കോർപ്പറൈറ്റസേഷനെന്നാൽ (Corporatisation), കയറ്റുമതി ഉൽപ്പാദനത്തിനുവേണ്ടി

കാർഷിക ഉൽപ്പാദന ശക്തികൾക്കുമേലുള്ള സാമ്രാജ്യത്വത്തിന്റെ നഗ്നമായ അധിനിവേശം മാത്രമാണ്. അത് കർഷകത്തൊഴിലാളികളുടെ ദരിദ്രവൽക്കരണത്തിന്റെ പാതകൂടിയാണ്.

കാർഷികമേഖലയിലെ ഉൽപ്പാദന ശക്തികൾക്ക് മേലുള്ള കടന്നാക്രമണത്തെ ചെറുക്കാനും കാർഷിക ഉൽപ്പാദനം ശക്തിപ്പെടുത്താനും മൂന്ന് തലങ്ങളിലുള്ള രീതിശാസ്ത്രമാണ് ഉടൻ വിനിയോഗിക്കപ്പെടേണ്ടത്.

1. നാഗരിക വികസനത്തിൽ പരിമിതപ്പെടാത്ത വികസനചെലവുകൾ (ചെറുകിട ഇടത്തരം ജലസേചന പദ്ധതികൾ, കാർഷിക ഭൂമിയുടെ പുനരുദ്ധാരണം, മെച്ചപ്പെട്ട കാർഷികസാങ്കേതികതാസേവനസംവിധാനങ്ങൾ, മെച്ചപ്പെട്ട സസ്യവിഭവങ്ങൾക്കായുള്ള ഗവേഷണം എന്നിവയ്ക്കുവേണ്ടി) വർധിപ്പിക്കുകവഴി ആഭ്യന്തര ചോദന വീണ്ടെടുക്കുക.

2. കൂടുതൽ ധാന്യോൽപ്പാദനത്തിനായുള്ള കാമ്പെയിൻ ഉയർത്തിപ്പിടിച്ചുകൊണ്ട് പ്രതിശീർഷ ധാന്യോൽപ്പാദനത്തിന്റെ ശോഷണത്തെ ചെറുക്കുകയും ആഭ്യന്തരഭക്ഷ്യ സുരക്ഷിതത്വം മെച്ചപ്പെടുത്തുകയും ചെയ്യുക.

3. നാണ്യവിള കോർപ്പറേഷനുകളെ പുനരുജ്ജീവിപ്പിച്ച് വിപണിയിൽ ഫലപ്രദമായി ഇടപെടുവാൻ സജ്ജമാക്കുകവഴി വിലസ്ഥിരത ഉറപ്പാക്കുന്ന തരത്തിലുള്ള സംഭരണശേഷി വികസിപ്പിക്കുക.

കാർഷികവൃത്തി വരുമാന സജ്ജമാക്കിക്കൊണ്ട് വീണ്ടും ബാങ്ക് വായ്പാ സംവിധാനങ്ങളെ കാർഷികരംഗത്തേക്ക് തന്നെ തിരിച്ചാകർഷിക്കാൻ പറ്റേണ്ടതുണ്ട്. കടബാധ്യതയിൽ കുരുങ്ങി കൃഷിഭൂമി തരിശാകുന്ന അവസ്ഥയ്ക്കെതിരെ നിയമനിർമാണം നടത്തേണ്ടതുണ്ട്. 2007ൽ കേരളത്തിൽ സംഘടിപ്പിച്ച കടാശ്വാസകമ്മീഷന്റെ മാതൃകയിൽ, ദരിദ്രകർഷകർ സ്വകാര്യപലിശക്കാരിൽനിന്ന് വാങ്ങിയ കടങ്ങൾ ഏറ്റെടുക്കുക വഴി കർഷകാത്മഹത്യകൾ ഇല്ലായ്മ ചെയ്യേണ്ടതുണ്ട്.

7. ഉപസംഹരിക്കുമ്പോൾ

ഭൂമിപ്രശ്നം, കാർഷിക ജനതയുടെ കൃഷിഭൂമിക്കും ഉപജീവനത്തിനുംവേണ്ടിയുള്ള പ്രശ്നപരിസരമായി വളർന്നുകഴിഞ്ഞു. സാമ്രാജ്യത്വ ആഗോളീകരണത്തിനെതിരെയുള്ള സമരത്തിൽനിന്ന് ഭൂമിപ്രശ്നത്തെ വേർപെടുത്തുവാൻ കഴിയുകയില്ലെന്നു മാത്രമല്ല ഭൂവുടമസ്ഥതാ ഭൂവിനിയോഗ പ്രശ്നത്തിൽ പരിഹാരം കണ്ടെത്താനുള്ള ദിശയിലേക്കുള്ള, അനിവാര്യവും നിർബന്ധിതവുമായ മുൻഉപാധിയാണ് ഭൂസമരങ്ങൾ. കോർപ്പറേറ്റുകൾക്കനുകൂലമായി ഭൂപരിധി നിയമങ്ങളെ പൊളിച്ചെഴുതുന്നതിനേയും, കാർഷികേതര ശക്തികൾക്ക് ഭൂമി ലഭ്യമാക്കുകയും ചെയ്യുന്നതിനേയും രാഷ്ട്രീയ പ്രസ്ഥാനങ്ങളോ ഇടത്തരം ലിബറൽ മധ്യവർഗമോ യാതൊരു രീതിയിലും എതിർക്കുന്നില്ല എന്നത് അത്യന്തം ലജ്ജാകരമായ വസ്തുതയാണ്. കൊളോണിയൽ കാലഘ

ട്ടത്തിൽ പോലും ഭൂസ്വത്ത് തട്ടിയെടുക്കലിനെതിരെയും കടബാധ്യത യാൽ കൃഷിഭൂമി തരിശാക്കിയിടുന്നതിനേയും നിയമങ്ങളുണ്ടായിരുന്ന പ്പോൾ, ആനുകാലിക കാർഷിക ദുരന്ത പരിതസ്ഥിതിയിൽ നഗ്നമായ സ്വത്തപഹരണത്തിനെതിരേയും മറ്റും യാതൊരു പ്രതിഷേധവും ഉയർന്നു വരുന്നില്ല.

ഒരു ദശകം മുമ്പുതന്നെ കാർഷികമേഖലയിൽ ഉയർന്നുവരുന്ന മുഖ്യവൈരുധ്യം സാമ്രാജ്യത്വവും കർഷക ജനസാമാന്യങ്ങളും തമ്മി ലാണെന്ന് ഈ ലേഖിക പ്രവചിച്ചിരുന്നു. കാർഷിക പ്രതിസന്ധിയുടെ ഇദംപ്രഥമമായ സാർവലൗകികവും സർവതലസ്പർശിയുമായ സ്വഭാ വം, മുഖ്യവൈരുധ്യത്തിന്റെ മാറുന്ന ഘടനയെ സംബന്ധിച്ചുള്ള വ്യക്ത മായ തെളിവാണ്. കൃഷിയുടെ സാമ്രാജ്യത്വ ആഗോളവൽക്കരണത്തിന്റെ നേരിട്ടുള്ള ഫലമാണ് നിലവിലുള്ള കാർഷിക പ്രതിസന്ധി.

ഇതുകൂടാതെ, ഈ സാമ്രാജ്യത്വ കടന്നുകയറ്റത്തിന്റെ ഇതിലും ഗുരു തരമായ പ്രതിഭാസങ്ങൾ ഇനിയും വരാനിരിക്കുന്നതേയുള്ളൂ. ആഗോള ഭക്ഷ്യ പ്രതിസന്ധി അഭിമുഖീകരിക്കാൻ വികസിത രാഷ്ട്രങ്ങളുടെ നേതൃ ത്വത്തിൽ സാർവദേശീയ കൃഷിയിടങ്ങളെയൊക്കെ തന്നെ നേരിട്ട് പിടി ച്ചടക്കാനുള്ള നിരന്തരമായ ശ്രമങ്ങളാണ് നടന്നുകൊണ്ടിരിക്കുന്നത്. കോൺട്രാക്ട് ബന്ധങ്ങളിലൂടെയും മറ്റും, കൃഷിഭൂമിയിലേക്ക് കോർപ്പ റേറ്റ്വൽക്കരണത്തിന്റെ ഒരു പുതിയ മാതൃക അടിച്ചേൽപ്പിക്കാനും പ്രാദേ ശിക ജനിതക വൈചിത്ര്യങ്ങളെ സമർഥമായി കയ്യടക്കാനും ജനിതക സാങ്കേതികയിലൂന്നിയ ആശ്രിതത്വത്തിലേക്കും കടക്കെണിയിലേക്കും തദ്ദേശീയ കർഷക ശക്തികളെ തളയ്ക്കുവാനും എന്തിനേറെ, വികസ്വര രാഷ്ട്രങ്ങളിൽ നേരിട്ട് കൃഷിഭൂമി വാങ്ങുവാൻപോലും വികസിത രാഷ്ട്ര ങ്ങൾ തുനിഞ്ഞിറങ്ങിയിരിക്കുന്നു. സാമ്രാജ്യത്വത്തിനും അതിന്റെ ആഭ്യ ന്തര സഖ്യങ്ങൾക്കുമെതിരെ, കർഷക ജനവിഭാഗങ്ങളുടെയും തൊഴി ലാളികളുടെയും സമരാത്മകമായ ഐക്യം സ്ഥാപിച്ചുകൊണ്ടുമാത്രമേ ഈ പ്രതിസന്ധിയിൽനിന്നും ഇന്ത്യക്ക് രക്ഷയുള്ളൂ. കാർഷികരംഗത്ത് മാത്രമല്ല, മറ്റെല്ലാ മേഖലകളിലേക്കുമുള്ള സാമ്രാജ്യത്വകടന്നാക്രമ ണത്തെ ചെറുക്കാൻ, ഇത്തരമൊരു മുന്നണിയുടെ അംഗബലത്തിന് നിസ്സംശയം കഴിയുക തന്നെ ചെയ്യും.

സാമ്രാജ്യത്വവിരുദ്ധ സംഘാടനങ്ങൾക്ക് യുക്തമായ ദാർശനികാടി സ്ഥാനവും ദിശബോധവും നൽകാൻ തൊഴിലാളിവർഗ പ്രത്യയശാസ്ത്ര ത്തിന് കഴിയുമെങ്കിലും തൊഴിലാളിവർഗത്തെ അപേക്ഷിച്ച് തീർത്തും വേറിട്ട ഒരു വിപ്ലവശക്തിയായി മാറാനുള്ള അംഗബലം കർഷക - കർഷകത്തൊഴിലാളി ജനതയ്ക്ക് മാത്രമാണുള്ളത്. പട്ടിണിയും പാപ്പ രീകരണവും നേരിടുന്ന ദശലക്ഷകണക്കിന് വരുന്ന ജനസാഗരങ്ങ ളിൽനിന്ന് വളരെ പൊടുന്നനെയും സ്വാഭാവികവും ആയ തോതിൽ ഇത്ത

രമൊരു ഐക്യമുന്നണി ഉയർന്നുവരുമെന്ന് പ്രതീക്ഷിക്കുക അസ്ഥാനത്തായിരിക്കും. വളരെ ക്ഷമയോടുകൂടി, എന്നാൽ ഉടനടി തന്നെ ഇടതുപക്ഷ പുരോഗമന പ്രസ്ഥാനമാണ് ഈ മുന്നണി പടുത്തുയർത്തേണ്ടത്. ആഗോള- ആഭ്യന്തര സമ്പദ് ഘടനയിൽ നടക്കുന്ന സ്ഥാനചലനങ്ങളെ ശരിയായ വിശകലനത്തിന് വിധേയമാക്കുകയും മൂർഛിക്കുന്ന മുഖ്യ വൈരുധ്യങ്ങളെ കണ്ടെത്തുകയും, ഭാവി സംഭവവികാസങ്ങളുടെ ആത്യന്തിക ദിശയെ ശരിയായി നിർണയിച്ചുകൊണ്ടും, ഒരു പ്രവർത്തന തന്ത്രം രൂപപ്പെടുത്തേണ്ട ചുമതല ഇടതുപക്ഷത്തിനാണ്. തൊഴിലാളി - കർഷകസഖ്യം എന്ന ലെനിനിസ്റ്റ് പരികൽപ്പനയായിരിക്കണം ഈ പ്രവർത്തന പരിപാടിയുടെ ആണിക്കല്ല്.

4

കൃഷിക്കാരുടെ പ്രശ്നങ്ങൾ സമകാലീന സാമ്രാജ്യത്വത്തിൻ കീഴിൽ

പ്രൊഫ. പ്രഭാത് പട്നായ്ക്

സമകാലീന സാമ്രാജ്യത്വത്തിൻ കീഴിൽ കൃഷിക്കാർ അനുഭവിക്കുന്ന പ്രശ്നങ്ങൾ മനസിലാക്കണമെങ്കിൽ കൊളോണിയൽ കാലത്തു നിന്നുതന്നെ തുടങ്ങുന്നതാവും നല്ലത്. ബ്രിട്ടീഷ് ഭരണത്തിന്റെ അവസാനത്തെ അര നൂറ്റാണ്ടിൽ (അതിനെക്കുറിച്ചാണ് കണക്കുകൾ ലഭ്യമായത്) പ്രതിശീർഷ ഭക്ഷ്യലഭ്യതയിൽ 25 ശതമാനത്തിന്റെ കുറവുണ്ടായതായി കണക്കാക്കുന്നു. അതായത് പ്രതിശീർഷ വാർഷിക ഭക്ഷ്യലഭ്യത ഏതാണ്ട് 200 കിലോഗ്രാമിൽനിന്ന് 150 കിലോഗ്രാമായി കുറഞ്ഞു. അരനൂറ്റാണ്ടിനുള്ളിൽ ഇത്തരത്തിലുള്ള ഒരു കുറവുണ്ടാകാനുള്ള കാരണം നാണ്യവിളകളുടെ കയറ്റുമതിയിലുണ്ടായ വർധനവാണ്. ഈ കുറവാകട്ടെ കൃഷിഭൂമിയുടെ വിസ്തൃതി വർധിക്കാത്ത, ഭക്ഷ്യവിളകളുടെയും നാണ്യവിളകളുടെയും ഉൽപ്പാദനം മുരടിച്ച കാലത്തായിരുന്നു. ഇതിന്റെ ഫലമായി നമ്മുടെ നാട്ടിൽനിന്ന് ഇവിടുത്തെ ജനങ്ങൾക്ക് കിട്ടിക്കൊണ്ടിരുന്ന ഭക്ഷണ ലഭ്യതയിൽ കാര്യമായ കുറവുണ്ടായി.

ഇവിടെ ഒരു ചോദ്യം ഉയർന്നുവരാവുന്നതാണ്. എന്തുകൊണ്ടാണ് നാണ്യവിളകളുടെ കയറ്റുമതി കൂടിയപ്പോൾ അതിനനുസരിച്ച് ഭക്ഷ്യവിളകളുടെ ഇറക്കുമതി വർധിച്ചില്ല? ഇതിന്റെ കാരണം ലളിതമാണ്. വർധിച്ചുവന്ന കയറ്റുമതിയിൽ നല്ലൊരുഭാഗം ബ്രിട്ടീഷ് സർക്കാർ ഉൽപ്പന്ന രൂപത്തിൽ സാമ്പത്തികമിച്ചമായി കവർന്നെടുത്തതായിരുന്നു. അതാകട്ടെ, ഏകപക്ഷീയമായി പകരം ഇറക്കുമതിയില്ലാതെ വിദേശത്തേക്ക് കടത്തിക്കൊണ്ടു പോവുകയായിരുന്നു. (ഈ പ്രതിഭാസത്തെയാണ് ദേശീയ എഴുത്തുകാർ 'ചോർച്ചാ സിദ്ധാന്ത'മായി പ്രതിപാദിച്ചത്). ഇത്തരം കയറ്റുമതിവഴി രാജ്യത്തേക്ക് വിദേശനാണ്യം വരുന്നില്ല. അതുകൊണ്ടുതന്നെ ഇറക്കുമതിയും നടന്നില്ല. അതിലുമുപരിയായി, ഭക്ഷ്യ

ധാന്യം എന്നുള്ള ആവശ്യം തന്നെ ഈ ചോർച്ചയ്ക്കനുസൃതമായി പരിമിതപ്പെടുത്തിയിരുന്നു. അതിനാൽ ഭക്ഷ്യധാന്യം ഇറക്കുമതി ചെയ്യേണ്ടത് ഒരത്യാവശ്യമായി ഉയർന്നുവന്നില്ല.

കോളനിഭരണം അടിച്ചേൽപ്പിച്ച 'ചോർച്ച' ഒരർഥത്തിൽ ഭക്ഷ്യധാന്യങ്ങളുടെ ആവശ്യത്തേയും ലഭ്യതയേയും ഒരേസമയം പരിമിതപ്പെടുത്തുകയായിരുന്നു. കാർഷികോൽപ്പാദനം പ്രതിശീർഷാടിസ്ഥാനത്തിൽ വർധിക്കാതിരിക്കുമ്പോൾ ഉള്ളതിന്റെ ഒരു ഭാഗം നാണ്യവിളകളായി കയറ്റി അയച്ചു. മറുഭാഗത്താകട്ടെ ഭക്ഷ്യധാന്യത്തിന്റെ ലഭ്യത കുറഞ്ഞുകൊണ്ടിരിക്കുകയുമായിരുന്നു. ഇതോടൊപ്പം മറ്റൊരു കാര്യംകൂടി നടന്നു. തദ്ദേശവാസികളിൽനിന്ന് പിഴിഞ്ഞെടുത്ത നികുതിവരുമാനമാണ് സാമ്പത്തിക മിച്ചമായി കരസ്ഥമാക്കിയത്. ഈ പിഴിഞ്ഞെടുക്കൽ നാട്ടിൽ ജനങ്ങളുടെ ഭക്ഷ്യധാന്യങ്ങളുടേതടക്കമുള്ള വാങ്ങൽശേഷിയെ പ്രതികൂലമായി ബാധിച്ചു. ജനങ്ങളെ എല്ലാവിധത്തിലും പിഴിഞ്ഞുകൊണ്ടാണ് സമ്പദ്‌വ്യവസ്ഥ നിലനിന്നത്. ധനകാര്യരംഗത്ത് പിഴിച്ചിൽ നടന്നത് ഭാരിച്ച നികുതികൾ വഴിയായിരുന്നു. ഇതോടൊപ്പം ഇത്തരം ധനകാര്യ പിഴിഞ്ഞെടുക്കലുകൾക്കനുസൃതമായി അധീശരാജ്യത്തിന്റെ ആവശ്യാനുസരണം കാർഷികോൽപ്പന്നങ്ങൾ തന്നെ കടത്തിക്കൊണ്ടുപോവുകയും ചെയ്തിരുന്നു. ഈ രീതിയിൽ ഭക്ഷ്യോൽപ്പന്നങ്ങൾ കടത്തിക്കൊണ്ടുപോയത് ഒരുതരം കച്ചവട വ്യവസ്ഥയിലൂടെയായിരുന്നു. ആ കച്ചവട വ്യവസ്ഥയുടെ ആജ്ഞാനുസരണമാണ് ഇന്ത്യയിൽ കാർഷിക ഉൽപ്പന്നങ്ങൾ ഉണ്ടാക്കിയത്.

ഇങ്ങനെ പിഴിഞ്ഞെടുക്കപ്പെട്ടവരുടെ കൂട്ടത്തിൽ തൊഴിൽ നഷ്ടപ്പെട്ട കൈവേലക്കാർ, ചെറുകിട ഉൽപ്പാദകർ എന്നിവരും ഉൾപ്പെട്ടിരുന്നു. കർഷകരിൽനിന്ന് പിഴിഞ്ഞെടുത്ത നികുതിപ്പണത്തിൽ ഒന്നുംതന്നെ കാർഷികമേഖലയുടെ വളർച്ചയ്ക്കായി ചെലവാക്കിയിരുന്നില്ല. അതുകൊണ്ട് തൊഴിലില്ലായ്മ പെരുകി; വരുമാനനഷ്ടം ഉണ്ടായി. ഇത് നേരത്തെ സൂചിപ്പിച്ചപോലെ ജനങ്ങളുടെ വാങ്ങൽശേഷി കുറച്ചു. ഭൂമിയിൽ സമ്മർദം വർധിക്കുകയും പാട്ടംകുടിവരികയും കൂലി കുറയുകയും ചെയ്തുകൊണ്ടിരുന്ന ഈയൊരവസ്ഥ കൃഷിക്കാരിൽ നല്ലൊരു ഭാഗത്തെ പാപ്പരാക്കി. എല്ലാ കൃഷിക്കാരും പാപ്പരായിട്ടില്ലെന്നത് ശരിയാണ്. എങ്കിലും വർധിച്ച നികുതിഭാരവും കാർഷികമേഖലയുടെ മുരടിപ്പും കൂടിച്ചേർന്നുള്ള സ്ഥിതി എല്ലാ കൃഷിക്കാരെയും പ്രതികൂലമായി ബാധിച്ചു. ഈ മുരടിപ്പ് മാറ്റിയെടുക്കുക എന്നത് ബ്രിട്ടീഷ് ഭരണത്തിന്റെ മുൻഗണന ആയിരുന്നില്ല. അവർ പഞ്ചാബിലെ കനാൽ കോളനികളിൽ കുറച്ച് തുക മുടക്കിയെന്നല്ലാതെ ജലസേചനത്തിനുവേണ്ടി കാര്യമായി ഒന്നും ചെയ്തില്ല. ബ്രിട്ടീഷ് നിലപാടിന്റെ പ്രധാന ഗുണഭോക്താക്കൾ ഭൂപ്രഭുക്കൾ, പണം ഇടപാടുകാർ, കച്ചവടക്കാർ എന്നിവരായിരുന്നു. ഈ ത്രയങ്ങൾ പലപ്പോഴും ഒന്നായി പ്രവർത്തിച്ചു. ചരക്കുൽപ്പാദന പ്രക്രിയ ഇവരുടെ സ്ഥിതി മെച്ചപ്പെടുത്തി. അതേസമയം, കൃഷിക്കാരുടെ സ്ഥിതി

കൂടുതൽ പരിതാപകരമായി. വിലത്തകർച്ചയുടെ ദുരിതങ്ങൾ കർഷകരിലേക്ക് തള്ളിവിട്ടപ്പോൾ വിലവർധനവിന്റെ നേട്ടങ്ങളൊന്നും അവർക്ക് ലഭിച്ചില്ല. ഈ അവസ്ഥ കർഷകരുടെ കടഭാരം വർധിക്കാനിടയാക്കി.

കാർഷിക കയറ്റുമതി ഉന്മുഖമായ ഈ പ്രതിഭാസം ഇന്ത്യയിലെ മാത്രം പ്രശ്നമായിരുന്നില്ല. ഉഷ്ണമേഖലയിലെ കോളനി രാജ്യങ്ങൾക്കെല്ലാം ഇത് ബാധകമായിരുന്നു.

പത്തൊമ്പതാം നൂറ്റാണ്ടിന്റെ മുഖമുദ്രയായി മറ്റൊരു പ്രതിഭാസം കൂടിയുണ്ടായി. അത് യൂറോപ്യന്മാരുടെ ലോകവ്യാപകമായ കുടിയേറ്റമാണ്. ഇക്കൂട്ടർ കുടിയേറിയേടത്തെല്ലാം തദ്ദേശീയരെ ആട്ടിയോടിക്കുകയും ഭൂമി കരസ്ഥമാക്കുകയും സമ്പന്ന രാജ്യങ്ങൾക്കു വേണ്ട ഉൽപ്പന്നങ്ങളുടെ കൃഷിയിൽ വ്യാപൃതരാവുകയും ചെയ്തു. ഈ പ്രതിഭാസം നഗരങ്ങളിലെ തൊഴിലില്ലായ്മ കുറയാൻ ഇടയാക്കി. അവിടങ്ങളിലെ അവ്യവസായീകരണത്തിന്റെ പ്രത്യാഘാതത്തെ കുറച്ചൊക്കെ ശമിപ്പിക്കാനും സാധിച്ചു. മുതലാളിത്തം വരുത്തിവെച്ച അവ്യവസായീകരണത്തിന്റെ പ്രശ്നങ്ങൾ സ്വയം പരിഹരിക്കാനുള്ള കഴിവ് ആ വ്യവസ്ഥയ്ക്കുതന്നെയുണ്ടെന്ന തോന്നൽ വരുത്താനും കഴിഞ്ഞു.

എന്നാൽ ഇത് തികച്ചും തെറ്റായ ഒരു ധാരണയായിരുന്നു. പ്രാന്തപ്രദേശങ്ങളിൽ അവ്യവസായീകരണത്തിന്റെ പ്രശ്നങ്ങളും തൊഴിലില്ലായ്മയും പരിഹരിക്കപ്പെട്ടിരുന്നില്ല. അപ്രതീക്ഷിതമല്ലെങ്കിലും പ്രാന്തപ്രദേശങ്ങളിലെ ഈ പ്രതിഭാസം ബൂർഷ്വാ എഴുത്തുകളിൽ പ്രതിഫലിച്ചില്ല. ആ അവഗണന ഇന്നും തുടരുകയാണ്.

കോളനി ഭരണകാലത്തെ ഉഷ്ണമേഖലാപ്രദേശങ്ങളിലെ അനുഭവം മുതലാളിത്തത്തിന്റെ അടിസ്ഥാന സ്വഭാവത്തിലേക്കാണ് വിരൽചൂണ്ടുന്നത്. അത് ഈ വിധമാണ്. മുതലാളിത്തം അതിനുവേണ്ട പ്രാഥമിക ഉൽപ്പന്നങ്ങളെല്ലാം ചുറ്റുപാടുമുള്ള കാർഷികമേഖലയിൽനിന്ന് സംഘടിപ്പിച്ചു. എന്നാൽ ഗ്രാമീണമേഖലയിലെ കാർഷിക വളർച്ചയ്ക്കായി തിരിച്ച് ഒന്നും നൽകിയില്ല. ഇതാകട്ടെ പ്രത്യക്ഷമോ പരോക്ഷമോ ആയ ബലപ്രയോഗത്തിലൂടെയാണ് നടന്നത്. മാർക്സിന്റെ ഭാഷയിൽ മുതലാളിത്തം പ്രാകൃതമായ മൂലധനസ്വരൂപണ പ്രക്രിയയിൽ ഇടപെട്ടുകൊണ്ടിരിക്കുകയായിരുന്നു. സ്വാഭാവികമായും ഇവിടെ ഒരു ചോദ്യം ഉയർന്നുവരാം. എന്തുകൊണ്ട് മുതലാളിത്തത്തിൽ പ്രാന്തപ്രദേശങ്ങളിൽ കാർഷികാഭിവൃദ്ധി ഉണ്ടായില്ല?

II

കാർഷികോൽപ്പാദനം വർധിക്കണമെങ്കിൽ ഒന്നുകിൽ നിലവിലുള്ള കൃഷിരീതി തന്നെ തുടർന്നാൽ കൃഷിഭൂമിയുടെ വിസ്തീർണം വർധിക്കണം. അല്ലെങ്കിൽ പുതിയ കൃഷിരീതികൾ അവലംബിച്ച് ഉൽപ്പാദനക്ഷമത വർധിപ്പിക്കണം. ഇതിനായി വിളചേരുവയിൽ മാറ്റംവരുത്തി ഒരു ഹെക്ടറിൽ നിന്നുള്ള ഉൽപ്പാദനം വർധിപ്പിക്കാവുന്നതാണ്. ഉഷ്ണമേ

ഖലാ രാജ്യങ്ങളിൽ കൃഷിഭൂമി ഇനിയും വിപുലപ്പെടുത്തുന്നതിന് പരിമിതികളുണ്ട്. ബഹുവിളകളിലൂടെ മൊത്തം വിളവിസ്തൃതി വർധിപ്പിക്കാനാണ് സാധ്യത കൂടുതൽ. ഇതിനാകട്ടെ, ജലസേചന സൗകര്യം മെച്ചപ്പെടുത്തണം. കാർഷികോൽപ്പാദനവ്യവസ്ഥയിലെ ഉൽപ്പാദന സ്ഥിതി വെച്ചുനോക്കുമ്പോൾ ജലസേചന സൗകര്യം വികസിക്കണമെങ്കിൽ സർക്കാരിന്റെ സഹായം ആവശ്യമാണെന്ന് കാണാം. പിന്നീട് സ്വകാര്യനിക്ഷേപം ഉണ്ടാകണമെങ്കിലും ആദ്യം പൊതുനിക്ഷേപം ഉണ്ടാകണം. അതേപോലെ വിളചേരുവയിലും കൃഷിരീതിയിലും മാറ്റം വരുത്തണമെങ്കിൽ അതിനുവേണ്ട ഗവേഷണ-വികസന പ്രവർത്തനങ്ങളും നടക്കണം. ഇതാകട്ടെ, സർക്കാറിന്റെ മേൽനോട്ടത്തിൽ മാത്രം ചെയ്യാവുന്ന കാര്യമാണ്. പുതിയ കൃഷിരീതികൾ രൂപപ്പെട്ടുവന്നാൽ തന്നെ അവ ഉൾക്കൊണ്ട് നടപ്പാക്കണമെങ്കിൽ കൃഷിക്കാർക്ക് അനുയോജ്യവും ചെലവുകുറഞ്ഞതുമായ വായ്പാസൗകര്യങ്ങൾ ഉണ്ടാകണം. ഇതിനുവേണ്ട നടപടികൾ സർക്കാരാണ് സ്വീകരിക്കേണ്ടത്. കമ്പോളത്തിലുണ്ടാകുന്ന തിരിച്ചടികളിൽ നിന്ന് കൃഷിക്കാരനെ സംരക്ഷിക്കാനും നടപടികൾ ഉണ്ടാവണം. ഇതും വലിയൊരു പരിധിവരെ സർക്കാരിന്റെ ഉത്തരവാദിത്വമാണ്. വിളചേരുവയിൽ മാറ്റം വരുത്തുമ്പോൾ സർക്കാരിന്റെ സംരക്ഷണം വേണ്ടതുണ്ട്. കാരണം ഇന്ന് വലിയ വില പ്രതീക്ഷിക്കുന്ന ഉൽപ്പന്നങ്ങൾക്ക് നാളെ കാര്യമായ വിലത്തകർച്ച തന്നെയുണ്ടാവാം. ചുരുക്കത്തിൽ കാർഷികോൽപ്പാദനവ്യവസ്ഥയിൽ ഉൽപ്പാദനം വർധിക്കണമെങ്കിൽ സർക്കാരിന്റെ സഹായം കൂടിയേതീരൂ.

എന്നാൽ കാർഷികോൽപ്പാദന വ്യവസ്ഥ ബൂർഷ്വാ ഭരണകൂടത്തിന്റെ നിയന്ത്രണത്തിലാവുമ്പോൾ സ്വാഭാവികമായും അത് സ്വതന്ത്ര കച്ചവടത്തിന്റെയോ നവലിബറൽ നയങ്ങളുടെയോ ഭാഗമായാണ് പ്രവർത്തിക്കുക. അപ്പോൾ സർക്കാർ സഹായം അസാധ്യമാകും. അതുകൊണ്ടുതന്നെ സ്വതന്ത്രകച്ചവടത്തിനും നവലിബറൽ ഇടപെടലുകൾക്കും കീഴിൽ കാർഷികോൽപ്പാദനവ്യവസ്ഥ മുരടിക്കാനാണ് സാധ്യത. കൊളോണിയൽ കാലഘട്ടത്തിൽ ഇതാണ് കൃത്യമായി സംഭവിച്ചത്. അതുതന്നെയാണ് സമകാലീന മുതലാളിത്തത്തിന് കീഴിലും ആവർത്തിക്കുന്നത്. ഇതിന് വിപരീതമായി ഇന്ത്യയിലെ ബൂർഷ്വാസി നേതൃത്വം നൽകിയ നിയന്ത്രിതകമ്പോളവ്യവസ്ഥ (regidistic)യുടെ കാലത്ത് ഭരണകൂട ഇടപെടൽ ഗണ്യമായി വർധിക്കുകയും അത് കാർഷിക ഉൽപ്പാദന വർധനവിന് പ്രചോദനമാവുകയും ചെയ്തിട്ടുണ്ട്. നിയന്ത്രിത കമ്പോളവ്യവസ്ഥയിലെ ഭരണകൂട ഇടപെടൽ കാർഷികമേഖലയിൽ ഒരേസമയം മുകളിൽനിന്നുള്ള ഭൂപ്രഭു മുതലാളിത്തത്തെയും താഴെനിന്നുള്ള കാർഷിക മുതലാളിത്തത്തെയും പ്രോത്സാഹിപ്പിച്ചിരുന്നു. മുതലാളിത്തവൽകരണ പ്രക്രിയ നാട്ടിൻപുറങ്ങളിലേക്കും വ്യാപിപ്പിക്കുക എന്ന തന്ത്രത്തിന്റെ ഭാഗമായിരുന്നു ഇത്. എങ്കിലും കൊളോണിയൽ കാലഘട്ടത്തിലെ കാർഷിക മുരടിപ്പ് ഇല്ലാതാക്കാൻ നിയന്ത്രിത കമ്പോള കാലത്ത്

കഴിഞ്ഞിരുന്നു. എന്നാൽ, പഴയ കൊളോണിയൽ സ്ഥിതിയിലേക്കാണ് ഇന്നത്തെ നവലിബറൽ നടപടികൾ കാര്യങ്ങളെ എത്തിച്ചിരിക്കുന്നത്.

മുകളിൽ പറഞ്ഞ മൂന്ന് ഘട്ടങ്ങളെയും പ്രത്യേകം പരിശോധിക്കുന്നതിന് മുമ്പ് ഒരു കാര്യംകൂടി വ്യക്തമാക്കേണ്ടതുണ്ട്. സ്വതന്ത്രകച്ചവടം, നവലിബറലിസം, നിയന്ത്രിത വിപണിവ്യവസ്ഥ എന്നിവയൊക്കെ വിവരണാത്മകമായ വർഗീകരണം മാത്രമാണ്. ഈ വിഭജനം ഭരണകൂടത്തിന്റെ വർഗസ്വഭാവത്തെക്കുറിച്ച് ഒന്നും വെളിപ്പെടുത്തുന്നില്ല. അതുകൊണ്ട് അവയെ വാക്യാർഥത്തിൽ പരിഗണിച്ചാൽ മറ്റൊട്ടേറെ തെറ്റിദ്ധാരണകൾക്ക് ഇടയാക്കിയേക്കും. ഉദാഹരണത്തിന് കൊളോണിയൽ ഭരണകൂടം നടപ്പാക്കിയ സ്വതന്ത്ര കച്ചവടനയം എന്നു പറയുമ്പോൾ ഭരണകൂടം ഒരു പണിയും ചെയ്യുന്നില്ലെന്നുള്ളതല്ല. മറിച്ച് കോളനി ഭരണകൂടവും ബ്രിട്ടീഷ് മൂലധനവും പ്രത്യേകിച്ച് ബ്രിട്ടീഷ് ധനമൂലധനവും തമ്മിൽ നല്ല തോതിൽ ഉദ്ഗ്രഥനം നടന്നിരുന്നു. അതേപോലെ സമകാലീന നവലിബറൽ നയങ്ങൾക്കും കൃത്യമായ വർഗ അടിത്തറ ഉണ്ട്. അത് അന്താരാഷ്ട്ര ധനമൂലധനത്തിന്റെ മേൽക്കോയ്മയുമായി ബന്ധപ്പെട്ടതാണ്. ഈ മേൽക്കോയ്മയോടാണ് ഇന്ത്യൻ മൂലധനത്തിന്റെ അധിപന്മാരെല്ലാം ബന്ധപ്പെട്ടിരിക്കുന്നത്. ധനമൂലധനത്തിന്റെ താൽപ്പര്യാർഥമാണ് ഭരണകൂടം 'നവലിബറൽ' നയങ്ങൾ നടപ്പാക്കിക്കൊണ്ടിരിക്കുന്നത്. ഇത്തരം നയങ്ങളെ അതുകൊണ്ടുതന്നെ 'ഭരണകൂടം പിൻവലിയുന്നു' എന്ന രീതിയിൽ കാണരുത്. അത്തരം ഒരു പ്രചരണം ബൂർഷ്വാ എഴുത്തുകാരിൽ സാധാരണ കണ്ടുവരുന്നുണ്ട്. അവയൊക്കെ വർഗതാൽപ്പര്യങ്ങൾ സംരക്ഷിക്കാനുള്ള നടപടികളാണ്. ബൂർഷ്വാ എഴുത്തുകാർ സർക്കാരിന്റെ നവലിബറൽ നയങ്ങളിലുള്ള ഇത്തരം വർഗപരമായ ഉള്ളടക്കത്തെ മറച്ച് പിടിക്കുകയും 'ഭരണകൂടമോ കമ്പോളമോ' (State Vs Market) എന്നിങ്ങനെയുള്ള അമൂർത്തമായ പ്രസ്താവനകൾ നടത്തുകയുമാണ്.

ഭരണകൂട ഇടപെടലിനെ ധനമൂലധനം അനുകൂലിക്കുന്നത് സ്വന്തം താൽപ്പര്യങ്ങൾ സംരക്ഷിക്കാൻ മാത്രമാണ്. അതാകട്ടെ 'സമൂഹത്തിന്റെ താൽപ്പര്യാർഥ'മെന്ന് വരുത്തിത്തീർക്കാനുള്ള ശ്രമമാണ്. നിക്ഷേപം, പൊതുചെലവ്, ഉൽപ്പാദനം, വലിയതോതിലുള്ള തൊഴിൽ പ്രതിരോധം, കർഷകരുടെയും നാമമാത്ര കൃഷിക്കാരുടെയും സംരക്ഷണം എന്നീ കാര്യങ്ങളിലൊന്നും ഭരണകൂടം ഇടപെടുന്നത് ധനമൂലധനത്തിന് ഇഷ്ടമല്ല. അത് എപ്പോഴും 'മെച്ചപ്പെട്ട ധനസ്ഥിതി' (ദേശീയ വരുമാനവും ധനകമ്മിയും തമ്മിലുള്ള അനുപാതം കുറച്ചുകൊണ്ടുവരുന്ന അവസ്ഥ) ക്കായി നിലകൊള്ളുന്നു. സ്വകാര്യനിക്ഷേപത്തിന് കൃത്യമായ ലാഭം ഉറപ്പാക്കുന്ന തരത്തിൽ സ്റ്റേറ്റ് ഗ്യാരണ്ടി ചെയ്യുന്നതിനുവേണ്ടി നിലകൊള്ളുന്നു. അതേസമയം പൊതുനിക്ഷേപമാണെങ്കിൽ നിശ്ചിത ശതമാനം ലാഭമുണ്ടാകണമെന്ന് നിഷ്കർഷിക്കുന്നു. അനുയോജ്യമായ രാജ്യാതിർത്തി വിട്ടുകൊണ്ടുള്ള (രാഷ്ട്രാന്തരീയമായോ, സാമ്രാജ്യത്വ രാജ്യ

ങ്ങൾ ലോക വിപണിയെ പകുത്തെടുക്കുന്നതിന്റെ അടിസ്ഥാനത്തിലോ) മൂലധന ഒഴുക്കിനായി നിലകൊള്ളുന്നു. ഇതിൽതന്നെ സ്വതന്ത്രവ്യാപാര രൂപത്തിലുള്ളവയെ പ്രത്യേകിച്ചും. പൊതുതാൽപ്പര്യാർഥം ഭരണകൂടം കമ്പോളത്തിൽ ഇടപെടുന്നതിനെയും ധനമൂലധനം എതിർക്കുന്നു. ഈ കാര്യങ്ങളിലെല്ലാം കൊളോണിയൽ ഇന്ത്യയിൽ നടപ്പാക്കിയിരുന്ന നയങ്ങളും ഇന്നത്തെ ആഗോളവൽകരണ കാലത്തെ, അതായത് നാം നവലിബറൽ എന്നു വിളിക്കുന്ന സമകാലീന മുതലാളിത്തത്തിലെ നയങ്ങളും തമ്മിൽ ഒട്ടേറെ സാദൃശ്യം പ്രകടമാണ്. ഇവിടെ ഊന്നിപ്പറയാൻ ഉദ്ദേശിക്കുന്നത് ധനമൂലധനത്തിന്റെ മേൽക്കോയ്മ കാർഷികോൽപ്പാദന വ്യവസ്ഥയിലെ മുരടിപ്പ് ശക്തിപ്പെടുത്തുന്ന നയങ്ങളുമായി കെട്ടുപിണഞ്ഞുകിടക്കുന്നു എന്ന കാര്യമാണ്. ഇങ്ങനെ പറയുമ്പോൾ ധനമൂലധനത്തിന്റെ ആവിർഭാവത്തിനുശേഷം മാത്രമാണ് കാർഷികോൽപ്പാദന വ്യവസ്ഥയിൽ മുരടിപ്പ് ആരംഭിക്കുന്നത് എന്ന അർഥത്തിലല്ല. കാർഷിക മുരടിപ്പ് കൊളോണിയൽ കാലഘട്ടത്തിന്റെ ആദ്യഘട്ടത്തിൽ തന്നെ ആരംഭിച്ചിരുന്നു. എന്നാൽ അടുത്തകാലത്ത് ധനമൂലധനത്തിന്റെ സ്വാധീനത്താൽ കാർഷികോൽപ്പാദന വ്യവസ്ഥയിലെ മുരടിപ്പ് ശക്തിപ്പെടുത്തുന്ന നയങ്ങൾ ഏകോപിപ്പിക്കാനും സ്ഥാപനവൽക്കരിക്കുന്നതിനും സഹായിച്ചിട്ടുണ്ട്. ചുരുക്കത്തിൽ, ധനമൂലധനത്തിന്റെ അധീശത്വം കാർഷികോൽപ്പാദന വ്യവസ്ഥയിലെ മുരടിപ്പ് വർധിപ്പിക്കാനുള്ള ഒരു മതിയായ ഘടകമാണ്.

ഇവിടെ ഉദാരീകരണത്തിന്റെ രണ്ടു ഘട്ടങ്ങൾക്കുമേൽ (കൊളോണിയൽ കാലവും നവലിബറൽ കാലവും) ഉണ്ടായിരുന്ന നിയന്ത്രിത കമ്പോളവ്യവസ്ഥയിലെ സാമ്പത്തിക നയങ്ങളും പരിശോധിക്കേണ്ടതുണ്ട്. മൂന്നാംലോക രാജ്യങ്ങളിൽ നടപ്പാക്കിയ നിയന്ത്രിത കമ്പോള വ്യവസ്ഥയും വികസിത രാജ്യങ്ങളിൽ നടപ്പാക്കിയ കെയിനീഷ്യൻ ചോദന പരിപാലന നയങ്ങളും യുദ്ധാനന്തര ഘട്ടത്തിന്റെ ഭാഗമായിരുന്നു. ധനമൂലധനത്തിന്റെ സ്വാധീനം കുറയുകയും തൊഴിലാളിവർഗത്തിന്റെ നിലപാടുകൾ ശക്തിപ്പെടുകയും ചെയ്ത കാലമായിരുന്നു അത്. വികസിത രാജ്യങ്ങളിലെ ധനമൂലധനം ഇക്കാലത്ത് ഒട്ടേറെ ഇളവുകൾ അനുവദിക്കാൻ നിർബന്ധിക്കപ്പെട്ടിരുന്നു. (അപകോളനീകരണം തന്നെ നല്ലൊരു ഉദാഹരണമാണ്). സോഷ്യലിസ്റ്റ് ക്യാമ്പിന്റെ ഗണ്യമായ വളർച്ച, മാറ്റത്തിനുവേണ്ടിയുള്ള ജനാഭിലാഷം എന്നിവയൊക്കെ പ്രധാനമായിരുന്നു. വികസിത രാജ്യങ്ങളിലെ തൊഴിലാളികൾക്കിടയിലെ സോഷ്യൽ ഡെമോക്രാറ്റിക് രാഷ്ട്രീയത്തിലൂടെ ഇത് ഏറെ പ്രകടവുമായിരുന്നു. അപകോളനീകരണത്തിനുശേഷം നിലവിൽ വന്ന നിയന്ത്രിത വിപണി വ്യവസ്ഥ സാമ്രാജ്യത്വത്തിൽനിന്ന് താരതമ്യേന സ്വതന്ത്രവും സോവിയറ്റ് യൂണിയനുമായി സഹകരിക്കുന്നതുമായ ബൂർഷ്വാ വികസന നയങ്ങൾ തുടരാനാണ് ശ്രമിച്ചത്. താരതമ്യേന സ്വതന്ത്രമായ ഈ ദേശീയ ബൂർഷ്വാ വികസന പാതയ്ക്ക് നഗരമുതലാളിത്തത്തിന്റെ കടന്നാക്രമ

ണത്തിൽനിന്ന് കാർഷികോൽപ്പാദന വ്യവസ്ഥയെ സംരക്ഷിക്കേണ്ടിയിരുന്നു. ദേശീയ ബൂർഷ്വാസിയുടെ സാമൂഹികാടിത്തറ വിപുലപ്പെടുത്താനും ഒരു സന്തുലനം നിലനിർത്തുന്നതിനും ഇത് ആവശ്യമായിരുന്നു. അതിനാൽ കാർഷിക വ്യാപാരത്തിൽ അളവുപരമായ നിയന്ത്രണമേർപ്പെടുത്തിയിരുന്നു. ധാരാളം വിളകൾക്ക് മെച്ചപ്പെട്ട വില നൽകിയുള്ള സംഭരണ നയങ്ങളുണ്ടായിരുന്നു. കാർഷിക കടം അനുവദിക്കാൻ ബാങ്കുകൾക്ക് നിർദേശമുണ്ടായിരുന്നു. നല്ലൊരുഭാഗം കാര്യങ്ങൾ സർക്കാർ നിയന്ത്രണത്തിലായിരുന്നു. ഗവേഷണ-വിപുലീകരണ പ്രവർത്തനങ്ങളിൽ മുന്നേറ്റമുണ്ടായിരുന്നു. പലതരം അത്യുൽപ്പാദന വിത്തിനങ്ങൾ വികസിപ്പിക്കാനും പ്രചരിപ്പിക്കാനും കഴിഞ്ഞിരുന്നു.

ഈ നടപടികൾ കാർഷിക സമ്പദ്വ്യവസ്ഥയിൽ തന്നെ വ്യത്യസ്ത വർഗങ്ങളിൽ വ്യത്യസ്ത പ്രതിഫലനമാണ് ഉണ്ടാക്കിയത്. മുതലാളിത്ത ലോകത്തുനിന്ന് ഉയർന്നുവന്ന പ്രവണതകളെ പ്രതിരോധിക്കുമ്പോൾ തന്നെ നിയന്ത്രിത വിപണിവ്യവസ്ഥയ്ക്ക് ഗ്രാമപ്രദേശങ്ങളിൽ മുതലാളിത്തം പ്രചരിപ്പിക്കുക എന്ന ലക്ഷ്യവുമുണ്ടായിരുന്നു. കാർഷിക മുതലാളിത്തത്തേയും ഭൂപ്രഭു മുതലാളിത്തത്തേയും കൂട്ടിച്ചേർത്ത് ഇത് നടപ്പാക്കാനാണ് ശ്രമിച്ചത്. കാർഷികമേഖലയിൽ വിവിധ രീതിയിൽ പ്രതിഫലനമുണ്ടാക്കിയപ്പോൾതന്നെ ഇക്കാലത്ത് കാർഷികോൽപ്പാദനം അതിൽതന്നെ ഭക്ഷ്യധാന്യങ്ങളുടെ ഉൽപ്പാദനം ഗണ്യമായി വർധിച്ചു എന്നത് വസ്തുതയാണ്. ബ്രിട്ടീഷ് ഭരണത്തിൻകീഴിൽ സ്വാതന്ത്ര്യ ലബ്ധിയുടെ കാലത്ത് 150 കിലോഗ്രാമായിരുന്ന പ്രതിശീർഷ ഭക്ഷ്യ ലഭ്യത 1980കളുടെ അവസാനമാകുമ്പോഴേക്കും 180 കിലോഗ്രാമായി വർധിച്ചിരുന്നു. ഇതുവഴി ഈ നൂറ്റാണ്ടിന്റെ തുടക്കത്തിലെ അവസ്ഥയിലേക്ക് ഭക്ഷ്യധാന്യലഭ്യത എത്തിയില്ലെങ്കിൽപോലും കോളനിഭരണകാലത്തെ പ്രവണതയിൽനിന്നുമുള്ള നിശ്ചിതമായ തിരിച്ചുപോക്ക് ഇക്കാലത്തുണ്ടായി.

നവലിബറൽ കാലത്ത് കാർഷികോൽപ്പാദന വ്യവസ്ഥയിൽ ഭരണകൂടത്തിന്റെ പങ്കിൽ പൂർണമായ തിരിച്ചുപോക്കാണുണ്ടായതെന്നതിൽ സംശയമില്ല. ഭരണകൂടം അന്താരാഷ്ട്ര ധനമൂലധനത്തിന്റെ താൽപ്പര്യങ്ങൾക്ക് കൂടുതൽ വിധേയമായി. അതിന്റെ ഭാഗമായി താരതമ്യേന സ്വതന്ത്രമായ വികസനപാത ഇന്ത്യയിലെ വൻകിട ബൂർഷ്വാസി അവസാനിപ്പിച്ചു. അത് ധനമൂലധനവുമായി കൂടുതൽ ഉദ്ഗ്രഥിക്കപ്പെട്ടു. ഇത് കാർഷിക വളർച്ചയിൽ മാറ്റമുണ്ടാക്കി. കാർഷികോൽപ്പാദനവ്യവസ്ഥ ഒരിക്കൽക്കൂടി കുഴപ്പത്തിലേക്ക് നീങ്ങി. കൃഷിക്കുള്ള സ്ഥാപന വായ്പ ഏതാണ്ട് അവസാനിച്ചു. അളവുപരമായ വ്യാപാര നിയന്ത്രണങ്ങൾ വേണ്ടെന്നുവെച്ചു. സർക്കാർ മേൽനോട്ടത്തിൽ നടന്ന വിപുലീകരണ പ്രവർത്തനങ്ങൾ അക്ഷരാർഥത്തിൽ അടച്ചുപൂട്ടി. വിള ബോർഡുകളുടെ (റബ്ബർ ബോർഡ് മുതലായവ) നേതൃത്വത്തിലുള്ള വിപണന പ്രവർത്തനങ്ങൾ ഒഴിവാക്കി. കൃഷിക്കാർക്ക് ഭേദപ്പെട്ട വിലനൽകി ഉൽപ്പന്നങ്ങൾ സംഭരിക്കുന്ന പ്രവർത്തനങ്ങൾപോലും ക്രമത്തിൽ നിലച്ചുപോയി. ഭക്ഷ്യ

ധാന്യങ്ങളുടെ കാര്യത്തിലാണെങ്കിൽ പൊതുവിതരണ സംവിധാനം പിറകോട്ടടിച്ചു. കാർഷികോൽപ്പാദന വ്യവസ്ഥയ്ക്കുള്ള സർക്കാർ സംരക്ഷണം അവസാനിപ്പിച്ചു. അതിനുള്ള സർക്കാർവക പ്രചോദനങ്ങൾ വേണ്ടെന്നു വെച്ചു. ആഗോളവിപണിയിൽ ഉണ്ടാകുന്ന മാറ്റങ്ങളിൽനിന്ന് കാർഷികോൽപ്പാദന വ്യവസ്ഥയെ പ്രതിരോധിക്കാനുള്ള നടപടികൾ പോലും പിൻവലിച്ചു.

തുടർന്നുണ്ടായ കാർഷിക മുരടിപ്പ് കൊളോണിയൽ കാലത്തേതു പോലെതന്നെ പ്രതിശീർഷ ഭക്ഷ്യ ലഭ്യതയിൽ കുറവു വരുത്തി. അതുകൊണ്ട് നടപ്പ് നൂറ്റാണ്ട് ആരംഭിച്ചപ്പോൾതന്നെ അത് രണ്ടാം ലോകയുദ്ധകാലത്തേതിന് തുല്യമായി. ഇവിടെ ഒരു പ്രസക്ത ചോദ്യം ഉയർന്നുവരുന്നു. കോളനി ഭരണകാലത്തെ 'ചോർച്ച' കാലത്തുണ്ടായത് കാർഷികോൽപ്പാദനം മുരടിച്ചപ്പോഴും കാർഷിക കയറ്റുമതിയിലൂടെ നടന്ന പിഴിച്ചിലായിരുന്നു. ഇതിന്റെ പരിണിതഫലം ഭക്ഷ്യലഭ്യതയിൽ ഉണ്ടായ കുറവുതന്നെ. അതല്ലെങ്കിൽ കൊളോണിയൽ ഭരണത്തിന്റെ രാഷ്ട്രീയ നിയന്ത്രണ സാധ്യത ഉപയോഗിച്ച് വൻകിടക്കാർ സാമ്പത്തിക മിച്ചം ഊറ്റിയെടുക്കുകയായിരുന്നു. എന്നാൽ കൊളോണിയിൽ കാലത്തിനുശേഷം അത്തരം രാഷ്ട്രീയ നിയന്ത്രണം നിലനിൽക്കുന്നില്ല. എന്നിട്ടും കാർഷിക കയറ്റുമതിയിലൂടെയുള്ള പിഴിയലും പ്രതിശീർഷ ഭക്ഷ്യലഭ്യതക്കുറവും ഉണ്ടാവുന്നതെങ്ങനെയാവാം? ഇക്കാര്യം വിശദമായി ചർച്ച ചെയ്യേണ്ടതുണ്ട്.

III

നവലിബറൽ നയങ്ങൾ കാർഷികമേഖലയുടെ പിന്നോട്ടടിക്ക് ആക്കം കൂട്ടിയപ്പോൾത്തന്നെ ജനസംഖ്യയിൽ വലിയൊരു ഭാഗത്തിന്റെ വരുമാനം ചുരുക്കുന്ന നടപടിയും നടപ്പാക്കിയിരുന്നു. ഇത് വലിയൊരു ഭാഗം ജനങ്ങളുടെ വാങ്ങൽ ശേഷി ചോർത്തിക്കളയുന്നതിനും വാങ്ങൽ കുറയുന്നതിനും ഇടയാക്കി. കൊളോണിയൽ കാലത്തെ 'ചോർച്ച' ഉണ്ടാക്കിയ അതേ കാര്യം തന്നെയാണ് ഇവിടെയും നടന്നത്. ഇങ്ങനെ പറയുമ്പോൾ ഈ രണ്ടു പ്രക്രിയയും ഒരുപോലെയായിരുന്നില്ല നടപ്പാക്കിയത്. അവ വ്യത്യസ്തമായിരുന്നു. ഒന്ന് കാർഷികോൽപ്പന്ന കയറ്റുമതിക്കുള്ള സൗജന്യം എടുത്തു കളഞ്ഞതാണെങ്കിൽ മറ്റേത് അതേ രീതിയിൽ ആയിരുന്നില്ല. എങ്കിലും ഉൽപ്പാദന മുരടിപ്പ് അനുഭവപ്പെടുമ്പോൾ കാർഷികോൽപ്പന്നങ്ങളുടെ പ്രാദേശികമായ ലഭ്യത പരിമിതപ്പെടുത്തുന്നതിൽ 'ചോർച്ച'കാലവും ഇന്നത്തെ നവലിബറൽ കാലവും ഒരേ രീതിയിലാണ് പ്രവർത്തിച്ചത്.

നവലിബറൽ നയങ്ങൾ വിവിധങ്ങളായ നടപടികളാണ് പണച്ചുരുക്കലിനായി നടപ്പാക്കിയത്. ഇതിൽ ഏറ്റവും പ്രധാനം ഗ്രാമങ്ങളിലേക്കുള്ള പൊതുചെലവ് വെട്ടിക്കുറച്ചതാണ്. ഇതിന്റെ ഫലമായി ഗ്രാമീണരുടെ ക്രയശേഷി ഗണ്യമായി കുറഞ്ഞു. ഭരണകൂടം പൊതുചെലവുകൾ നടത്തുന്നതിനെ ധനമൂലധനം എതിർത്തിരുന്ന കാര്യം നേരത്തെ

സൂചിപ്പിച്ചല്ലോ. രണ്ടുതരം നടപടികളിലൂടെയാണ് ഇത് നടപ്പാക്കാൻ ശ്രമിച്ചത്. ഒന്നാമത്തേത്, ദേശീയ വരുമാനത്തിൽനിന്നുള്ള നികുതിയുടെ അനുപാതം കുറച്ചുകൊണ്ടായിരുന്നു. മുതലാളിമാർക്ക് അനുവദിച്ച നികുതിയിളവിലൂടെയായിരുന്നു കുറവ് വരുത്തിയത്. 'നിക്ഷേപസൗഹൃദ' അന്തരീക്ഷം സൃഷ്ടിക്കുന്നതിന്റെ പേരിലായിരുന്നു ഈ നടപടി. ഒപ്പം തന്നെ ഇറക്കുമതി ചുങ്കം ഗണ്യമായി കുറയ്ക്കുകയോ വേണ്ടെന്ന് വെക്കുകയോ ചെയ്തു. എക്സൈസ് ഡ്യൂട്ടി വർധിപ്പിക്കാനുള്ള സർക്കാരിന്റെ അധികാരം വ്യാപാര ഉദാരീകരണത്തിന്റെ ഭാഗമായി നിയന്ത്രിച്ചു.

രണ്ടാമതായി, ധന ഉത്തരവാദിത്വനിയമം വഴി നടപ്പാക്കാൻ ശ്രമിച്ച 'മെച്ചപ്പെട്ട ധനകാര്യസ്ഥിതി'യാണ്. നികുതിവരുമാനം കുറയ്ക്കുക വഴി സർക്കാരിന്റെ പൊതുചെലവുകളും കുറയ്ക്കുന്നുണ്ടെന്ന് ഉറപ്പുവരുത്തുകയായിരുന്നു ഈ നിയമം വഴി ചെയ്തത്. എന്നാൽ ധനമൂലധനത്തിനോ ബൂർഷ്വാസിക്ക് പൊതുവിലോ ഗുണകരമായ സർക്കാർ ചെലവുകൾ വെട്ടിക്കുറിച്ചിരുന്നില്ല. അധ്വാനിക്കുന്നവരെ, അതിൽ തന്നെ അധ്വാനിക്കുന്ന ഗ്രാമീണരെ ലക്ഷ്യമാക്കിയുള്ള ചെലവുകളാണ് കുറച്ചത്. ദേശീയ വരുമാനത്തിന്റെ അനുപാതത്തിൽ കണക്കാക്കിയാൽ ഇന്ത്യയിലെ ഗ്രാമവികസന ചെലവുകൾ നവലിബറൽ കാലത്ത് പൊതുവിൽ കുറയുകയായിരുന്നു; ഈയിടെയായി അൽപ്പം വർധന ഉണ്ടായിട്ടുണ്ടെങ്കിലും.

പണച്ചുരുക്കത്തിനുള്ള രണ്ടാമത്തെ നടപടി അവ്യവസായീകരണത്തിന്റേതായിരുന്നു. ഇക്കാലത്തെ എല്ലാ രംഗങ്ങളിൽ നിന്നും (വ്യവസായത്തിൽനിന്നടക്കം) ചെറുകിടക്കാരെ ഒഴിവാക്കുന്നതിന്റെ പൊതുമാനത്തിൽ കാണേണ്ടതുണ്ട്. സ്വയംതൊഴിൽ ചെയ്തിരുന്ന ചെറുകിട, നാമമാത്ര വിഭാഗത്തിൽപ്പെട്ടവരെ പുറംതള്ളിക്കൊണ്ടുള്ള വൻകിട ഷോപ്പിങ് മാളികകൾ ഇന്നത്തെ നാട്ടുനടപ്പായി കഴിഞ്ഞു. ഇതിന്റെ പരിണതഫലമാകട്ടെ, ജനങ്ങൾക്കിടയിലെ പണച്ചുരുക്കവും വാങ്ങൽ ശേഷിയിലെ തകർച്ചയുമാണ്.

മൂന്നാമത്തെ ഘടകം (ഇത് രണ്ടാമത്തേതുമായി ബന്ധപ്പെട്ടതാണ്) കാർഷികോൽപ്പന്നങ്ങളുടെയും ചെറുകിട ഉൽപ്പാദനരംഗത്തെ ഉൽപ്പന്നങ്ങളുടെയും വിപണനം ബഹുരാഷ്ട്ര കമ്പനികളും ഇന്ത്യയിലെ തന്നെ വൻകിട കുത്തകകളും ഏറ്റെടുക്കുന്നു എന്നതാണ്. ഇതിന്റെ ഫലമായി ഒരു ഭാഗത്ത് ധാരാളം ചെറുകിട-ഇടത്തരം കച്ചവടക്കാർ ഏതാനും വൻകിടക്കാരാൽ പുറം തള്ളപ്പെടുന്നു. ഇതിന്റെ ഫലമായി കച്ചവടരംഗത്തെ ലാഭം ഏതാനും പേരിലേക്ക് മാത്രം കേന്ദ്രീകരിക്കുന്നു. ഒപ്പം ലാഭനിരക്കും വർധിക്കുന്നു. അതായത്; ഉൽപ്പാദകരിൽ നിന്ന് വൻകിടക്കാരിലേക്ക് വരുമാനം പുനർവിതരണം ചെയ്യപ്പെടുകയാണ്. രണ്ടായാലും ചെറുകിടക്കാരിലും കൃഷിക്കാരിലും എത്തുന്ന കൈമാറ്റ വരുമാനം കുറയുകയും അവരുടെ ക്രയശേഷി ദുർബലപ്പെടുകയുമാണ്.

നാലാമത്തേത്, സമൂഹത്തിലെ വരുമാന വിതരണത്തിൽ വന്നുകൊണ്ടിരിക്കുന്ന തകർച്ചയാണ്. മുതലാളിത്ത ഉൽപ്പാദന പ്രക്രിയയിൽ ലാഭ

ത്തിന്റെ നിരക്ക് ഉയരുകയാണ്. ഇതിനുവേണ്ടി മറുഭാഗത്ത് കൂലി കുറച്ചുകൊണ്ടിരിക്കയാണ്. ഇന്ത്യയിലെ സംഘടിത മേഖലയിൽ പുതുതായി സൃഷ്ടിച്ച വരുമാനത്തിൽ കൂലി അനുപാതം നവലിബറൽ കാലത്ത് ഗണ്യമായി കുറയുകയായിരുന്നു എന്ന കാര്യം ശ്രദ്ധേയമാണ്. അത് മൊത്തം മൂല്യവർധനവിന്റെ പതിനഞ്ച് ശതമാനം എന്ന ഏറ്റവും താഴ്ന്ന നിരക്കിലേക്ക് എത്തിയിരിക്കുന്നു. അമേരിക്കയടക്കമുള്ള വൻകിട രാജ്യങ്ങളിൽ ഏതാണ്ട് എല്ലായിടത്തും നവലിബറൽ കാലത്ത് ഇതേ സ്ഥിതിയായിരുന്നു. ലാഭവിഹിതത്തിലുണ്ടാകുന്ന വർധനവിനൊപ്പം യാദൃച്ഛികമായിട്ടെങ്കിലും തൊഴിലവസരങ്ങൾ വർധിച്ചിരുന്നെങ്കിൽ (റിക്കാർഡിയൽ ധനശാസ്ത്രം പറയുന്നതുപോലെ) തൊഴിലാളികൾക്കിടയിലുണ്ടായിരുന്ന വരുമാന ചോർച്ച ഒഴിവാക്കാമായിരുന്നു. എന്നാൽ തൊഴിലാളികളുടെ ഉൽപ്പാദനക്ഷമതയിൽ വൻവർധനവുണ്ടാകുന്ന അവസരത്തിൽ (അതാണ് ലാഭവിഹിതം വർധിച്ചതിന്റെ കാരണം) തന്നെ തൊഴിലില്ലാപ്പടയിൽ കുറവൊന്നുമുണ്ടാകുന്നില്ല. ഇതിന്റെ ഫലം അധ്വാനിക്കുന്ന ജനവിഭാഗത്തിന്റെ കേവലമായ പാപ്പരീകരണം തന്നെയാണ്. ഒരു ഭാഗത്ത് തൊഴിലാളികളുടെ യഥാർഥ വരുമാനം വർധിക്കുന്നില്ല. മറുഭാഗത്താകട്ടെ, തൊഴിലില്ലായ്മ വർധിക്കുകയും ചെയ്യുന്നു. ഇത് പ്രതിശീർഷ വരുമാനവും വാങ്ങൽശേഷിയും കേവലമായിത്തന്നെ തകർക്കുന്നു. ഇതിന്റെ ഫലമായി സ്വദേശിയും വിദേശിയുമായ മുതലാളിത്തത്തിന് അവിടങ്ങളിലെ മുരടിച്ച കാർഷികോൽപ്പാദനവ്യവസ്ഥയ്ക്ക് വലിയൊരു കയറ്റുമതി സാധ്യമാക്കുന്നു.

വാങ്ങൽശേഷി കുറയുന്നതുമായി ബന്ധപ്പെട്ട് ഇതിനകം വിശദീകരിച്ച ഘടകങ്ങളിൽ നാലാമത്തേത് 'മൂലധനത്തിന്റെ സാധാരണ'മായ ഒരു സ്വരൂപണ രീതിയാണെങ്കിൽ രണ്ടും മൂന്നും പ്രാകൃതമായ സ്വരൂപണവുമായി ബന്ധപ്പെട്ടതാണ്. ഒന്നാമത്തേതിൽ രണ്ടിന്റെയും അംശങ്ങളുണ്ട്. പൊതുചെലവിലെ വെട്ടിക്കുറവ് മുതലാളിത്ത ഉൽപ്പാദന പ്രക്രിയയിൽ നിയോഗിക്കപ്പെട്ട തൊഴിലാളികളുടെ ക്രയശേഷി വെട്ടിക്കുറയ്ക്കുന്നു. അത് സാമ്പത്തിക മിച്ചത്തിന്റെ അനുപാതം വർധിപ്പിക്കുന്നു — ഈ നിലയ്ക്ക് സാധാരണ രീതിയിലുള്ള മൂലധന സ്വരൂപണമാണെന്ന് പറയാം. എന്നാൽ, ഈ പ്രക്രിയവഴി മുതലാളിത്ത ഉൽപ്പാദന പ്രക്രിയയിൽ നേരിട്ട് ഇടപെടാത്തവരുടെകൂടി ക്രയശേഷി കുറയ്ക്കാനിടയാക്കുമ്പോൾ അതൊരു പ്രാകൃത മൂലധന സ്വരൂപണ പ്രക്രിയയായി മാറുന്നു. ബൂർഷ്വാ ഭരണകൂടം മുതലാളിത്ത ഉൽപ്പാദനവ്യവസ്ഥയിൽ പങ്കെടുക്കാത്തവരിൽ നിന്ന് അവർക്കുവേണ്ടി ചെലവാക്കുന്നതിനേക്കാൾ കൂടുതൽ തുക പിരിച്ചെടുക്കുന്നു. ഇവിടെ ധനനയം തന്നെ ഒരു തരത്തിൽ പ്രാകൃത മൂലധന സ്വരൂപണ ഉപാധിയായി മാറുകയാണ്. നവ ലിബറൽ നയങ്ങളുടെ ഭാഗമായി ഭരണകൂടത്തിന്റെ പൊതു ചെലവ് കുറയ്ക്കുകയും അതേസമയം നികുതിഭാരം കുറയാതിരിക്കുകയും ചെയ്യുന്നത് പ്രാകൃതമൂലധന സ്വരൂപണത്തിന്റെ അനുഭവം തന്നെയാണ് ഉള

വാക്കുന്നത്. അതായത്, ധനമൂലധനത്തിന്റെ സ്വാധീനം പ്രാകൃത മൂലധന സ്വരൂപണത്തെ ശക്തിപ്പെടുത്തുന്നു എന്ന നിഗമനത്തിലെത്താവുന്നതാണ്. അതാകട്ടെ, മുതലാളിത്ത ബാഹ്യമേഖലയിൽ; അതിൽത്തന്നെ പ്രത്യേകിച്ചും കാർഷികമേഖലയിൽ.

നിയന്ത്രിത കമ്പോളവ്യവസ്ഥയിൽനിന്ന് നവലിബറലിസത്തിലേക്കുള്ള മാറ്റത്തിന് സമാന്തരമായി വൻകിട ബൂർഷ്വാസിയുടേയും അതുവഴി സാമ്രാജ്യത്വത്തിന്റെയും നിലപാടുകളിലും മാറ്റം വരുന്നുണ്ട്. സാമ്രാജ്യത്വ നിലപാടിൽനിന്നു കുറയൊക്കെ സ്വതന്ത്രമായ വികസനപാതയിൽ ഊന്നിയിരുന്ന നിയന്ത്രിത കമ്പോളവ്യവസ്ഥ ഇപ്പോൾ അന്താരാഷ്ട്ര ധനമൂലധനവും അതുവഴി അതിനെ അടിസ്ഥാനമാക്കിയുള്ള സാമ്രാജ്യത്വവുമായി കൂടുതൽ ഉദ്ഗ്രഥിക്കാനുള്ള ശ്രമത്തിലാണ്. ഇതോടൊപ്പം തന്നെ വൻകിട ബൂർഷ്വാസികൾക്കിടയിൽ കർഷകരുടെയും ചെറുകിട ഉൽപ്പാദകരുടെയും നിലപാടുകൾക്കെതിരായ മാറ്റം വരുന്നുണ്ട്. നിയന്ത്രിത കമ്പോള കാലത്ത് ചെറുകിടക്കാരെ വളർത്തുകയും സംരക്ഷിക്കുകയും ചെയ്തിരുന്നെങ്കിൽ; ഇപ്പോൾ ഇവരെ ഉന്മൂലനം ചെയ്യാനായി നവലിബറലിസം കൈക്കൊള്ളുന്ന നടപടികൾക്കെതിരെ വൻകിട ബൂർഷ്വാസി കണ്ണടയ്ക്കുകയാണ്.

ഇതിൽനിന്ന് മനസിലാകുന്നത് കൃഷിക്കാരെയും ചെറുകിട ഉൽപ്പാദകരെയും വളർത്താനും സംരക്ഷിക്കാനുമുള്ള ബാധ്യത തൊഴിലാളി വർഗം ഏറ്റെടുക്കണമെന്നാണ്. എല്ലാ വിഭാഗത്തിന്റെയും മോചനത്തിനായി പൊരുതുക എന്ന ചരിത്രപരമായ കടമ നിർവഹിക്കണമെങ്കിൽ തൊഴിലാളിവർഗം ഈ കടമ ഏറ്റെടുത്തേപറ്റൂ. ഇത് പറയുമ്പോൾ കർഷകരും ചെറുകിട ഉൽപ്പാദകരും ഇന്ന് തുടരുന്ന അതേ അവസ്ഥ തുടരണമെന്നല്ല വിവക്ഷിക്കുന്നത്. തൊഴിലാളിവർഗം കർഷകരെയും ചെറുകിട ഉൽപ്പാദകരെയും സംരക്ഷിക്കുന്നതിനായി നടത്തുന്ന സമരത്തിലൂടെ ഇവർക്കിടയിലുള്ള പരസ്പര ഐക്യം ശക്തിപ്പെടേണ്ടതുണ്ട്. അതുവഴി ജനാധിപത്യ വിപ്ലവത്തെ മുന്നോട്ടു നയിക്കുകയെന്ന തൊഴിലാളി വർഗ പരിപാടിയും ശക്തിപ്പെടേണ്ടതുണ്ട്. ഈ അജണ്ട നടപ്പാവുകയും തൊഴിലാളിവർഗത്തിന്റെ നേതൃത്വത്തിൽ സോഷ്യലിസ്റ്റ് വിപ്ലവത്തെ ലക്ഷ്യമാക്കി ജനാധിപത്യവിപ്ലവം മുന്നേറുമ്പോൾ ചെറുകിട നാമമാത്ര ഉൽപ്പാദന സംരംഭങ്ങൾ ഒരു കൂട്ടുസ്വത്തിന്റെ രൂപത്തിലുള്ള വൻകിട ഉൽപ്പാദന സംരംഭമായി മാറും. ഇതാകട്ടെ മുതലാളിത്തം നടപ്പാക്കുന്ന രീതിയിൽ ചെറുകിട ഉൽപ്പാദകരെ ഉന്മൂലനം ചെയ്യുന്ന പ്രക്രിയയുടെ പുനരാവർത്തനമല്ല. മറിച്ച് വൻകിട കൂട്ടുസംരംഭ ഉൽപ്പാദന രീതിയുടെ പ്രായോഗികതയുടെ ഔന്നത്യംകൊണ്ടു മാത്രം ചെറുകിടക്കാരുടെ ജീവിതനിലവാരവും അവരെ തന്നെയും ഉണർത്തിക്കൊണ്ടുവരാൻ പര്യാപ്തമായിരിക്കും.

സമൂലമായ ജനാധിപത്യ വിപ്ലവ പ്രക്രിയയിൽ ഭൂമിയുടെ പുനർവിതരണവുമായി ബന്ധപ്പെട്ട ഭൂപരിഷ്കരണത്തിന്റെ കേന്ദ്രസ്ഥാനീയ

തയ്ക്ക് അമിതപ്രാധാന്യം നൽകേണ്ടതില്ല. ഇവിടെ ഒരു ചോദ്യം സ്വാഭാവികമായും ഉയർന്നുവരുന്നു. ഭൂമിയുടെ സമഗ്രമായ പുനർവിതരണം നടപ്പാക്കുന്ന ഭൂപരിഷ്കരണ അജണ്ട തൊഴിലാളി-കർഷക ഐക്യത്തിന് തടസ്സമായിത്തീരില്ലേ? എന്നതാണ്. ഇവിടെ പ്രശ്നം ഭൂപരിഷ്കരണം ഒരടിയന്തിര മുദ്രാവാക്യമാണോ അല്ലയോ എന്നതല്ല. പ്രധാന കാര്യം ഭൂപരിഷ്കരണത്തിനുള്ള ആവശ്യം അതെപ്പോഴായാലും കൃഷിക്കാരിൽ വലിയൊരു ഭാഗത്തെ പേടിപ്പെടുത്തുക വഴി അത് ജനാധിപത്യ വിപ്ലവത്തെ മുന്നോട്ട് നയിക്കേണ്ട തൊഴിലാളി വർഗവുമായുള്ള കർഷക ഐക്യത്തിന് തടസ്സമാകുമോ എന്നതാണ്.

ഇവിടെ ചില പ്രാഥമിക കാര്യങ്ങൾ വ്യക്തമാക്കേണ്ടതുണ്ട്. അത് ചില പദങ്ങളുടെ അർഥവ്യാപ്തിയാണ്. പ്രധാനം 'Peasant' എന്നും 'Farmer' എന്നും ഉള്ള പ്രയോഗങ്ങളിലെ അർഥവ്യത്യാസമാണ്. മാർക്സിസ്റ്റിതര എഴുത്തുകാർ രണ്ടും ഒരുപോലെ കണക്കാക്കുന്നുണ്ട്. ശാരീരികമായി കൃഷിയിടങ്ങളിൽ ഇടപെടുന്നവരാണ് 'Peasant'. ഇവർ കൃഷിപ്പണിയിൽ നേരിട്ട് ഇടപെടാത്ത ഭൂപ്രഭുക്കളിൽനിന്ന് വ്യത്യസ്തരാണ്. ഭൂപരിഷ്കരണത്തിന്റെ അടിസ്ഥാനലക്ഷ്യം ഭൂപ്രഭുവർഗത്തിന്റെ സാമൂഹ്യ പദവി തകർക്കുകയാണ്. അതാവട്ടെ ഭൂപ്രഭുക്കളിൽ വൻതോതിൽ കേന്ദ്രീകരിക്കുന്ന ഭൂമി പുനർ വിതരണത്തിലൂടെ സാധാരണക്കാരായ മണ്ണിലധ്വാനിക്കുന്ന കൃഷിക്കാരിലെത്തിച്ചുകൊണ്ടായിരിക്കും. എന്നാൽ കാർഷിക രംഗത്ത് കുറെയേറെ മുതലാളിത്തവൽക്കരണം നടന്നുകഴിഞ്ഞാൽ അതിനായി ഭൂപരിഷ്കരണ നടപടികളും കുറെയൊക്കെ നടപ്പാക്കികഴിഞ്ഞാൽ ഫ്യൂഡൽ ഭൂഉടമസ്ഥത അതിന്റെ ആദിമ രൂപത്തിൽനിന്ന് മുതലാളിത്ത ഭൂഉടമസ്ഥതയിലേക്ക് മാറും. ഈ അവസ്ഥയിൽ മുതലാളിത്തം സമ്പന്ന കൃഷിക്കാർക്കിടയിലാണ് വളർന്നു വികസിക്കുക. ഇവിടെ സാമൂഹ്യ ഘടകങ്ങളെ ആധാരമാക്കിയുള്ള ഭൂമിയുടെ പുനർവിതരണത്തിനുപകരം ഭൂപരിധി നിർണയിക്കുന്നതുപോലുള്ള അളവുപരമായ ഘടകങ്ങളിലേക്ക് മാറേണ്ടിവരും. നിശ്ചിത പരിധിക്കപ്പുറം ഭൂമി ഉള്ളവർക്കും അവരിൽനിന്ന് ഉയർന്നുവന്ന മുതലാളിമാർക്കും അവർ അന്താരാഷ്ട്ര ധനമൂലധനത്തിനെതിരെ പ്രക്ഷോഭം നടത്തുമ്പോഴും തൊഴിലാളി വർഗവുമായി കൂടിച്ചേർന്ന് പ്രവർത്തിക്കുന്നതിൽ സംശയാലുക്കളായിരിക്കും. എന്നാൽ ഭൂരിപക്ഷം വരുന്ന കർഷക ജനസാമാന്യത്തിന് പൊതുപ്രശ്നങ്ങളുമായി ബന്ധപ്പെട്ട സമരങ്ങളിൽ തൊഴിലാളിവർഗവുമായി കൂട്ടുകൂടുന്നതിൽ പ്രയാസമുണ്ടാവില്ല. ഭൂമിയുടെ പുനർവിതരണ പ്രക്രിയ ഭൂരഹിതർക്ക് സ്വാഭാവികമായും നേട്ടമുണ്ടാക്കും. ഒപ്പം ഭൂപ്രഭുക്കളുടെ സാമൂഹ്യ പദവി തകർക്കുന്നതിനും സഹായകമാകും. ഇതിനുപുറമേ ദീർഘകാലാടിസ്ഥാനത്തിൽ പരിശോധിക്കുമ്പോൾ അത് മറ്റു ചില കാര്യങ്ങളെക്കൂടി സഹായിക്കും. ഇത് ചെറുകിട നാമമാത്ര കൃഷിയെ കൂട്ടായകൃഷിയിലേക്ക് നയിക്കാൻ പര്യാപ്തമാണ്. സ്വാഭാവികമായും ഭൂപരിഷ്കരണം നടപ്പാക്കുന്നതിന്റെ സമയകൃത്യത

മുൻകൂട്ടി നിർണയിക്കണം. അതായത് സാമ്രാജ്യത്വ വിരുദ്ധ സമരങ്ങൾ, അല്ലെങ്കിൽ അന്താരാഷ്ട്ര ധനമൂലധനത്തിനെതിരായ സമരങ്ങൾ എന്നിവയോടൊപ്പം കൃത്യമായും ഫലപ്രദമായും മുന്നേറാൻ കഴിയുന്ന രീതിയിലാവണം അത്.

ചുരുക്കത്തിൽ, നിയന്ത്രിത വിപണി വ്യവസ്ഥയിൽ ബൂർഷ്വാസി അതിന്റേതായ രീതിയിൽ മണ്ണിലധ്വാനിക്കുന്ന കൃഷിക്കാരെ സംരക്ഷിച്ചും പ്രോത്സാഹിപ്പിച്ചും എങ്ങനെയാണോ അവർക്കിടയിൽതന്നെ മുതലാളിത്ത വികസനത്തെ സഹായിച്ചത്, അതേപോലെതന്നെ തൊഴിലാളിവർഗം അതിന്റേതായ രീതിയിൽ സമഗ്ര ഭൂപരിഷ്കരണം നടപ്പാക്കികൊണ്ടായിരിക്കണം കാർഷിക ഉൽപ്പാദന വ്യവസ്ഥയെ സംരക്ഷിക്കുന്നതും ശക്തിപ്പെടുത്തുന്നതും.

IV

ഇത്തരത്തിലുള്ള വാദഗതികൾ സ്വാഭാവികമായും ഒരു ചോദ്യത്തിലേക്ക് നയിക്കുന്നു. മൂലധനത്തിന്റെ കടന്നാക്രമണത്തിനെതിരെ ചെറുകിട ഉൽപ്പാദന സംരംഭങ്ങളെ പ്രതിരോധിക്കുന്നതും സംരക്ഷിക്കുന്നതും ഉൽപ്പാദന ശക്തികളുടെ വികാസത്തിന് തടസ്സമായിത്തീരില്ലേ? അതുകൊണ്ട് തൊഴിലാളിവർഗം അത്തരം നടപടികൾ സ്വീകരിക്കാമോ? ഇവിടെ പരസ്പരം വ്യവച്ഛേദിച്ച് പരിശോധിക്കേണ്ട ധാരാളം പ്രശ്നങ്ങളുണ്ട്. ഒന്നാമത്തെ കാര്യം Peasant Agricultureനെതിരെയുള്ള കടന്നാക്രമണം ധനമൂലധനം നേരിട്ട് നടത്തുന്നതിനാൽ അത് ഉൽപ്പാദന ശക്തികളുടെ വികാസപ്രക്രിയയായല്ല, മറിച്ച് മുരടിച്ച കാർഷികമേഖലയിൽ അകപ്പെട്ട കൃഷിക്കാരനെയും കർഷകത്തൊഴിലാളികളെയും ഒന്നിച്ച് പിഴിയുന്ന പ്രക്രിയയാണ്. അതായത്, ഉൽപ്പാദന ശക്തികളുടെ വികാസം നടപ്പാക്കാൻ അനുവദിക്കാത്ത ഒരു സംവിധാനത്തിലാണ് ഇങ്ങനെ നടക്കുന്നത്. ഇത്തരം ഒരു ചൂഷണരീതി സരളമായ പുനരുൽപ്പാദനത്തെപ്പോലും അസാധ്യമാക്കിത്തീർക്കുന്നു. (കർഷക ആത്മഹത്യയുടെ പശ്ചാത്തലം അതാണ്). ഇതാകട്ടെ ഉൽപ്പാദന ശക്തികളുടെ അധോമുഖ വളർച്ചയെമാത്രം സഹായിക്കാനേ ഇടയാക്കൂ.

രണ്ടാമതായി, നൈമിഷികമായെങ്കിലും നാം ചില അനുമാനങ്ങളിലെത്തുന്നു എന്നു കരുതുക. Peasant Agriculture-ന് നേരെയുള്ള കടന്നാക്രമണം വൻകിട മുതലാളിത്ത കൃഷി പകരം വെക്കാനാണെന്ന് കരുതുക. മാത്രമല്ല, ഈ പകരംവെക്കൽ വഴി തൊഴിലാളികളുടെയും ഭൂമിയുടെയും ഉൽപ്പാദനക്ഷമത വർധിക്കുകയും അതുവഴി ഉൽപ്പാദന ശക്തിയെ വികസിപ്പിക്കുമെന്നും കരുതുക. എങ്കിലും കൃഷിക്കാരനെ സ്വന്തം ഭൂമിയിൽനിന്ന് പുറംതള്ളുന്നു എന്നതുകൊണ്ടുതന്നെ ഈ പ്രക്രിയക്കെതിരെ തൊഴിലാളിവർഗം നിലകൊള്ളേണ്ടതുണ്ട്. കാരണം മറ്റൊരർഥത്തിൽ ജനാധിപത്യവിപ്ലവം എന്ന പ്രക്രിയയിൽ തൊഴിലാളിവർഗ

ത്തിന്റെ ലക്ഷ്യം ജനാധിപത്യ വിപ്ലവത്തിനുവേണ്ടിയുള്ള തൊഴിലാളി കർഷക ഐക്യം ശക്തിപ്പെടുത്തുക എന്നതാണ്. മൂർത്തമായ ഇക്കാര്യത്തിന് ഉൽപ്പാദനശക്തികളുടെ വികാസം എന്ന അമൂർത്തമായ ഉൽക്കണ്ഠകളെക്കാൾ പ്രാധാന്യമുണ്ട്. ഇതിനേക്കാളുപരിയായി വാണിജ്യകൃഷി വഴി കൃഷിക്കാർ പുറംതള്ളപ്പെട്ടാൽ അതെത്തുടർന്ന് കാർഷികോൽപ്പന്നങ്ങൾക്കുണ്ടാകുന്ന ചോദനത്തകർച്ചമൂലം നാം അനുമാനിച്ചതുപോലെ ഉൽപാദനക്ഷമതയിൽ വർധനവുണ്ടായാലും അത് കാർഷികോൽപ്പന്നങ്ങളിലുള്ള ക്രയശേഷിയെ ചോർത്തിക്കളയും. അതുകൊണ്ടുതന്നെ Peasant Agricultureന് പകരം വാണിജ്യകൃഷി വിപുലപ്പെട്ടാലും ഉൽപ്പാദന ശക്തികൾ ഏതെങ്കിലും രീതിയിൽശക്തിപ്പെടണമെന്നില്ല.

മൂന്നാമത്തേത്, Peasant Agriculture-ന് മേൽവാണിജ്യ കൃഷി നടപ്പാക്കുന്നതല്ല, മറിച്ച് മുതലാളിത്ത വ്യവസായം, മുതലാളിത്ത വികസനത്തിനുവേണ്ട അടിസ്ഥാന സൗകര്യങ്ങൾക്കായുള്ള പ്രോജക്ടുകളുടെ വികാസം എന്നിവയ്ക്കായി Peasant Agriculture തന്നെ ഇല്ലാതാകുന്ന പ്രശ്നമാണ്. അടിസ്ഥാന സൗകര്യ വികസന പ്രോജക്ടുകൾ പൊതുവെ ഉപകാരപ്രദമാണെങ്കിലും അവയെ വർഗവീക്ഷണത്തൽ ഏകീകരിക്കുകയും പ്രത്യേക വർഗവികാസഘട്ടവുമായി കണ്ണിചേർക്കുകയും ചെയ്യരുത് എന്ന് ചിന്തിക്കാം. ഇത് ഒരു മാർക്സിസ്റ്റ് വീക്ഷണമല്ല. ഇന്ത്യയിൽ റെയിൽവെ വന്നതിനെക്കുറിച്ച്, ഉൽപ്പാദന ശക്തികളുടെ വികാസത്തിൽ അതിനുള്ള പങ്ക് മനസിലാക്കുമ്പോൾത്തന്നെ, 'ഇന്ത്യക്കാർക്ക് പ്രയോജനപ്പെടാത്ത റെയിൽവെ'യെക്കുറിച്ചും ഇന്ത്യക്കാരുടെമേൽ പ്രാകൃത മൂലധന സ്വരൂപണത്തിന്റെ ഭാഗമായ 'ചോർച്ച'യെക്കുറിച്ചും മാർക്സ് പറയുന്നുണ്ട്. ഇത്തരം പുറംതള്ളപ്പെടുന്ന കാര്യത്തിൽ തൊഴിലാളിവർഗത്തിന്റെ നിലപാട് തുടക്കത്തിൽത്തന്നെ വളരെ വ്യക്തമായിരിക്കണം. എങ്ങനെയാണോ മുതലാളിത്ത ഉൽപ്പാദന പ്രക്രിയയിലേക്ക് സംഭാവന ചെയ്യുന്ന തൊഴിലാളി മൂലധനത്തിൽനിന്ന് പരമാവധി നേട്ടങ്ങൾക്കായി സമരം ചെയ്യുന്നത് അതേപോലെയുള്ള നേട്ടത്തിൽ മണ്ണിലധ്വാനിക്കുന്ന കർഷകന് നേടിയെടുക്കാനുള്ള പ്രക്ഷോഭങ്ങളിൽ തൊഴിലാളിവർഗം വ്യാപൃതരാവണം. അതുകൊണ്ടുതന്നെ ഇത്തരം വികസന പ്രോജക്ടുകളിൽ ഏർപ്പെടുന്ന മുതലാളിമാരിൽനിന്ന് പരമാവധി നേട്ടങ്ങൾ നേടാനായി കൃഷിക്കാർനടത്തുന്ന സമരത്തെ തൊഴിലാളിവർഗം പിന്തുണയ്ക്കണം.

എങ്കിലും ഈ രണ്ടും തമ്മിൽ ചില വ്യത്യാസങ്ങളുണ്ട്. വ്യവസായത്തൊഴിലാളിക്ക് അതിന്റെ സ്വഭാവംകൊണ്ടുതന്നെ Reservation option ഇല്ല. പ്രസിദ്ധ ധനശാസ്ത്രജ്ഞയായ ജൂവാൻ റോബിൻസൺ ഒരിക്കൽ ഈ വിധം അഭിപ്രായപ്പെടുകയുണ്ടായി. "മുതലാളിത്തത്തിൽ ഒരു തൊഴിലാളിയുടെ കാഴ്ചപ്പാടിൽ നോക്കുമ്പോൾ മൂലധനത്താൽ ചൂഷണം ചെയ്യപ്പെടുന്നതിനേക്കാൾ മോശപ്പെട്ട അവസ്ഥ മൂലധനത്താൽ അവൻ ചൂഷണം ചെയ്യപ്പെടാത്ത അവസ്ഥയാണ്." മൂലധനത്താൽ തൊഴിലാളി

ചൂഷണം ചെയ്യപ്പെടാതാകുമ്പോൾ അവൻ/അവൾ തൊഴിലില്ലാപ്പടയുടെ കരുതൽ സൈന്യത്തിലേക്ക് ഒരംഗമായിപ്പോകും. എന്നാൽ, കൃഷിക്കാരുടെ കാര്യം അങ്ങനെയല്ല. അവർക്ക് തെരഞ്ഞെടുക്കാനുള്ള ഒരവസരമുണ്ട്. അവർക്ക് മുതലാളിമാർക്കുവേണ്ടി തങ്ങളുടെ ഭൂമി വിൽക്കണമെന്ന് നിർബന്ധമില്ല. അതിനാൽ കൃഷിക്കാരുടെ താൽപ്പര്യങ്ങൾ പരിഗണിക്കാതെ ഏറ്റെടുത്താൽ; അതായത് കൈവശഭൂമി മൂലധനത്തിനു കൊടുക്കുന്നതുവഴി കിട്ടുന്ന പ്രതിഫലം കൃഷിക്കാരുടെ കാഴ്ചപ്പാടിൽ ത്തന്നെ പര്യാപ്തമല്ലെങ്കിൽ ഭൂമി കൈവിടേണ്ടിവരുന്നത് ഒരു തരം നിർബന്ധത്തിന് വഴങ്ങിയായിരിക്കും. അതുകൊണ്ടുതന്നെ അത് മൂലധനത്തിന്റെ പ്രാകൃത സ്വരൂപണത്തിന്റെ ഭാഗമായിത്തീരുന്നു. ഇത്തരത്തിൽ കൃഷിക്കാരുടെ ചെലവിൽ നടക്കുന്ന ഏതൊരു പ്രാകൃത മൂലധന സ്വരൂപണ രീതിയോടും തൊഴിലാളിവർഗത്തിന് ഏതവസരത്തിലും ഏറ്റുമുട്ടേണ്ടിവരും (കൃഷിക്കാരുടെ ഭാഗത്തുനിന്ന് ഭൂമി വിൽക്കാൻ തയാറായാൽപ്പോലും അത് മൂലധന സ്വരൂപണത്തിന് എതിരാണെന്ന് കരുതേണ്ടതില്ലെന്നും ഓർക്കേണ്ടതുണ്ട്). ഇതിനെല്ലാം പുറമേ കൃഷിക്കാർക്ക് Reservation Priceനേക്കാൾ കൂടുതൽ നേട്ടങ്ങൾ ഉറപ്പാക്കാനുള്ള പ്രക്ഷോഭം തുടരേണ്ടതുണ്ട്.

എന്നാൽ ഇതും എതിർക്കപ്പെടാം. കൃഷിക്കാരുടെ ഭാഗത്തുനിന്നുള്ളതും തൊഴിലാളിവർഗം പിന്തുണയ്ക്കുന്നതുമായ ഇത്തരം വിട്ടുവീഴ്ചയില്ലാത്ത നിലപാടുകൾ പശ്ചാത്തല സൗകര്യ പ്രോജക്ടുകൾ നേരത്തെ നിശ്ചയിച്ചിരുന്ന സ്ഥലത്തുനിന്നും മറ്റെവിടേക്കെങ്കിലും മാറ്റി സ്ഥാപിച്ചേക്കും. മൂലധനം മറ്റൊരിടത്തേക്ക് മാറിപ്പോകുന്നുവെന്ന് കരുതി, കൃഷിക്കാരുടെ കാഴ്ചപ്പാടിൽ അവർക്ക് അനുകൂലമല്ലാത്ത രീതിയിൽ, അവരെ പുറംതള്ളുന്ന സമരങ്ങളെ അടിച്ചമർത്തുമ്പോൾ തൊഴിലാളിവർഗം അതിനുനേരെ കണ്ണടയ്ക്കുകയാണോ വേണ്ടത്?

ഈ ന്യായം പൂർണമായിത്തന്നെ മാർക്സിസത്തിന് നിരക്കാത്തതാണ്. കാരണം ഈ വാദം ഒരു സ്വതന്ത്ര സമ്പദ്ഘടനയിൽ കൂലിനിരക്ക് വെട്ടിക്കുറയ്ക്കുന്നതിനെ അങ്ങനെ ചെയ്തില്ലെങ്കിൽ തൊഴിലില്ലായ്മ വർധിക്കാനിടയുണ്ടെന്ന രീതിയിൽ പ്രചരിപ്പിക്കുന്നതിനെ ന്യായീകരിക്കാൻ ഉപയോഗിക്കാം. ഈ നിലപാടിനെതിരെ മാർക്സ് വിട്ടുവീഴ്ചയില്ലാതെ പോരാടിയിട്ടുണ്ട്. അദ്ദേഹത്തിന്റെ വാദം കൂലിയിലെ വർധനകൊണ്ട് വിലവർധിക്കുന്നത്, ലാഭത്തിൽ കുറവ് വരാതിരിക്കണമെന്ന മുതലാളിത്ത താൽപ്പര്യംകൊണ്ടുമാത്രമാണ്. കൂലികൂടുകയും അതിനനുസൃതമായി ലാഭം കുറയുകയും ചെയ്താൽ ഒരു സ്വതന്ത്ര സമ്പദ്ഘടനയ്ക്ക് മത്സരാത്മകമായി നിലനിൽക്കാൻ കഴിയില്ലെന്ന് പറയുന്നതിൽ യാതൊരു കഴമ്പും ഇല്ല. മറിച്ച് വാദിക്കുന്നവർ ലാഭനിരക്കിനെ പരമപവിത്രമായി കണക്കാക്കുകയാണ് ചെയ്യുന്നത്.

ഒരു സമ്പദ്ഘടനയിൽ ലാഭനിരക്ക് കുറഞ്ഞാൽ മൂലധനം ലാഭം കൂടിയ സ്ഥലത്തേക്ക് ചേക്കേറുന്നത് സ്വാഭാവികമാണ്. എന്നാൽ, ഈ

സ്ഥിതി മറ്റെല്ലാറ്റിലുമുപരിയായി തൊഴിലാളി പ്രസ്ഥാനങ്ങളുടെ അടിത്തറ വികസിപ്പിക്കുന്നതിന് സഹായകമാക്കണം. എവിടേക്കെല്ലാം മൂലധനം ചേക്കേറുന്നുവോ അവിടെയൊക്കെ തൊഴിലാളിവർഗത്തിന്റെ അടിത്തറ വികസിക്കണം. ഇതിൽ പരാജയപ്പെട്ടാൽ അനുയോജ്യമായ നിയമനിർമാണംമൂലം മൂലധനത്തിന്റെ ഒഴുക്കിനെ തടയാൻ ശ്രമിക്കണം. ഇതും സാധ്യമല്ലാതെ വരികയും അത്തരം ഒഴുക്ക് ഒഴിവാക്കാൻ കഴിയാതാവുകയും ചെയ്യുമ്പോൾ ഊന്നേണ്ടത് തൊഴിലവസരങ്ങൾ സൃഷ്ടിക്കാനായി മറ്റ് രീതിയിൽ വികസന പ്രോജക്ടുകൾ രൂപപ്പെടുത്തിയെടുക്കുകയാണ്. ഉദാ: പൊതുനിക്ഷേപം, സഹകരണ നിക്ഷേപം എന്നിവ വഴി മൂലധനം പുറത്തേക്ക് ഒഴുകുന്നുവെന്ന മുതലാളിമാരുടെ അവകാശവാദത്തെ തളയ്ക്കാൻ കഴിയും. തൊഴിലാളി വർഗത്തിന് ഒരിക്കൽപോലും മൂലധനത്തിന്റെ വാദം ഉൾക്കൊള്ളുവാനോ അത്തരം വാദങ്ങൾക്കനുസൃതമായി സ്വന്തം നിലപാടിനെ മാറ്റുവാനോ കഴിയില്ല.

മൂലധനത്തിന്റെ വാദങ്ങളെ പിന്തുണച്ചില്ലെങ്കിൽ മൂലധന സ്വരൂപണത്തിന്റെ ഗതിയേയും അതുവഴി ഉൽപ്പാദന ശക്തികളുടെ വികാസത്തെയും മാത്രമല്ല തൊഴിലാളിവർഗത്തിന്റെ വളർച്ചയ്ക്കുപോലും എതിരാകുമെന്ന വാദമുണ്ട്. ഇത്തരം വാദങ്ങൾ ഉയർത്തി മുതലാളിത്ത നിലപാടുകളോട് സമരസപ്പെട്ടാൽ അതിന്റെ ഫലം മൂലധനത്തിന്റെ വാദങ്ങളെത്തന്നെ അംഗീകരിക്കലും അതിന്റെ മേൽക്കോയ്മയ്ക്ക് കീഴ്പ്പെടലുമായിരിക്കും. ഇത്തരം നിലപാടുകൾ മാർക്സ് ഒരിക്കലും അംഗീകരിക്കുകയില്ല.

5

മുതലാളിത്ത പ്രതിസന്ധിയും സോഷ്യലിസ്റ്റ് വിപ്ലവവും

സീതാറാം യെച്ചൂരി

ഈ സമ്മേളനത്തിൽ തികച്ചും ശ്രദ്ധേയമായ പ്രബന്ധാവതരണങ്ങളും ചർച്ചയുമാണ് നടന്നുകഴിഞ്ഞത്. ഈ പ്രശ്നത്തിൽ ഇനിയും ഒട്ടേറെ കാര്യങ്ങൾ ചർച്ചചെയ്യേണ്ടതുമുണ്ട്. ഇക്കാര്യങ്ങളെക്കുറിച്ചെല്ലാം കൂടുതൽ വ്യക്തതയുണ്ടാകാൻ അതുപകരിക്കും എന്ന് എനിക്കുറപ്പുണ്ട്.

വൈരുധ്യങ്ങളെ സംബന്ധിച്ച് പറയുകയാണെങ്കിൽ പാർട്ടിക്കുള്ളിൽ ഒട്ടേറെ ചർച്ചനടത്തിയശേഷം അവധാനതയോടെ ഞങ്ങൾ എത്തിച്ചേർന്ന നിഗമനം, നാം ചർച്ചചെയ്യുന്ന നാല് വൈരുധ്യങ്ങളും മൗലിക വൈരുധ്യങ്ങൾ തന്നെയാണെന്നും അവയെല്ലാം പ്രധാന വൈരുധ്യങ്ങളാണെന്നുമാണ്. ഏതെങ്കിലും ഒന്ന് പ്രധാനമോ അപ്രധാനമോ അല്ല. എന്നാൽ, ഈ നാല് വൈരുധ്യങ്ങളിൽ സാമ്രാജ്യത്വവും സോഷ്യലിസവും തമ്മിലുള്ള വൈരുധ്യം മുഖ്യ വൈരുധ്യമാണെന്ന് നാം പറയുന്നു. എന്തുകൊണ്ടെന്നാൽ, ലോകത്ത് മുതലാളിത്തത്തിൽനിന്ന് സോഷ്യലിസത്തിലേക്കുള്ള പരിവർത്തനം ആശ്രയിച്ചിരിക്കുന്നത് ആ വൈരുധ്യത്തിന് പരിഹാരം കാണുന്നതിലാണ്. ആയതിനാൽ ഓരോ കാലഘട്ടത്തിലും ഒരു മുഖ്യ വൈരുധ്യമുണ്ട്; ഏത് കാലഘട്ടത്തിലും മുഖ്യ വൈരുധ്യം ഉൾപ്പെടെ ഈ നാല് വൈരുധ്യങ്ങളിൽ ഏതും കേന്ദ്രസ്ഥാനത്ത് എത്താം. നാളെ അമേരിക്ക ക്യൂബയെ ആക്രമിക്കുകയാണെങ്കിൽ, സാമ്രാജ്യത്വവും സോഷ്യലിസവും തമ്മിലുള്ള വൈരുധ്യം മുഖ്യ വൈരുധ്യം മാത്രമല്ല ശ്രദ്ധാകേന്ദ്രമായ പ്രധാന വൈരുധ്യം കൂടിയായി മാറും. അതിനാൽ, ഒരു മുഖ്യ വൈരുധ്യവും അതോടൊപ്പം ഒരു കേന്ദ്ര വൈരുധ്യവും ഉണ്ടെന്ന് നാം മനസിലാക്കിയിരിക്കണം. എന്നാൽ ഈ നാല് വൈരുധ്യങ്ങളും പ്രധാനപ്പെട്ടവയാണ്; അതേസമയംതന്നെ നാലെണ്ണവും മൗലികവുമാണ്. അതിനാൽ അതിൽ ഒരു വേർതിരിവുമില്ല.

ആ പശ്ചാത്തലത്തിലാണ് 17-ാം പാർട്ടി കോൺഗ്രസ് മുതൽ നാം ചെന്നെത്തിയ നിഗമനം ഈ നാല് വൈരുധ്യങ്ങളും മൂർച്ഛിക്കുകയാണെന്നും അതിൽ ഏറ്റവും അധികം മൂർച്ഛിച്ചുവരുന്നത് സാമ്രാജ്യത്വവും മൂന്നാംലോക രാജ്യങ്ങളും തമ്മിലുള്ള വൈരുധ്യമാണ് എന്നുമാണ്. അപ്പോഴും അത് കേന്ദ്ര വൈരുധ്യമായി മാറിയതായി ഞങ്ങൾ പറഞ്ഞില്ല. എന്നാൽ ആ നാല് വൈരുധ്യങ്ങളിൽ അതാണ് ഏറ്റവും അധികം മൂർച്ഛിച്ചുവരുന്നത്. അതായത്, ഈ നാല് വൈരുധ്യങ്ങളിൽ, കേന്ദ്ര വൈരുധ്യമായി മാറാവുന്ന ഏതെങ്കിലും വൈരുധ്യമുണ്ടെങ്കിൽ അത് സാമ്രാജ്യത്വവും മൂന്നാംലോക രാജ്യങ്ങളും തമ്മിലുള്ള വൈരുധ്യമാണ്. ഇതാണ് പാർട്ടി അവതരിപ്പിച്ച സിദ്ധാന്തം.

കേന്ദ്ര വൈരുധ്യം വളരെ പ്രധാനപ്പെട്ട ഒന്നാണ്. എന്തുകൊണ്ട്? കാരണം, ഈ വൈരുധ്യം പരിഹരിക്കപ്പെടുന്നത് എങ്ങനെയെന്നതിനെ ആധാരമാക്കിയാണ് ലോകത്ത് സോഷ്യലിസത്തിലേക്കുള്ള പരിവർത്തനം യാഥാർഥ്യമാകുന്നത്. വിയറ്റ്നാം യുദ്ധത്തിന്റെ കാലഘട്ടത്തിൽ കേന്ദ്ര വൈരുധ്യം സാമ്രാജ്യത്വവും മൂന്നാംലോക രാജ്യങ്ങളും തമ്മിലുള്ളതായിരുന്നപ്പോൾ, അമേരിക്കൻ സാമ്രാജ്യത്വത്തെ വിയറ്റ്നാം ജനത പരാജയപ്പെടുത്തിയതോടുകൂടി നാം പറഞ്ഞത് സാമ്രാജ്യത്വത്തിനുമേൽ ആഗോളതലത്തിൽ സോഷ്യലിസം ശക്തിപ്രാപിച്ചുകൊണ്ടാണ് കേന്ദ്ര വൈരുധ്യം പരിഹരിക്കപ്പെട്ടതെന്നാണ്. ഇന്ന് ആ വൈരുധ്യം വീണ്ടും കേന്ദ്ര വൈരുധ്യമായി മാറുകയാണോ? ഇന്നത്തെ കേന്ദ്ര വൈരുധ്യമായി ഇതിനെ നാം പരിഗണിക്കണമോയെന്നത് സംബന്ധിച്ച് നാം ഒരു തീരുമാനമെടുത്തുകഴിഞ്ഞിട്ടില്ല. എന്നാൽ ഒരു കാര്യം ഉറപ്പാണ്. ആ വൈരുധ്യമാണ് ഇന്ന് ഏറ്റവും അധികം മൂർച്ഛിച്ചുകൊണ്ടിരിക്കുന്നത്.

പ്രതിസന്ധി പ്രദാനംചെയ്യുന്ന അവസരം

ഇനി നമുക്ക് മുഖ്യ വിഷയത്തിലേക്ക് കടക്കാം. ഈ സെമിനാർ നടക്കുന്ന ഇപ്പോഴത്തെ സാർവദേശീയ പ്രതിസന്ധിഘട്ടത്തിൽ എന്താണ് ഏറെ പ്രധാനപ്പെട്ടത് എന്ന് കണ്ടെത്തുന്നതിനുവേണ്ടിയാണ് ഈ സെമിനാർ സംഘടിപ്പിക്കപ്പെട്ടത് എന്നാണ് ഞാൻ കരുതുന്നത്. ഈ വിഷയം ചർച്ചചെയ്യുന്നതിനായി ഈ പ്രത്യേക ഘട്ടത്തിൽ നാമെല്ലാം ഇവിടെ ഒത്തുകൂടിയത് എന്തുകൊണ്ട്? സോവിയറ്റ് യൂണിയന്റെയും മറ്റ് പൂർവ യൂറോപ്യൻ സോഷ്യലിസ്റ്റ് രാജ്യങ്ങളുടെയും പതനത്തിനുശേഷമാണ് സാർവദേശീയ വർഗശക്തി ബന്ധങ്ങളിൽ സാമ്രാജ്യത്വം നേട്ടം കൈവരിച്ചതായും സോഷ്യലിസം ദുർബലപ്പെട്ടതായുമുള്ള വിലയിരുത്തലിൽ നാം ആദ്യമായി എത്തിച്ചേർന്നത്. ഈ കാലഘട്ടത്തിൽ, ഇടതുപക്ഷ പ്രസ്ഥാനം, ഇടതുപക്ഷത്തിന്റെ ബഹുജനസംഘടനകൾ, ലോകത്താകെയുള്ള കമ്യൂണിസ്റ്റുകാർ നയിച്ച എല്ലാ പോരാട്ടങ്ങളും പ്രധാനമായും ചെറുത്തുനിൽപ്പുസമരങ്ങൾ (defensive struggles) എന്ന് നമുക്ക് വിശേഷിപ്പിക്കാവുന്ന പോരാട്ടങ്ങളാണ്-സാമ്രാജ്യത്വത്തിന്റെയും മുതലാളിത്തത്തി

ന്റെയും കടന്നാക്രമണങ്ങളിൽനിന്നും അതിക്രമങ്ങളിൽനിന്നും നമ്മുടെ അവകാശങ്ങൾ സംരക്ഷിക്കുന്നതിനുവേണ്ടിയുള്ള പോരാട്ടം. സോഷ്യലിസം ദുർബലമായതിനെ തുടർന്ന് നാം പരിശ്രമിക്കുന്നത് നൂറ്റാണ്ടുകളുടെ പോരാട്ടങ്ങളിലൂടെ നേടിയെടുത്തവയെയെങ്കിലും സംരക്ഷിക്കുന്നതിനാണ്. അപ്പോൾ, ആ ഘട്ടത്തിലും ഇപ്പോൾപ്പോലും, ഒരു വലിയ പരിധിവരെ നമ്മുടെ നിലവിലുള്ള അവകാശങ്ങൾ സംരക്ഷിക്കുന്നതിനുള്ള ചെറുത്തുനിൽപ്പ് സമരങ്ങളാണ് നാം നടത്തുന്നത്. ഒന്ന് പിന്തിരിഞ്ഞുനോക്കിയാൽ, നമ്മുടെ രാജ്യത്തും കൃത്യമായും ഇതുതന്നെയാണ് സംഭവിച്ചുകൊണ്ടിരിക്കുന്നതെന്ന് കാണാൻ കഴിയും. നമ്മുടെ എല്ലാ സമരങ്ങളും നമുക്കുണ്ടായിരുന്നവയെ സംരക്ഷിക്കുന്നതിനായിരുന്നു; അവയിൽ വീണ്ടും അധികം ചോർച്ച അനുവദിക്കാതിരിക്കുന്നതിനായിരുന്നു.

എന്നാൽ ഇപ്പോൾ സംഭവിച്ചിരിക്കുന്ന ആഗോള പ്രതിസന്ധിയോടുകൂടി—ചരിത്രത്തിലെ അതി തീവ്രമായ മുതലാളിത്ത പ്രതിസന്ധിയാണിത്—നമുക്ക് പുതിയ ഒരവസരം കൈവന്നിരിക്കുകയാണ്; നമ്മുടെ ചെറുത്തുനിൽപ്പ് സമരങ്ങളെ മൂലധനവാഴ്ചയെ കടന്നാക്രമിക്കുന്ന സമരങ്ങളാക്കി മാറ്റുന്നതിനുള്ള അവസരമാണ് കൈവന്നിരിക്കുന്നത്. ഇന്ന് മൂലധനവാഴ്ച അതിരൂക്ഷമായ പ്രതിസന്ധിയിലൂടെ കടന്നുപൊയ്ക്കൊണ്ടിരിക്കുകയാണ്. പക്ഷേ, ദൗർഭാഗ്യവശാൽ രാഷ്ട്രീയതലത്തിൽ ഇപ്പോഴത്തെ മുതലാളിത്ത പ്രതിസന്ധിയെ ഒരു വിപ്ലവ പരിത:സ്ഥിതിയാക്കി മാറ്റുന്നതിനുള്ള അതിൻെറ ബദലിന്—സോഷ്യലിസം എന്ന രാഷ്ട്രീയ ബദലിന്—ഇപ്പോൾ വേണ്ടത്ര കരുത്തില്ല. അങ്ങനെ കരുത്തുണ്ടായിരുന്നെങ്കിൽ, ഈ പ്രതിസന്ധി വിപ്ലവശക്തികൾക്ക് മുന്നേറാൻ അനുയോജ്യമായ സാഹചര്യം ആകുമായിരുന്നു. ചില ലാറ്റിനമേരിക്കൻ രാജ്യങ്ങളിൽ അത് സംഭവിക്കാൻ സാധ്യതയുണ്ട്. അത് നല്ലതുതന്നെയാണ്. എന്നാൽ ഇന്ത്യയിലുള്ള നമ്മളെ സംബന്ധിച്ചിടത്തോളം നാം ഇതേവരെ ഈ പ്രതിസന്ധിപരിതഃസ്ഥിതിയെ വിപ്ലവ പരിതഃസ്ഥിതിയാക്കി മാറ്റാൻ കഴിയുന്ന വിധത്തിലുള്ള വർഗശക്തികളുടെ ബലാബലത്തിൽ എത്തിക്കഴിഞ്ഞിട്ടില്ല. ഇപ്പോൾ, അവസരം കൈവന്നിരിക്കെ, മൂലധന വാഴ്ചയ്ക്കെതിരായ കടന്നാക്രമണസമരങ്ങൾക്ക് നാം ശക്തി കൂട്ടേണ്ടതായുണ്ട്. അതോടൊപ്പംതന്നെ നമ്മുടെ അവകാശങ്ങൾ സംരക്ഷിക്കുന്നതിനുള്ള ചെറുത്തുനിൽപ്പുസമരങ്ങളും ശക്തിപ്പെടുത്തേണ്ടതാണ്. അതും പ്രധാനംതന്നെ. നമ്മുടെ ചെറുത്തുനിൽപ്പുസമരങ്ങളെ ശക്തിപ്പെടുത്തിക്കൊണ്ടുമാത്രമേ കടന്നാക്രമണങ്ങളിലേക്ക് നാം നീങ്ങാവൂ എന്ന വസ്തുതയെ വിലകുറച്ച് കാണരുത്.

ഇപ്പോൾ നാം എങ്ങനെയാണ് ആക്രമണാത്മകമായ ഘട്ടത്തിലേക്കുള്ള പരിവർത്തനം നടത്തുന്നത്? ഇന്നത്തെ മുഖ്യചർച്ചാവിഷയം അതാണ്. ആക്രമണാത്മക ഘട്ടത്തിലേക്ക് മാറുന്നത് സംബന്ധിച്ച് പ്രൊഫസർ പ്രഭാത് പട്നായിക് ചൂണ്ടിക്കാണിച്ചിട്ടുള്ളത് തികച്ചും ശരിതന്നെയാണ്. ലോകത്തിൻെറ ഇപ്പോഴത്തെ അവസ്ഥ നവലിബറൽ വാഴ്ചയ്ക്കു

കീഴിൽ പ്രാകൃത സഞ്ചയത്തിൻേറതായ പ്രക്രിയ തീവ്രമാകുന്നതാണ്. ഈ സാഹചര്യത്തിൽ, നവലിബറൽ വാഴ്ചതന്നെ പരിവർത്തനത്തിന് വിധേയമായേക്കും. മറിച്ച് ഒന്നും സംഭവിച്ചില്ലെങ്കിൽപ്പോലും ലോക മുതലാളിത്തം ഈ പ്രതിസന്ധിയിൽനിന്നും കരകയറി വീണ്ടും പ്രത്യക്ഷപ്പെടുന്ന ത് അതിൻെറ ഇന്നത്തെ രൂപത്തിലായിരിക്കില്ല എന്ന കാര്യവും ഉറപ്പാണ്.

ക്രമേണ പല മാറ്റങ്ങളും സംഭവിച്ചേക്കാം. മഹാമാന്ദ്യത്തിനുശേഷം ഉണ്ടായതുപോലെ ലോക മുതലാളിത്തം കരകയറും. അത് വേറിട്ടൊരു കാര്യമാണ്. ഈ മാറ്റങ്ങൾ എന്തെല്ലാമാണ്; എങ്ങനെ അത് കരകയറും; എങ്ങനെ അത് വീണ്ടും പ്രത്യക്ഷപ്പെടും—ഇവയാണ് ചർച്ചാവിഷയം. മുതലാളിത്ത പ്രതിസന്ധിയെ അതിജീവിച്ച് പിന്നെയും പ്രത്യക്ഷപ്പെടത്തക്ക വിധം പ്രാകൃത സഞ്ചയത്തിന്റേതായ പ്രക്രിയ വീണ്ടും പ്രത്യക്ഷപ്പെടും. ഓരോ മുതലാളിത്ത പ്രതിസന്ധിയും ഒരു വിപ്ലവപരിത:സ്ഥിതിയാണെന്നും എന്നാൽ അതിനെ വിപ്ലവ സാഹചര്യമാക്കി മാറ്റാൻ കഴിയുന്നില്ലെങ്കിൽ പ്രതിസന്ധിയിൽനിന്നും മുതലാളിത്തം വീണ്ടും ഉയർന്നുവരും എന്നും മാർക്സ് നമ്മെ പഠിപ്പിച്ചിട്ടുണ്ട്. അത് വീണ്ടും ഉയർന്നുവരും എന്നു മാത്രമല്ല, വർഗ സമതുലിതാവസ്ഥയുടെ അന്തഃസത്തയായ ഉൽപ്പാദനബന്ധങ്ങളും ഉൽപ്പാദനശക്തികളും തമ്മിലുള്ള ബലാബലത്തെ നിലനിർത്തുന്ന ഉൽപ്പാദന ശക്തികളെ വലിയൊരളവുവരെ അത് നശിപ്പിക്കുമെന്നതിനാൽ പ്രതിസന്ധിയിൽനിന്നും മുതലാളിത്തം വീണ്ടും ഉരുത്തിരിഞ്ഞുവരുന്നത് കൂടുതൽ കരുത്താർജിച്ചായിരിക്കുമെന്നും മാർക്സ് പറയുന്നു. ഈ വർഗ സമതുലിതാവസ്ഥ തകരുകയാണെങ്കിൽ ഒരു വിപ്ലവ പരിതഃസ്ഥിതി നിലവിൽ വരും. ഇതാണ് ഇന്ന് മുതലാളിത്തം എത്തിനിൽക്കുന്ന അവസ്ഥ. പ്രതിസന്ധിയിൽനിന്നും വീണ്ടും ഉയർന്നുവരുന്നതിനുള്ള പ്രക്രിയയ്ക്കിടയിൽ മൂന്നാംലോകത്തെ ചൂഷണംചെയ്യുന്നത്, വികസ്വരരാജ്യങ്ങളെ ചൂഷണംചെയ്യുന്നത്, വീണ്ടും കൂടുതൽ രൂക്ഷമാക്കും. അതാണ് നാം വ്യക്തമായും മനസിലാക്കേണ്ട സംഗതി. അത് ചൂഷണം കൂടുതൽ രൂക്ഷമാക്കുകയാണെങ്കിൽ ആ സാഹചര്യത്തെ നാം എങ്ങനെയാണ് കൈകാര്യംചെയ്യേണ്ടത്? ആ സാഹചര്യത്തെ നേരിടുക മാത്രമല്ല, മറിച്ച് ചെറുത്തുനിൽപ്പു സമരങ്ങളിൽനിന്നും ആക്രമണാത്മക സമരങ്ങളിലേക്ക് നീങ്ങുന്നതിനുള്ള ഒരു അവസരമായി മുതലാളി ത്ത പ്രതിസന്ധിയെ മാറ്റുന്നതിന് പരിശ്രമിക്കുകയും മാറ്റുകയും ചെയ്യണം.

തൊഴിലാളി-കർഷക സഖ്യം നിർണായകം

കേന്ദ്രസ്ഥാനം നൽകേണ്ടത് ജനകീയ സമരങ്ങൾ തീവ്രമാക്കുന്നതിനായിരിക്കണം എന്ന അടിസ്ഥാന ആശയം ശരിയാണെന്ന് ഞാൻ കരുതുന്നു. ആ സമരത്തിൻെറ നടുനായകത്വം വഹിക്കുന്നത് തൊഴിലാളി -കർഷക സഖ്യമായിരിക്കും. ഈ കേന്ദ്രബിന്ദുവിനെ ആധാരമാക്കിയാണ്,

മൂലധന വാഴ്ചയ്ക്കെതിരായ പേരാട്ടത്തെ ചെറുത്തുനിൽപ്പ് സ്വഭാവത്തിൽ നിന്നും കടന്നാക്രമണ സ്വഭാവമുള്ളതാക്കി മാറ്റുന്നതിനായി ജനകീയ സമരങ്ങൾ തീവ്രമാക്കുന്നതിനുവേണ്ടി നാം നീങ്ങേണ്ടത്. പാർട്ടിയുടെ പരിപാടിയുടെ നിലപാട് പ്രകാരം തൊഴിലാളി-കർഷക സഖ്യം ആയിരിക്കും ഇതിൻെറ കാതൽ. നാം ജനകീയ ജനാധിപത്യവിപ്ലവത്തിലേക്ക് നീങ്ങിക്കൊണ്ടിരിക്കുന്ന ഇന്ത്യയിൽ ഈ സഖ്യം തന്ത്രപരമായ ലക്ഷ്യങ്ങൾക്കാകെ വേണ്ടിയുള്ളതാണെന്നും നാം കാണണം. അപ്പോൾ, നമ്മുടെ പരിപാടി അനുസരിച്ച്, ജനകീയ ജനാധിപത്യവിപ്ലവത്തിൻെറ അച്ചുതണ്ട് കാർഷിക വിപ്ലവമാണ്. കാർഷിക വിപ്ലവംകൂടാതെ, ജനകീയ ജനാധിപത്യവിപ്ലവം എന്ന നമ്മുടെ തന്ത്രപരമായ ലക്ഷ്യം കൈവരിക്കാൻ ആവില്ല. അപ്പോൾ കാർഷിക വിപ്ലവമാണ് അച്ചുതണ്ടെങ്കിൽ ജനകീയ ജനാധിപത്യവിപ്ലവത്തിൻെറ വിജയത്തിനായി ഈ അച്ചുതണ്ട് വികസിപ്പിക്കാൻ നമുക്ക് എങ്ങനെ കഴിയും? കാർഷികേതര മേഖലകളുമായുള്ളബന്ധം കെട്ടിപ്പടുക്കാൻ എങ്ങനെ കഴിയും? കർഷകരും കർഷകത്തൊഴിലാളികളും തമ്മിലും കാർഷികേതരമേഖലയിലെ വർഗ സഹോദരങ്ങളുമായും—വർഗപരമായ പദാവലി പ്രകാരമാണെങ്കിൽ തൊഴിലാളിവർഗവുമായും—ഉള്ള പാലങ്ങൾ പണിയാൻ എങ്ങനെ കഴിയും? ഈ മാതൃകയിലൂടെ മാത്രമേ നമുക്ക് ഈ സമരങ്ങൾ ശക്തിപ്പെടുത്താൻ കഴിയൂ; ഇത് കെട്ടിപ്പടുക്കാൻ നമ്മെ പ്രാപ്തമാക്കുന്ന ഉപകരണമാണ് തൊഴിലാളി കർഷകസഖ്യം. ഇന്ത്യയിൽ ഇതെല്ലാം സംഭവിക്കുന്നത് ഒരു സവിശേഷ ദശാസന്ധിയിലാണെന്ന് ഓർക്കുക.

വിദേശ ധനമൂലധനവുമായി അധികമധികമായി കൂട്ടുകെട്ടിൽ ഏർപ്പെട്ടിട്ടുള്ള വൻകിട ബൂർഷ്വാസിയാൽ നയിക്കപ്പെടുന്ന ബൂർഷ്വാ-ഭൂപ്രഭു വർഗങ്ങളുടെ വർഗവാഴ്ചയുടെ ഉപകരണമായാണ് നാം ഇന്ത്യൻ ഭരണകൂടത്തെ വിശേഷിപ്പിക്കുന്നത്. എന്തുകൊണ്ടാണ് ഇന്ത്യൻ ബൂർഷ്വാസി ഭൂപ്രഭുക്കളുമായി സഖ്യത്തിലേർപ്പെടുന്നത്? അത് ഒരു തെരഞ്ഞെടുക്കലിന്റെ പ്രശ്നമല്ല. ഭരണവർഗമെന്ന നിലയിൽ ലോകത്ത് ഒരു ബൂർഷ്വാസിയും ഭൂപ്രഭുക്കളുമായി സഖ്യത്തിലേർപ്പെടാൻ ഇഷ്ടപ്പെടില്ല. വൻകിട ബൂർഷ്വാസിയിലേക്ക് അധികാരം കൈമാറുന്നതിനുള്ള സവിശേഷ സാഹചര്യങ്ങളിൽ ഭൂപ്രഭുക്കളുമായ കൂട്ടുകെട്ടുണ്ടാക്കാൻ ഇന്ത്യൻ ബൂർഷ്വാസി നിർബന്ധിതമാവുകയായിരുന്നു.

വർഗവാഴ്ച നിലനിർത്താൻ തങ്ങളുടെ സഖ്യകക്ഷിയായി അവർക്ക് ഭൂപ്രഭുക്കളെ കൂട്ടിയേ കഴിയൂ. അതേപോലെതന്നെ നമ്മളെ തടയുന്നതിന്, പുരോഗമന വിപ്ലവപ്രസ്ഥാനങ്ങളുടെ മുന്നേറ്റം തടയുന്നതിന് അവർക്ക് ഭൂപ്രഭുക്കളെ ആവശ്യമുണ്ട്. ഇന്ത്യൻ ബൂർഷ്വാസി ഭരണവർഗത്തിൽ ഭൂപ്രഭുക്കളെക്കൂടി കൂട്ടിച്ചേർത്തതോടെ വന്ന ഒരു മാറ്റമാണത്. 1964ൽ തന്നെ നാം ഇത് പറഞ്ഞതാണ്. ഇന്ന് ഒരൽപ്പം പിന്നിലേക്ക് തിരിഞ്ഞു നോക്കുകയാണെങ്കിൽ വൻകിട ബൂർഷ്വാസി വിദേശ ധനമൂലധനവുമായി അധികമധികം കൂട്ടുകെട്ടുണ്ടാക്കുന്നതും അക്ഷരാർഥത്തിൽ തെളിയി

ക്കാവുന്നതാണ്. ഇന്ന് ഇവിടത്തെ വൻകിട ബൂർഷ്വാസി വിദേശ ധനമൂലധനത്തിൻെറ പങ്കാളിയാണ്. ഒരു ജൂനിയർ പങ്കാളിയായിരിക്കാം. അതെന്തായാലും, ലോകത്ത് ഇന്ന് അഴിച്ചുവിടപ്പെട്ടിരിക്കുന്ന നവ ലിബറൽ കടന്നാക്രമണങ്ങളിലാകെ അത് പങ്കാളിയാണ്.

എന്നാൽ, ഭരണവർഗ സഖ്യത്തിൽനിന്ന് ബൂർഷ്വാസി, ഭൂപ്രഭുക്കളെ ഇപ്പോഴും കൈവെടിഞ്ഞിട്ടില്ലെന്നതും നാം ഓർമിക്കേണ്ടതാണ്. ആ പരിധിവരെ, സാമ്രാജ്യത്വത്തിനെതിരെ കാർഷികമേഖലയിലെ എല്ലാപേരും അടങ്ങുന്ന ഐക്യത്തിൻെറ സാഹചര്യമല്ല ഇത്. ഭൂപ്രഭു ഇതര വിഭാഗങ്ങളുടെ ഐക്യം കെട്ടിപ്പടുക്കുകയാണ് നാം ചെയ്യേണ്ടത്—നമ്മുടെ പരിപാടിപ്രകാരമുള്ള ജനകീയ ജനാധിപത്യമുന്നണി നിലപാടിതാണ്. എന്നാൽ ഇത് യാഥാർഥ്യമാകണമെന്നുണ്ടെങ്കിൽ നാം നമ്മുടെതന്നെ അകക്കാമ്പിനെ (core)-അതായത് കർഷകത്തൊഴിലാളി-ദരിദ്ര കർഷകസഖ്യം-ശക്തിപ്പെടുത്തിയേ പറ്റൂ. ഈ കാതലായ വർഗങ്ങൾ (core classes)കരു ത്താർജിച്ച് ഉയർന്നുവരുമ്പോൾ മാത്രമേ കർഷക ജന സാമാന്യത്തിലെ മറ്റു ഭൂപ്രഭു ഇതര വിഭാഗങ്ങൾ നമ്മോടൊപ്പം അണിചേരുകയുള്ളൂ.

എന്നാൽ ഈ സാഹചര്യത്തിൽ, നമ്മുടെ പോരാട്ടങ്ങളെ നാം മുന്നോട്ടുകൊണ്ടുപോകേണ്ട രീതി, അതിൻെറ മൗലികമായ ആധാരബിന്ദു ഗ്രാമീണ ഇന്ത്യയിലെ ചൂഷിത ജനവിഭാഗങ്ങളുടെ സമരങ്ങൾ രൂക്ഷമാക്കുന്നതാണ്—അതായത്, കർഷക ജനസാമാന്യത്തിൻെറയും കർഷകത്തൊഴിലാളികളുടെയും മറ്റും സമരങ്ങൾ. അതായിരിക്കും സാർവദേശീയമായും ആഭ്യന്തരമായും ഇപ്പോഴത്തെ ദശാസന്ധിയിലെ ശ്രദ്ധാകേന്ദ്രമായി മാറുന്നത്. നമ്മുടെ രാജ്യത്തെ വർഗസമരത്തെ നമുക്ക് എങ്ങനെ മുന്നോട്ടുനയിക്കാൻ കഴിയുമെന്നതിൻെറ ആധാരബിന്ദുവുമാണിത്. ഇതാണ് പ്രശ്നത്തിൻെറ കാതൽ. വൈദ്യുതിയുടെയും വെള്ളത്തിന്റെയും പ്രശ്നങ്ങൾമുതൽ ഭൂപരിഷ്കരണപ്രശ്നംവരെ പരാമർശിക്കപ്പെട്ടിട്ടുള്ള എല്ലാ വിഷയങ്ങളുടെയും കാതൽ ഇതാണ്—ഈ പ്രശ്നങ്ങൾ എല്ലാം കേന്ദ്രീകരിച്ചുള്ള പോരാട്ടങ്ങൾ രൂക്ഷമാക്കേണ്ടതുണ്ട്; അവയുടെ വേഗത വർധിപ്പിക്കേണ്ടതുണ്ട്.

ഇടതുമുന്നണി സർക്കാരുകളും അടവ് സംബന്ധിച്ച പ്രശ്നങ്ങളും

മറ്റു ചില വിഷയങ്ങളുമുണ്ട്. രാജ്യത്തെ രാഷ്ട്രീയ പോരാട്ടങ്ങളെക്കുറിച്ചും കണക്കിലെടുക്കേണ്ടതാണ്. സമരങ്ങളുടെ മുന്നേറ്റം അമൂർത്തമായ വിധത്തിൽ സംഭവിക്കുന്നതല്ല മുഖ്യ ഇടതുപക്ഷ ശക്തികൾ രാജ്യത്തെ രാഷ്ട്രീയ, ജനാധിപത്യ, തിരഞ്ഞെടുപ്പ് പ്രക്രിയയുടെ പ്രധാനഭാഗവും കൂടിയാകുന്ന പരിതഃസ്ഥിതിയിലാണ് അത് സംഭവിക്കുന്നത്. അതാണ് കാര്യമെന്നിരിക്കെ, നമുക്ക് ഇടതുപക്ഷമുന്നണി സർക്കാരുകളുണ്ട്; നമ്മുടെ ജനകീയ ജനാധിപത്യ വിപ്ലവത്തിനായുള്ള ഈ പോരാട്ടങ്ങളുടെ കാവൽപ്പുരകളാണ് അവ. ഇപ്പോൾ ഇടതുമുന്നണി സർക്കാരുകൾ

ജനങ്ങളുടെ താൽപ്പര്യങ്ങൾ സംരക്ഷിക്കുന്നതിനാണ് ശ്രമിക്കുന്നത്. ഭരണവർഗങ്ങൾക്കെതിരായ നമ്മുടെ വർഗസമരം മൂർച്ഛിപ്പിക്കുന്നതിന്റെ അനുപേക്ഷണീയ ഘടകമാണ് അവയെ ശക്തിപ്പെടുത്തൽ. എന്നാൽ നമ്മളെ ദുർബലപ്പെടുത്തുന്നതിന് ഇടതുമുന്നണി സർക്കാരുകൾക്കെതിരായി സാധ്യമായ എല്ലാ ഗൂഢതന്ത്രങ്ങളും ഭരണവർഗങ്ങൾ പ്രയോഗിക്കും. 1980ൽ 12–ാം പാർട്ടി കോൺഗ്രസിൽ നാം ഈ വിഷയത്തെ സംബന്ധിച്ച് ചർച്ചചെയ്തതാണ്. സ്വകാര്യ മൂലധനത്തിൻെറ പിന്തുണ തേടുകയെന്ന പ്രശ്നത്തെക്കുറിച്ചെല്ലാം അന്ന് സഖാവ് ബി ടി രണദിവെ പറഞ്ഞതാണ്. പശ്ചിമബംഗാളിലെ വ്യവസായവൽക്കരണത്തിന് പിന്തുണ നൽകുന്നത് യഥാർഥത്തിൽ വർഗസമരത്തിൻെറ ഒരു പ്രകടരൂപമാണെന്നാണ് സഖാവ് ബി ടി ആർ അന്ന് പറഞ്ഞത്. സംസ്ഥാനത്ത് ഇടതുപക്ഷ ഭരണം നിലനിൽക്കുന്നിടത്തോളംകാലം ഒരു വികസനവും ഉണ്ടാകില്ലെന്ന പ്രചാരണത്തിലൂടെ അവിടെ നമുക്കുള്ള ജനകീയ പിന്തുണ ദുർബലപ്പെടുത്താൻ ഭരണവർഗങ്ങൾ നടത്തുന്ന പരിശ്രമത്തെ അതിലൂടെ പരാജയപ്പെടുത്താനാകും. ഈ രാഷ്ട്രീയ വെല്ലുവിളിയെ നാം എങ്ങനെയാണ് നേരിടുന്നത്? അതിനെ അതിൻെറ എല്ലാ സങ്കീർണതകളോടും കൂടി അഭിമുഖീകരിക്കേണ്ടതുമുണ്ട്. സംഭവിച്ചുകൊണ്ടിരിക്കുന്നവയുടെ സാമ്പത്തികമായ പ്രത്യാഘാതങ്ങളെക്കുറിച്ചുമാത്രം മനസിലാക്കിയതുകൊണ്ട് കാര്യമില്ല; മറിച്ച് നമ്മളെ ഒറ്റപ്പെടുത്തുന്നതിനുള്ള നീക്കങ്ങൾ നടത്തുന്ന, നമ്മളെ പരാജയപ്പെടുത്തുന്നതിന്, ദുർബല പ്പെടുത്തുന്നതിന് പരിശ്രമിക്കുന്ന രാഷ്ട്രീയത്തിനുള്ളിൽ, ആ സാഹചര്യത്തിൽ നാം പ്രയോഗിക്കുന്ന രാസത്വരകം എന്താണെന്നുള്ളതാണ് പ്രാധാന്യമർഹിക്കുന്നത്.

ആ ചർച്ചയാണ് പശ്ചിമബംഗാൾ സർക്കാർ അംഗീകരിച്ച വ്യവസായവൽക്കരണം സംബന്ധിച്ച രേഖയിലേക്ക് ആത്യന്തികമായി എത്തിച്ചേർന്നത്. അതെ. കർഷക ജനതയ്ക്കെതിരായ മൂലധനത്തിൻെറ പ്രാകൃത സഞ്ചയ പ്രക്രിയ രൂക്ഷമാക്കുന്ന പ്രക്രിയയിലും ഇപ്പോഴത്തെ നവലിബറൽ സംവിധാനത്തിലും കർഷക ജനസാമാന്യത്തിൻെറ ദുരിതങ്ങൾജനകീയ മുന്നേറ്റങ്ങൾ സാധ്യമാക്കുന്നതിനുള്ള പ്രധാന വിഷയമായി മാറുന്നു.

അതേസമയംതന്നെ, ഇടതുമുന്നണി സർക്കാരുകൾ—അവയ്ക്ക് പുരോഗതി കൈവരിക്കാനും വ്യവസായവൽക്കരിക്കാനും കഴിഞ്ഞാലും ഇല്ലെങ്കിലും—ഭരണവർഗങ്ങളും നമ്മളും തമ്മിലുള്ള രാഷ്ട്രീയ വർഗസമരത്തിൻെറ ഉപകരണമായി മാറുന്ന പരിത:സ്ഥിതിയുമുണ്ട്. പ്രത്യക്ഷത്തിൽ പരസ്പരവിരുദ്ധമെന്ന് തോന്നാവുന്ന ഈ രണ്ട് പ്രശ്നങ്ങളെയും നമുക്ക് എങ്ങനെ കൈകാര്യം ചെയ്യാം? വ്യവസായവൽക്കരണ പ്രക്രിയയുടെ പ്രശ്നം അവിടെയാണ് വരുന്നത്. നമ്മുടെ ഇടതുമുന്നണി അധികാരത്തിലുള്ള സർക്കാരുകൾ ഭൂമി ഏറ്റെടുക്കുന്നു. അപ്പോൾ ഇത് ശരിയാണോ? ഇത് ശരിയാണോ അല്ലയോ എന്ന കാര്യം ആശ്രയിച്ചിരിക്കുന്നത് ഭൂമി ഏറ്റെടുക്കൽ നടപ്പാക്കുമ്പോൾ സ്വീകരിക്കുന്ന മാനദണ്ഡങ്ങളെയാണ്. അതോ പണ്ടെന്നത്തേയുംപോലെ നാം കർഷകരെ തൊടി

ല്ലെന്ന് പറയണമോ? അങ്ങനെയായാൽ കാര്യങ്ങളെല്ലാം പഴയതുപോലെ തുടരട്ടെയെന്നും വികസനം വേണ്ടെന്നും വയ്ക്കാം. അപ്പോൾ അടുത്ത തിരഞ്ഞെടുപ്പിൽ നാം പരാജയപ്പെടും. അങ്ങനെ, നമ്മുടെ അടിത്തറ സംരക്ഷിക്കുന്നതിനുള്ള പോരാട്ടങ്ങളുമായി മുന്നേറുന്നതിനുപകരം പശ്ചിമബംഗാളിലെ അർധഫാസിസ്റ്റ് ഭീകരതയുടെ കാലത്തെന്നപോലെ നാം അതിനിഷ്ഠൂരമായ വർഗസമരങ്ങളിലേക്ക് മടങ്ങിപ്പോകണമോ?

നമ്മുടെ വിപ്ലവപരമായ ലക്ഷ്യം കൈവെടിയാതെതന്നെ ഈ രണ്ട് വിഷയങ്ങളെയും കൂട്ടിയിണക്കി നമുക്ക് എങ്ങനെ മുന്നോട്ടുപോകാം? അതായത്, യഥാർഥ രാഷ്ട്രീയം അഥവാ അടവുകൾ താഴെ നിലവാരത്തിൽ എത്തിക്കുകയും ആ ബുദ്ധിമുട്ടുകൾ സംബന്ധിച്ച് നാം വേണ്ടത്ര ഗൃഹപാഠം നടത്തുകയും വേണം. സിംഗൂരിലും നന്ദിഗ്രാമിലും നമുക്ക് ആ പ്രശ്നങ്ങളാണുള്ളത്. ആ പ്രശ്നങ്ങളെയാണ് നാം അവിടെ അഭിമുഖീകരിക്കുന്നത്. ഇത്തരത്തിലുള്ള മാറ്റങ്ങൾ നടപ്പിലാക്കുമ്പോൾ നമ്മുടെ ഫെഡറൽ സംവിധാനത്തിൽ പ്രധാനമായും കേന്ദ്രസർക്കാരിൻെറ അധികാരപരിധിയിൽ വരുന്ന നയങ്ങൾക്കു വിരുദ്ധമായി ഏതെങ്കിലും ഒരു സംസ്ഥാന സർക്കാരിനു മാത്രമായി എന്തെങ്കിലും ചെയ്യാൻ കഴിയില്ലെന്ന് നമുക്കെല്ലാം അറിയാവുന്നതാണ്.

ഈ പ്രതിസന്ധികൾക്കിടയിൽ നാം എങ്ങനെ പ്രവർത്തിക്കും? ആ പ്രവർത്തനത്തിൽ, വ്യവസായവൽക്കരണം നടപ്പിലാക്കുമ്പോൾ നമുക്ക് എങ്ങനെ കർഷകജന സാമാന്യത്തെ സംരക്ഷിക്കാം? തൊഴിലാളിവർഗം കർഷക ജനതയുടെ പ്രശ്നങ്ങളുടെ വക്താക്കളായിരിക്കുകയും തൊഴിലാളി–കർഷകസഖ്യം ശക്തിപ്പെടുത്തുകയും ചെയ്തുകൊണ്ട് കർഷകജനസാമാന്യത്തെ നമുക്ക് എങ്ങനെ മുഖ്യധാരയിലേക്ക് കൊണ്ടുവരാം? സംസ്ഥാനത്തെ വ്യവസായവൽക്കരണ പ്രക്രിയയ്ക്കായി നാം പ്രയോഗിക്കുന്ന അടവുകൾ തൊഴിലാളി – കർഷകസഖ്യം ശക്തിപ്പെടുത്തുകയും ജനകീയ ജനാധിപത്യവിപ്ലവത്തിലേക്ക് മുന്നേറുകയും എന്ന തന്ത്രപരമായ ലക്ഷ്യത്തിന് വിരുദ്ധമാകാൻ പാടില്ല. ഈ അടവുകൾ നാം എങ്ങനെ പ്രായോഗികമാക്കുന്നുവെന്നതാണ് യഥാർഥത്തിൽ പ്രശ്നമാകുന്നത്. അതാണ് നാമെല്ലാം അഭിമുഖീകരിക്കുന്ന പ്രശ്നം.

ഭൂമിയുമായി ബന്ധപ്പെട്ടതാണ് മറ്റൊരു പ്രശ്നം. പശ്ചിമബംഗാളിൽ നാം ഭൂപരിഷ്കരണം വിജയകരമായി നടപ്പിലാക്കി. അത് അതിന്റെ പരമാവധിയിലെത്തുകയും ചെയ്തു. അതിൻെറ അർഥമെന്തെന്ന് ഓർമിക്കുക. സിംഗൂരിൽ 1000 ഏക്കർ ഭൂമി ഏറ്റെടുത്തപ്പോൾ, 12,000 ആളുകൾക്കാണ് നഷ്ടപരിഹാരം നൽകിയത്. എന്താണ് ഇതിനർഥം? ഒരു ഏക്കറിൽ 12 കുടുംബങ്ങൾ. അവർക്ക് അവിടെനിന്ന് എന്തെങ്കിലും ജീവിതമാർഗം സാധ്യമാണോ? അക്കാര്യത്തിൽ എന്താണ് ബദൽ? വ്യവസായവൽക്കരണമല്ലാതെ അവർക്കാകെ തൊഴിൽ നൽകാൻ എന്താണ് മറ്റൊരുപോം വഴി? എന്നാൽ, വ്യവസായവൽക്കരണവും ഭൂമി ഏറ്റെടുക്കലും നടപ്പാക്കുമ്പോൾ, നവ ഉദാരവൽക്കരണത്തിൻെറ പ്രാകൃത സഞ്ചയപ്രക്രിയ ശക്തി

പ്പെടുത്തുന്നതിന് കൂട്ടുനിൽക്കാൻ നമുക്കാവില്ല. പക്ഷേ, അതേസമയം തന്നെ, നവ ഉദാരവൽക്കരണത്തിനും ഇന്നത്തെ മുതലാളിത്തത്തിനുമെതിരായ നമ്മുടെ പോരാട്ടം ശക്തിപ്പെടുത്തുമ്പോൾത്തന്നെ ഈ പരിതഃസ്ഥിതിയെ നമുക്ക് നേരിടാൻ കഴിയുന്ന മാർഗങ്ങൾ എന്തെല്ലാമാണ്? ആ വിധത്തിലാണ് നാം സിംഗൂരിൽ നഷ്ടപരിഹാരം നൽകുന്നത് സംബന്ധിച്ച പ്രശ്നങ്ങൾ കൈകാര്യം ചെയ്യുന്നത്. എന്തെല്ലാമാണ് നടപ്പാക്കേണ്ടത്, പുനഃപരിശീലനം തുടങ്ങിയ എല്ലാ കാര്യങ്ങളും നാം ആസൂത്രണം ചെയ്തിരുന്നു. എന്നാൽ നാം മറന്നുപോകാൻ പാടില്ലാത്ത ചില മുഖ്യകാര്യങ്ങ ളുണ്ട്. ആ പ്രധാന സംഗതി ഏതു സമയത്തായാലും അടവുകൾ ആസൂത്രണംചെയ്യലാണ്. ആ അടവുകൾ എപ്പോഴും നമ്മുടെ തന്ത്രപരമായ ലക്ഷ്യങ്ങൾ നിറവേറ്റാൻ പറ്റിയ വിധത്തിലുള്ളതായിരിക്കണം; നമ്മുടെ തന്ത്രപരമായ ലക്ഷ്യങ്ങളെ പിന്നോട്ടടിപ്പിക്കുന്നതായിരിക്കരുത്. ഈ അളവുകോലുകൾ സവിശേഷസാഹചര്യങ്ങൾക്ക് അനുയോജ്യമായവയാണെങ്കിൽ, ഈ അടവുകൾ ആസൂത്രണംചെയ്യാൻ നമുക്ക് കഴിയും.

ജനകീയ സമരങ്ങൾ ശക്തിപ്പെടുത്തുക

എന്നാൽ, അതേസമയംതന്നെ, കൂടുതൽ വലിയ പ്രശ്നം, ഇന്നത്തെ പശ്ചാത്തലത്തിൽ കർഷകസംഘത്തിനും കർഷകത്തൊഴിലാളി യൂണിയനും മുന്നിലുള്ള ഏറ്റവും പ്രധാനപ്പെട്ട പ്രശ്നം, കർഷകരുടെയും കർഷകത്തൊഴിലാളികളുടെയും ജനകീയ സമരങ്ങൾ ശക്തിപ്പെടുത്താനും ജനാധിപത്യ വിപ്ലവത്തിൻെറ ഈ ശക്തമായ അച്ചുതണ്ട് കെട്ടിപ്പടുക്കാനും കഴിയുന്ന വിഷയങ്ങൾ ഏതൊക്കെയെന്ന് കണ്ടെത്തലാണ്. ജനകീയ സമരങ്ങളിലൂടെ മാത്രമേ അത് സംഭവിക്കുകയുള്ളു. ആയതിനാൽ, നമ്മുടെ അവകാശങ്ങൾ സംരക്ഷിക്കുന്നതിനുള്ള, മിക്കപ്പോഴും ചെറുത്തുനിൽപ്പ് സ്വഭാവത്തിലുള്ള, സമരങ്ങളെ മൂലധനവാഴ്ചയ്ക്കെതിരായ കടന്നാക്രമണപരമായ സമരങ്ങളാക്കിമാറ്റുന്നതിന് അനുയോജ്യമായ അവസരം ഇപ്പോൾ നിലവിലുണ്ടെന്ന് നാം ബോധ്യപ്പെടേണ്ടതാണ്. ഒരു ഉയർത്തെഴുന്നേൽപ്പിന് (uprising) ഇടയാക്കാവുന്ന വമ്പിച്ച ഗ്രാമീണ ജനകീയ പ്രസ്ഥാനങ്ങൾ എന്നാണ് അതിനർഥം. ഇന്ത്യൻ പശ്ചാത്തലത്തിൽ ഇത് കെട്ടിപ്പടുക്കേണ്ടത് നിശ്ചയമായും ഓരോരോ പ്രദേശത്തും അതാതിടത്തെ വ്യത്യസ്തമായ പ്രശ്നങ്ങൾ ഉയർത്തിയായിരിക്കണം —ചില ഇടങ്ങളിൽ അത് വൈദ്യുതിപ്രശ്നമായിരിക്കും, മറ്റുചിലയിടങ്ങളിൽ പ്രശ്നം വെള്ളത്തിൻേറതായിരിക്കും; ചില സ്ഥലങ്ങളിൽ ഭൂപരിഷ്കരണം ആയിരിക്കും വിഷയം, വേറെ ചിലയിടങ്ങളിൽ മറ്റെന്തെങ്കിലും വിഷയങ്ങളുമായിരിക്കും. എന്നാൽ ഈ വിഷയങ്ങളുടെയെല്ലാം കേന്ദ്രബിന്ദു, ഈ വിഷയങ്ങളെ ആധാരമാക്കി കർഷകസംഘവും കർഷകത്തൊഴിലാളി യൂണിയനും അടവുകൾ ആസൂത്രണംചെയ്യണമെന്നതാണ്; പ്രൊഫസർ പട്നായിക് തികച്ചും ശരിയായി ചൂണ്ടിക്കാണിച്ചതു

പോലെ, മുഖ്യമായും തൊഴിലാളി–കർഷകസഖ്യത്തെ അടിസ്ഥാനമാക്കിയുള്ള പ്രക്ഷോഭ പ്രവർത്തനങ്ങളുമായി നീങ്ങണമെന്നാണ്. ഒക്ടോബർ വിപ്ലവത്തിന്റെ രണ്ടാം വാർഷികത്തിന്റെ വേളയിൽ ലെനിൻ പറഞ്ഞ കാര്യവും നാം ഓർമിക്കണം. തൊഴിലാളി–കർഷക സഖ്യം നീണാൾ വാഴട്ടെ എന്ന വലിയ ബാനറുകൾകണ്ട് ലെനിൻ അവരെ പരിഹസിച്ചു. സോഷ്യലിസ്റ്റ് വിപ്ലവത്തിനുശേഷവും തൊഴിലാളി–കർഷകസഖ്യം നീണാൾവാഴുകയാണെങ്കിൽ പിന്നെ അവിടെ സോഷ്യലിസം ഉണ്ടാവില്ല എന്നാണ് ലെനിൻ പറഞ്ഞത്. കർഷക ജനസാമാന്യത്തെ ഗ്രാമീണ തൊഴിലാളിവർഗമാക്കി മാറ്റേണ്ടതാണ്. അത് വ്യത്യസ്തമായ ഒരു വിഷയമാണ്. വിപ്ലവംവരെ തൊഴിലാളി–കർഷക സഖ്യമാണ് അതിന്റെ ഉപകരണം.

ആയതിനാൽ കർഷക സംഘത്തിന്റെയും കർഷകത്തൊഴിലാളി യുണിയന്റെയും ഈ സെമിനാറിൽനിന്നും ഉയരേണ്ട കേന്ദ്ര സന്ദേശം "ഇന്നുതന്നെ അവസരം ഉപയോഗപ്പെടുത്തുക" എന്നതായിരിക്കണം എന്നാണ് ഞാൻ കരുതുന്നത്. നമുക്ക് ശക്തമായ ജനകീയ പ്രസ്ഥാനങ്ങൾ കെട്ടിപ്പടുക്കാം. സഖാവ് അമ്രാറാം തലകുലുക്കുകയാണ്. രാജസ്ഥാനിൽ നടന്ന സമരങ്ങൾ കാരണം നമുക്ക് രാജസ്ഥാൻ നിയമസഭയിൽ മൂന്ന് സീറ്റ് ലഭിച്ചു. നിങ്ങൾ ഇതുകൊണ്ട് തൃപ്തിപ്പെടരുതെന്നും മൂന്ന് സീറ്റ് ലഭിച്ചതോടുകൂടി പ്രക്ഷോഭം അവസാനിപ്പിക്കാനുള്ള ബട്ടൺ അമർത്തരുതെന്നും ഞാൻ അവരോട് തമാശയായി പറഞ്ഞിരുന്നു. നിങ്ങൾ അവസാനിപ്പിക്കാനുള്ള ബട്ടൺ അമർത്തുകയാണെങ്കിൽ ഇപ്പോൾ കിട്ടിയ മൂന്നു സീറ്റുകൂടി നഷ്ടപ്പെടും. ക്രൂരമായ ഒരു തെരഞ്ഞെടുക്കലാണിത്—ഒന്നുകിൽ നാം മുന്നേറും; അല്ലെങ്കിൽ നമ്മുടെ വർഗ ശത്രു മുന്നേറും. ഒരിക്കലും ഒരു ശൂന്യത ഉണ്ടാവില്ല. അതുകൊണ്ട് നാം മുന്നേറിയേ പറ്റൂ. ഈ സെമിനാറിനുശേഷം ബഹുജന സംഘടനകൾ അതനുസരിച്ച് തങ്ങളുടെ അടവുകൾക്ക് രൂപംനൽകണം.

6

ആഗോള സാമ്പത്തികമാന്ദ്യത്തിന്റെ പ്രത്യാഘാതങ്ങൾ, ഇന്ത്യൻ കാർഷിക ഘടനയിൽ

സി പി ചന്ദ്രശേഖരൻ

രണ്ടായിരത്തി എട്ടിന്റെ മധ്യത്തിൽ, ഏറ്റവും വികസിതരാഷ്ട്രങ്ങളിൽ പൊട്ടിപ്പുറപ്പെട്ട ധനപ്രതിസന്ധി, ആ രാഷ്ട്രങ്ങളിലെ അടിസ്ഥാന സാമ്പത്തിക ഘടനയെ ബാധിക്കുന്ന പൊതുസാമ്പത്തിക പ്രതിസന്ധിയായി മാറിയിരിക്കുന്നുവെന്നത് ഇന്ന് സ്പഷ്ടമാണ്. അതോടുകൂടി, ഇന്ത്യയെപ്പോലുള്ള വികസിതരാഷ്ട്രങ്ങൾക്കിടയിലെ 'നല്ല നടത്തിപ്പുകാരു'ൾപ്പെടെയുള്ള ലോകരാഷ്ട്രങ്ങളെയാകെ ഇത് ദ്രോഹകരമായി ബാധിക്കാൻ തുടങ്ങിയിരിക്കുന്നു.

ലോകമുതലാളിത്ത പ്രതിസന്ധി ഉയർത്തുന്ന നിരവധി പ്രശ്നങ്ങളുണ്ട്. അവയിലൊന്നിതാണ്:

ഈ വികസിതരാഷ്ട്രങ്ങളിലെ ഏതെല്ലാം പരിവർത്തനങ്ങളാണ് 1990-കളിലും അതിനുശേഷവുമുള്ള ധനാഭിവൃദ്ധിയിലേക്കും തുടർന്നുവന്ന ധനാസ്ഥിരതയിലേക്കും പ്രതിസന്ധിയിലേക്കും നയിച്ചത്?

രണ്ടാമത്തെ ചോദ്യമിതാണ്; ഈ ധനാഭിവൃദ്ധിയും വികസിതരാഷ്ട്രങ്ങളിലെ യഥാർഥസാമ്പത്തിക ഘടനയുടെ നടത്തിപ്പുകളും തമ്മിലുള്ള ബന്ധം കൃത്യമായും എന്താണ്? മൂന്ന്, അഭിവൃദ്ധിയുടേയും തകർച്ചയുടേയും കാലഘട്ടത്തിൽ, ധനവ്യവസ്ഥയും യഥാർഥസമ്പദ്ഘടനയും തമ്മിലുള്ള ഈ ബന്ധം ഇന്ത്യയെപ്പോലുള്ള രാഷ്ട്രങ്ങളിൽ പ്രതിഫലിച്ചിരുന്നുവോ?

പ്രതിഫലിച്ചിരുന്നുവെങ്കിൽ സാമ്പത്തികാഭിവൃദ്ധിയുടെ കാലഘട്ടത്തിലെ ഇന്ത്യയിലെ യഥാർഥ സാമ്പത്തികമേഖലയുടെ വളർച്ചയുടെ സ്വഭാവം എന്തായിരുന്നു? അവസാനമായി, ഇതിന്റെയെല്ലാം വെളിച്ചത്തിൽ, ഈ ധനാഭിവൃദ്ധിയും പ്രതിസന്ധിയും നമ്മുടെ കാർഷികജീവിതത്തിൽ സൃഷ്ടിച്ച പ്രത്യാഘാതങ്ങളെ നമ്മളെങ്ങനെയാണ് വിലയിരുത്തുന്നത്?

ഉദാരീകരണവും ധനമൂലധനത്തിന്റെ രൂപമാറ്റവും

1980-കളിലെ ധനഉദാരീകരണത്തിനുമുമ്പ്, യു എസ് അടക്കമുള്ള വികസിതരാഷ്ട്രങ്ങളിലെ ധനമേഖലയ്ക്ക് രണ്ട് പ്രാഥമിക ലക്ഷ്യങ്ങൾ നിറവേറ്റേണ്ടതായുണ്ടായിരുന്നു: (1) ഒരു സങ്കീർണമായ സാമ്പത്തിക വ്യവസ്ഥയിലെ സാമ്പത്തികപ്രവർത്തനങ്ങളെ നിലനിർത്താൻവേണ്ട അനിവാര്യമായ സംവിധാനങ്ങളും വേതനങ്ങളും പ്രദാനം ചെയ്യുക. (മറ്റൊരർഥത്തിൽ പറഞ്ഞാൽ, പണത്തിന്റെ സംക്രമണം ഉറപ്പുവരുത്താനും, സാമ്പത്തികമേഖലയിലെ വിവിധ ബാങ്കിങ് പ്രവർത്തനങ്ങളെ ശക്തിപ്പെടുത്താനും സഹായകമായ സ്ഥാപനങ്ങൾ, ഉപകരണങ്ങൾ, ഉപാധികൾ എന്നിവ)

രണ്ട്, നിക്ഷേപങ്ങളെ സഹായിക്കാൻ ആവശ്യമായ സമ്പാദ്യങ്ങൾ വിനിയോഗിക്കപ്പെട്ടിട്ടുണ്ടോ എന്നും ഫലപ്രദമായ നിക്ഷേപതീരുമാനങ്ങൾ സ്വീകരിക്കപ്പെട്ടിട്ടുണ്ടോ എന്നും ഉറപ്പുവരുത്തുക.

ആ കാലയളവിൽ വികസിതമുതലാളിത്ത രാജ്യങ്ങളിലെ ഫൈനാൻസ് വ്യവസ്ഥയുടെമേൽ ആധിപത്യം ചെലുത്തിയിരുന്നത് ബാങ്കുകളായിരുന്നു. ബാങ്കുകളാവട്ടെ, വളരെയേറെ ക്രമീകൃതവുമായിരുന്നു. സെക്യൂരിറ്റി വിപണി, റിയൽ എസ്റ്റേറ്റ് തുടങ്ങിയ അപകടസാധ്യതയുള്ള മേഖലകളിലെ പ്രവർത്തനങ്ങളിൽ നിക്ഷേപം നടത്തുന്നതിൽനിന്നും ബാങ്കുകളെ വിലക്കിയിരുന്നു. അതുകൊണ്ടുതന്നെ നെറ്റ് ഇന്ററസ്റ്റ് മാർജിനിൽനിന്നും ചെറിയ വരുമാനവും അവ നേടിയിരുന്നു (നിക്ഷേപകർക്കു നൽകുന്ന പലിശയും വായ്പക്കാരിൽ നിന്നീടാക്കുന്ന പലിശയും തമ്മിലുള്ള വ്യത്യാസമാണ് ഇവിടെയുദ്ദേശിക്കുന്ന ബാങ്കുകളുടെ വരുമാനം).

നിക്ഷേപകപ്പലിശ നിയന്ത്രിതവും ചെറുകിട-മീഡിയം നിക്ഷേപങ്ങൾ ഗാരണ്ടി ചെയ്തതും, നെറ്റ് ഇന്ററസ്റ്റ് മാർജിൻകൊണ്ട് ബാങ്കിന്റെ ലാഭം നിർണയിച്ചിട്ടുള്ളതുമായ ബാങ്കുകൾക്ക് ആധിപത്യമുള്ള സുസ്ഥിരവും വളരെ നിയന്ത്രിതവുമായ ധനവ്യവസ്ഥയാണ് അമേരിക്കയുടേതുപോലും. സെക്യൂരിറ്റി വ്യാപാരങ്ങൾ ഇൻഷ്വറൻസ് വ്യവസ്ഥകൾ തുടങ്ങിയ മേഖലകളിൽ വ്യാപരിക്കുന്നതിൽനിന്നും അമേരിക്കയെപ്പോലെയുള്ള രാജ്യങ്ങളിലെ ബാങ്കുകളെ വിലക്കിയിരിക്കുകയാണ്.

(OECD - 2000) നൽകുന്ന വിശദീകരണത്തിൽനിന്നും ഒരുഭാഗം ഉദ്ധരിക്കാം; "ഒരു മ്യൂസിയത്തിലെ ചുമരിലോ ഗ്ലാസിലോ ഒരു കലാസൃഷ്ടി സൂക്ഷിച്ചുവെക്കുന്നപോലെ ബാങ്ക്, അതിന്റെ സമ്പത്ത് പുസ്തകത്തിലാക്കി സൂക്ഷിക്കുന്നു — ശാശ്വതമായ അതിന്റെ വരുമാനവും സുരക്ഷിതത്വവുമെന്നനിലയിൽ ആരാധിക്കപ്പെടാനെന്നവണ്ണം." ഇതാണ് 'നൽകലും നിലനിർത്തലു'മെന്ന മാതൃക.

ഉദാരീകരണം, ഇതെല്ലാം മാറ്റിമറിച്ചു. വിവിധ സ്രോതസുകളിൽ നിന്നും പണം സ്വരൂപിച്ചുകൊണ്ട് അതിനെ പ്രവർത്തനക്ഷമമാക്കിയും വിഭിന്നമേഖലകളിൽ അതിനെ നിക്ഷേപിച്ചുകൊണ്ടും പ്രവർത്തിക്കാൻ ആഗോളീകരണം ബാങ്കുകളെ അനുവദിച്ചു. അപകടകരമായതും നഷ്ടം

വരുത്തുന്നതുമായ മേഖലകളെ ഒഴിവാക്കുകയെന്ന ബുദ്ധിപരമായ മാതൃകയും അനുയോജ്യമായ തന്ത്രങ്ങളും രൂപപ്പെടുത്തണമെന്നതാണു ആഗോളീകരണം ബാങ്കുകളോടാവശ്യപ്പെടുന്നത്. ഇതിന്റെ ഒരു പരിണതഫലമെന്നു പറയുന്നത് ബാങ്കിങ്മേഖലയും ധനവ്യവസ്ഥയും ഒരു പ്രവർത്തനമെന്ന തലത്തിലേക്ക് അടിസ്ഥാനപരമായി പരിണമിക്കപ്പെട്ടുവെന്നതാണ്.

1990–കൾമുതൽ വെളിവാക്കപ്പെട്ട ഈ പരിവർത്തനത്തിന് ഒരു പ്രധാന പ്രത്യാഘാതമുണ്ടായിരുന്നു. ബാങ്കുകൾ വായ്പകൾ നൽകുകയും വരുമാനം സൃഷ്ടിക്കുകയും ചെയ്തിരുന്നെങ്കിലും ഈ വരുമാനമൊന്നുംതന്നെ അത് സ്വയം നിലനിർത്തിയിരുന്നില്ല. മറിച്ച് അവ സാമ്പത്തിക സ്രോതസുകളിലേക്ക് ലയിപ്പിക്കുകയായിരുന്നു. ഈ സാമ്പത്തിക സ്രോതസുകളെ ബാങ്കുകൾ സുരക്ഷിതമാക്കി. എന്നിട്ടവയെ മാനേജർമാർക്കും സ്ഥാപനവൽക്കരിക്കപ്പെട്ട നിക്ഷേപകർക്കുമായി വിറ്റഴിച്ചു. അതിൽനിന്നും ഒരു തുക ഫീസായി നേടി. ദീർഘകാലാടിസ്ഥാനത്തിൽ വരുമാനം സ്വരൂപിക്കാനുള്ള സാഹസികവൃത്തിയായി പലരുമിതിനെ സ്വീകരിച്ചു. 'സൃഷ്ടിക്കുകയും വിതരണം ചെയ്യുക'യുമെന്ന ബാങ്കുകളുടെ ഈ പ്രവർത്തന മാതൃകയാണ് (2000-OECD) സെക്രട്ടറിയുടെ വിശദീകരണത്തിൽ സ്പഷ്ടമാവുന്നത്. ആഗോളീകരണത്തോടെ മ്യൂസിയമെന്ന തലത്തിൽനിന്നും ബാങ്കിംഗ്വ്യവസ്ഥ മാറാൻ തുടങ്ങി. ദീർഘകാല ഉപകരണങ്ങളെന്നനിലയിൽ ഉപയോഗിക്കപ്പെടാനും താൽക്കാലികമായി സാമ്പത്തികകേന്ദ്രമെന്നനിലയിൽ വിനിയോഗിക്കപ്പെടാനും നിക്ഷേപകർക്കിടയിൽ സ്വത്ത് വിറ്റഴിക്കപ്പെടാനുമുള്ള മാധ്യമങ്ങളായി ബാങ്കുകൾ മാറി. ഉദാരീകരണത്തോടൊപ്പമുള്ള ഈ പരിവർത്തനം, സെക്യൂരിറ്റി വ്യാപാരത്തെയും ഇൻഷ്വറൻസ് പ്രവർത്തനങ്ങളെയും ഉത്തേജിപ്പിക്കുകയുണ്ടായി. അങ്ങനെ വൻതോതിലുള്ള ലാഭം കൊയ്തെടുക്കുന്ന കേന്ദ്രങ്ങളായി ബാങ്കുകൾ മാറിത്തുടങ്ങി. ഇന്ററസ്റ്റ് മാർജിനേക്കാളും (നിക്ഷേപകർക്ക് നൽകുന്ന പലിശയും വായ്പക്കാരിൽനിന്ന് ഈടാക്കുന്ന പലിശയും തമ്മിലുള്ള വ്യത്യാസം) കൂടുതൽ തുക ലാഭമെന്നനിലയിൽ ബാങ്കുകൾക്ക് ലഭിച്ചുതുടങ്ങി. ഫീസുകൾ, കമ്മീഷനുകൾ തുടങ്ങിയ രൂപത്തിലാണ് ഇങ്ങനെ ലാഭം ലഭിച്ചത്.

എന്നാൽ ഈ പരിവർത്തനത്തിൽ ഒരു ചതിക്കുഴിയുണ്ടായിരുന്നു. ഈ രീതിയിൽ സമ്പത്ത് സൃഷ്ടിച്ചവർ അതുമായി ബന്ധപ്പെട്ട അപകടങ്ങളെ കുറച്ചുകാണിച്ചു. ഇത്തരം സമ്പത്തിന്റെ അടിത്തറ വളരെ സങ്കീർണമായതിനാൽ അത് കണക്കാക്കുകയും വിഷമകരമായിരുന്നു. അപകടങ്ങളെ വിലയിരുത്തുകയെന്ന പ്രവർത്തനം സ്വകാര്യ ഏജൻസികൾക്ക് വിട്ടുകൊടുത്തു. സാമ്പത്തികപ്രവർത്തനത്തിന്റെ അപകടസാധ്യതയുടെ സ്വഭാവമനുസരിച്ച് അതിനെ തരംതിരിക്കുന്ന ജോലിയും സ്വകാര്യ ഏജൻസികളുടേതായി.

വായ്പാസമ്പത്തും ധനഉൽപ്പന്നങ്ങളും നിർമിച്ചെടുക്കുകയെന്ന ബാങ്കിങ് വ്യവസ്ഥയുടെ കഴിവ് എന്നുപറഞ്ഞാൽ, ഒന്നാമത്, വായ്പയുടെ ആത്യന്തികമായ പരിമിതിയാണ്. അതായത്, പണമെന്ന നിലയ്ക്കുള്ള അതിന്റെ ദ്രവാസ്തിത്വമെന്ന നിലയിൽ സ്വീകരിക്കാനുള്ള സന്നദ്ധത. രണ്ട്, ഒരു നിർദിഷ്ട കാലയളവിനുള്ളിൽ, കുറഞ്ഞ പലിശയ്ക്ക് ഈ തുക വാങ്ങി ഈസിമണിയാക്കാ (ചുളുവിൽ പണമുണ്ടാക്കാൻ)നുള്ള പ്രചോദനം. ഇതിന്റെയെല്ലാം ഭാഗമായി വർധിതമായ അപകടങ്ങൾ ഏറ്റെടുക്കാൻ ആളുകൾ തയാറായി.

യഥാർഥ സാമ്പത്തികവ്യവസ്ഥയിലെ പ്രത്യാഘാതം

ബാങ്കിലും വ്യവസ്ഥയുടെ ഈ പരിണാമത്തിന് യഥാർഥ സാമ്പത്തികമേഖലയിൽ അതിന്റേതായ പരിണതഫലമുണ്ടായി. ധനവ്യവസ്ഥയ്ക്ക് ഇത്തരത്തിൽ മേധാവിത്വമുണ്ടാവുന്നതിനുമുമ്പ് മുതലാളിത്ത സമ്പദ്വ്യവസ്ഥകളിലെ മുഖ്യ ഉത്തേജനമെന്നു പറയുന്നത്, പൊതുചെലവും നിക്ഷേപവുമായിരുന്നു. ചോദനത്തെ ഉത്തേജിപ്പിക്കുകയും അതേ അവസരത്തിൽ വിതരണത്തെ വികസിപ്പിക്കുകയുമാണ് പൊതുചെലവിന്റെ പ്രധാനധർമം. വിപുലമായ പൊതുനിക്ഷേപ വ്യവസ്ഥയെന്നാൽ നാണയപ്പെരുപ്പമുണ്ടാവാത്ത രീതിയിലുള്ള സാമ്പത്തിക വികസനമെന്നാണർഥം.

സാമ്പത്തിക മുതലാളിത്തവ്യവസ്ഥകളിലെ വളർച്ചയ്ക്കുവേണ്ട പ്രധാന പ്രചോദനത്തെ, ധന ഉദാരീകരണം മാറ്റിയെടുത്തു. ഒരു ഭാഗത്ത്, ധനമേധാവിത്വം, സർക്കാരുകളുടെമേൽ യാഥാസ്ഥിതിക സാമ്പത്തിക നയങ്ങൾ ആവിഷ്കരിക്കാൻ അത് സമ്മർദം ചെലുത്തുന്നു. സ്ഥൂല സാമ്പത്തിക മാനേജ്മെന്റിന്റെ പ്രവർത്തനമണ്ഡലത്തെ സാമ്പത്തികപ്രവർത്തനത്തിൽ നിന്നും പണമിടപാടിന്റെ പ്രവർത്തനത്തിലേക്ക് മാറ്റി. മറുഭാഗത്ത്, സാമ്പത്തികാപകടങ്ങൾ കൈമാറ്റംചെയ്യാനും അപകടങ്ങളെ സാമൂഹികവൽക്കരിക്കാനുമുള്ള ശ്രമങ്ങൾക്കിടയിൽ ധനകാര്യസ്ഥാപനങ്ങൾ ചെറുകിട കുടുംബങ്ങൾക്കും മറ്റും ഭവനവായ്പകളും, ഉപഭോക്തൃവായ്പകളും മറ്റും നൽകാൻ തുടങ്ങി.

എന്നാൽ വായ്പ ലഭ്യമാവുന്നതുകൊണ്ടു മാത്രം, കുടുംബങ്ങൾ ഇത്തരം വായ്പകൾ വാങ്ങുമെന്നതിന് ഉറപ്പില്ല. അവരെ സംബന്ധിച്ചിടത്തോളം വായ്പ തിരിച്ചടയ്ക്കാനുള്ള കഴിവ് അവർക്കുണ്ടാവണം. എന്നാൽ വായ്പാവിതരണത്തിലുണ്ടായ ഈ വികസനത്തിന് ഒരു അനിവാര്യഫല പരിണതിയുണ്ടായിരുന്നു. താൽക്കാലികമാണെങ്കിലും സാമ്പത്തികരംഗത്തുണ്ടായ അഭിവൃദ്ധിയായിരുന്നു അത്. റിയൽ എസ്റ്റേറ്റ് സമ്പത്തിന്റെ വിപണിവില വർധിക്കാൻ ഇതിടയാക്കി. ഭാവിയിലേക്ക് കുറച്ച് സമ്പാദിക്കുന്നവരും അന്നന്ന് കൂടുതൽ ചെലവഴിക്കുന്നവരുമായ വ്യക്തികളുടെ ധനത്തിൽ വലിയൊരു വളർച്ചയുണ്ടായി. അതിന്റെ ഫലമെന്തെന്നാൽ, വായ്പാധിഷ്ഠിതമായ ഭവനനിർമാണവും ഉപഭോഗവും സാമ്പ

ത്തികവികാസവും നിക്ഷേപത്തെയും വളർച്ചയെയും ത്വരിതപ്പെടുത്തി. ധനകാര്യനയം ഇവിടെ പ്രബലമായ പങ്കുവഹിക്കുന്നു.

എളുപ്പമാർഗത്തിലൂടെയുള്ള പണമുണ്ടാക്കാനുള്ള സർക്കാർ നയ സന്നദ്ധത സാമ്പത്തിക വളർച്ചയെ കൂടുതൽ ഉത്തേജിപ്പിച്ചു.

ചുരുക്കത്തിൽ, ധനമൂലധന മേധാവിത്വത്തിന്റെ യുഗത്തിൽ, മുതലാളിത്തവളർച്ചയെന്നത് മുഖ്യമായും വായ്പാധന ഉപയോഗത്തെയും നിക്ഷേപത്തെയും ആശ്രയിച്ചിരിക്കുന്നു; വിശേഷിച്ചും ഭവനനിക്ഷേപരംഗത്തെ കൂടാതെ, വ്യവസായ സമ്പദ്ഘടനയിലെ മൂലധനഉടമകൾ സ്റ്റോക്ക് മാർക്കറ്റിങ് മേഖലയിൽനിന്നും മറ്റും വലിയ സാമ്പത്തികലാഭം കൊയ്തെടുത്തു. സ്റ്റോക്ക് മാർക്കറ്റിൽ ഓഹരി വില കൂടുമ്പോൾ അവരുടെ കറൻസിപ്പണം, റിയൽ എസ്റ്റേറ്റ് സമ്പത്താക്കി പരിണമിപ്പിക്കാൻ പ്രചോദനം നൽകുന്നു. സ്റ്റോക്ക് എക്സ്ചേഞ്ച് മേഖല വിടാൻ ആഗ്രഹിക്കുന്ന ധനഉടമകളുടെ കാര്യത്തിൽ ഇതാണു സംഭവിക്കുന്നത്. അങ്ങനെ യഥാർഥ സാമ്പത്തികവ്യവസ്ഥ ധനക്കുമിളകളുടെ മുകളിൽ പറക്കാൻ തുടങ്ങുന്നു. വ്യവസായമൂലധനം സൃഷ്ടിക്കുന്ന വിഘ്നമായി ഊഹധനത്തെ കാണുന്ന പ്രവണത മാറുകയും സാമ്പത്തിക സമാഹരണത്തിന്റെ പുതുമാധ്യമമായി അതു പരിണമിക്കുകയും ചെയ്തു.

ധനപ്രതിസന്ധിയും അതിന്റെ പ്രത്യാഘാതവും

ധനക്കുമിളകൾ ഒരു പ്രത്യേക ഘട്ടത്തിൽ പൊട്ടിച്ചിതറുന്നുവെന്ന് പറയേണ്ടതില്ല. 2002-ന്റെ അവസാനംമുതൽ 2005-മധ്യംവരെ കുറഞ്ഞ പലിശയ്ക്ക് ചുളുവിൽ പണം (easy money) കൈക്കലാക്കുന്ന പ്രവണത യു എസിൽ നിലനിന്നിരുന്നു.

അതിന്റെ ഫലമായി ഭവനമേഖലയിൽ നാണയപ്പെരുപ്പമുണ്ടാവുകയും ഭവനനിക്ഷേപത്തിന് കൂടുതൽ പ്രോത്സാഹനമുണ്ടാവുകയും ചെയ്തു. ഈ പ്രക്രിയ തുടർന്നുകൊണ്ടേയിരിക്കുമെന്നായിരുന്നു പലരുടെയും പ്രതീക്ഷ.

ഈ പ്രതീക്ഷയുടെയും പലിശനിരക്കിലെ കുറവിന്റെയും സാഹചര്യത്തിന്റെയടിസ്ഥാനത്തിൽ ധനവ്യവസ്ഥ അതിന്റെ ഉപഭോക്താക്കളുടെ വൃത്തപരിധി വികസിപ്പിക്കാൻ ശ്രമിക്കുകയായി. സബ്പ്രൈം വായ്പകൾക്ക് പ്രചോദനം നൽകിയും അല്ലെങ്കിൽ ചെറുകിട വായ്പകളെ പ്രോത്സാഹിപ്പിച്ചും കൃത്യമായി തിരിച്ചടയ്ക്കുന്ന കാര്യത്തിൽ അയവു സൃഷ്ടിച്ചുമാണിതു സാധ്യമാക്കിയത്. പ്രാരംഭഘട്ടത്തിൽ പലിശനിരക്കിൽ ഇളവ് അനുവദിച്ചും വരുമാനത്തിന്റെ ആധാരങ്ങളിലും മറ്റുരേഖകളിലും അയവുവരുത്തിയും പണവായ്പകളുടെ ദല്ലാളർ ഇത്തരം കക്ഷികളെ ആകർഷിച്ചു. പണയവായ്പാസ്ഥാപനങ്ങളിലെ സബ്പ്രൈം ലോണുകളുടെ ഓഹരികൾ കുത്തനെ ഉയർന്നു. 2001-ൽ 5 ശതമാനമായിരുന്നത് 2007-ൽ 20 ശതമാനത്തിലധികമായി. വായ്പാർഥികൾ ഈ 'അവസരം' ഉപയോഗപ്പെടുത്താനുള്ള ഭാഗികമായ കാരണം, അവരുടെ വായ്പ തിരി

ച്ചടയ്ക്കാനുള്ള പ്രതിബദ്ധതയെക്കുറിച്ചുള്ള തെറ്റായ വിവരങ്ങളാണ്. മറ്റൊരു കാരണം, തിരിച്ചടയ്ക്കാനുള്ള അവരുടെ ശേഷിയെക്കുറിച്ച് അവർ അമിതപ്രതീക്ഷയുള്ളവരായിരുന്നു എന്നതാണ്.

വിതരണത്തിന്റെ തലത്തിൽ നിന്നുനോക്കുമ്പോൾ, ഇത്തരം വായ്പകൾ വർധിക്കാൻ കാരണമിതായിരുന്നു; 'സ്വരൂപിക്കുകയും വിതരണം ചെയ്യുകയും' ചെയ്യുകയെന്ന തത്വത്തിന്റെ അടിസ്ഥാനത്തിലുള്ള അന്നന്നത്തേക്കുള്ള ധനകാര്യനയത്തിന്റെ സങ്കീർണസ്വഭാവം അവരെ ആകർഷിക്കുന്നതായിരുന്നു. ധനകാര്യകർത്താക്കൾ വായ്പകളിലെ അപകടങ്ങൾ കുറച്ചുകൊടുത്തു. കാരണം, അപകടസാധ്യത കൂടുതലുള്ള നിക്ഷേപങ്ങൾ കൈമാറുമ്പോഴും അവർ കൂടുതൽ ലാഭം പ്രതീക്ഷിച്ചിരുന്നു. എല്ലാ തലത്തിലും ഇത്തരം വായ്പ നൽകുന്നവരുണ്ടായിരുന്നു. പണയവായ്പയുടെ ദല്ലാളർ, തങ്ങളുടെ വായ്പാർഥികളിൽനിന്നും ഫീസ് ഈടാക്കാൻ ശ്രമിച്ചു. പണയവായ്പ നൽകുന്നവരും ബാങ്കുകളും ഇത്തരം വായ്പകളെ ധനംകൊണ്ടു സഹായിച്ചു. ഭവനവായ്പകളെയും റിയൽ എസ്റ്റേറ്റ് മേഖലയെയും കേന്ദ്രീകരിച്ചാണ് ഊഹക്കച്ചവടവിപണി, വികസിത മുതലാളിത്ത രാജ്യങ്ങളിൽ ശക്തിപ്പെട്ടത്. ഇതിന്റെ ഫലമായി ധനഉൽപ്പന്നങ്ങളും വ്യാപകമായി. കടപ്പത്രങ്ങളുടെ റിസ്ക് കൈമാറ്റം ചെയ്യുകയെന്ന പ്രവർത്തനം ഇതിന്റെ ഭാഗമായി രൂപംകൊള്ളുന്നതാണ്. കടപ്പത്രത്തിന്റെ മേലുള്ള ഇൻഷുറൻസ് ആണിത്. ഒരു സ്ഥാപനത്തിന്റെ കടപ്പത്രങ്ങൾക്ക് സുരക്ഷിതത്വം നൽകുന്നത് മറ്റൊരു സ്ഥാപനമായിരിക്കും. ഒരു കമ്പനി (കടപ്പത്രത്തിന്റെ ധനനിക്ഷേപം നടത്തിയ സ്ഥാപനം) പൊളിഞ്ഞാലും CDS വാങ്ങിയിട്ടുണ്ടെങ്കിൽ അതിന്റെ ധനം നഷ്ടമാവുന്നില്ല. മുതലാളിത്തരാജ്യങ്ങളിലെ അനിയന്ത്രിതമായ ചൂതാട്ടമാണ് പുത്തൻ ഫിനാൻസ് വ്യവസ്ഥയുടെ സവിശേഷത. ആഗോളവൽക്കരണം സൃഷ്ടിച്ച ഈ ചൂതാട്ടത്തിൽ ഒരു കണ്ണി തകരുമ്പോൾ അത് മൊത്തം സമ്പദ്വ്യവസ്ഥയെ തകർക്കുന്നു. ഇതിന്റെ വിനാശകരമായ പ്രത്യാഘാതങ്ങൾ ലോകത്തെയാകെ പിടിച്ചുലയ്ക്കുന്നു. ഈയടുത്ത കാലത്താണ് ഭവനവായ്പയുടെ രംഗത്ത് കടുത്ത പ്രതിസന്ധി കണ്ടുതുടങ്ങിയത്. ഭവനവായ്പകൾ നൽകാനായി പണയബാങ്കുകൾ ആശ്രയിച്ചത്, നിക്ഷേപബാങ്കുകളെയാണ്. നിക്ഷേപബാങ്കുകളാവട്ടെ, വായ്പകളെ, ബോണ്ടുകളുടെ രൂപത്തിൽ വിപണിയിലിറക്കി. കൂടുതൽ കൂടുതൽ ബാങ്കുകൾ, ഇതര ധനകാര്യസ്ഥാപനങ്ങൾ തുടങ്ങിയവയെല്ലാം ഈ ബോണ്ടുകളിൽ നിക്ഷേപം നടത്തി. ധനമൂലധനമേഖലയിലെ ഈ ശൃംഖലാപ്രവർത്തനത്തിന്റെ ഒരു പ്രധാനസവിശേഷത വായ്പ വാങ്ങിയവർ ആരാണെന്നോ, അവരുടെ സാമ്പത്തികശേഷി എന്തെന്നോ നിക്ഷേപബാങ്കുകൾക്ക് അറിയില്ല എന്നതാണ്. ഭവനവായ്പാരംഗത്തെ പ്രതിസന്ധിയുടെ പശ്ചാത്തലം ഇതായിരുന്നു. തിരിച്ചടവ് നിലച്ചു. റിയൽ എസ്റ്റേറ്റ് വിലയിലും തകർച്ചയുണ്ടായി. പണയബാങ്കുകൾ അങ്ങനെ പ്രതിസന്ധിയിലായി. അതിന്റെ ഫലമായി നിക്ഷേപബാങ്കുകളും മറ്റു ധനകാര്യസ്ഥാപനങ്ങളും പൊളിയാൻ തുടങ്ങി.

സമ്പദ്‌വ്യവസ്ഥയെ പ്രതിസന്ധി എങ്ങനെ ബാധിക്കുന്നു

അമേരിക്കയുടെയും ലോകമുതലാളിത്തത്തിന്റെയും ചരിത്രത്തിൽ 1929-നുശേഷം സംഭവിച്ച ഏറ്റവും വലിയ പ്രതിസന്ധി എന്നാണ് ഈ തകർച്ചയെ സാമ്പത്തികശാസ്ത്രജ്ഞരും വിദഗ്ധരും വിശേഷിപ്പിക്കുന്നത്. അതിനാൽ ഇതിന്റെ പ്രത്യാഘാതങ്ങൾ മുഴുവൻ ഇപ്പോൾ അനുമാനിക്കാവുന്നതല്ല. യു എസ് സമ്പദ്‌വ്യവസ്ഥയെ ഒരു മാന്ദ്യത്തിലേക്ക് (recession) ഇതു നയിക്കുമെന്ന കാര്യത്തിൽ ആർക്കും ഭിന്നാഭിപ്രായങ്ങളില്ല. ഈ മാന്ദ്യം ആഗോളതലത്തിൽ ശക്തമായി പ്രതിഫലിക്കുകയും ചെയ്യും. ആഗോള സാമ്പത്തിക വളർച്ചാനിരക്ക് ഇടിയുമെന്ന് ഇപ്പോഴത്തെ തകർച്ചയ്ക്കുമുമ്പേ ഐഎംഎഫ് മുതൽ അൺടാഡ് വരെയുള്ള ഏജൻസികൾ ചൂണ്ടിക്കാണിച്ചിരുന്നുവെന്നോർക്കണം. ഈ പ്രവണതയെ പുതിയ സംഭവവികാസങ്ങൾ രൂക്ഷമാക്കും. ആഗോളതലത്തിൽ മാന്ദ്യത്തിന്റേതായ പ്രവണതകളുടെ ഏറ്റവും വലിയ പ്രത്യാഘാതം തൊഴിലില്ലായ്മ രൂക്ഷമാവുക എന്നതായിരിക്കും. അമേരിക്കൻ ധനകാര്യമേഖലകളിൽ ഈ വർഷം ഇതിനകം തന്നെ 10,00,000 തൊഴിലുകൾ നഷ്ടപ്പെട്ടിട്ടുണ്ട്. പുതിയ സാഹചര്യത്തിൽ 50,000 പേർക്കുകൂടി ഈ മേഖലയിൽ തൊഴിൽ നഷ്ടപ്പെടുമെന്നാണ് കണക്കാക്കപ്പെടുന്നത്. മാത്രമല്ല, ഈ മേഖലയിൽ ലഭിക്കുന്ന ഉയർന്ന ശമ്പളത്തിലും ഗണ്യമായ കുറവ് വരും. ധനകാര്യമേഖലയെ ഓരോ ജീവനക്കാരനും മറ്റു മേഖലകളിൽ ചുരുങ്ങിയത് നാല് പേർക്കെങ്കിലും തൊഴിൽ നൽകിയിരുന്നുവെന്നാണ് കണക്ക്. അതായത് ധനകാര്യമേഖലയിലെ തൊഴിൽനഷ്ടത്തിന്റെ നാലിരട്ടി തൊഴിൽനഷ്ടം മറ്റ് മേഖലകളിൽ സംഭവിക്കുമെന്നർഥം. അമേരിക്കൻ സമ്പദ്‌വ്യവസ്ഥയെ ഏറെ ആശ്രയിക്കുന്നതാണ് ഇന്ത്യൻ സേവന മേഖല. ഇന്ത്യയിലെ ഐടി മേഖലയുടെ വരുമാനത്തിന്റെ 60 ശതമാനവും അമേരിക്കയിൽനിന്നാണ്. ഇന്ത്യയിൽ ഈ രംഗങ്ങളിൽ തൊഴിൽ നഷ്ടമുണ്ടാകുമെന്നാണ് ഇതിനർഥം. ആ പ്രവണതകൾ ഇതിനകംതന്നെ പ്രകടമായിക്കഴിഞ്ഞു. ഐടി കമ്പനികളും മറ്റും ജീവനക്കാരുടെ എണ്ണം വെട്ടിക്കുറച്ചും ശമ്പളം കുറച്ചുമെല്ലാം പുതിയ സാഹചര്യങ്ങളെ നേരിടാനുള്ള തയാറെടുപ്പ് തുടങ്ങിക്കഴിഞ്ഞിരിക്കുന്നു. അമേരിക്കൻ വിപണിയെ ഏറെ ആശ്രയിക്കുന്ന ഇന്ത്യൻ ടെക്സ്റ്റയിൽ വിപണിയിലെ ഇപ്പോൾത്തന്നെയുള്ള പ്രതിസന്ധി കൂടുതൽ രൂക്ഷമാകുമെന്ന മുന്നറിയിപ്പുകളും അവഗണിക്കാനാവില്ല. അമേരിക്കൻ തകർച്ചയെത്തുടർന്ന് ഓഹരിവിപണിയിലുണ്ടാകുന്ന ചാഞ്ചാട്ടങ്ങൾ രൂപയുടെ മൂല്യശോഷണത്തിന് ഇടയാക്കും. ഇത് ഇറക്കുമതി ചെലവുകൾ ഗണ്യമായി വർധിക്കുന്നതിനു കാരണമാകും. ചുരുക്കിപ്പറഞ്ഞാൽ മുതലാളിത്തപ്രതിസന്ധിയുടെ ഇപ്പോഴത്തെ ഭാരവും കൂടുതലായി വഹിക്കേണ്ടിവരിക അധ്വാനിക്കുന്ന വിഭാഗങ്ങളും സാധാരണക്കാരും തന്നെയായിരിക്കും. സാമ്രാജ്യത്വം തങ്ങളുടെ നവകൊളോണിയൽ ചൂഷണവും കടന്നാക്രമണവും ശക്തിപ്പെടുത്തുന്നതിനും പ്രതിസന്ധി മൂന്നാംലോക രാജ്യങ്ങളുടെയും സാധാരണ ജന

ങ്ങളുടെയും ചെലവിൽ പരിഹരിക്കുന്നതിനുമായിരിക്കും ശ്രമിക്കുക. അത് തിരിച്ചറിഞ്ഞ്, സാമ്രാജ്യത്വനയങ്ങളുടെ വരാനിരിക്കുന്ന പുതിയ ആക്രമണങ്ങളെ പ്രതിരോധിക്കാൻ സജ്ജമാവുകയാണ് വേണ്ടത്.

ഫാനിമേ, ഫ്രെഡിമാക് എന്നീ ഭൂപണയ സ്ഥാപനങ്ങൾ പ്രതിസന്ധിയിൽ ആയതോടെ അമേരിക്കൻ ഭരണകൂടത്തിന് കൈയുംകെട്ടിയിരിക്കാൻ ആയില്ല. 1930-കളിലെ മഹാമാന്ദ്യകാലത്ത് റിയൽഎസ്റ്റേറ്റ് രംഗം പ്രതിസന്ധിയിലാണ്ടപ്പോൾ അമേരിക്കൻ ഭരണകൂടം പൊതുമേഖലയിൽ സ്ഥാപിച്ച സ്ഥാപനങ്ങളായിരുന്നു ഇവ. പിന്നീട് ഉദാരവൽക്കരണം കൊടികുത്തിവാണ കാലയളവിൽ ഇവയെ സ്വകാര്യവൽക്കരിച്ചു എങ്കിലും ഇവയ്ക്ക് സർക്കാർ ഗ്യാരണ്ടി ഉണ്ടായിരുന്നു. അതുകൊണ്ടുതന്നെ ഇവ പുറപ്പെടുവിച്ചിരുന്ന സെക്യൂരിറ്റി ഉൽപ്പന്നങ്ങൾ അമേരിക്കൻ ട്രഷറി ഉൽപ്പന്നങ്ങൾക്ക് സമാനമായി കണക്കാക്കപ്പെട്ടിരുന്നു. ആഗോള സാമ്പത്തിക സ്ഥാപനങ്ങൾ ഏതാണ്ട് 1.5 ട്രില്ല്യൺ ഡോളർ വിലവരുന്ന ഇവയുടെ സെക്യൂരിറ്റികൾ വാങ്ങിക്കൂട്ടിയിരുന്നു (ഇന്ത്യൻ രൂപയിൽ ഇത് 70 ലക്ഷം കോടിയോളംവരും). ഈ സ്ഥാപനങ്ങൾ തകർന്നാൽ അമേരിക്കൻ സെക്യൂരിറ്റികളുടെ വിശ്വാസ്യതയും തകരും. ഇത് അമേരിക്കയുടെ തകർച്ചയ്ക്ക് വഴിവെക്കും. അതുകൊണ്ട് ബുഷ് ഭരണകൂടം ജനങ്ങളുടെ നികുതിപ്പണത്തിൽനിന്നും 2500 കോടി ഡോളർ മുടക്കി ആ സ്ഥാപനങ്ങളെ ഏറ്റെടുത്തു. മോർട്ട്ഗേജ് ബാങ്കുകളുടെ തകർച്ച അവിടുത്തെ 5 ഇൻവെസ്റ്റ് ബാങ്കുകളെക്കൂടി പ്രതിസന്ധിയിലാഴ്ത്തി. ഇവരാണ് മോർട്ട്ഗേജ് ബാങ്കുകൾ പുറപ്പെടുവിച്ച സെക്യൂരിറ്റിയുടെ സിംഹഭാഗവും വാങ്ങിയിരുന്നത് (1850-ൽ ആരംഭിച്ച ലേ മാൻ ബ്രദേഴ്സ്, 1869-ൽ ആരംഭിച്ച ഗോൾഡ്മാൻ സാച്ചസ്, 1914-ൽ ആരംഭിച്ച മെറിൽ ലിഞ്ച്, 1923-ൽ ആരംഭിച്ച ബിയർസ്റ്റേൺസ്, 1935-ൽ ആരംഭിച്ച മോർഗൻ ആന്റ് സ്റ്റാൻലി എന്നിവയാണ് പ്രതിസന്ധിയിലായ 5 ഇൻവെസ്റ്റ്മെന്റ് ബാങ്കുകൾ).

2008 മാർച്ച് മാസത്തിൽ തന്നെ 'ബിയർസ്റ്റേൺസ്' തകർന്നു. ഉടനെ അമേരിക്കൻ കേന്ദ്രബാങ്കായ ഫെഡറൽ റിസർവ് ഇടപെടുകയും ജെ പി മോർഗൻ ബാങ്കിനെക്കൊണ്ടതിനെ ഏറ്റെടുപ്പിക്കുകയും ചെയ്തു. ഇതിനും മോർഗൻ ബാങ്കിന് ചെലവായ 2500 കോടി ഡോളർ ഫെഡറൽ റിസർവ് നൽകുകയും ചെയ്തു. സെപ്റ്റംബറിൽ ലേമാൻ ബ്രദേഴ്സും, മെറിൽലിഞ്ചും തകർന്നു. ഇതിൽ മെറിൽലിഞ്ചിനെ ബാങ്ക് ഓഫ് അമേരിക്ക 5000 കോടി ഡോളർ മുടക്കി ഏറ്റെടുത്തു. തുടർച്ചയായി തകർന്ന ബാങ്കുകളെ അമേരിക്കൻ ഭരണകൂടം ഏറ്റെടുക്കുന്നതിനെതിരെ നവലിബറൽവാദികൾ മുറുമുറുപ്പുതുടങ്ങി. ഇതിനെത്തുടർന്ന് ബുഷ് ഭരണകൂടം ലേമാന്റെ തകർച്ചയിൽ ഇടപെട്ടില്ല. 1929-ലെ മഹാമാന്ദ്യത്തെ അതിജീവിച്ച 158 വർഷത്തെ പ്രവർത്തനപാരമ്പര്യമുള്ള ലേ മാൻ ബ്രദേഴ്സ് ഹോൾഡിംഗ് സെപ്റ്റംബർ 15-ന് അമേരിക്കൻ കോടതിയിൽ പാപ്പർ ഹർജി സമർപ്പിച്ചു. 6000 കോടി ഡോളറിന്റെ കിട്ടാക്കടം ഉണ്ട് എന്നാണവർ കാരണം കാണിച്ചത്. ലേമാന്റെ തകർച്ച ആഗോളബാങ്കു

കളെ നടുക്കിയിരിക്കുകയാണ്. നിരവധി വിദേശബാങ്കുകൾക്ക് വൻതോതിൽ നഷ്ടം സംഭാവനചെയ്തുകൊണ്ടാണ് ലേമാൻ കാലയവനികയ്ക്കുള്ളിൽ മറഞ്ഞത്. ഇന്ത്യയിലെ ഏറ്റവും വലിയ സ്വകാര്യ ബാങ്കായ ഐ സി ഐ സി ഐ ബാങ്കിന് 375 കോടി രൂപയുടെ നഷ്ടമുണ്ടായതായി കണക്കാക്കുന്നു.

ആഗോള ധനമൂലധനവും ഇന്ത്യയും

ഇന്ത്യൻ സമ്പദ്വ്യവസ്ഥ ആഗോളസമ്പദ്ഘടനയുമായി കണ്ണിചേർക്കപ്പെട്ടിരിക്കുന്നതിനാൽ, പൊതു മുതലാളിത്തപ്രതിസന്ധിയുടെ പ്രത്യാഘാതങ്ങൾ ഇന്ത്യയുടെ ധനമേഖലയിലും യഥാർഥ സാമ്പത്തികമേഖലകളിലും സൃഷ്ടിക്കാതെ തരമില്ല. ഇന്ത്യ സാമ്രാജ്യത്വ രാജ്യങ്ങളുമായി നാനാരീതിയിലുള്ള ധന-സാമ്പത്തിക ബന്ധങ്ങൾ പുലർത്തിവരുന്ന രാജ്യമാണ്. രാജ്യത്തിന്റെ ധന-സാമ്പത്തിക മേഖലകളാകെ ആഗോളവൽക്കരണ ശക്തികൾക്ക് തുറന്നുകൊടുക്കാൻ തിടുക്കപ്പെട്ടുകൊണ്ടിരുന്നവരും ഇപ്പോഴും ആ നിലപാട് കൈക്കൊള്ളുന്നവരുമാണ് യു പി എ ഗവൺമെന്റ്. ഇടതുപക്ഷം തടഞ്ഞതുകൊണ്ടാണ് പൊതുമേഖലാ ബാങ്കുകളുടെയും വിദേശത്തുനിന്നുള്ള സ്വകാര്യമേഖലയ്ക്ക് വിൽക്കാതിരുന്നത്. ഇടതുപക്ഷം പിന്തുണ പിൻവലിച്ചതിനെ തുടർന്ന് യു പി എ ഗവൺമെന്റ് ഈ ഓഹരികൾ വിൽക്കാൻ തീരുമാനിച്ചിരുന്നു.

ഓഹരിക്കമ്പോളത്തിൽ വിദേശത്തുനിന്നുള്ള വ്യക്തികൾക്കും സ്ഥാപനങ്ങൾക്കും മുതൽമുടക്കാൻ അവസരം ലഭിച്ചതുകൊണ്ട് നമ്മുടെ ഓഹരികളുടെ വില ഒരിടയ്ക്ക് കുത്തനെ കയറി. അമേരിക്കയിലും മറ്റും ധനപ്രതിസന്ധി ഉണ്ടായപ്പോൾ വന്നവരിൽ പലരും ഓഹരി വിറ്റ് തിരിച്ചുപോയി. ഇവിടെ ഓഹരിക്കമ്പോളത്തിൽ പെട്ടെന്ന് കുത്തനെ ഇടിവുണ്ടാകാൻ കാരണം അതായിരുന്നു. തന്മൂലം തങ്ങളുടെ ജീവിതസമ്പാദ്യമാകെ നഷ്ടപ്പെട്ട ഇന്ത്യക്കാരുടെ സംഖ്യ ഗണ്യമാണ്. അവർക്ക് മൊത്തത്തിൽ നഷ്ടപ്പെട്ട തുകയും ഭീമമാണ്.

കഴിഞ്ഞ 16 വർഷമായി തുടരുന്ന ബാങ്കിങ്-ഇൻഷുറൻസ് പരിഷ്കാരങ്ങൾ നവലിബറൽ നയങ്ങളുടെ ഭാഗമായാണ് നടത്തിയിരുന്നത്. പൊതുമേഖലാ സ്ഥാപനങ്ങളെ സ്വകാര്യവൽക്കരിക്കുക, വിദേശപങ്കാളിത്തം വർധിപ്പിക്കുക, ബാങ്കുകളെ ലയിപ്പിക്കുക, റിസർവ് ബാങ്കിന്റെ നിയന്ത്രണങ്ങൾ കുറയ്ക്കുക, വായ്പ നൽകുന്നതിനുപകരം ഊഹക്കച്ചവടരംഗത്ത് നിക്ഷേപിച്ച് ലാഭമുണ്ടാക്കുക തുടങ്ങിയ നടപടികളാണ് ഇന്ത്യയിലും അരങ്ങേറിയത്. ഈ നടപടികളാണ് ഇന്ന് ലോകമാകെ തിരിച്ചടികളെനേരിടുന്നത്.

സ്വതന്ത്രകമ്പോള നയത്തിന് ഇത്രമാത്രം തിരിച്ചടികൾ ഉണ്ടായിട്ടും ഇന്ത്യൻ പ്രധാനമന്ത്രിയും, ധനമന്ത്രിയും പരിഷ്കാരങ്ങൾ തുടരുമെന്നാണ് ആവർത്തിച്ച് പറയുന്നത്. രാജ്യസ്നേഹികൾക്കാർക്കും ഇങ്ങനെ പറയാനാവില്ല. മൂന്നു നിർണായകബില്ലുകൾ പാർലമെന്റ് സ്റ്റാന്റിങ് കമ്മിറ്റിയുടെ മുന്നിലുണ്ട്.

ധനപ്രതിസന്ധി പല മേഖലകളിലേക്കും വ്യാപിച്ചുകൊണ്ടിരിക്കുന്നതിന്റെ ഫലമായി ഇന്ധനത്തിന്റെ ഉപയോഗം അന്താരാഷ്ട്രതലത്തിൽ കുറയുന്നു. പെട്രോളിയം ഉൽപ്പന്നങ്ങൾ ഏറ്റവുമധികം ഉപയോഗിക്കുന്ന അമേരിക്കയിൽ സാമ്പത്തികമാന്ദ്യത്തെത്തുടർന്ന് ഉപയോഗം ഗണ്യമായി താഴ്ന്നു. ഇത് ഒരിക്കലും പ്രതീക്ഷിച്ചിരുന്നതല്ല. കാരണം ഗോൾഡ്മാൻ സാച്ചസിലെ ഊർജവിദഗ്ധർ പ്രവചിച്ചിരുന്നത് 2008 അവസാനമാകുമ്പോഴേക്കും ക്രൂഡ്ഓയിലിന്റെ വില 200 ഡോളറിലെത്തുമെന്നായിരുന്നു. അവരുടെ പ്രവചനം ഏതാണ്ട് ശരിയായേക്കുമോ എന്ന തരത്തിൽ ഒരു ഘട്ടത്തിൽ (2008 ജൂലൈ) വില 147 ഡോളറിൽവരെ എത്തിയിരുന്നു. എന്നാൽ, ഇപ്പോൾ അവിശ്വസനീയമാംവിധം ക്രൂഡ് ഓയിലിന്റെ വില 50 ഡോളറിലും താണുകഴിഞ്ഞിരിക്കുന്നു. അടുത്ത ഏതാനും ആഴ്ചകൾക്കുള്ളിൽ അത് 40 ഡോളറിൽ എത്തുമെന്നും ഉപഭോഗത്തിൽ കുറവുണ്ടായാൽ 30 ഡോളറിലെത്തിയാലും അത്ഭുതപ്പെടേണ്ടതില്ലെന്നും ഇപ്പോൾ പലരും പറയുന്നു. പെട്രോളിന്റെ അവധിവ്യാപാരത്തിലും വില കൂടുമെന്ന പ്രതീക്ഷകളൊന്നും കാണുന്നില്ല.

ധനമൂലധനവും കാർഷികസമ്പദ്വ്യവസ്ഥയും

ഭക്ഷ്യധാന്യങ്ങളുടെ വിലക്കയറ്റവും നാണയപ്പെരുപ്പവും സാമ്പത്തികമാന്ദ്യത്തിനു മുമ്പുതന്നെ വികസ്വര, അവികസിത രാജ്യങ്ങളിൽ പ്രശ്നങ്ങൾ സൃഷ്ടിച്ചിരുന്നു. ഭക്ഷണത്തിനുവേണ്ടി ലഹളവരെ പൊട്ടിപ്പുറപ്പെടാം എന്ന് ഫുഡ് ആന്റ് അഗ്രിക്കൾച്ചറൽ ഓർഗനൈസേഷൻ മുന്നറിയിപ്പ് നൽകിയിരുന്നു. ഇപ്പറഞ്ഞ പ്രശ്നങ്ങൾക്കെല്ലാം അടിസ്ഥാനകാരണം ഇന്ധനവിലക്കയറ്റമായിരുന്നു. ഇന്നിപ്പോൾ ക്രൂഡ്ഓയിലിന്റെ വില കുറഞ്ഞ സാഹചര്യത്തിൽ ലോകരാജ്യങ്ങൾ പെട്രോളിയം ഉൽപ്പന്നങ്ങളുടെ വില ഗണ്യമായി കുറയ്ക്കുന്നു. അത് പൊതുവിൽ വിലക്കയറ്റം നിയന്ത്രിക്കുകയും സാധാരണക്കാരെ ദുരിതത്തിൽനിന്ന് ഒഴിഞ്ഞു നിൽക്കാൻ സഹായിക്കുകയും ചെയ്യുന്നു. മറ്റു രാജ്യങ്ങളുടെ സഹായമില്ലാതെ വിദേശവ്യാപാരത്തിനു കഴിയാത്ത രാജ്യമായ നേപ്പാൾപോലും പെട്രോളിന്റെ വില കുറച്ചു. ഇന്ത്യയിൽനിന്നാണ് പ്രധാനമായും സാധനസാമഗ്രികൾ നേപ്പാളിലേക്കെത്തുന്നത്. ഇന്ത്യയുടെ അയൽരാജ്യങ്ങളിലും സാമ്പത്തികമായി പിന്നോക്കം നിൽക്കുന്ന രാജ്യങ്ങളിലും പെട്രോളിന്റെ വില കുറച്ചിട്ടും ഇന്ത്യയിൽ കുറയ്ക്കാതിരിക്കുന്നു. ഇക്കാര്യം ഇടതുപക്ഷമുൾപ്പെടെ പലരും ഉന്നയിച്ചിട്ടും വ്യക്തമായ വിശദീകരണം നൽകാൻ കേന്ദ്രസർക്കാർ തയാറായിട്ടില്ല.

സമകാലിക സാമ്പത്തിക കുഴപ്പത്തിന്റെ ഒരു സവിശേഷത രൂക്ഷമായ വായ്പാഞെരുക്കമാണ്. വായ്പകൾ ലഭ്യമാക്കുന്നതിനും ബാങ്കുകൾ മടിക്കുന്നു. 2008 ഒക്ടോബർ 31-ന് ഇന്ത്യയിലെ മൊത്തം ബാങ്ക് വായ്പ 26,34,893 കോടി രൂപയായിരുന്നു. ഇത് 29 ശതമാനത്തിന്റെ വാർഷിക വർധനയാണ്. 2008 ഏപ്രിൽ-ഒക്ടോബർ മാസങ്ങളിൽ ബാങ്ക്

വായ്പ 10.7 ശതമാനമേ വർധിച്ചിട്ടുള്ളൂ. ഒക്ടോബർ 31-നും നവംബർ 7-നും ഇടയ്ക്ക് ബാങ്ക് വായ്പയിൽ 16630 കോടിരൂപയുടെ കുറവാണ് ഉണ്ടായിരുന്നത്.

വായ്പാഞെരുക്കം കയറ്റുമതിയെ ബാധിക്കുന്നു. ഡിസ്കൗണ്ട് സൗകര്യം നൽകുന്നതിനുപകരം വാങ്ങുന്നയാളുടെ ബാങ്കിലേക്ക് കളക്ഷന് രേഖകൾ അയയ്ക്കുന്നത് പതിവായിരിക്കുന്നു. ഇറക്കുമതിക്കാരുടെ ബാങ്ക് പൊളിഞ്ഞാലോ എന്ന പേടിയാണ് ഇതിന്റെ പിന്നിൽ. ക്രെഡിറ്റ് ലിമിറ്റ് താഴ്ത്തിയതിന്റെ ഒരുപാട് പരാതികൾ ഉണ്ടായിരിക്കുന്നു. വ്യാപാരികൾക്കുള്ള ട്രേഡ് വായ്പകൾ വെട്ടിച്ചുരുക്കിയിരിക്കുന്നു. ഇതെല്ലാം കയറ്റുമതിയേയും ഉൽപ്പാദനത്തേയും പ്രതികൂലമായി ബാധിക്കുന്നു.

1930-കളിലെ മാന്ദ്യത്തിൽനിന്നും വ്യത്യസ്തമായി കയർ കയറ്റുമതിയിൽ ശ്രദ്ധേയമായ കുറവ് വന്നുകഴിഞ്ഞു. 30കളിൽ പാശ്ചാത്യരാജ്യങ്ങളിൽ വരുമാനം കുറഞ്ഞ സാധാരണക്കാർ താരതമ്യേന വിലകുറഞ്ഞ കയറുൽപ്പന്നങ്ങളിലേക്ക് തിരിഞ്ഞു. ഇന്നിപ്പോൾ അവർ കയറിനേക്കാൾ വിലകുറഞ്ഞ കൃത്രിമ നാരുകൊണ്ടുള്ള ഉൽപ്പന്നങ്ങളിലേക്കായിരിക്കും മാറുക എന്നാണ് കരുതപ്പെടുന്നത്. വിദേശത്ത് കയർ ഇറക്കുമതി ചെയ്തിരുന്ന നാല് പ്രധാനപ്പെട്ട കമ്പനികൾ ഇതിനകം പാപ്പരായിട്ടുണ്ട്. 2008 സെപ്റ്റംബർ മാസത്തിൽ കയറിന്റെ കയറ്റുമതിയിൽ 2007 സെപ്റ്റംബർ മാസത്തെ അപേക്ഷിച്ച് തുടക്കത്തിൽ 16.17 ശതമാനവും വരുമാനത്തിൽ 9.76 ശതമാനവും കുറവുണ്ടായി. ഒക്ടോബർ മാസത്തിൽ തൂക്കത്തിൽ 9.72ഉം വിലയിൽ 15.14ഉം ആണ് കുറവുണ്ടായത്. രൂപയുടെ വിലയിടിഞ്ഞിട്ടും ഒക്ടോബർ മാസത്തിൽ തൂക്കത്തേക്കാൾ കയറ്റുമതി വില കുറഞ്ഞു എന്നത് ശ്രദ്ധേയമാണ്. പാശ്ചാത്യ മാർക്കറ്റുകളിൽ കയറിന്റെ വില കുറഞ്ഞുകൊണ്ടേയിരിക്കുകയാണ് എന്നാണിത് കാണിക്കുന്നത്.

മത്സ്യഉൽപ്പന്ന കയറ്റുമതിയിലാണ് ഏറ്റവും വലിയ ഇടിവുണ്ടായിട്ടുള്ളത്. 2008 സെപ്റ്റംബറിലെ കയറ്റുമതി 2007 സെപ്റ്റംബറിനെ അപേക്ഷിച്ച് തൂക്കത്തിൽ 30 ശതമാനവും വരുമാനത്തിൽ 31 ശതമാനവും താഴ്ന്നിരിക്കുകയാണ്. വിദേശത്തെയും മറ്റും ഡോളർ വിലയിൽ 37 ശതമാനമാണ് വിലയിടിവുണ്ടായിട്ടുള്ളത്.

കശുവണ്ടിയുടെ കയറ്റുമതിയിലും വിലയിലും നല്ല അഭിവൃദ്ധിയാണ് വർഷാദ്യം ഉണ്ടായത്. എന്നാൽ ഒക്ടോബർ മാസത്തിൽ മുൻവർഷത്തെ അപേക്ഷിച്ച് കയറ്റുമതി തൂക്കത്തിൽ 25 ശതമാനം കുറവുണ്ടായി. കശുവണ്ടിപ്പരിപ്പിന്റെ ഡോളർവില ജൂൺ-ജൂലൈ മാസങ്ങളിൽ റാത്തലിന് 3.6 ഡോളറായിരുന്നത് ഒക്ടോബർ മാസത്തിൽ റാത്തലിന് 2.66 ഡോളറായി താഴുകയുണ്ടായി.

കഴിഞ്ഞ ഒരു ദശകമായി ആഗോള സമ്പദ്‌വികസനത്തെ നയിച്ചിരുന്നത് അമേരിക്കൻ സാമ്പത്തിക ഘടനയായിരുന്നു. അമേരിക്കയുടെ ധന

ക്കമ്മി 1997-ൽ 140 ബില്യൺ ഡോളർ (1.7 ശതമാനം) ആയിരുന്നു. എന്നാലത് 2006-ൽ 800 ബില്യൺ ഡോളറായി വളർന്നു. അതായത്, യു എസ് ജി ഡി പിയുടെ 6 ശതമാനം. അത്യന്തം നാടകീയമായ ഉയർച്ചയായിരുന്നു അത്. മുമ്പെങ്ങുമില്ലാത്ത രീതിയിലുള്ള ഈ ധനക്കമ്മി ലോകരാഷ്ട്രങ്ങളെ പലതിനെയും തങ്ങളുടെ ഉൽപ്പന്നങ്ങളും സേവനങ്ങളും അമേരിക്കയിലേക്ക് കയറ്റുമതി ചെയ്യുന്നതിന് പ്രചോദനം നൽകി. ആഗോളീകരണമെന്നത് പലരാഷ്ട്രങ്ങൾക്കും പൊതുചെലവിന്റെ ഇടിവും ദേശീയ വിപണിവ്യവസ്ഥയുടെ നിരാകരണവുമായിരുന്നു. ഈ സന്ദർഭത്തിൽ കയറ്റുമതി കേന്ദ്രീകൃതമായ പ്രമുഖ വിപണികൾ അമേരിക്ക ഈ രാഷ്ട്രങ്ങൾക്കായി തുറന്നുകൊടുത്തു. ഇന്നുകാണുന്ന ക്രമപ്രവൃദ്ധമായ ധനക്കമ്മി തെളിയിക്കുന്നത് അമേരിക്കൻ കടക്കെണി തന്നെയാണ്. അതായത് ലോകരാഷ്ട്രങ്ങളിൽനിന്നും അമേരിക്കയിലേക്കൊഴുകുന്ന പണമൂലധനമാണ് അമേരിക്കയുടെ അടിത്തറ. പെരുകുന്ന വിദേശകടം നിലനിൽക്കെ തന്നെ അമേരിക്കയിലേക്കൊഴുകുന്ന ഈ ധനപ്രവാഹത്തിന്റെ അടിസ്ഥാനമാവട്ടെ അമേരിക്കയുടെ ഡോളർ മേധാവിത്വവും. ഏറ്റവും സുസ്ഥിരമായ കറൻസിയെന്ന നിലയിൽ ഡോളറിനുകൈവന്ന ഈ അധിനിവേശസ്വഭാവം, ഇതരലോകരാഷ്ട്രങ്ങളെ അവയുടെ ധനക്കൂമ്പാരങ്ങൾ ഡോളർ രൂപത്തിലാക്കാനും സാർവദേശീയമായ നാണയവിനിമയമായി ഡോളറിനെ ദൃഢീകരിക്കാനും പ്രേരണ നൽകി. അങ്ങനെ ഡോളറിന് ഉന്നതവും സുസ്ഥിരവുമായ സാർവദേശീയ ഡിമാന്റ് കൈവന്നു. ഇത് ലോകരാഷ്ട്രങ്ങളുടെ ഉൽപ്പന്നങ്ങൾ കുറഞ്ഞവിലയ്ക്ക് വാങ്ങിക്കൂട്ടാൻ അമേരിക്കയ്ക്ക് സഹായകമായി.

യു എസിന്റെ ധനമേഖലയെ പിളർക്കുന്ന ഈ പ്രതിസന്ധിയുടെ പശ്ചാത്തലത്തിൽ വർത്തമാന ആഗോളസാമ്പത്തിക ക്രമത്തിന്റെ സുസ്ഥിരതയുമായി ബന്ധപ്പെട്ട് ഗുരുതരമായ ചില ചോദ്യങ്ങൾ ഉയർന്നുവരുന്നുണ്ട്. ധനപ്രതിസന്ധിയെ തുടർന്നുവന്ന സാർവദേശീയ കടം അമേരിക്കയെയും ഇതര വികസിതസമ്പദ്‌വ്യവസ്ഥകളെയും മാന്ദ്യത്തിലാഴ്ത്തുന്നതാണ്. ഇതിന് ആഗോളസമ്പദ്‌വ്യവസ്ഥയെ പൊതുവെയും ഇന്ത്യയെപ്പോലുള്ള വികസ്വര രാജ്യങ്ങളെ വിശേഷിച്ചും ആഘാതമേൽപ്പിക്കാൻ കഴിയും. 1990-കൾ മുതലാരംഭിച്ച വികസ്വരരാഷ്ട്രങ്ങളിലെ ധനപ്രതിസന്ധി, ദക്ഷിണ പൂർവേഷ്യൻ രാജ്യങ്ങളിൽ ഗുരുതരമായ ആഘാതപ്രത്യാഘാതങ്ങളുളവാക്കിയിരുന്നു. തൊഴിലിന്റെയും വരുമാനത്തിന്റെയും ഇടിവ്, തൊഴിലാളിവർഗങ്ങളുടെ ജീവിതനിലവാരത്തിന്റെ ഗണ്യമായ തകർച്ച എന്നിവയാണവ.

അമേരിക്കയിലെ ധനപ്രതിസന്ധിയെത്തുടർന്ന് വാൾട്ട്സ്ട്രീറ്റ് മുതൽ ഏഷ്യൻ വിപണികൾവരെ, പ്രതിസന്ധികൾ ചുഴറ്റിയടിക്കാൻ തുടങ്ങി. ഇന്ത്യയിൽ രൂപയുടെ മൂല്യം ഗണ്യമായി കുറഞ്ഞു. FII യുടെ സാമ്പത്തിക സ്തംഭനാവസ്ഥയുമായി ബന്ധപ്പെട്ടാണിത് പ്രത്യക്ഷപ്പെട്ടത്. അവർ ഇന്ത്യൻ സ്റ്റോക്ക്മാർക്കറ്റിലെ പ്രബല വിൽപ്പനവിഭാഗമായിരുന്നു.

2008 ഏപ്രിൽ – ജൂൺ വരെയുള്ള കാലയളവിൽ 4.2 ബില്യൺ ഡോളർ അവർ വാരിക്കൂട്ടി. ഇതിന്റെയെല്ലാം പശ്ചാത്തലത്തിൽ ഇന്ത്യൻഭരണ കൂടം അതിന്റെ സാമ്പത്തികനയത്തെപ്പറ്റി പുനരാലോചിക്കേണ്ട സമയം അതിക്രമിച്ചിരിക്കുന്നു. സമീപഭാവിയിലൊന്നും തന്നെ ആഗോളവിപണി യിൽനിന്നും ആഭ്യന്തരസാമ്പത്തിക പുരോഗതിക്കുള്ള പ്രചോദനം ലഭി ക്കുമെന്ന് പ്രതീക്ഷിക്കേണ്ടതില്ല. അതുകൊണ്ട്, തൊഴിൽ ഉദാരീകരണം, വിദേശവിപണി എന്നീ രംഗങ്ങളിൽനിന്നും കേന്ദ്രശ്രദ്ധ, ആഭ്യന്തര വിപണി അടിത്തറയുള്ള സാമ്പത്തിക പുരോഗതിയെന്ന ലക്ഷ്യത്തി ലേക്ക് തിരിച്ചുവിടേണ്ടിയിരിക്കുന്നു. അതുപോലെതന്നെ അമേരിക്ക ഇന്നു നേരിടുന്ന ഗുരുതരമായ സാമ്പത്തികമാന്ദ്യത്തിന്റെ ചുഴലിയിൽനിന്നും പാഠം പഠിച്ച് ഇന്ത്യ സ്വന്തമായ ഒരു സമ്പദ്‌വ്യവസ്ഥയ്ക്ക് രൂപംകൊടു ക്കേണ്ടതിനെക്കുറിച്ച് ചിന്തിക്കേണ്ടിയിരിക്കുന്നു. ധനമേഖലയിലെ ഉദാ രീകരണവും നിയന്ത്രണരാഹിത്യവും ഉപേക്ഷിച്ച് നിർണായകമേഖല കളിൽ ക്രമീകരണങ്ങൾ കർശനമായി ഏർപ്പെടുത്തേണ്ടിയിരിക്കുന്നു.

7

സാമ്പത്തിക പ്രതിസന്ധിയും ഗ്രാമീണജനതയും

വെങ്കിടേഷ് ആത്രേയ

തുടക്കത്തിൽ ആഗോള സാമ്പത്തിക കുഴപ്പം ഇന്ത്യൻ സമ്പദ്ഘടനയെ സാരമായി ബാധിക്കില്ലെന്ന നിലപാട് എടുത്തിരുന്ന കേന്ദ്ര സർക്കാർ ഇപ്പോൾ സ്ഥിതി അതല്ലെന്ന് സമ്മതിക്കുന്ന അവസ്ഥയിലെത്തിയിട്ടുണ്ട്. 2008 ജൂലൈ മാസത്തിലെ എക്കണോമിക്സ് ഔട്ട്‌ലുക്ക് പേപ്പറിൽ ഇന്ത്യൻ സമ്പദ്ഘടനയിൽ 2008–09 വർഷത്തേക്ക് 7.7 ശതമാനം വളർച്ച പ്രതീക്ഷിച്ചിരുന്നത് 2009 ജനുവരി പകുതിയിൽ നടന്ന പ്രധാനമന്ത്രിയുടെ ധനകാര്യ ഉപദേശക സമിതിയുടെ അവലോകനത്തിൽ തിരുത്തിയിട്ടുണ്ട്. സാമ്പത്തിക വളർച്ചാ നിരക്ക് 7.1 ശതമാനമാക്കി കുറയ്ക്കുമെന്ന് സമ്മതിക്കാൻ ധനകാര്യ ഉപദേശകസമിതി തയാറായിട്ടുണ്ട്. എന്നാൽ ഇതുപോലും ഐ എം എഫ് അടക്കമുള്ള ധനകാര്യ സ്ഥാപനങ്ങളുടെയും ധനകാര്യ വിദഗ്ധന്മാരുടെയും 5–6 ശതമാനത്തിനിടയിൽ വളർച്ച കൈവരിക്കുമെന്നുള്ള പ്രവചനങ്ങളെക്കാളും മുകളിലാണ്.

എന്നാൽ മൊത്ത ദേശീയ ഉൽപ്പാദനത്തിന്റെ വളർച്ചയിൽ പ്രശ്നം ഒതുങ്ങുന്നില്ല. കഴിഞ്ഞ പത്തു വർഷത്തോളമായി ദേശീയ ഉൽപ്പാദനം 6 മുതൽ 9 ശതമാനം വരെ വളർച്ച കൈവരിച്ചുവന്നിരുന്നുവെങ്കിലും ഇന്ത്യയിലെ കാർഷിക മേഖലയിലും ഗ്രാമീണ സമ്പദ്ഘടനയും കടുത്ത പ്രതിസന്ധിയിലൂടെ പൊയ്ക്കൊണ്ടിരിക്കുകയായിരുന്നു. ഈ കാലയളവിലെ കാർഷികമേഖലയുടെ വളർച്ച പ്രത്യേകിച്ചും ഭക്ഷ്യ–ധാന്യ ഉൽപ്പാദന മേഖലയിൽ തീർത്തും നിരാശാജനകമായിരുന്നു. 1999–2000 വർഷത്തിലേയും 2006–07 വർഷത്തിലേയും കണക്കുകൾവെച്ച്, ഉൽപ്പാദനക്ഷമതയിലും കൃഷിഭൂമിയുടെ അളവിലും നിലനിൽക്കുന്ന സ്തംഭനാവസ്ഥ, ഈ മേഖലയുടെ വളർച്ച പൂജ്യത്തിനോടടുത്ത നിരക്കിലാണെന്ന് കാണിക്കുന്നു. കാർഷികമേഖലയേയും ഭക്ഷ്യ–ധാന്യ ഉൽപ്പാദന

മേഖലയേയും പുനരുജ്ജീവിപ്പിക്കുന്നതിന് എന്തെങ്കിലും നിർണായക നേട്ടം ഈ കാലഘട്ടത്തിലുണ്ടായിട്ടില്ല. ഗ്രാമീണ തൊഴിൽമേഖലയാവട്ടെ 1983–84, 1993–94 കാലത്തെ അപേക്ഷിച്ച് 93–94, 2004–05 കാലത്ത് വളരെ കുറഞ്ഞ വളർച്ചയാണ് രേഖപ്പെടുത്തിയിട്ടുള്ളതെന്ന് കാണാം. 1993–94 നും 1999–2000 ത്തിനുമിടയിൽ കാർഷിക തൊഴിൽ മേഖലയിൽ വളർച്ച യൊന്നുമുണ്ടായിട്ടില്ലെന്നും മറ്റു ഗ്രാമീണ തൊഴിൽരംഗങ്ങളിൽ നിസ്സാര വളർച്ച മാത്രമാണുണ്ടായതെന്നും കാണാൻ കഴിയും.

1999–2000, 2004–05 കാലത്ത് തൊഴിൽ മേഖല താരതമ്യേന മെച്ച പ്പെട്ട വളർച്ച കാണിക്കുന്നുണ്ടെങ്കിലും ഇത് സ്വയംതൊഴിൽ മേഖലയുടെ, ഏകദേശം പൂർണമായും പാരമ്പര്യേതര മേഖലയുടെ സംഭാവനയാ ണെന്നു കാണാവുന്നതാണ്. ഇതിലെ വരുമാനം അതായത് കൂലിയിൽ നിന്നും സ്വയം തൊഴിലിൽ നിന്നുമുള്ളതടക്കം തീരെ നിസ്സാരവുമാണ്.

1999–2000 മുതൽ 2004–05 വരെയുള്ള തൊഴിൽ വളർച്ചയായ 60 ദശലക്ഷത്തിൽ (396.8 ദശലക്ഷത്തിൽനിന്ന് 457.5 ദശലക്ഷത്തിലേക്ക്) 52 ദശലക്ഷവും അസംഘടിത മേഖലയിലാണ്. അതോടൊപ്പം സംഘടിത മേഖലയിലെ തൊഴിൽ വളർച്ചയുടെ ഏറിയ പങ്കും പാരമ്പര്യേതര മേഖലയിലാണെന്നതും കാണേണ്ടതുണ്ട്. സത്യത്തിൽ പരമ്പരാഗത തൊഴിലവസരങ്ങൾ - അത് സംഘടിത-അസംഘടിത മേഖലകൾ മൊത്തത്തിൽ കണക്കാക്കുമ്പോൾ 1999–2000 ത്തിനും 2004–05 നുമിടയ്ക്ക് കുറയുകയാണുണ്ടായതെന്ന് കാണാനാവും. ഗ്രാമീണ തൊഴിൽ മേഖലയുടെ തകർച്ചയും ഗുണക്കുറവും കുറഞ്ഞ വേതനവും ഗ്രാമീണ സമ്പദ്ഘടനയിൽ സൃഷ്ടിച്ച പ്രതിസന്ധിയാണ് മുമ്പു കണ്ടിട്ടില്ലാത്ത വിധത്തിൽ ലക്ഷക്കണക്കിന് കർഷകരെ ആത്മഹത്യയിലേക്ക് തള്ളിവി ടുന്ന പ്രതിഭാസം സൃഷ്ടിച്ചിട്ടുള്ളത്.

ഗ്രാമീണ സമ്പദ്ഘടനയേയും കാർഷികമേഖലയേയും അഞ്ച് വ്യത്യ സ്ത രീതികളിലാണ് നവലിബറൽ പരിഷ്കാരങ്ങൾ ബാധിച്ചിട്ടുള്ളത്. മാറിമാറി വന്ന കേന്ദ്രസർക്കാരുകളുടെ, ധനകമ്മി കുറയ്ക്കുന്നതിനുവേണ്ടി ചെലവു ചുരുക്കുകയെന്ന ഏക ലക്ഷ്യത്തോടെയുള്ള നടപടികൾ കാർഷികചെലവുകൾ വർധിപ്പിക്കുന്നതിനിടയാക്കി. കാർഷികോൽപ്പന്ന ങ്ങളുടെ ഇറക്കുമതിയിൽ നിയന്ത്രണങ്ങൾ നീക്കിയതും ഇറക്കുമതിച്ചുങ്കം സാധ്യമായതിനേക്കാളും വളരെ കുറഞ്ഞ നിരക്കിലേക്ക് താഴ്ത്തി നിശ്ച യിച്ചതും ഇറക്കുമതി വൻതോതിൽ വർദ്ധിക്കാനും കാർഷികോൽപ്പന്ന ങ്ങളുടെ ആഭ്യന്തര വില ഇടിയുന്നതിനും കാരണമാക്കി. ആഗോള സാമ്പ ത്തിക മാന്ദ്യത്തിന്റെ ഭാഗമായി ലോക കമ്പോളത്തിൽ തൊണ്ണൂറുകൾ ക്കുശേഷമുണ്ടായ വൻതോതിലുള്ള വിലക്കുറവ് പ്രശ്നം രൂക്ഷമാക്കു കയും ചെയ്തു. മൂന്നാമതായി, ധനകാര്യമേഖലയിലെ ഉദാരവൽക്കരണ നയങ്ങൾമൂലം കർഷകരുടെയും ചെറുകിട ഉൽപ്പാദകരുടെയും വായ്പാ സാധ്യതകൾ കുറഞ്ഞു. പരമ്പരാഗത മേഖലകൾക്കുള്ള പലിശ വർധിപ്പി ക്കുകയും പരമ്പരാഗത മേഖലകൾക്കുള്ള മുൻഗണന ഇല്ലാതാക്കുകയും ചെയ്തു. കർഷകരാകട്ടെ പലിശ കൂടിയ മറ്റു വായ്പകളെ ആശ്രയിക്കാൻ

നിർബന്ധിതരായി. നാലാമതായി പണക്കമ്മി സൃഷ്ടിക്കുന്ന സ്ഥൂല സാമ്പത്തികനയങ്ങൾ ഗ്രാമീണമേഖലയുടെ ക്രയശേഷിയിലും അടിസ്ഥാന സൗകര്യങ്ങളിലും വൻതോതിലുള്ള തകർച്ചയുണ്ടാക്കി. ഗ്രാമീണ മേഖലയുടെ വിതരണ ചോദന പ്രവർത്തനങ്ങളെ ഇത് വളരെ പ്രതികൂലമായി ബാധിച്ചു. കാർഷിക മേഖലയ്ക്കു പുറമേ വിദ്യാഭ്യാസം, ആരോഗ്യം തുടങ്ങിയ മേഖലകളെപ്പോലും പ്രതികൂലമായി ബാധിക്കുന്ന സ്ഥിതിയാണുണ്ടായത്. അഞ്ചാമതായി പൊതുവിതരണ സംവിധാനത്തിലുണ്ടായ തകർച്ച ഗ്രാമീണ സമ്പദ്ഘടനയിലെ കുഴപ്പങ്ങൾ വർധിപ്പിക്കുന്നതിനും ഗ്രാമീണ ദാരിദ്ര്യത്തിന്റെ വ്യാപ്തി കൂട്ടുന്നതിനും ഇടയാക്കി. ഇത്തരത്തിലുള്ള നയങ്ങൾ രാജ്യത്തെ അധ്വാനിക്കുന്ന ജനവിഭാഗങ്ങളുടെ ജീവിതാവസ്ഥയെ ദോഷകരമായി ബാധിച്ചതിന്റെ ഒട്ടേറെ ദൃഷ്ടാന്തങ്ങൾ സാമൂഹ്യ പ്രവർത്തകരും വിദഗ്ധന്മാരും ചൂണ്ടിക്കാണിച്ചിട്ടുണ്ട്.

അങ്ങനെ പ്രതിസന്ധിയിൽപ്പെട്ടുഴലുന്നതും ദുർബലവുമായ ഗ്രാമീണ സമ്പദ്ഘടനയാണ് ഇപ്പോൾ ആഗോള സാമ്പത്തിക പ്രതിസന്ധിക്കു വിധേയമാവുന്നത്. ഗ്രാമക്ഷേമത്തിനുള്ള എല്ലാ പ്രവർത്തനങ്ങളും അത് പോഷകാഹാരത്തിന്റേതോ, തൊഴിലിൽ നിന്നുള്ള വരുമാനത്തിന്റേതോ, പുനരധിവാസത്തിന്റേയോ ഏതു കാര്യത്തിലായാലും, ബഹുഭൂരിപക്ഷം ഗ്രാമീണജനതയും സന്നിഗ്ധാവസ്ഥയെയാണ് നേരിടുന്നത്. ഗ്രാമീണമേഖലയിൽ ആഗോള സാമ്പത്തിക പ്രതിസന്ധി ഏൽപ്പിക്കുന്ന ആഘാതം വരും മാസങ്ങളിൽ കൂടുതൽ വ്യക്തമാവും. പ്രതിസന്ധി കൈകാര്യം ചെയ്യുന്നതിന് സർക്കാരെടുക്കുന്ന നയപരമായ നടപടികളുമായി ഇതിന് ബന്ധമില്ലാതിരിക്കാൻ കഴിയില്ല. എന്നാൽ ഗ്രാമീണമേഖലയിലെ അടിസ്ഥാന സൗകര്യ മേഖലകളിലോ ഉൽപ്പാദന മേഖലകളിലോ നിക്ഷേപം വർധിപ്പിച്ച് തൊഴിലവസരം സൃഷ്ടിക്കുകയോ അതുവഴി പ്രതിസന്ധിയുടെ ആഘാതം കുറയ്ക്കുയോ ചെയ്യാൻ കേന്ദ്രസർക്കാർ സന്നദ്ധമായിട്ടില്ല. മറിച്ച് ഉദാരവൽക്കരണ നടപടികൾ ശക്തിപ്പെടുത്തി വിദേശ സ്വകാര്യ നിക്ഷേപത്തിനു മുന്നിൽ ധനമേഖല തുറന്നുകൊടുക്കുന്ന നയങ്ങളുമായി മുന്നോട്ടു പോകാനാണ് സർക്കാർ യഥാർഥത്തിൽ തീരുമാനിച്ചിട്ടുള്ളത്. സർക്കാർ പ്രഖ്യാപിച്ചിട്ടുള്ള രണ്ട് സാമ്പത്തിക ഉത്തേജക പാക്കേജുകളും ഒന്നിച്ചു ചേർത്താൽപ്പോലും ദേശീയ വരുമാനത്തിന്റെ ഒരു ശതമാനത്തിൽ താഴെമാത്രം വരുന്ന തികച്ചും അപര്യാപ്തമായ ഒന്നാണെന്ന് കാണാൻ കഴിയും.

ഗ്രാമങ്ങളിലെ തൊഴിലെടുക്കുന്ന ജനങ്ങളുടെ ഉപജീവന സാധ്യതകൾക്ക് ഗുരുതരമായ വെല്ലുവിളിയാണ് ആഗോളപ്രതിസന്ധി സൃഷ്ടിക്കുന്നതെന്ന് വളരെ വ്യക്തമാണ്. സർക്കാരിന്റെയും മാധ്യമങ്ങളുടെയും ശ്രദ്ധ ധനകാര്യ മേഖലയ്ക്കും കോർപ്പറേറ്റ് സ്ഥാപനങ്ങൾക്കും സഹായമെത്തിക്കുന്നതിൽ കേന്ദ്രീകരിച്ചിരിക്കെ തൊഴിൽ, ഭക്ഷ്യസുരക്ഷ, ചെറുകിട–ഇടത്തരം ഉൽപ്പാദനമേഖല തുടങ്ങിയവയെക്കുറിച്ചുള്ള ചർച്ചകൾ പോലും നടക്കുന്നില്ല. യഥാർഥത്തിൽ അതാണ് നാം ശ്രദ്ധിക്കേണ്ടത്. ഗ്രാമീണ മേഖലയിലെ തൊഴിലാളികളുടെ പ്രശ്നമാണ് ഏറെ ശ്രദ്ധ

വേണ്ട മറ്റൊന്ന്. ഗ്രാമീണ തൊഴിലാളികൾക്ക് മുമ്പത്തേക്കാളും തൊഴിൽ നഷ്ടമുണ്ടാവുന്നതായും ഗ്രാമങ്ങളിൽനിന്ന് പട്ടണങ്ങളിലേക്ക് തൊഴിലിനും മറ്റുമായുള്ള കുടിയേറ്റങ്ങൾ കൂടുന്നതായും മനസിലാക്കാം. നിർമാണ മേഖലയിലും മറ്റു സേവന തുറകളിലുമുള്ള തൊഴിലവസരങ്ങളെ സാമ്പത്തിക തകർച്ചയും അതിന്റെ ഭാഗമായ പ്രതിസന്ധിയും തികച്ചും പ്രതികൂലമായി ബാധിക്കുകയാണ്. അതുപോലെത്തന്നെ വികസിത മുതലാളിത്ത രാജ്യങ്ങളിലെ സാമ്പത്തിക തകർച്ച കയറ്റുമതി വളർച്ച കുറയ്ക്കുകയോ-ഒരുപക്ഷേ കയറ്റുമതി തകർച്ചയ്ക്കുതന്നെ കാരണമാകുകയോ ചെയ്യുന്നു. ഇത് ഗ്രാമങ്ങളിലേയും പട്ടണങ്ങളിലേയും തൊഴിൽലഭ്യതയെ ബാധിക്കും. ഇന്ത്യയുടെ കയറ്റുമതിയുടെ സിംഹഭാഗവും കാർഷികഉൽപ്പന്നങ്ങളും അധ്വാന സാന്ദ്രീകൃതമായ തുണിത്തരങ്ങൾ, വസ്ത്രങ്ങൾ, തുകൽഉൽപ്പന്നങ്ങൾ, കൃത്രിമ വൈരങ്ങൾ, ആഭരണങ്ങൾ, കരകൗശല ഉൽപ്പന്നങ്ങൾ തുടങ്ങിയവയുമാണ്. കൃഷി കഴിഞ്ഞാൽ ഏറ്റവുമധികം തൊഴിൽ നൽകുന്ന തുണിവ്യവസായമേഖല കയറ്റുമതി രംഗത്ത് കടുത്ത പ്രതിസന്ധിയാണ് നേരിടുന്നത്. ഇതിനകംതന്നെ 7 ലക്ഷം തൊഴിലാളികൾക്ക് തൊഴിൽ നഷ്ടപ്പെട്ടെന്നും 2009 മാർച്ചോടെ മറ്റൊരു 5 ലക്ഷം പേർ പിരിച്ചുവിടലിന് വിധേയമാകുമെന്നും കോൺഫെഡറേഷൻ ഓഫ് ഇന്ത്യൻ ടെക്സ്റ്റൈൽ ഇൻഡസ്ട്രീസിന്റെ ഒരു റിപ്പോർട്ട് ചൂണ്ടിക്കാട്ടുന്നു. അതേ റിപ്പോർട്ടിൽത്തന്നെ അമേരിക്കയിലെ സാമ്പത്തിക തകർച്ച പ്രത്യേകിച്ചും വാഹന വ്യവസായമേഖലയിലെ തകർച്ച മൂലം തമിഴ്നാട്ടിലെ ചെറുകിട ഇടത്തരം കരകൗശല വ്യവസായങ്ങളിൽ നിന്നുള്ള കയറ്റുമതി ഇല്ലാതാക്കിയെന്ന് ചൂണ്ടിക്കാട്ടുന്നു. അതിനാൽ 5 ലക്ഷത്തോളം തൊഴിൽ നഷ്ടപ്പെട്ടതായും റിപ്പോർട്ടിൽ പറയുന്നുണ്ട്. തിരുപ്പൂരിലെ ഏറെ പ്രകീർത്തിക്കപ്പെട്ട വസ്ത്രനിർമാണ വ്യവസായ മേഖലയും കടുത്ത പ്രതിസന്ധിയിലാണ്. ഇത്തരം പ്രതിസന്ധി ഘട്ടങ്ങളിൽ ചെറുകിട-ഇടത്തരം വ്യവസായങ്ങൾ വായ്പാ സൗകര്യങ്ങളുടെ ലഭ്യതക്കുറവും വർധിച്ച പലിശ ബാധ്യതയും നേരിടുന്നതിനോടൊപ്പം വൻകിട സ്ഥാപനങ്ങളിൽനിന്നും ഉൽപ്പന്നങ്ങൾക്ക് കിട്ടേണ്ട വില കൃത്യസമയത്ത് ലഭ്യമാവാത്തതിന്റെ പ്രയാസങ്ങളും അനുഭവിക്കേണ്ടിവരുന്നു.

കാർഷികമേഖലയിലും കയറ്റുമതി കുറയുകയാണ്. നിയന്ത്രണങ്ങൾ ഇല്ലാതായതും ഇറക്കുമതി ചുങ്കം വെട്ടിക്കുറച്ചതും ഇറക്കുമതി വർധിപ്പിക്കുന്നു. ഇങ്ങനെ കയറ്റുമതി കുറയുകയും ഇറക്കുമതി കൂടുകയും ചെയ്യുന്നത് ഗ്രാമീണ കാർഷികമേഖലയെ കടുത്ത പ്രതിസന്ധിയിലാക്കുന്നു. കൂടുതൽ വിസ്തരിക്കാതെ തന്നെ സാമ്പത്തിക പ്രതിസന്ധിയുടെ പ്രധാനഫലം ഗ്രാമീണ തൊഴിലവസരത്തിലുണ്ടായ വൻതോതിലുള്ള ചോർച്ചയാണെന്ന നിഗമനത്തിൽ എത്താവുന്നതാണ്.

അതുകൊണ്ടുതന്നെ ഉൽപ്പാദനമേഖലയിൽ വൻതോതിൽ തൊഴിലവസരം സൃഷ്ടിക്കലാണ് ഗ്രാമീണ ജനതയെ സാമ്പത്തിക കുഴപ്പം ബാധിക്കുന്നത് തടയാൻ ചെയ്യേണ്ടത്. ഇടതുപക്ഷ പാർട്ടികളും മറ്റു പുരോഗമന പ്രസ്ഥാനങ്ങളും ഐക്യ പുരോഗമന മുന്നണി സർക്കാരിൽ നടത്തിയ സമ്മർദത്തിന്റെ ഫലമായി രൂപപ്പെട്ട ചില നിയമങ്ങൾ

മാത്രമാണ് ഈയവസരത്തിൽ പ്രതീക്ഷയ്ക്ക് വക നൽകുന്നത്. പൊതു മിനിമം പരിപാടിയുടെ ഭാഗമായി വന്ന ആദിവാസി വനാവകാശ നിയമം, ദേശീയ ഗ്രാമീണ തൊഴിലുറപ്പുനിയമം തുടങ്ങിയവയാണിത്. തൊഴിലുറപ്പുനിയമം ഇന്നത്തെ സാഹചര്യത്തിൽ ഏറെ പ്രാധാന്യമുള്ളതാണ്. ഉദ്യോഗസ്ഥന്മാരുടെയും നയനിർമാതാക്കളുടെയും നവലിബറൽ മാനസികാവസ്ഥയും തൊഴിലാളികളുടെ അജ്ഞതയും സൃഷ്ടിക്കുന്ന ചില പരിമിതികൾ നടപ്പിലുണ്ടെങ്കിലും, ഗ്രാമീണ ജീവിതത്തിൽ വലിയ മാറ്റമാണ് തൊഴിലുറപ്പുനിയമം പ്രദാനം ചെയ്തിട്ടുള്ളത്. മുമ്പുണ്ടായിരുന്ന തൊഴിൽ പദ്ധതിയായ എസ് ജി ആർ വൈ നടപ്പിലാക്കിയ 586 ജില്ലകളിൽ 2005–06 ൽ 82 കോടി തൊഴിൽ ദിനങ്ങളാണ് സൃഷ്ടിക്കപ്പെട്ടത്. എന്നാൽ തൊഴിലുറപ്പുനിയമം നടപ്പാക്കിയ 200 ജില്ലകളിൽ 2006–07 ൽ 91 കോടി തൊഴിൽദിനം ഉണ്ടായി. 2007–08 ലെ ആദ്യത്തെ ഒമ്പതുമാസത്തിനുള്ളിൽ ത്തന്നെ 330 ജില്ലകളിലായി 86 കോടി തൊഴിൽ ദിനങ്ങൾ സൃഷ്ടിക്കപ്പെട്ടു കഴിഞ്ഞു. 2008–09 ൽ തൊഴിലുറപ്പു നിയമപ്രകാരം 4.5 കോടി ഗ്രാമീണ ഭവനങ്ങളിൽ എന്തെങ്കിലും നിലയിലുള്ള തൊഴിൽ ലഭ്യമാവുമെന്നാണ് സർക്കാർ അവകാശപ്പെടുന്നത്.

നേരത്തെ സൂചിപ്പിച്ചതുപോലെ തൊഴിലുറപ്പു പരിപാടി നടത്തിപ്പു പ്രശ്നങ്ങളില്ലാത്തതല്ല. ഔദ്യോഗിക അവലോകനത്തിൽ തന്നെ 2006–08 വരെയുള്ള രണ്ടു വർഷത്തെ അനുഭവത്തിൽ ചില പ്രത്യേക പ്രശ്നങ്ങൾ കണ്ടെത്തിയിട്ടുണ്ട്. അപേക്ഷാ നടപടികൾ പാലിക്കാതിരിക്കുകയും തൊഴിൽ കാർഡ് നൽകുന്നതിൽ കാലതാമസം വരികയും ചെയ്യുക, തീയതിവെച്ച രസീതുകൾ നൽകാതിരിക്കുക, ആവശ്യാനുസരണം പദ്ധതികളില്ലാത്തതിനാൽ തൊഴിൽ നൽകിതുടങ്ങുന്നതിന് കാലതാമസം വരിക, തൊഴിൽ കാർഡ്, മസ്റ്റർ റോൾ, അളവു പുസ്തകം, ജി പി റിക്കോർഡുകൾ തുടങ്ങിയ പ്രധാന രേഖകൾ സൂക്ഷിക്കാതിരിക്കുക, പണി അളന്ന് പണം നൽകുന്നതിന് താമസം വരിക തുടങ്ങിയവയാണിവ.

ഗ്രാമ വികസന വകുപ്പിൽ കിട്ടിയ 265 പരാതികളിൽ 54 എണ്ണം ഫണ്ട് ലഭ്യമാക്കുന്നതിലെ അപാകത സംബന്ധിച്ചതും 48 എണ്ണം മസ്റ്റർ റോൾ, കൂലി കൊടുക്കൽ, നഷ്ടം നികത്തൽ തൊഴിലില്ലായ്മയ്ക്കുള്ള അലവൻസ് നൽകൽ തുടങ്ങിയവ സംബന്ധിച്ചും 36 എണ്ണം അപേക്ഷ രജിസ്റ്റർ ചെയ്യുക, തൊഴിൽ കാർഡ് നൽകുക എന്നിവ സംബന്ധിച്ചും 33 എണ്ണം പദ്ധതി നടത്തിപ്പ് സംബന്ധിച്ചുമായിരുന്നു. 15 എണ്ണം മാത്രമാണ് അഴിമതി സംബന്ധമായി വന്നത്. ശേഷിക്കുന്ന 16 എണ്ണം പൊതു അപാകതകൾ സംബന്ധിച്ചുള്ളതായിരുന്നു. പരാതികൾ വിശകലനം ചെയ്യുക എന്നതിനപ്പുറം അഴിമതി ഒരു പ്രശ്നമേയല്ല എന്നു സ്ഥാപിക്കലല്ല ഈ കണക്കു കൊണ്ടുദ്ദേശിക്കുന്നത്. യഥാർഥത്തിൽ ആന്ധ്രയിൽ നടന്ന ചില സോഷ്യൽ ഓഡിറ്റിങ് നടപടികളിൽ സാമ്പത്തിക തിരിമറി നടത്തിയ ചില വ്യക്തികൾ തിരിമറി നടത്തിയ തുക തിരിച്ചടച്ച് തുടർന്ന് സൽസ്വഭാവികളായിക്കൊള്ളാമെന്ന് വാഗ്ദാനം ചെയ്തത് അഴിമതിയും സാമ്പത്തിക തിരിമറികളും തൊഴിലുറപ്പു പദ്ധതിക്ക് അന്യമല്ല എന്നുതന്നെയാണ് കാണിക്കുന്നത്.

എന്നാൽ രാജ്യമെമ്പാടുമുള്ള അനുഭവങ്ങളിൽ നിന്നു മനസിലാവുക ജനങ്ങളിൽ പദ്ധതിയെപ്പറ്റിയുള്ള അവബോധവും തിരഞ്ഞെടുക്കപ്പെട്ട തദ്ദേശ സ്വയംഭരണ സ്ഥാപനങ്ങളുടെ വ്യവസ്ഥാപിത മേൽനോട്ടവുമുണ്ടെങ്കിൽ പദ്ധതിയിലെ ദുരുപയോഗം തടയുന്നതിനും യോഗ്യതയുള്ള ഗുണഭോക്താവിന് പദ്ധതിയുടെ ഗുണം ലഭ്യമാവുന്നതിനും കഴിയുമെന്നു തന്നെയാണ്. പദ്ധതി വിജയകരമായി നടപ്പാക്കിയ ഇടങ്ങളിലൊക്കെ തൊഴിലാളികളുടെ നഗരങ്ങളിലേക്കുള്ള പലായനം കുറയ്ക്കുന്നതിനും ദരിദ്രരുടെ ജീവിതം മെച്ചപ്പെടുത്തുന്നതിനും കഴിഞ്ഞിട്ടുള്ളതായാണ് റിപ്പോർട്ടു ചെയ്തിട്ടുള്ളത്. പട്ടികജാതി പട്ടികവർഗ വിഭാഗങ്ങളും ഭൂരഹിത-ഭവനരഹിത ജനങ്ങളും മറ്റു ജനവിഭാഗങ്ങളെക്കാൾ കൂടിയ അളവിൽ പങ്കാളികളാകുന്നു. പദ്ധതി പ്രവർത്തനങ്ങളിൽ ഇങ്ങനെ പദ്ധതി വലിയതോതിൽ ഒരു സ്വയം നിർണയ പരിപാടിയായി മാറുന്നുവെന്ന് കാണാൻ കഴിയും. മൂന്നിലൊന്നു ഗുണഭോക്താക്കൾ സ്ത്രീകളായിരിക്കണമെന്നാണ് നിയമം വ്യവസ്ഥ ചെയ്യുന്നതെങ്കിലും സ്ത്രീപങ്കാളിത്തം അതിനേക്കാളൊക്കെ വർധിച്ചു നിൽക്കുന്നതായാണ് തമിഴ്നാടു പോലുള്ള സംസ്ഥാനങ്ങളിലെ അനുഭവം.

രാജ്യത്തെ ചില പ്രദേശങ്ങളിലെങ്കിലും സ്ത്രീകൾക്ക് ആദ്യമായി പുരുഷനു തുല്യം കൂലി കിട്ടുന്നതിന് തൊഴിലുറപ്പു പദ്ധതി കാരണമായി. തൊഴിലുറപ്പു പരിപാടിയുമായി ബന്ധപ്പെട്ട് ഗ്രാമവികസന മന്ത്രാലയത്തിൽനിന്ന് കിട്ടിയ ചില പ്രാഥമിക വിവരങ്ങൾ ചുവടെ പട്ടികപ്പെടുത്തുന്നു.

ഈ അവസരത്തിൽ *ഹിന്ദുപത്ര*ത്തിന്റെ ചില നിരീക്ഷണങ്ങൾ (23-1-2008) ശ്രദ്ധിക്കേണ്ടതാണ്.

	2006-07 മാർച്ചുവരെ	2007-08 ഡിസംബർ വരെ
തൊഴിൽ ആവശ്യകത	2.12 കോടി വീട്	2.61 കോടി വീട്
തൊഴിൽ നൽകിയത്	2.10 കോടി വീട്	2.57 കോടി വീട്
ഉണ്ടാക്കിയ തൊഴിൽ ദിനം	90.5 കോടി	85.51 കോടി
പട്ടികജാതി	22.95 (25.35%)	23.29 (27.23%)
പട്ടികവർഗം	32.98 (36.44%)	26.56 (31.06%)
വനിത	38.79 (40.65%)	37.72 (44.11%)
മറ്റുള്ളവർ	34.56 (38.18%)	35.67 (41.71%)
ഏറ്റെടുത്ത പ്രവർത്തികൾ	8.35 ലക്ഷം	12.31 ലക്ഷം
ചെലവായ സംഖ്യ	8823.35 കോടി രൂപ	9105.74 കോടി രൂപ
	(ലഭ്യമായ തുകയുടെ 73%)	(ലഭ്യമായ തുകയുടെ 60%)

ഫലപ്രദമായ ഒരു സോഷ്യൽ ഓഡിറ്റിൽ നിന്നും വ്യക്തമാവുന്നത് മികച്ച ചില വിജയകഥകൾ തൊഴിലുറപ്പു പദ്ധതിക്കുണ്ടെന്നാണ്. രാജസ്ഥാനിൽ പദ്ധതിയെ സംബന്ധിച്ച് ജനങ്ങൾക്കിടയിലെ അവബോധം മികച്ചതാണ്, ഇതുമൂലം അവിടെ 2006–07 ൽ ഗ്രാമീണ ഭവനങ്ങളിലോരോന്നിലും ശരാശരി 77 തൊഴിൽ ദിനങ്ങൾ വീതം ലഭ്യമാക്കി. തമിഴ്നാട്ടിൽ സ്ത്രീ പങ്കാളിത്തം 81 ശതമാനം എന്ന നിലയിൽ വളരെ വലുതാണ്. രണ്ടു സംസ്ഥാനങ്ങളിലും വിവിധ ജില്ലകളിൽ നടത്തിയ സോഷ്യൽ ഓഡിറ്റിങ്ങിൽ പണത്തിന്റെ തിരിമറി, പേരു വിവരപ്പട്ടിക മറ്റുമുള്ള അപാകതകൾ, മറ്റ് അഴിമതികൾ തുടങ്ങിയവയൊക്കെ കുറഞ്ഞു വരുന്നതായാണ് കണ്ടത്. ഉത്തർപ്രദേശിലും ജാർഖണ്ഡിലും പൊതുമരാമത്തു പണികളുടെ നടത്തിപ്പിൽ ഗുണപരമായ മാറ്റത്തിന് കാരണമാകാൻ തൊഴിലുറപ്പു പദ്ധതിക്ക് കഴിഞ്ഞു. കേന്ദ്ര തൊഴിലുറപ്പു കൗൺസിൽ പ്രതിനിധികൾ ഉത്തർപ്രദേശിലെ സോനഭദ്ര ജില്ലയിൽ നടത്തിയ ഒരു പരിശോധനയിൽ തൊഴിലുറപ്പു പദ്ധതി നടത്തിപ്പ്, ജോലിക്കുകൂലി ഭക്ഷണം പരിപാടിയുടെ കാലത്തേതിൽ നിന്നും ഒട്ടേറെ ഗുണപരമായ മാറ്റങ്ങൾക്ക് കാരണമായതായി കണ്ടെത്തി. തൊഴിൽ ലഭ്യത വർധിച്ചു, മിനിമം വേതനം നൽകുന്നുണ്ട്, വേതനം നൽകാനുള്ള കാലതാമസം താരതമ്യേന കുറഞ്ഞു, സ്വകാര്യ കരാറുകാരുടെ ചൂഷണ പ്രവണതകൾ കുറഞ്ഞു എന്നിവയാണ് കൗൺസിൽ കണ്ടെത്തിയത്. ചില സംസ്ഥാനങ്ങളിൽ പ്രത്യേകിച്ചും ഒറീസ്സയിൽ അഴിമതി വളരെ പ്രത്യക്ഷത്തിൽ തന്നെ കാണുകയുണ്ടായി, ഇത് പദ്ധതി നടത്തിപ്പിലെ സുതാര്യതയുടെ ആവശ്യകത ബലപ്പെടുത്തുന്നതാണ്. കുട്ടികളുള്ള സ്ത്രീകൾക്കുവേണ്ട അടിസ്ഥാന സൗകര്യങ്ങളുടെ അഭാവം, കൂലി നിരക്കുകളിൽ ന്യായമായ പരിഷ്കരണം നടത്തായ്മ തുടങ്ങിയ ചില നടത്തിപ്പു പ്രശ്നങ്ങളും ശ്രദ്ധിക്കേണ്ടതായിട്ടുണ്ട്. ഇത്തരം പ്രശ്നങ്ങൾ വേഗത്തിൽ ഇടപെടേണ്ടവയാണ്. വലിയ സാമ്പത്തിക വളർച്ചയ്ക്കിടയിലും പരിഗണിക്കപ്പെടാതെ കിടന്ന കോടിക്കണക്കിന് ഗ്രാമീണ ദരിദ്രരുടെ ജീവിതരേഖയായ പദ്ധതിയെ തകിടം മറിക്കുവാൻ ഇത്തരം പ്രശ്നങ്ങളെ അനുവദിക്കാൻ പാടില്ല.

സാമൂഹ്യ പ്രവർത്തകരും നിരീക്ഷകരും സമാനമായ വിലയിരുത്തലുകളാണ് തൊഴിലുറപ്പു പദ്ധതിയുമായി ബന്ധപ്പെട്ടു നൽകിയിട്ടുള്ളത്. ഡ്രസേയും ഖേരയും ചൂണ്ടിക്കാണിക്കുന്നതുപോലെ "തൊഴിലുറപ്പു പദ്ധതിയിൽ തൊഴിൽ ലഭ്യമാവുന്നതിന്റെ ഭാഗമായി കൂലി ഉയരുകയും കുടിയേറ്റങ്ങൾ കുറയുകയും ഉൽപ്പാദന ആസ്തികൾ സൃഷ്ടിക്കപ്പെടുകയും അധികാര സമവാക്യങ്ങൾ മാറുകയും ചെയ്യുന്നു."

തൊഴിലുറപ്പു പദ്ധതിയുടെ നടത്തിപ്പിൽ സംസ്ഥാനങ്ങൾ തമ്മിലും സംസ്ഥാനങ്ങളിൽത്തന്നെ ജില്ലകൾക്കിടയിലും ഒട്ടേറെ വ്യത്യസ്തതകളുണ്ട്. ഗ്രാമീണ ദരിദ്രർക്ക് തൊഴിൽ നൽകുന്ന പദ്ധതിയുടെ ഗുണപരത ഊന്നിപ്പറയുന്നതിനോടൊപ്പം പദ്ധതി തൊഴിലാളികൾക്കും സമൂഹത്തിനും കൂടുതൽ ഗുണകരമാക്കുന്നതിനുള്ള ചില ആവശ്യങ്ങളും ഉയർന്നുവരുന്നുണ്ട്.

- ♦ കുടുംബത്തിന് 100 തൊഴിൽദിനമെന്ന പരിധി ഒഴിവാക്കുക.
- ♦ കുടുംബമെന്നത് അണുകുടുംബമെന്ന നിലയിൽ പുനർനിർവചിക്കുക.
- ♦ കരാറുകാരെ ഒഴിവാക്കി പഞ്ചായത്തുകളിലൂടെ പദ്ധതി നടപ്പാക്കുക.
- ♦ ഓരോ തൊഴിൽ കേന്ദ്രത്തിലും മൂന്നിലൊന്ന് സ്ത്രീകൾ ഉണ്ടാകുന്നുവെന്ന് ഉറപ്പുവരുത്തുക.
- ♦ തൊഴിലിടങ്ങളിൽ ശിശുപരിപാലന കേന്ദ്രം സ്ഥാപിക്കുക.
  സ്ത്രീക്കും പുരുഷനും തുല്യ വേതനവും ഓരോ തൊഴിൽ ദിനത്തിലും നിശ്ചിത കൂലിയും ഉറപ്പു വരുത്തുന്ന വിധത്തിൽ കൂലി നിർണയ സൂചകങ്ങൾ നിശ്ചയിക്കുക.
- ♦ 2006 ഫെബ്രുവരിയിൽ പദ്ധതി തുടങ്ങിയതിനുശേഷം ഉപഭോഗ വസ്തുക്കൾക്കുണ്ടായ വിലക്കയറ്റവും പണപ്പെരുപ്പവും കണക്കിലെടുത്ത് പദ്ധതിക്കു മുമ്പേ നിശ്ചയിച്ച മിനിമംകൂലി പുനർനിശ്ചയിക്കുക.
- ♦ പ്രാദേശിക ആവശ്യങ്ങൾക്കനുസരിച്ച് ഗ്രാമസഭ നിശ്ചയിക്കുന്ന പ്രവർത്തികളാണ് തൊഴിലുറപ്പു പദ്ധതികളിൽ ഏറ്റെടുക്കുന്നതെന്ന് ഉറപ്പാക്കുക.

എന്നിവയാണ് ഈ ആവശ്യങ്ങൾ.

നവലിബറൽ നയങ്ങളുടെ ദോഷകരമായ ആഘാതങ്ങളിൽനിന്നും ഗ്രാമീണ തൊഴിൽ മേഖലയെ സംരക്ഷിക്കുന്നതിനുള്ള പോരാട്ടവേദി എന്ന നിലയിൽ തൊഴിലുറപ്പു പദ്ധതിയിൽ ഇടപെടുന്നതിനോടൊപ്പംതന്നെ തൊഴിലില്ലായ്മയെ വലിയൊരു പ്രശ്നമായി കാണേണ്ടതുമുണ്ട്. മുതലാളിത്ത വളർച്ചയുടെ ഭാഗമായി തുടർച്ചയായി പുനരുൽപ്പാദിപ്പിക്കപ്പെടുന്ന ഒന്നാണ് തൊഴിലില്ലായ്മ. ഇന്ത്യൻ സാഹചര്യത്തിൽ, ഭൂവുടമസ്ഥതയുടെ വൻതോതിലുള്ള കേന്ദ്രീകരണത്തിലും മുതലാളിത്തപൂർവ ഉൽപ്പാദന ബന്ധങ്ങളിലും തൊഴിലില്ലായ്മയ്ക്ക് ശക്തമായ വേരുകളുണ്ട്. തന്ത്രപരമായ ഒരു പരിപ്രേക്ഷ്യമെന്ന നിലയിൽ സമഗ്ര ഭൂപരിഷ്കരണത്തിന് വലിയ പ്രാധാന്യം നൽകേണ്ടതുണ്ട്. ഇത് ഉടനടിയുള്ള ഒരു മുദ്രാവാക്യമാകുന്നില്ല. എങ്കിലും സർക്കാരിന്റെ കൈവശമുള്ള മിച്ചഭൂമി ഗ്രാമീണ ഭൂരഹിതർക്ക് പുരയിടമായും പട്ടണങ്ങളിൽ വീടിനുള്ള സ്ഥലമായും വിതരണം ചെയ്ത് വീടില്ലാത്തവരില്ലെന്ന് ഉറപ്പു വരുത്തുകയും വേണം. ഭൂപരിധി നിയമം പാലിക്കുന്നുവെന്ന് ഉറപ്പുവരുത്തണം.

ഇക്കാര്യങ്ങളിൽ ശക്തമായ പ്രക്ഷോഭം ഉയർന്നു വരേണ്ടതുണ്ട്. ദരിദ്ര ജനങ്ങൾക്ക് ലഭ്യമാവുന്ന പുരയിടം തങ്ങളുടെ ഭക്ഷണാവശ്യത്തിന്റെ ഒരു പങ്ക് കണ്ടെത്തുന്നതിനും ഉപയോഗപ്പെടും. കുത്തകകൾക്ക് സ്വതന്ത്ര സാമ്പത്തിക മേഖലയുടെ പേരിൽ വലിയ ഭൂപ്രദേശങ്ങൾ കൈമാറുന്നതിനെ ശക്തമായി എതിർക്കേണ്ടത് ഇത്തരുണത്തിൽ ഏറെ പ്രസക്തിയുള്ള മറ്റൊരു കാര്യമാണ്.

നവ ഉദാരവൽക്കരണ നയങ്ങളുടെ ആഘാതം പ്രധാനമായും പട്ടികജാതി-പട്ടികവർഗ കുടുംബങ്ങളെയും വനിതകളെയുമാണ് ബാധിക്കുന്നത്. ആസ്തികളുടെ ലഭ്യത, വിദ്യാഭ്യാസ നിലവാരം, നൈപുണി, സർക്കാർ പദ്ധതികളെക്കുറിച്ചും സാധ്യതകളെക്കുറിച്ചുമുള്ള ധാരണ എന്നിവയിലെല്ലാം ഈ ജനവിഭാഗങ്ങൾ മറ്റാരേക്കാളും പിന്നോക്കമാണ്. കൂലിത്തൊഴിലിനെ ആശ്രയിച്ചാണ് ഇക്കൂട്ടരിൽ ഭൂരിഭാഗവും ഉപജീവനം നടത്തുന്നത്. 61-ാം ദേശീയ സാമ്പിൾ സർവേ പ്രകാരം 1000 ഗ്രാമീണ പട്ടികജാതി കുടുംബങ്ങളിൽ 749 കുടുംബങ്ങളും ഭൂരഹിതരോ ഒരേക്കറിൽ താഴെ മാത്രം ഭൂമിയുള്ളവരോ ആണ്. മറ്റു പിന്നോക്ക വിഭാഗങ്ങളിലും (ഒ ബി സി) മറ്റുള്ളവരിലും ഇതേ കണക്ക് യഥാക്രമം 560 ഉം 525 ഉം ആണ്. ഭൂരാഹിത്യം പട്ടികവർഗ വിഭാഗങ്ങളിൽ ഇതിനേക്കാൾ സ്വൽപ്പം കുറവാണ്, അതായത് 1000 കുടുംബങ്ങളിൽ 464 പേർക്കാണ് ഭൂമിയില്ലാത്തത്. എന്നാൽ പട്ടികവർഗ വിഭാഗങ്ങളുടെ കൈവശമുള്ള ഭൂമി തീർത്തും ഉപയോഗ ശൂന്യമായതാണെന്ന വസ്തുത കണക്കിലെടുക്കേണ്ടതുണ്ട്. 5 ഏക്കറിൽ കൂടുതൽ ഭൂമിയുള്ള പട്ടികജാതി കുടുംബം 1000 ത്തിൽ 47 മാത്രമാണ്. ഇത് ഒ ബി സി വിഭാഗത്തിന് 256 ഉം മറ്റുള്ളവരിൽ 213 ഉം ആണ്. പട്ടികവർഗ വിഭാഗത്തിൽ 5 ഏക്കറിൽ കൂടുതൽ ഭൂമിയുള്ളത് 1000 കുടുംബങ്ങളിൽ 164 പേരാണ്. 1000 കുടുംബങ്ങളിൽ തൊഴിലാളി കുടുംബങ്ങളുടെ എണ്ണം പട്ടികജാതിയിൽ 559, പട്ടികവർഗത്തിൽ 453, ഒ ബി സിയിൽ 328, മറ്റുള്ളവരിൽ 233 എന്നിങ്ങനെയാണ്. 1000 കുടുംബത്തിൽ പ്രായപൂർത്തിയായ ഒരു സാക്ഷരനെങ്കിലുമില്ലാത്ത കുടുംബങ്ങൾ പട്ടികവർഗ വിഭാഗത്തിൽ 381, പട്ടികജാതി വിഭാഗത്തിൽ 327, ഒ ബി സിയിൽ 257, മറ്റുള്ളവരിൽ 159 എന്നിങ്ങനെയാണ്. ഇതുതന്നെ സാക്ഷരരായ സ്ത്രീകളില്ലാത്ത വീടെടുത്താൽ യഥാക്രമം 619, 605, 514, 341 എന്നാണ്. ഗ്രാമീണ ഇന്ത്യയിൽ വർഗം, ജാതി, ലിംഗഭേദം എന്നിവയുടെ അടിസ്ഥാനത്തിലുള്ള വിവേചനം ശക്തമാണെന്ന് ഇത് വ്യക്തമാക്കുന്നു. നവലിബറൽ പരിഷ്കാരങ്ങൾ ഏറെ ബാധിക്കുന്നത് സ്ത്രീകളെയാണ്. സ്ത്രീകൾ നാഥമാരായ കുടുംബങ്ങളുടെ എണ്ണം 1993-04 ൽ 97 ആയിരുന്നത് 1999-2000 ത്തിൽ 104 ആയും 2004-05 ൽ 113 ആയും ഉയർന്നു.

ഗ്രാമീണമേഖലയിലെ പൊതുമരാമത്ത് പണികളിൽ പട്ടികജാതി-പട്ടികവർഗ വിഭാഗങ്ങളുടെ പങ്കാളിത്തം മറ്റു വിഭാഗങ്ങളെ അപേക്ഷിച്ച് കൂടുതലാണെന്നത് രസകരമായി തോന്നാം. 1000 ഗ്രാമീണ കുടുംബങ്ങ

ളിൽ കുടുംബത്തിലെ ഒരാൾക്കെങ്കിലും കുറഞ്ഞത് 60 ദിവസം പൊതുമരാമത്ത് പണി ലഭിക്കുന്ന കുടുംബങ്ങൾ 2004-05 ലെ കണക്കനുസരിച്ച് പട്ടിക വർഗ വിഭാഗങ്ങളിൽ 32 ഉം, പട്ടികജാതി വിഭാഗങ്ങളിൽ 21 ഉം ഒ ബി സി വിഭാഗങ്ങളിൽ 12 ഉം മറ്റുള്ളവരിൽ 13ഉം ആണ്. കുടുംബത്തിലെ ഒരു സ്ത്രീക്കെങ്കിലും ജോലി കിട്ടുന്നതിന്റെ കണക്കെടുത്താൽ വിവിധ വിഭാഗങ്ങളിൽ ഇത് യഥാക്രമം 15, 11, 6, 5 എന്നിങ്ങനെയാണ് ഇതൊക്കെ സൂചിപ്പിക്കുന്നത്, ഗ്രാമീണ തൊഴിൽ മേഖലയിലെ പട്ടിക ജാതി പട്ടികവർഗ വിഭാഗങ്ങളെയും വനിതകളെയും കേന്ദ്രീകരിച്ചുള്ള പ്രവർത്തനങ്ങളുടെ അനിവാര്യതയാണ്.

ഭക്ഷ്യ സുരക്ഷയാണ് ഈ സാഹചര്യത്തിൽ വ്യാകുലപ്പെടേണ്ട മറ്റൊരു പ്രശ്നം. നവ ലിബറൽ പരിഷ്കാരങ്ങൾ പൊതുവായും പൊതു വിതരണ സംവിധാനം ടാർജറ്റ് ചെയ്തിട്ടുള്ളവർക്കായി പരിമിതപ്പെടുത്തിയത് പ്രത്യേകിച്ചും ഗ്രാമീണ ദരിദ്രരിൽ വലിയൊരു വിഭാഗത്തെ പൊതു വിതരണ സംവിധാനത്തിൽ നിന്നും ഭക്ഷ്യ സുരക്ഷയിൽ നിന്നും അകറ്റുകയാണ്. ഭക്ഷ്യ സുരക്ഷയുടെ മൂന്നു ഘടകങ്ങൾ-പോഷക സുരക്ഷ, ഭക്ഷ്യ സാധനങ്ങളുടെ ലഭ്യത, ജനങ്ങളുടെ ഭക്ഷ്യ വസ്തുക്കൾ നേടാനുള്ള ശേഷിയും ഭക്ഷ്യ ഉപഭോഗവും എന്നിവ-ഉദാരവൽക്കരണ നയങ്ങളുടെ ഭാഗമായി കൂടുതൽ മോശമായിത്തീർന്നു. ഭക്ഷ്യ ധാന്യ ഉൽപ്പാദന വളർച്ച തുച്ഛമായി. തൊഴിലവസരങ്ങളിലെ കുറഞ്ഞ വളർച്ചയും യഥാർഥ കൂലിയിലുണ്ടായ സ്തംഭനാവസ്ഥയും ജനങ്ങളുടെ വാങ്ങൽശേഷിയേയും തൽഫലമായി ജനങ്ങളുടെ ഭക്ഷ്യവസ്തു നേടിയെടുക്കാനുള്ള ശേഷിയേയും പരിമിതപ്പെടുത്തി. റേഷൻ ധാന്യങ്ങളുടെ വിലയിൽ 91-94 കാലത്തും അതിനുശേഷം കൂടുതൽ രൂക്ഷമായി. 1997 ൽ ടാർജറ്റഡ് വിഭാഗങ്ങൾക്കുമാത്രമായി പരിമിതപ്പെടുത്തുന്നതിന്റെ ഭാഗമായും വർധിപ്പിച്ചു. 2000 ൽ എൻ ഡി എ സർക്കാർ എ പി എൽ വിഭാഗത്തിൽനിന്ന് സംഭരണച്ചെലവുകൾ പൂർണമായി ഈടാക്കാനും ബി പി എൽ വിഭാഗത്തിൽനിന്ന് ചെലവിന്റെ പകുതി ഈടാക്കാനും തീരുമാനിച്ചത് ധാന്യവില വലിയതോതിൽ വർധിപ്പിച്ചു. ചെലവു ചുരുക്കി ധനക്കമ്മിയെ നേരിടുകയെന്ന (ശേഷിയുള്ളവരിൽ നിന്ന് കൂടുതൽ ധനസമാഹരണം നടത്തുന്നതിനുപകരം) തലതിരിഞ്ഞ നയത്തിന്റെ ഭാഗമായി എ പി എൽ വിഭാഗത്തെ പൂർണമായും പൊതുവിതരണ ശൃംഖലയിൽ നിന്നകറ്റി. ഇത് പൊതുവിതരണ സംവിധാനം ദുർബലമാകാൻ കാരണമായി. 2000-04 കാലത്ത് പൊതുവിതരണ ധാന്യവില പൊതു വിപണിയിലെ ധാന്യവിലയ്ക്ക് തുല്യവും മുമ്പത്തെ റേഷൻ വിലയേക്കാൾ വളരെ കൂടുതലുമായി തീർന്നത് ഈ പ്രവണത ശക്തിപ്പെടുത്തി. 2000 ത്തിനുശേഷമുള്ള ബി പി എൽ ധാന്യവില തന്നെ 2000 ത്തിനു മുമ്പുള്ള പൊതു റേഷൻ വിലയേക്കാൾ വളരെ കൂടുതലായിരുന്നു. എ പി എൽ കാർഡുടമകൾ പൊതുവിതരണമേഖല വിടുകയും ബി പി എൽ കാർഡുടമകൾക്ക് വെട്ടിക്കുറച്ച വിഹിതംപോലും വാങ്ങാൻ

കഴിയാതെവരികയും ചെയ്തത് രാജ്യമെമ്പാടുമുള്ള ന്യായവില ഷാപ്പുകൾ പൂട്ടിപ്പോകുന്ന സ്ഥിതിവരുത്തി. ബി പി എൽ കുടുംബങ്ങളുടെ എണ്ണം കുറയ്ക്കുന്നതിനുള്ള കേന്ദ്ര സർക്കാർ നീക്കമാവട്ടെ പ്രശ്നം രൂക്ഷമാക്കി. ന്യായവില ഷാപ്പുകളിലെ വിൽപ്പന കുറയുകയും ഇത്തരം സ്ഥാപനങ്ങളിൽ നിന്നുള്ള ലാഭം നാമമാത്രമാവുകയും ചെയ്തു. കടയുടമകൾക്ക് ന്യായവിലഷാപ്പുകൾ നടത്തിക്കൊണ്ടുപോകാൻ കഴിയാതെ വന്നു. കേരളത്തിലെ ചില റേഷൻ ഷാപ്പുടമകൾ ആത്മഹത്യ ചെയ്യുന്ന സ്ഥിതി പോലുമുണ്ടായി. 2004–നുശേഷം അധികാരത്തിൽവന്ന യു പി എ സർക്കാരാവട്ടെ അവർ പൊതുവിതരണ നയങ്ങളിൽ എൻ ഡി എയിൽ നിന്ന് വ്യത്യസ്തമല്ലെന്ന് തെളിയിച്ചു. കാർഷിക ചെലവുകൾ വൻതോതിൽ വർധിക്കുമ്പോഴും സംഭരണവില മാറ്റമില്ലാതെ തുടരുകയെന്ന കുറ്റകരമായ നടപടിയിലൂടെ സ്വകാര്യ ധാന്യ കച്ചവടക്കാർക്ക് ഗോതമ്പും മറ്റും സർക്കാർ സംഭരണ വിലയേക്കാൾ സ്വൽപ്പം മെച്ചപ്പെട്ട വിലയ്ക്ക് വാങ്ങിയെടുക്കുന്നതിന് യു പി എ സർക്കാർ കളമൊരുക്കി. പൊതുവിതരണ സംവിധാനം സാർവത്രികമാക്കുമെന്ന പൊതുമിനിമം പരിപാടിയിലെ വാഗ്ദാനം പാലിച്ചില്ല. 2007–08 ൽ ലോക കമ്പോളത്തിലും ഇന്ത്യയിലും ധാന്യവില വൻതോതിൽ വർധിച്ചതും സ്ഥിതി രൂക്ഷമാക്കി. പണപ്പെരുപ്പം കുറയുന്നുവെന്ന അധികാരികളുടെ അവകാശവാദം നിലനിൽക്കുമ്പോഴും ഇന്ത്യൻ ഉപഭോക്താക്കൾക്ക് ധാന്യവും മറ്റു പ്രാഥമിക വസ്തുക്കളും വാങ്ങുന്നതിലുള്ള വിലയിൽ കുറവൊന്നും വന്നില്ല. പ്രാഥമിക ഉൽപ്പന്നങ്ങൾക്ക് ആഗോള വിപണിയിൽ വില കുറയുന്നുവെന്നത് ഇന്ത്യയിലെ ഉപഭോക്തൃ വിപണിയിൽ പ്രതിഫലിച്ചുമില്ല.

സാർവത്രിക പൊതുവിതരണ സംവിധാനത്തിൽ വന്ന മാറ്റങ്ങൾ ദരിദ്രരുടെയും അധഃസ്ഥിതരുടെയും ഭക്ഷ്യ വസ്തുക്കൾ താങ്ങാവുന്ന വിലയിൽ നേടുന്നതിനുള്ള ശേഷി ഇല്ലാതാക്കുന്നതിൽ വഹിച്ച പങ്കിനെക്കുറിച്ച് ഒട്ടേറെ പഠനങ്ങൾ നടന്നിട്ടുണ്ട്. എം എസ് സ്വാമിനാഥൻ ചൂണ്ടിക്കാണിക്കുന്നതുപോലെ "വിവിധ സാമ്പത്തിക സർവേകളിലും നയരേഖകളിലും വ്യക്തമായി രേഖപ്പെടുത്തിയിട്ടുള്ളതുപോലെ പ്രധാനമായും മൂന്നു കാര്യങ്ങളാണ് സാമ്പത്തിക പരിഷ്കാരങ്ങളുടെ ഉദ്ദേശ്യം. അത് ഭക്ഷ്യ സബ്സിഡി കുറയ്ക്കുക, ഭക്ഷ്യ വിതരണം കമ്പോളത്തിന് വിടുക, ദരിദ്രരിൽ ദരിദ്രർക്കുമാത്രമായി ഭക്ഷ്യ സബ്സിഡി ചുരുക്കുന്ന ഭക്ഷ്യനയം നടപ്പാക്കുക എന്നിവയാണ്." 61–ാം ദേശീയ സാമ്പിൾ സർവേയും പൊതുവിതരണ സംവിധാനം ഉപയോഗപ്പെടുത്തുന്നതു സംബന്ധിച്ച റിപ്പോർട്ടിലെ വിവരങ്ങളിൽനിന്നും മിക്ക സംസ്ഥാനങ്ങളിലും 60 ശതമാനത്തിലധികം ഗ്രാമീണ കുടുംബങ്ങളും റേഷൻ കാർഡില്ലാതിരിക്കുന്നവരോ താങ്ങാനാവാത്ത നിലയിൽ കൂടുതൽ വില കൊടുക്കാൻ നിർബന്ധിപ്പിക്കപ്പെടുന്ന വിധത്തിൽ എ പി എൽ കാർഡുള്ളവരോ ആണെന്ന് കാണമെന്നും സ്വാമിനാഥൻ ചൂണ്ടിക്കാട്ടുന്നു. ആകെ നാലു സംസ്ഥാനങ്ങൾ മാത്രമാണ് (തമിഴ്നാട് ഒഴികെ) പൊതുവിതരണ

ശൃംഖലയിൽ മൂന്നിൽ രണ്ട്ഭാഗം കർഷകത്തൊഴിലാളികളെയും ഉൾപ്പെടുത്തിക്കൊണ്ട് 33 ശതമാനമോ അതിൽ താഴെയോ പേരെ മാത്രം ഒഴിവാക്കുന്നതിൽ വിജയിച്ചിട്ടുള്ളത്. ആന്ധ്രാപ്രദേശ്, കർണാടക, ജമ്മുകാശ്മീർ, ത്രിപുര എന്നിവയാണ് ഈ സംസ്ഥാനങ്ങൾ. അഖിലേന്ത്യാടിസ്ഥാനത്തിൽ ഇത്തരത്തിലുള്ള ഒഴിവാക്കൽ 52 ശതമാനം ആണ്. ഇതിൽത്തന്നെ ഉത്തർപ്രദേശിൽ 73 ശതമാനം, ബീഹാറിൽ 70 ശതമാനം എന്നിങ്ങനെ വലിയതോതിലുള്ള ഒഴിവാക്കലാണ് നടന്നിട്ടുള്ളത്. പട്ടികജാതി, പട്ടികവർഗം, ഭൂരഹിതർ, നാമമാത്ര ഭൂവുടമകൾ എന്നിങ്ങനെയുള്ള വലിയൊരു വിഭാഗം കുടുംബങ്ങൾ പൊതു വിതരണ സംവിധാനത്തിൽ നിന്നും പുറത്താണ്. കോർപ്പറേറ്റ് ലാഭം കുറയുന്നതനുസരിച്ച് ദേശീയ റവന്യൂ വരുമാനം കുറയുകയും ധനക്കമ്മി പരിഹരിക്കാൻ സബ്സിഡികൾ വീണ്ടും വെട്ടിക്കുറയ്ക്കുകയും ചെയ്യുന്ന വിധത്തിൽ സർക്കാർ സാമ്പത്തിക പ്രതിസന്ധിക്കു കീഴ്പ്പെടുന്നതോടെ ഭക്ഷ്യ സുരക്ഷ ഇനിയും വലിയ കുഴപ്പത്തിലേക്കാണ് നീങ്ങുക. ഭക്ഷ്യ-രാസവള സബ്സിഡി കുറയ്ക്കേണ്ടതിന്റെ ആവശ്യകത സംബന്ധിച്ച് 2007 ഡിസംബറിൽ തന്നെ വ്യവസായ പ്രമുഖന്മാരുമായുള്ള ഒരു സംഭാഷണത്തിൽ പ്രധാനമന്ത്രി പറയുകയുണ്ടായി. ഗ്രാമീണ തൊഴിലാളികളുടെയും ചെറുകിട ചരക്കുൽപ്പാദകരായ നിർമാണ തൊഴിലാളികൾ പോലുള്ളവരുടെയും ചെറുകിട ഇടത്തരം കർഷകരുടെയും ഭക്ഷ്യ സുരക്ഷയാണ് പ്രധാനമായും നാം ഉയർത്തിപ്പിടിക്കേണ്ടത്.

ഈ സാഹചര്യത്തിൽ പ്രധാന മുദ്രാവാക്യങ്ങളായി ഉയർത്തേണ്ട കാര്യങ്ങൾ ഇവയാണ്:

1. ഭക്ഷ്യ ലഭ്യത വർധിപ്പിക്കുന്നതിന് ഇന്ത്യയുടെ കാർഷിക ഭൂവുടമസ്ഥയുടെ നാമമാത്ര സ്വഭാവം കണക്കിലെടുത്ത്, തുണ്ടു ഭൂമികളിലെ ഉൽപ്പാദനക്ഷമത വർധിപ്പിക്കുന്നതിന് പ്രാധാന്യം നൽകണം. ഇതിന് ജലസേചനം ഗ്രാമീണ അടിസ്ഥാന സൗകര്യ വികസനം തുടങ്ങിയ രംഗങ്ങളിലെ പൊതു നിക്ഷേപം വർധിപ്പിക്കുകയും വായ്പ, വിളസംഭരണ സംവിധാനങ്ങൾ, ഭക്ഷ്യ സംസ്കരണം തുടങ്ങിയ മേഖലകളിൽ സർക്കാർ സഹായം ലഭ്യമാക്കുകയും വേണം. പ്രാദേശിക അസന്തുലിതാവസ്ഥകൂടി പരിഗണിച്ചുകൊണ്ടുവേണം ഇത്തരം പൊതുനിക്ഷേപം സംബന്ധിച്ച് തീരുമാനിക്കാൻ. വികേന്ദ്രീകൃതവും സാമൂഹ്യ നിയന്ത്രണത്തിലധിഷ്ഠിതവുമായി പ്രാദേശിക ജലസ്രോതസുകളെ പുനരുജ്ജീവിപ്പിക്കുന്ന ജലസേചന പ്രവർത്തനങ്ങൾക്ക് പ്രത്യേകം ഊന്നൽ നൽകണം.
2. ഉൽപ്പാദനച്ചെലവ്, മുടക്കു മുതലിനുള്ള ന്യായമായ പ്രതിഫലം എന്ന കണക്കിലെടുത്തുകൊണ്ട് തറവില പുതുക്കണം. വിള കൃത്യ സമയത്ത് പൂർണമായും വിലയ്ക്കെടുക്കാൻ സർക്കാർ തയാറാവണം.
3. ദേശീയ ഗ്രാമീണ തൊഴിലുറപ്പു നിയമത്തിന്റെ ചുവടു പിടിച്ച് ഭക്ഷണത്തിനുള്ള അവകാശവും ജീവിക്കാനുള്ള അവകാശവും പര

സ്പര ബന്ധിതമാണെന്നു കണക്കിലെടുത്ത് 'ഭക്ഷണവും തൊഴിലും ഉറപ്പു നൽകുന്ന പുതിയ നിയമ'ത്തിന് രൂപം കൊടുക്കണം.

4. ടാർജറ്റഡ് പൊതുവിതരണ സംവിധാനത്തിനു പകരം പൊതുവിതരണം സാർവത്രികമാക്കണം. വില ഏകീകരിക്കുകയും ദരിദ്രർക്ക് താങ്ങാവുന്നതാക്കുകയും ചെയ്യണം.
5. പൊതുവിതരണ ശൃംഖലയിലൂടെ കുടുംബത്തിലെ അംഗങ്ങളുടെ എണ്ണത്തിനനുസരിച്ച് ഭക്ഷ്യധാന്യങ്ങളും പയറടക്കമുള്ള മറ്റു പോഷക വിഭവങ്ങളും വിതരണം ചെയ്ത് പോഷകാഹാര ലഭ്യത ഉറപ്പു വരുത്തണം. ന്യായവില ഷാപ്പുകൾ സാമ്പത്തികമായി നിലനിൽക്കുമെന്നുറപ്പു വരുത്താൻ ഭക്ഷ്യ എണ്ണ, തുണി തുടങ്ങിയ നിത്യോപയോഗ സാധനങ്ങളും വിൽക്കാവുന്നതാണ്. റേഷൻ കടകൾ നിലനിൽപ്പുള്ളതാക്കുന്നവിധത്തിൽ ലാഭവിഹിതമോ സബ്സിഡികളോ അനുവദിക്കണം. ഓരോ ആഴ്ചയിലേക്കുള്ള വിഹിതം ഒന്നിച്ചു വാങ്ങുന്നതിന് അനുവാദം നൽകിക്കൊണ്ട് പൊതുവിതരണ ശൃംഖലകൾ ഫലപ്രദമായി ഉപയോഗപ്പെടുത്തണം. കുടിയേറിപ്പാർക്കേണ്ടി വരുന്നവർക്ക് അവിടെനിന്നുതന്നെ റേഷൻ കിട്ടാൻ നടപടി സ്വീകരിക്കണം.
6. പഞ്ചായത്ത്‌രാജ് സ്ഥാപനങ്ങൾ പൊതു വിതരണ സംവിധാനത്തിന് ക്രിയാത്മകമായ മേൽനോട്ടം വഹിക്കണം. പട്ടിണിയുടെയും പോഷകാഹാരക്കുറവിന്റെയും പ്രശ്നങ്ങൾ കൈകാര്യം ചെയ്യാനും പൊതുവിതരണ സംവിധാനം, ഐ സി ഡി എസ്, എം ഡി എം എസ് തുടങ്ങിയ പട്ടിണിയും പോഷകാഹാരക്കുറവും പരിഹരിക്കുന്നതിനുള്ള വിവിധ പദ്ധതികൾക്ക് മേൽനോട്ടം വഹിക്കാനും കഴിയുന്നവിധത്തിൽ പഞ്ചായത്ത്‌രാജ് സ്ഥാപനങ്ങളെ ശക്തിപ്പെടുത്തുകയും പരിശീലനം നൽകുകയും വേണം.
7. സാമ്പത്തിക നയങ്ങൾ ഇന്ത്യയുടെ കാർഷിക മേഖലയ്ക്കും ഗ്രാമീണ ജനലക്ഷങ്ങൾക്കും സഹായം നൽകുന്ന വിധത്തിൽ പുനരാവിഷ്കരിക്കണം. പ്രത്യേകിച്ചും, ഈ നയങ്ങളിലൂടെ ഗ്രാമീണ മേഖലയിൽ ആവശ്യാനുസരണം ഊർജലഭ്യതയടക്കമുള്ള പശ്ചാത്തല സൗകര്യ വികസനം നടക്കണം. തൊഴിൽ പ്രോത്സാഹിപ്പിക്കണം. വായ്പാ സൗകര്യവും കാർഷിക ഉൽപ്പന്നങ്ങൾക്ക് പ്രോത്സാഹനജനകമായ വിലയും ഉറപ്പുവരുത്തണം. മിച്ചഭൂമി മുൻഗണനാടിസ്ഥാനത്തിൽ വിതരണം ചെയ്യണം. പൊതുസ്വത്ത് സംരക്ഷണം, ജൈവ വൈവിധ്യ സംരക്ഷണം, തരിശുഭൂമിയുടെ ഉപയോഗം എന്നിവക്ക് പ്രത്യേക പരിഗണന ഉണ്ടാവണം. കാർഷികാനുബന്ധ അടിസ്ഥാനസൗകര്യങ്ങളായ ജലസേചനം, ജലനിർഗമനം, ഭൂവികസനം, ജലസംരക്ഷണം, ഗതാഗത സൗകര്യ വികസനം തുടങ്ങിയ മേഖലകളിൽ പൊതുനിക്ഷേപം വർധിക്കണം. ദരിദ്രവും മഴകുറഞ്ഞതുമായ പ്രദേശങ്ങൾക്ക് ഇത്തരം നിക്ഷേപങ്ങളിൽ മുൻഗണന കിട്ടണം.

8. ആരോഗ്യ വിദ്യാഭ്യാസ മേഖലകളിൽ പ്രത്യേകിച്ചും ഗ്രാമീണ മേഖലകളിൽ വൻതോതിലുമുള്ള നിക്ഷേപം ആവശ്യമാണ്. ഡിമാന്റ് വർധിപ്പിക്കുന്ന നിലയിൽ സ്ഥൂല സാമ്പത്തിക നയങ്ങൾ തിരുത്തുകയും ഇത്തരം നിക്ഷേപങ്ങൾ ഉണ്ടാവുകയും ചെയ്താൽ ഗ്രാമീണ തൊഴിലവസരങ്ങൾ വളരുന്നതിനുള്ള പ്രവണതകൾ ശക്തിപ്പെടും. മേന്മയുള്ള തൊഴിൽ പ്രോൽസാഹിപ്പിക്കണം. ഇതിന് തൊഴിലാളികളുടെ നിപുണി വർധിപ്പിക്കുന്ന ബൃഹത് പരിശീലന പരിപാടികളും ശേഷി വർധനാ പരിപാടികളും വൻതോതിൽ സംഘടിപ്പിക്കണം.

കുടിയേറ്റങ്ങൾ വരുംകാലങ്ങളിൽ വർധിച്ചു വരാനിടയുള്ള ഒരു പ്രധാന പ്രശ്നമാണ്. ഇക്കാര്യം പരാമർശിച്ചുപോകുന്നതിനപ്പുറം വിശദമായി ചർച്ചചെയ്യാൻ ഇവിടെ കഴിഞ്ഞിട്ടില്ല. കുടിയേറ്റങ്ങൾ സംബന്ധിച്ച ആധികാരിക വിവരങ്ങൾ സംഭരിക്കാൻ കഴിയാത്തതാണ് ഇതിനുകാരണം. വിവിധ തരത്തിലുള്ള വിഷമാവസ്ഥകൾ സൃഷ്ടിക്കുന്ന താൽക്കാലികവും നിലനിൽപ്പില്ലാത്തതുമായ കുടിയേറ്റങ്ങളാണ് ലഭ്യമായ വിവരങ്ങൾ അവതരിപ്പിക്കുന്നത്. ബീഹാർ, ഉത്തർപ്രദേശ്, ജാർഖണ്ഡ് എന്നിവിടങ്ങളിൽനിന്ന് മഹാരാഷ്ട്രയിലേക്കും മറ്റും ജീവനോപാദി തേടിപ്പോകുന്നവരും പഞ്ചാബിലേക്കോ ഹരിയാനയി ലേക്കോ കർഷകത്തൊഴിലാളികളായി കുടിയേറുന്നവരും രാജ്യമെമ്പാടു മുള്ള റോഡു പണികളിലും മറ്റും തൊഴിലാളികളായി പോകുന്ന ബീഹാറി കുടിയേറ്റക്കാരും അതതിടത്തെ ഗ്രാമീണ മേഖലയിലെ പ്രതിസന്ധി യുടെ ഫലമായി ഇതിന് നിർബന്ധിക്കപ്പെടുന്നവരാണ്. ഈയിടെ മഹാരാഷ്ട്രയിലും അസ്സമിലും നടന്ന സംഭവങ്ങൾ ഇവരനുഭവിക്കുന്ന ദുഃസ്ഥിതിയുടെ മരവിപ്പിക്കുന്ന ദൃഷ്ടാന്തങ്ങളാണ്. രാജ്യത്തിന്റെ വിവിധഭാഗങ്ങളിൽ ശരിയായ നിലയിൽ പഠനം നടത്തി കുടിയേറ്റക്കാരുടെ അവകാശങ്ങളെ സംബന്ധിച്ച് കൃത്യമായ മുദ്രാവാക്യങ്ങൾ രൂപപ്പെടുത്തി ഇത്തരം പ്രശ്നങ്ങളെ അടിയന്തരമായി അഭിസംബോധന ചെയ്യാൻ ജനാധിപത്യ കർഷക പ്രസ്ഥാനങ്ങൾ തയാറാകണം.

8

കാർഷികമേഖലയിലെ പ്രതിസന്ധിയും കർഷകരുടെ ആവശ്യങ്ങളും

ജയതിഘോഷ്

പശ്ചാത്തലം

കൃഷിയും കർഷകനും അഗാധമായ പ്രതിസന്ധിയെ അഭിമുഖീകരിച്ചു കൊണ്ടിരിക്കുന്ന ഇന്നത്തെ അവസ്ഥയിൽ, രാജ്യത്ത് സംജാതമായിരിക്കുന്ന കഠിനമായ വരൾച്ച കർഷകരുടെ പ്രശ്നങ്ങളെ രൂക്ഷമാക്കിയിരിക്കുകയാണ്. 1990 കളുടെ തുടക്കംമുതൽ വികസിച്ചുവരുന്ന ഇന്നത്തെ പ്രതിസന്ധി, അന്താരാഷ്ട്രവിപണിയിൽ കാർഷികോൽപ്പന്നങ്ങളുടെ വിലയിൽ വന്ന വ്യത്യാസത്തെയും സർക്കാർ നയങ്ങളിൽ ചിലതിൽ വന്ന മാറ്റത്തെയുമൊക്കെ മറികടന്നുകൊണ്ട് ഒരു പതിറ്റാണ്ടിലേറെക്കാലമായി തുടരുകയാണ്.

ഇന്ത്യയിലെ കൃഷിക്കാർ അനുഭവിക്കുന്ന പ്രശ്നങ്ങൾ പലതരത്തിലുള്ളതും ആഴമേറിയതുമാണ്. കൃത്യമല്ലാത്തമഴ തുടങ്ങിയ കാലാവസ്ഥാ പ്രശ്നങ്ങൾ, ഇടയ്ക്കിടെയുള്ള വരൾച്ചയും വെള്ളപ്പൊക്കങ്ങളും, മണ്ണിന്റെ ഗുണനഷ്ടം, സ്ഥാപനങ്ങളിൽ നിന്നുള്ള കടത്തിന്റെയും ഇൻഷുറൻസിന്റെയും അഭാവത്തിൽ വട്ടിപ്പണക്കാരെ അമിതമായി ആശ്രയിക്കേണ്ടി വരുന്നത്, ഗുണമേന്മയുള്ള അസംസ്കൃത വസ്തുക്കൾ ന്യായവിലയ്ക്ക് കിട്ടാത്ത അവസ്ഥ, വിലകൾ ചാഞ്ചാടുന്ന വിപണിയിൽ വിളകൾ വിറ്റഴിക്കാനുള്ള പ്രയാസം എന്നിങ്ങനെ പ്രശ്നങ്ങൾ അനവധിയാണ്. ഇതിൽ ആദ്യത്തെ മൂന്നെണ്ണമൊഴിച്ച് മറ്റെല്ലാം, കർഷകർക്കു ലഭ്യമായിരുന്ന പരിരക്ഷ ക്രമാനുഗതമായി കുറയ്ക്കുന്ന, 1990 കൾ മുതലുള്ള പൊതുനയങ്ങളുമായി ബന്ധപ്പെട്ടതാണ്. അത് അവരെ ഇറക്കുമതി മത്സരത്തിനും വിലകളുടെ ചാഞ്ചാട്ടത്തിനും എറിഞ്ഞിട്ടുകൊടുത്തു. കാർഷിക സാമഗ്രികളുടെ വിതരണത്തിലും വിളകളുടെ സംഭരണത്തിലും സ്വകാ

ര്യമുതലാളിമാർക്ക് അമിത ലാഭമുണ്ടാക്കാൻ അവസരം നൽകി. നിർണായകമായ മേഖലകളിലെ സർക്കാർ ചെലവുകൾ വെട്ടിക്കുറച്ചു.

അവശ്യവസ്തുക്കളായ വളത്തിനും വെള്ളത്തിനും വൈദ്യുതിക്കും വില വർധിപ്പിച്ച്, ഉണ്ടായിരുന്ന സബ്സിഡികൾ ഇല്ലാതാക്കാൻ നോക്കി, പൊതുവിതരണ കേന്ദ്രങ്ങളും പൊതുമാർക്കറ്റിങ് സംവിധാനങ്ങളും ഉൾപ്പെടെ കൃഷിക്കാർക്ക് നേരിട്ട് പ്രയോജനകരമായിരുന്ന നിരവധി സ്ഥാപനങ്ങൾ പൊളിച്ചടുക്കി, എന്നിട്ടോ തൽസ്ഥാനത്ത് കാർഷികേതരമായ മറ്റെന്തെങ്കിലും സാമ്പത്തിക പ്രവർത്തനങ്ങൾക്കു രൂപം നൽകുന്നതിൽ പരാജയപ്പെടുകയും ചെയ്തു. കൃഷിക്കായുള്ള സംരക്ഷണങ്ങൾ ഒന്നൊന്നായി കുറച്ചുകൊണ്ടുവന്നതിനെ തുടർന്ന് വ്യാപാര ഉദാരവൽക്കരണത്തിന്റെ ഫലമായി ഇന്ത്യൻ കർഷകന് ആഗോള മാർക്കറ്റിലെ എല്ലാ അനിശ്ചിതത്വത്തിനും വിധേയരാവേണ്ടിവന്നു. മിക്ക വിളകൾക്കും മൊത്തം ചെലവിന്റെ പല മടങ്ങ് ശരാശരി സബ്സിഡിയായി ലഭിക്കുന്ന വികസിത രാജ്യങ്ങളിലെ വൻകിട ഉൽപ്പാദകരോടാണ് ഫലത്തിൽ അവന് മത്സരിക്കേണ്ടത് വന്നത്.

കൃഷി നടത്തുന്നതിലെ വെല്ലുവിളികൾ വർധിച്ചതോടൊപ്പം വിലകളിൽ ഉണ്ടായ ഏറ്റക്കുറച്ചിലുകൾ നൽകിയ സൂചനകൾ പലതും വഴിതെറ്റിക്കുന്നതായിരുന്നു. വിലസൂചനകൾക്കനുസരിച്ച് അധികവില കിട്ടുന്ന വിളയിലേക്ക് പെട്ടെന്നും കൂട്ടമായും മാറാനുള്ള പ്രവണതയാണ് ഇന്ത്യൻ കർഷകൻ കാണിച്ചത്. ഇത് വൻതോതിലുള്ളതും മിക്കപ്പോഴും ആശാസ്യമല്ലാത്തതുമായ മാറ്റം കൃഷിരീതികളിൽ ഉണ്ടാക്കി. തൊണ്ണൂറുകളുടെ മധ്യത്തിൽ ലോകത്തിലും ഇന്ത്യയിലും പരുത്തിയുടെ വില വർധിച്ചതോടെ പരുത്തിക്കൃഷിയിലേക്ക് വൻതോതിലുള്ള ഒരു മാറ്റം ഉണ്ടാവുകയും, മണ്ണും കാലാവസ്ഥയും അതിനനുയോജ്യമല്ലാത്തിടത്തുപോലും പരുത്തിക്കൃഷി ചെയ്യുകയും ചെയ്തു. പിന്നീട് തൊണ്ണൂറുകളുടെ ഒടുവിൽ മുതൽ ലോകപരുത്തിവിലയിലുണ്ടായ തകർച്ച, പരുത്തി വളർത്തിയിരുന്ന പ്രദേശങ്ങളിൽ വമ്പിച്ച സാമ്പത്തിക ദുരിതങ്ങൾക്ക് കാരണമാവുകയും ചെയ്തു.

വരണ്ടപ്രദേശങ്ങളിൽപ്പോലും പരമ്പരാഗതമായി കൃഷിചെയ്തിരുന്ന എള്ളും സൂജിയും പോലുള്ള ധാന്യവിളകൾ, കൂടുതൽ ജലസേചനം വേണ്ടതും വില കൊടുത്ത് വാങ്ങേണ്ട കൃഷിസാമഗ്രികൾ ആവശ്യമുള്ളതും വൻതോതിൽ വിലചാഞ്ചാട്ടമുള്ളതുമായ നിലക്കടലപോലുള്ള എണ്ണക്കുരുക്കൾക്ക് വഴിമാറി. പരമ്പരാഗത ധാന്യവിളകളിൽനിന്നും നാണ്യവിളകളിലേക്കുള്ള ഈ മാറ്റത്തിന്റെ ഫലമായി വമ്പൻ മൾട്ടിനാഷണൽ കമ്പനികൾ പുറത്തിറക്കുന്ന പുതിയ വിത്തിനങ്ങളും കൃഷിക്കാവശ്യമായ മറ്റു വസ്തുക്കളും പോലുള്ള വിലയ്ക്കു വാങ്ങേണ്ട സാമഗ്രികളുടെ ഉപയോഗത്തിൽ വൻ വർധനയാണുണ്ടായത്. ഇവ വാങ്ങാൻ കടമെടുക്കുന്ന (പലപ്പോഴും വട്ടിപ്പണക്കാരിൽ നിന്നും മറ്റും ഉയർന്ന പലിശയ്ക്ക്) ചെറുകിട കർഷകർ വിള ചതിക്കുകയോ ഉൽപ്പന്നത്തിനു വില കുറയുകയോ ചെയ്താൽ ഉൽക്കടമായ വിഷമത്തിലാവുകയും ചെയ്യുന്നു.

അതായത്, കാലാവസ്ഥാവ്യതിയാനങ്ങൾ കൊണ്ടുള്ള ഒഴിവാക്കാനാവാത്ത അനിശ്ചിതത്വങ്ങൾ ഒരുവശത്ത്, വിളവെടുപ്പിന്റെ വിലയിൽ ഉണ്ടാവുന്ന വ്യതിയാനങ്ങൾ മറുവശത്ത്. ഇതും പോരാതെ, ഉൽപ്പന്നത്തിന്റെ വില കൂടിയാലും കുറഞ്ഞാലും കൃഷിസാമഗ്രികളുടെ വില കൂടിക്കൊണ്ടേയിരിക്കുന്നു. സബ്സിഡി എടുത്തുകളയാനും വിത്തും കീടനാശിനികളും വിതരണം ചെയ്യാനുള്ള നിയന്ത്രണങ്ങളെല്ലാം പടിപടിയായി നീക്കാനുമുള്ള ഗവൺമെന്റ് ശ്രമങ്ങളുടെ ഫലമായി ഇത് വളരെ പ്രകടമായി അനുഭവപ്പെടുകയും ചെയ്യുന്നു.

ഇങ്ങനെ വിലകളിലെ ആഗോള ചാഞ്ചാട്ടവും സ്ഥാപനങ്ങളിൽ നിന്നുള്ള വായ്പകളുടെ അഭാവത്തിൽ സ്വകാര്യ പണമിടപാടുകാരെ ആശ്രയിക്കേണ്ടി വന്നതും എടുത്ത കടങ്ങൾ തിരിച്ചടയ്ക്കാൻ പറ്റാത്ത അവസ്ഥ സംജാതമാക്കി. കർഷകർക്ക് സ്ഥാപനവായ്പകൾ പണ്ടും പരിമിതമായിരുന്നു. 1993 നു ശേഷം അത് കൂടുതൽ വഷളായി. സാമ്പത്തിക ഉദാരവൽക്കരണം ആരംഭിച്ചതിനുശേഷം ബാങ്ക് വായ്പകൾ, പ്രത്യേകിച്ച് ഗ്രാമപ്രദേശങ്ങളിലേക്കും കൃഷിപോലുള്ള മുൻഗണന നൽകേണ്ട മേഖലകളിലേക്കും കുറഞ്ഞുവരികയാണുണ്ടായത്. ഗ്രാമീണമേഖലയിൽ ബാങ്കിങ്ങിനുണ്ടായ ആഘാതം ചെറുകിട, ദരിദ്രവിഭാഗങ്ങളെയാണ് കൂടുതലായി ബാധിച്ചത്.

സ്ഥാപനങ്ങൾ മുഖേന കൃഷിക്കാർക്കുള്ള വായ്പ ഇരട്ടിയാക്കുമെന്നായിരുന്നു യു പി എ സർക്കാരിന്റെ ഒരു വാഗ്ദാനം. അവർ പാലിച്ച ഒരു പ്രതിജ്ഞയും ഇതായിരുന്നു. പക്ഷേ, പറഞ്ഞപോലയായിരുന്നില്ലെന്നു മാത്രം. കൃഷിക്കെന്ന പേരിൽ കൂടുതലായി അനുവദിച്ച വായ്പകൾ കാർഷികേതര പ്രവർത്തനങ്ങൾക്കും ധനിക കർഷകർക്കുവേണ്ടിയുള്ള വാഹനവായ്പകൾക്കും മറ്റുമാണ് നൽകപ്പെട്ടത്. സഹകരണ വായ്പാ സ്ഥാപനങ്ങൾ പുനരാരംഭിക്കാനുള്ള എല്ലാ പദ്ധതികളും വൈകിക്കുകയും വിവാദങ്ങൾക്ക് വഴിവെയ്ക്കുകയും ചെയ്തു. മാത്രമല്ല നാമമാത്ര കർഷകർ, കുടിയാൻമാർ, സ്ത്രീ കർഷകർ തുടങ്ങിയ ദുർബല വിഭാഗങ്ങളാകട്ടെ പൂർണമായുംതന്നെ സ്ഥാപന വായ്പകളുടെ പരിധിയിൽ ഉൾപ്പെട്ടതേയില്ല.

അതേസമയം കാർഷികമേഖലയെ സംബന്ധിച്ച മറ്റ് ഉറപ്പുകളൊന്നും പാലിക്കപ്പെട്ടതേയില്ല. കൂടുതൽ വിഭവ സമാഹരണം, കാർഷിക ഗവേഷണത്തിന്റെ ഫലപ്രദമായ വിനിയോഗം എന്നിവയിൽ മുന്നേറ്റമുണ്ടാക്കാനുള്ള യാതൊരു ശ്രമവും നടക്കുകയുണ്ടായില്ല. ഉന്നയിക്കപ്പെട്ട മാറ്റങ്ങളാവട്ടെ തുച്ഛവുമായിരുന്നു. അതുകൊണ്ടുതന്നെ കൃത്യവും പ്രസക്തവുമായ അറിവുകളുടെ അടിസ്ഥാനത്തിൽ ഏറ്റവും അനുയോജ്യമായ തീരുമാനങ്ങളെടുക്കാനോ ഏറ്റവും ശരിയായ രീതികൾ ഉപയോഗിക്കുവാനോ കർഷകന് കഴിഞ്ഞില്ല. കൃഷിയെ സംബന്ധിച്ച മർമപ്രധാനമായ ഒരു കാര്യമായി മാറിയ മണ്ണിന്റെ ഗുണമേന്മ വർധിക്കുന്നതിനുള്ള ശ്രമങ്ങൾക്ക് പൊതുനിക്ഷേപത്തിൽ യാതൊരു വർധനയും ഉണ്ടായില്ല.

വിത്തിനു മേലുള്ള പുതിയ നിയമമാകട്ടെ എന്താണോ വേണ്ടത്, അതിന് നേരെ എതിർദിശയിലാണ് പലതരത്തിലും. അത് വിത്തുകമ്പനികൾക്കും ഡീലർമാർക്കും അമിത സ്വാതന്ത്ര്യം നൽകുകയും കർഷകരോടുള്ള ബാധ്യത കുറയ്ക്കുകയും ചെയ്യുന്നു. പൊതുസംഭരണത്തിനും വിതരണത്തിലുമുള്ള കെടുകാര്യസ്ഥത തുടരുന്നു. ഉൽപ്പാദകർക്കു മാത്രമല്ല ഉപഭോക്തക്കൾക്കും പ്രശ്നങ്ങൾ സൃഷ്ടിച്ചുകൊണ്ട് ഭക്ഷ്യസമ്പദ്രംഗം കുത്തഴിഞ്ഞ നിലയിലാണ്. വില ചാഞ്ചാട്ടങ്ങൾ കർഷകരെ സംബന്ധിച്ചിടത്തോളം വലിയ പ്രശ്നമായി തുടരുന്നു. ഒപ്പം കർഷികവായ്പ എന്ന കേന്ദ്രപ്രശ്നം യാഥാർഥത്തിൽ പരിഹരിക്കപ്പെട്ടിട്ടുമില്ല.

ഈ പ്രശ്നങ്ങൾ പരിഹരിക്കുന്നതിനുള്ള വിദഗ്ധോപദേശങ്ങൾ ഗവൺമെന്റിനു ലഭിക്കാഞ്ഞിട്ടല്ല. കേന്ദ്ര ഗവൺമെന്റു തന്നെ രൂപീകരിച്ച ഫാർമേഴ്സ് കമീഷൻ ബൃഹത്തും വിശദവുമായ ഒട്ടേറെ നിർദേശങ്ങളടങ്ങിയ ആയിരത്തിലേറെ പേജുകളുള്ള റിപ്പോർട്ട് സർക്കാരിനു സമർപ്പിച്ചിട്ടുണ്ട്. അതിലെ മിക്ക നിർദേശങ്ങളും പരിഗണിക്കപ്പെടേണ്ടതാണ്. എന്നാൽ, യു പി എ സർക്കാരാകട്ടെ ഈ നിർദേശങ്ങൾ നടപ്പാക്കാൻ എന്തെങ്കിലും ചെയ്യാതെ നിർദേശങ്ങളെപ്പറ്റി പഠിക്കാൻ വീണ്ടും കമ്മിറ്റികളുണ്ടാക്കുകയാണ് ചെയ്തത്.

അൽപ്പം ചില നല്ല നീക്കങ്ങൾ ഒഴിച്ചാൽ യു പി എ സർക്കാരിന്റെ കാർഷികനയം തീരെ അപര്യാപ്തമാണെന്ന് കഴിഞ്ഞകൊല്ലംതന്നെ വ്യക്തമായിരുന്നു. പോയ കുറച്ചു വർഷങ്ങളായി ഇന്ത്യൻ കൃഷിയെ രക്ഷപ്പെടുത്തിയിരുന്നത് നന്നായി പെയ്ത മൺസൂൺ മഴകളായിരുന്നു. അത് കാർഷിക വളർച്ച നേരത്തേതിലും മെച്ചമാക്കി പിടിച്ചു നിർത്തി. എങ്കിൽ തന്നെയും മഴ കുറയുകകൂടി ചെയ്തതോടെ രാജ്യത്തിന്റെ മിക്കഭാഗങ്ങളിലും കർഷകന്റെ അവസ്ഥ ഏറെ കഷ്ടപ്പാടിലായി.

2008-09 ലെ ബജറ്റിൽ അവതരിപ്പിക്കപ്പെട്ട കാർഷിക കടം എഴുതിത്തള്ളൽ പദ്ധതി കർഷകരെ സഹായിക്കാനുള്ള ഗവൺമെന്റിന്റെ പ്രധാനപ്പെട്ട പരിപാടിയെന്ന് ഏറെ കൊട്ടിഘോഷിക്കപ്പെടുകയുണ്ടായി. സ്ഥാപനങ്ങളിൽനിന്ന് ലോണെടുത്ത് തിരിച്ചടയ്ക്കാൻ പറ്റാതെ വിഷമിച്ച ഒരു ന്യൂനപക്ഷത്തിന് അതിന്റെ പ്രയോജനം കിട്ടിയെന്നത് ശരിതന്നെ. പക്ഷേ, കൂടുതൽപേരുടെ കടവും അതുപോലെ കടത്തിന്റെ ഭൂരിഭാഗവും ഗ്രാമങ്ങളിലെ ഹുണ്ടികക്കാരോ കാർഷികവസ്തു കച്ചവടക്കാരോ പോലുള്ള സ്വകാര്യ സ്രോതസുകളിൽനിന്ന് എടുത്തതാണ്. പൊതുകടം മാത്രം മൊത്തമായി എഴുതിത്തള്ളുന്നതിനുപകരം ഗവൺമെന്റിന് ഒരു 'കടാശ്വാസകമീഷൻ' രൂപംനൽകി വളരെ എളുപ്പത്തിൽ പൊതു-സ്വകാര്യ കടങ്ങൾ രണ്ടും പരിശോധിക്കുകയും ഗ്രാമീണ മേഖലയിൽ കടങ്ങൾ നൽകുന്നതിനുള്ള മാർഗങ്ങൾ വിപുലമാക്കുകയും ചെയ്യാമായിരുന്നു. പക്ഷേ, ഇതു സംഭവിച്ചില്ല. അതുകൊണ്ടു തന്നെ ഗ്രാമീണകടങ്ങളുടെ യഥാർഥ പ്രശ്നങ്ങൾ ഇനിയും കൈകാര്യം ചെയ്യപ്പെട്ടിട്ടുമില്ല.

ഇതിനിടെ, വിളകളുടെ വിലയിലെ അസ്ഥിരത കഴിഞ്ഞ വർഷം

വളരെ വഷളാവുകയും, നാണ്യവിളക്കർഷകരുടെ പ്രയാസങ്ങൾ ഇരട്ടിക്കുകയും ചെയ്തു. ലോകമെമ്പാടും 2007 ലും 2008 ന്റെ ആദ്യപകുതിയിലും പ്രാഥമിക ചരക്കുകളുടെ വില കയറിക്കൊണ്ടിരുന്നെങ്കിലും അതിനുശേഷം കുത്തനെ ഇടിയുകയാണുണ്ടായത്. വില ഉയർന്ന സമയത്ത് കിട്ടിയ മെച്ചം ഇല്ലാതാക്കുന്നതായിരുന്നു വിലത്തകർച്ചയോടെ വന്ന നഷ്ടം. ചെറിയ കാലയളവുകളിൽ ഉണ്ടാകുന്ന വിലവർധനവുകൊണ്ട് കൃഷിക്കാരന് മെച്ചമൊന്നുമില്ല, പ്രത്യേകിച്ചും വിതരണത്തിലെ കാലതാമസംകൂടി കണക്കിലെടുക്കുമ്പോൾ. വില ഉയർന്നതു കണ്ട് കൃഷി മാറ്റിയ പല കർഷകർക്കും വിളവെടുക്കേണ്ട കാലയളവിൽ വില ഇടിയുന്നത് നോക്കിനിൽക്കേണ്ടിവന്നു. ഇപ്പോൾ ഇന്ത്യാഗവൺമെന്റ് ഒപ്പുവെക്കുന്ന കച്ചവടക്കരാറുകൾ, മറ്റു രാജ്യങ്ങളിലെ സമാന ഉൽപ്പന്നങ്ങളുമായി സാങ്കേതികവിദ്യയിലോ കാർഷികോൽപ്പാദന സാമഗ്രികളുടെ കാര്യത്തിലോ സർക്കാരിൽനിന്ന് യാതൊരു സഹായവുമില്ലാതെ മത്സരിക്കേണ്ടി വരുന്നതുമൂലം നാണ്യവിളക്കർഷകനെ കൂടുതൽ ദുരിതത്തിലേക്ക് തള്ളിവിടും.

ഇത്തരമൊരു സ്ഥിരതയില്ലാത്ത സാഹചര്യം കൃഷി കൂടുതൽ വിഷമകരവും അപകടസാദ്ധ്യതയുള്ളതും വേദനാജനകമായ തിരഞ്ഞെടുപ്പിന് വിധേയമാക്കുകയും ചെയ്യും. ഇന്നത്തെ പ്രതിസന്ധിയുടെ ഭാരം ചെറുകിട, നാമമാത്ര, കുടിയാൻ കർഷകരും ഗ്രാമീണ തൊഴിലാളികളും ഒക്കെയാണ് വഹിക്കുന്നത്. പ്രത്യേകിച്ചും വരണ്ട പ്രദേശങ്ങളിലുള്ളവർ. അതുകൊണ്ട് അതിവേഗം മാറിക്കൊണ്ടിരിക്കുന്ന ഈ സാമ്പത്തിക സാഹചര്യങ്ങളെ നേരിടുന്നതിന് കർഷകരെ പര്യാപ്തരാക്കാൻ ഗവൺമെന്റിന്റെ ഭാഗത്തുനിന്ന് ഒട്ടേറെ നടപടികൾ അത്യന്താപേക്ഷിതമാണ്. ഈ നടപടികൾ ഫലപ്രദമാകുന്നതിനും ഇതിന്റെ ഗുണഫലങ്ങൾ എല്ലാവർക്കും ഒരുപോലെ ലഭ്യമാവുന്നതിനും ഏറ്റവും അടിയന്തിരമായി ചെയ്യേണ്ടത് ഗ്രാമീണമേഖലയിലെ ഉച്ചനീചത്വങ്ങൾക്ക് കാരണമാകുന്നതും ചെറുകിട-നാമമാത്ര കർഷകർക്ക് സർക്കാർ നയങ്ങളുടെയും പരിപാടികളുടെയും ഗുണങ്ങൾ ലഭിക്കുന്നതിൽനിന്ന് തടയുന്നതുമായ ഭൂസ്വാമി വ്യവസ്ഥയ്ക്ക് അറുതി വരുത്തുക എന്നുള്ളതാണ്.

ഈയൊരു സാഹചര്യത്തിൽ കർഷകരുടെ പ്രധാന ആവശ്യങ്ങളെ താഴെപ്പറയുന്ന വിശാലമായ ഒരു കൂട്ടം ഇനങ്ങളായി മുന്നോട്ടുവെക്കാം, അതിലോരോന്നിനെപ്പറ്റിയും കൂടുതൽ വിശദമായ ചർച്ച ചെയ്യുകയും ചെയ്യാം.

1. രാജ്യത്തിന്റെ മിക്ക ഭാഗങ്ങളിലും കൊടികുത്തി വാഴുന്ന ഭൂവുടമാസമ്പ്രദായത്തിന്റെ ചങ്ങലക്കെട്ടുകൾ പൊട്ടിക്കുക.
2. ജലസേചനവും നാശകരമല്ലാത്ത ജല മാനേജ്മെന്റും എല്ലാവർക്കും പ്രാപ്യമാക്കുക.
3. എല്ലാ കർഷകർക്കും സ്ഥാപനങ്ങളിൽ നിന്നുള്ള വായ്പലഭ്യമാക്കുക.

4. ചെലവു കുറഞ്ഞതും കർഷകന്റെ നിലനിൽപ്പിനെ അപകടപ്പെടുത്താത്തതുമായവിധം കാർഷികോൽപ്പാദന സാമഗ്രികൾ വിതരണം ചെയ്യാനുള്ള നടപടികൾ എടുക്കുക. അതിൽ പൊതുസ്ഥാപനങ്ങൾക്കുള്ള പങ്ക് വർധിപ്പിക്കുകയും സ്വകാര്യ സ്രോതസ്സുകളുടേത് നിയന്ത്രിക്കുകയും കാർഷിക മേഖലയിൽ കൂടുതൽ ശക്തമായ ഗവേഷണ വിനിമയ സൗകര്യങ്ങൾ നടപ്പാക്കുകയും ചെയ്യുക.
5. കാർഷികോൽപ്പന്നങ്ങളുടെ വിലകളിൽ ഉണ്ടാവുന്ന വൻ ചാഞ്ചാട്ടങ്ങളിൽനിന്നും കർഷകനെ സംരക്ഷിക്കുക.
6. സഹകരണരംഗത്ത് ശക്തവും സമത്വാധിഷ്ഠിതവുമായ വികസനമുണ്ടാക്കാൻ യത്നിക്കുക.
7. വരണ്ട പ്രദേശങ്ങളിലെ കൃഷിയിൽ ശ്രദ്ധകേന്ദ്രീകരിക്കാൻ നയങ്ങളിൽ ആവശ്യമായ മാറ്റങ്ങൾ വരുത്തുകയും സാങ്കേതികവിദ്യ, സേവന സൗകര്യങ്ങൾ, ആദായകരമായ വില തുടങ്ങി പ്രോത്സാഹനങ്ങൾ നൽകുകയും ചെയ്യുക.
8. കൂടുതൽ മൂല്യ വർധിത പ്രവർത്തനങ്ങൾക്കും കാർഷികേതര സംരംഭങ്ങൾക്കും ഊന്നൽ നൽകി ഗ്രാമീണ സാമ്പത്തിക രംഗം വൈവിധ്യമുള്ളതാക്കുക.

I ഭൂവുടമാ വ്യവസ്ഥയുടെ ചങ്ങലക്കെട്ടുകൾ തകർക്കുക

1. കൈവശം വയ്ക്കാവുന്ന ഭൂമിക്ക് കർശനമായി പരിധിനിർണയിച്ച് നടപ്പാക്കുക. ഈ പരിധി ഒറ്റത്തവണയല്ല തുടർച്ചയായി പരിശോധിക്കണം. ഇല്ലെങ്കിൽ ഇന്നത്തെ സ്ഥിതിയിൽ കടത്തിനടിപ്പെടുന്ന ചെറുകർഷകന്റെ ഭൂമി വമ്പൻ സ്രാവുകൾ തട്ടിയെടുക്കാനും സാധ്യതയുണ്ട്.
2. ഭൂപരിഷ്കരണം, അതിന്റെ ഗുണഭോക്താക്കൾക്ക് കിട്ടുന്ന ഭൂമി കൊണ്ട് ജീവിക്കാൻ കഴിയുന്ന ഇതര സഹായ സൗകര്യങ്ങളോടെ നടപ്പാക്കുക. സംസ്ഥാനഗവൺമെന്റുകളുടെ കൈയിൽ ഇപ്പോൾത്തന്നെയുള്ള ഭൂമിയും ഭൂപരിധി നിയമം നടപ്പിലാക്കുമ്പോൾ കിട്ടുന്ന ഭൂമിയും ഭൂരഹിത കർഷകർക്ക് വിതരണം ചെയ്യുക. സ്ത്രീ കർഷകർക്ക് ഈ വിതരണത്തിൽ മുൻഗണന കൊടുക്കണം. ഇത്തരത്തിലുള്ള ഭൂവിതരണത്തോടൊപ്പം, കൃഷി ആദായകരമാക്കാൻ സാങ്കേതിക സഹായങ്ങളും കർഷികോൽപ്പാദന സാമഗ്രികളുടെ ലഭ്യതയും വർധിപ്പിക്കുകയും വേണം എന്നത് അതിപ്രധാനമാണ്.
3. ഇപ്പോഴും രാജ്യത്തിന്റെ പല ഭാഗങ്ങളിലും പട്ടയങ്ങൾ ശരിയായ രീതിയിൽ രേഖപ്പെടുത്തുകയോ തരംതിരിച്ച് പ്രസിദ്ധപ്പെടുത്തുകയോ ചെയ്തിട്ടില്ല. അത് വളരെ അടിയന്തിരമായി ചെയ്യണം. ഭൂമി സംബന്ധിച്ച എല്ലാ രേഖകളും കംപ്യൂട്ടറൈസ് ചെയ്ത് എല്ലാവർക്കും പരിശോധിക്കാവുന്നവിധം ലഭ്യമാക്കുകയും വേണം. കർഷകരെ ചതിക്കാനുള്ള സാധ്യത ഇങ്ങനെ കുറയ്ക്കാം.

4. ഉടമസ്ഥാവകാശത്തോടൊപ്പം മൊത്തം കൃഷിക്കാരിൽ വലിയൊരു വിഭാഗവും, എന്നാൽ ഒട്ടേറെ സംസ്ഥാനങ്ങളിൽ ഇപ്പോഴും ഭൂമിയുടെമേൽ യാതൊരവകാശവും ഇല്ലാത്തവരുമായ കുടിയാൻ കർഷകരെ സംബന്ധിച്ച വിവരങ്ങൾ രേഖപ്പെടുത്തുകയും വേണം. രേഖകൾ ഉണ്ടാവുന്നതോടെ കർഷകർക്കെല്ലാം അംഗീകാരവും അവകാശങ്ങളും നേടാനാവുകയും അവർക്ക് ബാങ്കുകളിൽ നിന്നുംമറ്റും വായ്പയെടുക്കാനാവുകയും മറ്റുപൊതു പദ്ധതികളുടെ ഭാഗമായ ആനുകൂല്യങ്ങൾ ലഭിക്കുകയും ചെയ്യും.

5. ഭൂ ഉപയോഗരീതികളിൽ വമ്പിച്ച രീതിയിൽ മാറ്റങ്ങൾ വന്നുകൊണ്ടിരിക്കുന്ന ഇക്കാലത്ത്, കൃഷിഭൂമി കാർഷികേതരമായ ആവശ്യങ്ങൾക്ക് മാറ്റുന്ന പ്രവണത കൂടിവരികയാണ്. ഇതിൽ ചിലത് ചെറുക്കപ്പെടേണ്ടതാണ് (പ്രത്യേകിച്ച് ആഡംഭരഭവനങ്ങൾ, ഗോൾഫ് കോഴ്സുകൾ പോലുള്ള ധനാഢ്യരുടെ ആഡംഭര ആവശ്യങ്ങൾക്കാവുമ്പോൾ). പക്ഷേ ചിലത് ഒഴിവാക്കാനാവാത്തതും സാമൂഹ്യപുരോഗതിക്കു വേണ്ടിയുള്ളതുമാകാം (അടിയന്തിരമായി വേണ്ട ആഭ്യന്തരസൗകര്യങ്ങൾ, വിദ്യഭ്യാസസ്ഥാപനങ്ങൾ അല്ലെങ്കിൽ വ്യാവസായങ്ങൾ തുടങ്ങിവയ്ക്കാകുമ്പോൾ). കർഷകർക്ക് കുടിയിറക്കിൽ നിന്നും പരമാവധി സംരക്ഷണം നൽകപ്പെടണം. ഭൂമി ഏറ്റെടുക്കാതെ മറ്റു മാർഗങ്ങൾ ഇല്ലെങ്കിൽ കുടിയിറക്കപ്പെടുന്നവർക്കും തൽഫലമായി ജീവിതമാർഗങ്ങൾ നഷ്ടപ്പെടുന്നവയ്ക്കും പര്യാപ്തമായ നഷ്ടപരിഹാരം ഉറപ്പുവരുത്തണം. ഭൂവിനിയോഗത്തിൽ വരുന്ന മാറ്റത്തിന്റെ ഫലമായി കുടിയിറക്കപ്പെടുന്നവർക്ക് അത് കേവലം പട്ടയമുടമയ്ക്കു മാത്രമല്ല കുടികിടപ്പുകാർക്കും അതുപോലുള്ള വിഭാഗങ്ങൾക്കും ഉദാരവും ന്യായവുമായ നഷ്ടപരിഹാരവും പുനരധിവാസവും ഉറപ്പുവരുത്തുന്ന നയങ്ങൾക്ക് രൂപം നൽകണം.

6. ആദിവാസികളുടെയും ഗോത്രവർഗക്കാരുടെയും ഭൂമിക്കുള്ള അവകാശം കാലങ്ങളായി അവഗണിക്കപ്പെട്ടതുകൊണ്ട് തലമുറകളായി കൃഷിചെയ്തു കൊണ്ടിരിക്കുന്ന ഇടങ്ങളിൽനിന്ന് അവർ പ്രകൃതി സംരക്ഷണത്തിന്റെയും മറ്റും പേരിൽ നിരന്തരം കുടിയൊഴിപ്പിക്കപ്പെടുകയും ആട്ടിയോടിക്കപ്പെടുകയുമാണ്. "ആദിവാസി വനാവകാശനിയമം" അടിയന്തിരമായി വളരെ ഗൗരവപൂർണം നടപ്പിലാക്കുകയും സമീപകാലത്ത് ഇത്തരത്തിൽ കുടിയൊഴിപ്പിക്കപ്പെട്ടവരെ തിരിച്ചുവരാൻ അനുവദിക്കുകയും വേണം.

7. ഭൂപരിധി ഉയർത്താനും കൃഷി കോർപ്പറേറ്റുകൾക്ക് എൽപ്പിച്ചു കൊടുക്കാനുമുള്ള നീക്കങ്ങളെ ചെറുക്കുക. രാജ്യത്ത് ചില സംസ്ഥാനങ്ങളിലെങ്കിലും ഭൂപരിധി ഉയർത്തിക്കിട്ടാനും അതുവഴി വൻകിട കമ്പനികൾ തൊഴിലാളികളെ വാടകയ്ക്കെടുത്ത് നേരിട്ട് കൃഷിയിൽ ഏർപ്പെടാനുള്ള സാഹചര്യമുണ്ടാക്കാനും കോർപ്പറേറ്റ് ലോബി ശ്രമിക്കുന്നുണ്ട്. ഇത് ഗ്രാമാന്തരങ്ങളിലെ അസമത്വങ്ങളും

അരക്ഷിതാവസ്ഥയും ഇനിയും രൂക്ഷമാക്കാനാണ് സാധ്യത എന്ന തിനാൽ ഈ നീക്കം അനുവദിച്ചുകൊടുത്തു കൂടാ.

II ജലസേചനവും ജലവിഭവവും:

1. കുളങ്ങളും മറ്റു ചെറിയ ജലസ്രോതസുകളും പുനഃരുദ്ധരിക്കുന്ന തിനായി വരൾച്ചബാധിത പ്രദേശങ്ങളാകെ മുൻഗണന നൽകി വിപു ലമായപദ്ധതി നടപ്പിലാക്കണം. ഈ പദ്ധതി ഇരട്ടി ചെലവുണ്ടാ ക്കാത്തവിധം ദേശീയ ഗ്രാമീണ തൊഴിലുറപ്പു പദ്ധതിയുമായിയോ ജിച്ച് നടപ്പിലാക്കുകവഴി പ്രസ്തുത തൊഴിലുറപ്പുപദ്ധതി ദീർഘ വീക്ഷണത്തോടെ സുസ്ഥിരമായ വഴിയിൽ നടപ്പിലാക്കുവാൻ സാധിക്കും.
2. ഉപരിതല ജലവിഭവത്തിന്റെ സമത്വാധിഷ്ഠിതമായ പ്രദേശിക വിത രണത്തിന് മുൻഗണന നൽകിയും ഭൂഗർഭജലത്തിന്റെയും ഉപരി തല ജലത്തിന്റെയും ശരിയായ അനുപാതത്തിലുള്ള ഉപയോഗത്തി നായും സംസ്ഥാന – കേന്ദ്ര സർക്കാരുകൾ ഒരു ജലനയം രൂപീക രിക്കണം. അഖിലേന്ത്യാ കിസാൻസഭ ഉൾപ്പെടെയുള്ള കർഷകസം ഘടനകളെ ജലനയത്തിന്റെ കരടുതയാറാക്കുന്നതിൽ സജീവപങ്കാ ളികളാക്കുകയും ഇക്കാര്യത്തിൽ ഉത്തരവാദിത്വമുള്ള എല്ലാ വിഭാ ഗങ്ങളുമായും ചർച്ച ചെയ്യുകയും വേണം.
3. ജലവിഭവ സ്രോതസുകളിൽനിന്നും അകലത്തുള്ള കർഷകർക്ക് ജലസേചനത്തിലൂടെ വിതരണം ചെയ്യുന്ന ജലം ആവശ്യത്തിന് ലഭ്യ മാകാത്ത സ്ഥിതിവിശേഷം ഒഴിവാക്കുന്നതിനായി ഉപരിതല ജല വിഭവത്തിന്റെ ലഭ്യതയിൽ തുല്യത ഉറപ്പുവരുത്തുന്നത് സുപ്രധാ നമാണ്.
4. ഭൂഗർഭജലത്തിന്റെമേൽ സമൂഹ്യനിയന്ത്രണം കൊണ്ടുവരികയും പുരോഗമനപരമായ നിരക്കുകളുടെ അടിസ്ഥാനത്തിൽ പൊതുമാ നദണ്ഡങ്ങൾ പ്രകാരമുള്ള ജലവിതരണവും എന്ന ലക്ഷ്യത്തോടെ ഭൂഗർഭജലവിഭവ സ്രോതസുകളെ പട്ടികയിൽപ്പെടുത്തുകയും നിയ ന്ത്രണങ്ങൾ ഏർപ്പെടുത്തുകയും ചെയ്യാൻ നടപടി സ്വീകരിക്കണം.

III സ്ഥാപന വായ്പലഭ്യത വർധിപ്പിക്കൽ

1. 2008–09 ലെ കാർഷികകടം എഴുതിതള്ളൽ പദ്ധതി സ്വാഗതാർഹ മാണെങ്കിലും സ്ഥാപനവായ്പ ലഭിച്ച ഒരു ന്യൂനപക്ഷം കർഷക ർക്കുവേണ്ടി മാത്രമായിരുന്നതിനാൽ രാജ്യത്തെ ബഹുഭൂരിപക്ഷം വരുന്ന കൃഷിക്കാരുടെ ഗുരുതരമായ കടബാധ്യത പ്രശ്നം ഈ പദ്ധതിമൂലം പരിഹരിക്കപ്പെട്ടില്ല. സ്വകാര്യകടങ്ങളെ ഉൾപ്പെടെ ഉൾക്കൊള്ളുന്ന ശരിയായതും ഫലപ്രദവുമായ കടാശ്വാസം അനു വദിക്കണം. അതുകൊണ്ടു ഓരോരോ കർഷകന്റെയും പ്രശ്നങ്ങൾ

പ്രത്യേകിച്ചും ഏറ്റവും ഗുരുതരമായ പ്രശ്നബാധിത പ്രദേശങ്ങളിൽ – പരിശോധിക്കാനും പരിഹരിക്കാനും കഴിയുന്നവിധം ഒരു കടാശ്വാസ കമീഷൻ രൂപീകരിക്കുകയാണാവശ്യം. കടാശ്വാസത്തിന്റെ അടിസ്ഥാന തത്വമായിവരേണ്ടത് സഞ്ചിത പലിശതുകയായി വായ്പതുകയെക്കാൾ കൂടുതൽ തുക ഈടാക്കാനനുവദിക്കരുത് എന്നതാവണം; അധികം വരുന്ന പലിശത്തുക എഴുതിത്തള്ളണം.

2. സമകാലിക സാഹചര്യത്തിലെ രൂക്ഷമായ വരൾച്ചയുടെയും കടുത്ത വില അസ്ഥിരതയുടെയും പശ്ചാത്തലത്തിൽ വിളനാശവും വിലത്തകർച്ചയും നേരിടേണ്ടിവരുന്ന കർഷകർക്കായി ഒരു ദുരിതാശ്വാസഫണ്ട് സ്ഥാപിക്കണം.
3. കുടിയാൻമാർ, സ്ത്രീകൾ തുടങ്ങി ഭൂവുടമസ്ഥത ഇല്ലാത്ത കർഷകർക്കും സ്ഥാപിതവായ്പ ലഭ്യമാക്കണം.
4. വറുതിയുടെ നാളുകളിൽ ഇൻഷ്വറൻസ് സഹായം കർഷകർക്ക് കൂടുതലായി ലഭിക്കുന്നതിന് സഹായകമായ വിധം ചട്ടങ്ങൾ നവീകരിച്ചുകൊണ്ട് സാർവത്രിക ഇൻഷ്വറൻസ് പരിരക്ഷ യാഥാർഥ്യമാക്കത്തക്കതരത്തിൽ വിള ഇൻഷ്വറൻസ് പദ്ധതി വിപുലീകരിക്കണം.
5. ഗ്രാമീണ നിവാസികളെയാകെ ഉൾക്കൊള്ളുന്ന സമഗ്രമായ ലൈഫ് ഇൻഷുറൻസ് പദ്ധതിയും ഇതര ഇൻഷുറൻസ് പദ്ധതികളും ആവശ്യമാണ്.

IV എല്ലാ കർഷകർക്കും താങ്ങാവുന്ന ചെലവിൽ ആവശ്യമായത്രയും, ഗുണനിലവാരമുള്ളതുമായ കാർഷികോൽപ്പാദന സാമഗ്രികൾ ഉറപ്പുവരുത്തുക

1. നേരിട്ടുള്ള ഇടപെടലുകളിലൂടെ യോജിച്ച നിയന്ത്രണങ്ങൾ വഴിയും ഉയർന്ന ഗുണനിലവാരമുള്ളതും താങ്ങാവുന്ന വിലയ്ക്കുള്ളതുമായ കാർഷികോൽപ്പാദന സാമഗ്രികൾ യഥാസമയം എല്ലാ കർഷകർക്കും ലഭ്യമാക്കാൻ സർക്കാർ മുഖ്യമായ പങ്ക് വഹിക്കണം. ഇതിനായി, പൊതുഉൽപ്പാദനത്തിനും വിപണിക്കും കൂടുതൽ ഊന്നൽ നൽകേണ്ടത് ആവശ്യമാണ്.
2. ദേശീയ വിത്ത് നിയമം കർഷകരെ സംരക്ഷിക്കുന്നില്ല എന്ന് മാത്രമല്ല ബഹുരാഷ്ട്ര കുത്തകകളും ആഭ്യന്തര കുത്തകകളുമായ വിത്ത് കമ്പനികളുടെ ചൂഷണത്തിന് കർഷകരെ എറിഞ്ഞുകൊടുക്കുകയും ചെയ്യുന്നു. കൃത്രിമ വിത്ത് ദാതാക്കൾക്കെതിരെ മതിയായ പിഴ ഈടാക്കുന്നതിനാവശ്യമായ വകുപ്പുകളും അതിലില്ല. പ്രസ്തുത നിയമം അടിയന്തിരമായി പിൻവലിക്കുകയും കർഷകനനുകൂലമായ പുതിയ വിത്ത് നിയമം രൂപീകരിക്കുകയും ചെയ്യുകയാണ് ആവശ്യം.
3. കാർഷികോൽപ്പാദനോപാദികളുടെ സ്വകാര്യ വിതരണക്കാരെ നിയന്ത്രിക്കുകയും നിരീക്ഷണത്തിനുവിധേയരാക്കുകയും വേണം. രാസ

വളങ്ങളുടെ വിലയിലും ഗുണത്തിലും കൂടുതൽ ഉയർന്ന സാമൂഹ്യ ജാഗ്രത അവശ്യമാണ്. അതിനാവശ്യമായ പശ്ചാത്തലസൗകര്യങ്ങളും കർക്കശമായ നടത്തിപ്പുസംവിധാനവും എത്രയും പെട്ടെന്ന് സുതാര്യമായും ഉത്തരവാദിത്വത്തോടെയും സൃഷ്ടിക്കാനാവണം.

V ഉൽപ്പന്നവിലയിലെ കടുത്ത അസ്ഥിരതയിൽനിന്നും കർഷകരെ രക്ഷിക്കുകയും ആദായവില ഉറപ്പാക്കുകയും ചെയ്യൽ

1. കർഷകർക്ക് ആദായവില ഉറപ്പാക്കാനും കിട്ടുന്നവിലയ്ക്ക് വിൽക്കുന്ന അവസ്ഥ ഒഴിവാക്കാനും കേന്ദ്രസർക്കാരുകൾ ഉചിതമായ സമയത്ത് വേണ്ടത്ര സംഭരണ നടപടികൾ സ്വീകരിക്കണം.
2. ഉൽപ്പാദനങ്ങളുടെ വിലയിൽ ഉണ്ടാകുന്ന കടുത്ത അസ്ഥിരതയിൽനിന്നും കർഷകരെ രക്ഷിക്കാൻ നാണ്യവിളകൾക്കായി ഒരു വിപണി വിലസ്ഥിരതാ ഫണ്ട് രൂപീകരിക്കണം.
3. ആഭ്യന്തര കർഷകരെയും അവരുടെ ജീവിതോപാധികളെയും സംരക്ഷിക്കാനായി ഇറക്കുമതിചെയ്യുന്ന സവിശേഷ വിളകൾക്ക് സ്ഥിര വില ഏർപ്പെടുത്താനാവുംവിധം അളവുപരമായ നിയന്ത്രണങ്ങളും വ്യത്യസ്ത ചുങ്കനിരക്കുകളുള്ള സംവിധാനവും ഏർപ്പെടുത്തണം.
4. അനുയോജ്യമായവിധം ആസൂത്രിതമായ ഒരു സംവിധാനത്തിലൂടെ ഭക്ഷ്യ ധാന്യങ്ങളുടെയും മറ്റ് നിത്യോപയോഗ വസ്തുക്കളുടെയും മതിയായ കരുതൽ ശേഖരം ആഭ്യന്തര കർഷകരിൽനിന്നും വാങ്ങി സൂക്ഷിക്കാൻ സർക്കാർ തയാറാവണം. ഇതിലൂടെ പ്രദേശിക കർഷകർക്ക് ദോഷകരമായവിധം കൊയ്ത്തു കാലങ്ങളിൽ മതിയായ സംഭരണം നടത്താൻ തയാറാകാതെ അതേ ധാന്യങ്ങളും മറ്റ് ഉൽപ്പന്നങ്ങളും പിന്നീട് ഇറക്കുമതി ചെയ്യാൻ നിർബന്ധിതമാകുന്ന ഇപ്പോഴത്തെ പ്രവണത തടയാൻ കഴിയും.
5. മിക്ക സംസ്ഥാനങ്ങളിലും വിപണി സംവിധാനങ്ങളുടെ അപര്യാപ്തതയും വിപണികളിൽ നിരവധിയായ നടപടിക്രമ പ്രശ്നങ്ങളും നിലനിൽക്കുകയാണ്. എല്ലാ മാർക്കറ്റുകളിലും കർഷകർക്കു ഗുണകരമായവിധം ചൂഷണരഹിതവും പര്യാപ്തവുമായ സംവിധാനം ഏർപ്പെടുത്താൻ വിപണി വകുപ്പു നടപടി എടുക്കണം.

VI ശക്തവും നീതിയുക്തവുമായ സഹകരണ വികസനത്തെ പ്രോത്സാഹിപ്പിക്കുക.

1. സഹകണ സംഘങ്ങൾ ഒരു ബദൽ സ്ഥാപന സംവിധാനം പ്രദാനം ചെയ്യുന്നു. വിദേശത്തുനിന്നും വൻകിട കർഷകരിൽ നിന്നുമുള്ള മത്സരങ്ങളിൽ ചെറുകിട കർഷകർക്ക് പിടിച്ചു നിൽക്കാൻ സഹായകവും ബദൽ സമ്പദ്ഘടന പ്രദാനം ചെയ്യുന്നതുമാണ് അവ. ഉദ്യോഗസ്ഥമേധാവികളിൽനിന്നും രാഷ്ട്രീയക്കാരിൽ നിന്നുമുള്ള ഇടപെ

ടൽ കാരണവും വൻകിട കർഷകരും ഗ്രാമീണ പ്രമാണിമാരും അവ കൈയടക്കുന്നതുമൂലം സഹകരണ സംഘങ്ങൾ പലപ്പോഴും ശരിയായ വിധത്തിൽ പ്രവർത്തിക്കുന്നില്ലെങ്കിലും ഇന്ത്യയിലും വിദേശത്തും അത് വിജയംവരിച്ചതിന്റെ ഒട്ടേറെ ഉദാഹരണങ്ങളുണ്ട്. ജലവിനിയോഗം, ഉൽപ്പാദനോപാധികളുടെ വാങ്ങൽ, വിത്തു ശേഖരണം, ഉൽപ്പന്ന വിപണനം എന്നിങ്ങനെ നിരവധി പ്രവർത്തനങ്ങൾക്കായി കർഷക സഹകരണ സംഘങ്ങളുടെ വികസനത്തിന്റെ സാധ്യത പരിശോധിക്കേണ്ടതാണ്. ഭൂപ്രഭുത്വത്തെ ചെറുത്തു തോൽപ്പിക്കുകയും തകർക്കുകയും ചെയ്ത പ്രദേശങ്ങളിലാണ് ഈ സംവിധാനത്തിന് വലിയ വിജയം കൈവരിക്കാൻ കഴിയുന്നത്.

2. കർഷകരെ സഹകരണ സംഘങ്ങളിൽ അണിനിരത്താൻ സജീവമായി കർഷകസംഘം ഇടപെടേണ്ടതാണ്. സംഘടനാപരവും സ്ഥാപനപരവുമായ കാര്യങ്ങളിൽ പ്രത്യേക ശ്രദ്ധചെലുത്തണം.

VII ഗവേഷണവും വ്യാപനവും

1. പൊതുമേഖലയിലെ കാർഷികഗവേഷണത്തെ ശക്തിപ്പെടുത്തുകയും പുനഃക്രമീകരിക്കുകയും വേണം; പ്രത്യേകിച്ച് കരഭൂമിയിലെ വിളകളെക്കുറിച്ചും കർഷകജനത ഇന്നനുഭവിക്കുന്ന പ്രശ്നങ്ങളെക്കുറിച്ചും. ഇതിന്, കൃഷി ശാസ്ത്രജ്ഞൻമാരും കർഷകരും തമ്മിൽ ഒട്ടേറെ പരസ്പര ആശയവിനിമയം നടത്തേണ്ടതുണ്ട്. അങ്ങനെ ആയാൽ മാത്രമേ ഗവേഷകർക്ക് കർഷകജനതയുടെ യഥാർഥ ഗവേഷണ ആവശ്യങ്ങളെക്കുറിച്ച് വേണ്ടത്ര ധാരണ കൈവരിക്കാനാവൂ.
2. പൊതുമേഖലയിലെ കൃഷി വ്യാപന സംവിധാനം വിപുലമാക്കപ്പെടുകയും ശാസ്ത്രീയവൽക്കരിക്കപ്പെടുകയും വേണം. എന്നാൽ മാത്രമേ സ്വകാര്യ വിത്ത്, വളം, ഉപകരണങ്ങൾ തുടങ്ങിയ കാർഷികോൽപ്പാദന സാമഗ്രികളുടെ വിതരണക്കാരോടും കമ്പനികളോടുമുള്ള കർഷകരുടെ വിധേയത്വം കുറയ്ക്കാൻ കഴിയൂ. ഇതിലൂടെ ചെറുകിട ഇടത്തരം കർഷകർക്ക് പ്രസക്തമായ അറിവ് പ്രദാനം ചെയ്യാനും കഴിയും. ഈ സംവിധാനം ഓരോ കർഷകന്റെയും അടുത്ത് എത്തുകയും എല്ലാ കർഷകരുടെയും പ്രാദേശികാവശ്യങ്ങൾ കണക്കിലെടുക്കുകയും ചെയ്യുന്ന വിധത്തിലായിരിക്കണം ഇത് ചെയ്യേണ്ടത്.

VIII കൃഷിയും ഗ്രാമീണ പശ്ചാത്തല വികസനവും പ്രോത്സാഹിപ്പിക്കുന്നതിന് ദേശീയ ഗ്രാമീണ തൊഴിലുറപ്പ് പദ്ധതി (NREGS) പ്രയോജനപ്പെടുത്തുക

1. പ്രായപൂർത്തിയായ എല്ലാ പേരെയും ഉൾക്കൊള്ളിക്കത്തക്കവിധം തൊഴിലുറപ്പ് പദ്ധതി വിപുലപ്പെടുത്തണം. (ഒരു വീട്ടിൽ ഒരാൾക്കു

മാത്രം പോര) ആവശ്യമുള്ളിടത്തോളം ദിവസം തൊഴിൽ ലഭ്യമാക്കുകയും വേണം. സാമ്പത്തിക തകർച്ചയുടേതായ പശ്ചാത്തലത്തിൽ ഗ്രാമീണ മേഖലയിൽ ഇത് കൂടുതൽ ചോദനം സൃഷ്ടിക്കാൻ ഇടയാക്കും.

2. എല്ലാ ചെറുകിട നാമമാത്ര കർഷകരുടെയും ഭൂമിയിൽ ഗ്രാമീണ തൊഴിലുറപ്പ് പദ്ധതി പ്രകാരമുള്ള ജോലികൾ അനുവദിക്കണം; പട്ടികജാതി, പട്ടികവർഗക്കാരുടെ ഭൂമിയിൽ മാത്രം പരിമിതപ്പെടുത്തരുത്. തൊഴിലാളികളെ ഏർപ്പെടുത്തി കൃഷിനടത്തുന്ന കർഷകർക്ക് ഇത് പ്രോത്സാഹനജനകമായിരിക്കും; ഈ പദ്ധതിയിൽ നിന്ന് തങ്ങൾക്കും പ്രയോജനം ലഭിക്കുമെന്ന് അവർക്ക് തോന്നണം.
3. ഗ്രാമീണ ജീവിതത്തിന്റെ ഗുണനിലവാരം അഭിവൃദ്ധിപ്പെടുത്തുന്ന എല്ലാ പ്രവർത്തനങ്ങൾക്കും ബാധകമാകത്തക്കവിധം അനുവദനീയമായ ജോലികളുടെ പട്ടിക വിപുലപ്പെടുത്തണം.
4. തൊഴിലാളികൾക്ക് മിനിമം വേതനം പ്രദാനം ചെയ്യുന്നതായിരിക്കണം ജോലി.

IX ഭക്ഷ്യലഭ്യത

1. നിർദിഷ്ട ഭക്ഷ്യസുരക്ഷാ ബിൽ സാധാരണക്കാർക്ക് താങ്ങാൻ കഴിയുന്ന വിധത്തിൽ ന്യായവിലയ്ക്ക് സാർവത്രികമായ ഭക്ഷ്യലഭ്യത ഉറപ്പാക്കുന്നതായിരിക്കണം. കുടംബങ്ങൾക്ക് നൽകുന്ന ഭക്ഷ്യധാന്യങ്ങളുടെ അളവിൽ കുറവ് വരുത്താൻ പാടില്ല. ഭക്ഷ്യധാന്യങ്ങളുടെ അളവ് ഒരു കുടുംബത്തിന് എത്ര എന്നല്ല, ആ കുടുംബത്തിൽ എത്ര ആളുണ്ട് എന്നതിന്റെ അടിസ്ഥാനത്തിൽ നിശ്ചയിക്കണം.
2. എല്ലാ ഗ്രാമവാസികൾക്കും ബാധകമാകത്തക്കവിധം പൊതുവിതരണ സംവിധാനം വിപുലപ്പെടുത്തണം; ഭക്ഷ്യധാന്യങ്ങൾക്കൊപ്പം തന്നെ പഞ്ചസാരയും ഭക്ഷ്യഎണ്ണയുംപോലുള്ള അവശ്യസാധനങ്ങളും പൊതുവിതരണത്തിൽ ഉൾപ്പെടുത്തണം.
3. റേഷൻകടകൾ ലാഭകരമാകത്തക്കവിധം മറ്റുസാധനങ്ങൾ വിൽക്കാൻ അവരെ അനുവദിക്കണം; എല്ലാ ദിവസവും കടകൾ തുറന്നിരിക്കും എന്ന് ഉറപ്പാക്കണം; ആവശ്യക്കാർക്ക് ചില്ലറയായി ചെറിയ തുകയ്ക്കുള്ള സാധനങ്ങൾ വിൽക്കുമെന്ന് ഉറപ്പുവരുത്തണം.
4. പോഷകസമൃദ്ധമായ മുഖ്യഭക്ഷ്യധാന്യം വലിയ തോതിൽ കൃഷി ചെയ്തിരുന്ന കര ഭൂപ്രദേശത്തിന്റെ കാര്യത്തിൽ ഇത് പ്രത്യേക പ്രാധാന്യമാർഹിക്കുന്നു; പോഷക സമൃദ്ധമായ പരമ്പരാഗത ഭക്ഷ്യധാന്യങ്ങളുടെ പ്രദേശിക സംഭരണത്തോടൊപ്പം പ്രദേശിക വിതരണവും നടപ്പാക്കണം.

X ജീവിതാവസ്ഥ

1. ആരോഗ്യരംഗത്ത് കൂടുതൽ പൊതുചെലവഴിക്കൽ നടത്തി നല്ല ഗുണനിലവാരവും കുറഞ്ഞ ചെലവുമുള്ള ആരോഗ്യപരിരക്ഷ എല്ലാ കർഷക കുടുംബങ്ങൾക്കും ലഭ്യമാക്കണം.
2. ഗ്രാമീണ പാർപ്പിടങ്ങൾ നിർമിക്കുന്നതിനുള്ള ഒരു പ്രധാന പരിപാടി കൂടി നടപ്പിലാക്കണം; അത് ഇന്ദിര ആവാസ് യോജന പ്രകാരം മാത്രം പോര; ചെറുകിട – ഇടത്തരം കർഷകർക്കുകൂടി ബാധകമാക്കണം.
3. എല്ലാ ഗ്രാമീണ പാർപ്പിടങ്ങളിലും ശുദ്ധജലവും ശുചീകരണ സംവിധാനവും ലഭ്യമാക്കണം.
4. കർഷക കുടുബങ്ങളിലെ എല്ലാകുട്ടികൾക്കും നല്ല ഗുണനിലവാരമുള്ള സമ്പൂർണ സ്കൂൾ വിദ്യാഭ്യാസം ലഭ്യമാക്കേണ്ടത് ആവശ്യമാണ്. കർഷക കുടുബങ്ങളിൽ നിന്നുള്ള യുവാക്കൾക്ക് ഉന്നത വിദ്യാഭ്യാസത്തിനുള്ള സ്കോളർഷിപ്പിൽ വലിയ വർധനവ് ഉണ്ടാക്കണം.

9

കേരളത്തിലെ കാർഷിക മേഖലയിലെ പ്രശ്നങ്ങളും കർഷക ആത്മഹത്യയും- വയനാട് ജില്ലയെ സംബന്ധിച്ച പഠനം

പി കൃഷ്ണപ്രസാദ്, ജോസ് ജോർജ്

വലിയ തോതിലുള്ള കർഷക ആത്മഹത്യകൊണ്ട് വയനാട് ജില്ല അടുത്ത കാലത്തായി ജനശ്രദ്ധ പിടിച്ചുപറ്റി. 2001 ലെ സെൻസസ് അനുസരിച്ച് ഇവിടുത്തെ ജനസംഖ്യ 7,86,627 ആണ്. ഈ കൊച്ചുജില്ലയിൽ 2004 ൽ 130 കർഷകരും കർഷകത്തൊഴിലാളികളും ആത്മഹത്യ ചെയ്തുവെന്നാണ് മാധ്യമങ്ങളും കർഷക സംഘടനകളും വ്യക്തമാക്കിയത്. ആന്ധ്രാപ്രദേശിലെ 36 ലക്ഷത്തിലധികം ജനസംഖ്യയുള്ള അനന്തപൂർ ജില്ലയിൽ ഒരു വർഷം അറുന്നൂറോളം ജനങ്ങൾ ആത്മഹത്യ ചെയ്തുവെന്ന് മാധ്യമങ്ങൾ റിപ്പോർട്ട് ചെയ്തു. (*മലയാള മനോരമ*, 2004 നവംബർ 26) ഇതുമായി താരതമ്യപ്പെടുത്തുമ്പോൾ വയനാട്ടിലെ ആത്മഹത്യാനിരക്ക് ഉയർന്നതാണെന്ന് കാണാം.

ലോകമെമ്പാടുമുണ്ടായിട്ടുള്ള കാർഷികപ്രതിസന്ധിയുടെ പശ്ചാത്തലത്തിൽ ഒട്ടേറെ രാജ്യങ്ങളിൽ കർഷക ആത്മഹത്യാ പ്രവണത കാണപ്പെടുന്നുണ്ട്. കാർഷികോൽപ്പന്നങ്ങളുടെ വിലത്തകർച്ച ഈയിടെ ആഗോള പ്രതിഭാസമാണ്. ഇത് കർഷകരുടെ വരുമാനംകുറയ്ക്കുകയും അവരെ ഗുരുതരമായി ബാധിക്കുകയും ചെയ്യുന്നു. ആഗോളതലത്തിലുണ്ടായിട്ടുള്ള നവലിബറൽ പരിഷ്കാരങ്ങൾക്ക് കാർഷിക പ്രതിസന്ധിയുമായി നേരിട്ട് ബന്ധമുണ്ട്. നമ്മുടെ രാജ്യത്തെ വരേണ്യഭരണകൂടം ഈ ഉദാരവൽക്കരണനയങ്ങളും പരിഷ്കാരങ്ങളും അതേപടി ശക്തമായി പിന്തുടരുന്ന സാഹചര്യത്തിൽ, ഈ പരിഷ്കാരങ്ങൾ നമ്മുടെ ജീവിതത്തിൽ ഉണ്ടാക്കിയിട്ടുള്ള പ്രത്യാഘാതങ്ങൾ വിമർശനാത്മകമായി പരിശോധിക്കാനുള്ള ഉത്തരവാദിത്വം നമുക്കുണ്ട്.

ചരിത്രപരമായ പരിപ്രേക്ഷ്യം

സമുദ്രനിരപ്പിൽനിന്ന് 700– 2100 മീ ഉയരത്തിലായി പശ്ചിമഘട്ട മലനിരകളിൽ കേരളത്തിന്റെ വടക്കുഭാഗത്ത് സ്ഥിതിചെയ്യുന്ന ഒരു മലയോരജില്ലയാണ് വയനാട്. സംസ്ഥാനത്തെ നിക്ഷിപ്തവനങ്ങൾ മിക്കവയും ഈ ജില്ലയിലാണ്. ഇവിടുത്തെ മണ്ണ് വളരെ കൂടുതൽ ജൈവാംശം അടങ്ങിയിട്ടുള്ളതാണ്. ഡക്കാൺ പീഠഭൂമിയുടെ തെക്കു മുനമ്പിൽ സ്ഥിതി ചെയ്യുന്ന വയനാട് കർണാടകത്തിലെ മൈസൂർ, കുടക് ജില്ലകളുമായും തമിഴ്നാട്ടിലെ നീലഗിരി ജില്ലയുമായും കേരളത്തിന്റെ മലപ്പുറം, കോഴിക്കോട്, കണ്ണൂർ ജില്ലകളുമായും അതിർത്തി പങ്കിടുന്നു. വയനാട് ജില്ലയുടെ ആകെ ഭൂവിസ്തൃതി 2126 ചതുരശ്ര കിലോമീറ്ററും (212560 ഹെക്ടർ) 2001 ലെ സെൻസസ് അനുസരിച്ച് ജനസംഖ്യ 786627 ഉം ആണ്. ഇത് കേരളത്തിന്റെ ഭൂവിസ്തൃതിയുടെ 5.48 ശതമാനവും ജനസംഖ്യയുടെ 2.31 ശതമാനവും ആണ്. ഇവിടുത്തെ 17.36 ശതമാനം ജനങ്ങൾ ആദിവാസികളാണ് (1,36,602): 1931 വരെ ഇവിടുത്തെ ജനസംഖ്യയിൽ ഭൂരിഭാഗവും ആദിവാസികളായിരുന്നു. 1941 ആയപ്പോഴേക്കും ഇതര ജനവിഭാഗങ്ങൾ ഇവർക്കൊപ്പമാവുകയും തുടർന്ന് ഇവരുടെ ജനസംഖ്യ കുറയുകയും ചെയ്തതായി കാണാം. ആകെയുള്ള 137214 കുടുംബങ്ങളിൽ 58.7 ശതമാനം ദാരിദ്ര്യ രേഖയ്ക്ക് താഴെയുള്ളവരാണ്.

ബ്രിട്ടീഷുകാർ വയനാട്ടിൽ തേയിലയും കാപ്പിയും ഏലവും കൃഷി ചെയ്യാൻ തുടങ്ങുകയും ഇവയുടെ വലിയ എസ്റ്റേറ്റുകൾ ഉണ്ടാക്കുകയും ചെയ്തു. മറ്റ് ജില്ലകളിൽനിന്നും അയൽസംസ്ഥാനങ്ങളിൽനിന്നും ആയിരക്കണക്കിന് തോട്ടം തൊഴിലാളികളെ ഇവിടേക്ക് കൊണ്ടുവന്നു. ഇക്കാലയളവിൽ വ്യാപകമായ വനനശീകരണം ഉണ്ടായി. വയനാട്ടിലെ ജനസംഖ്യാ വളർച്ച 1941–51 ൽ 59.17ശതമാനവും 1951–61 ൽ 62.6 ശതമാനവും 1961–71 ൽ 50.30 ശതമാനവും 1971–81 ൽ 33.71 ശതമാനവും ആയിരുന്നു.

ഇരുപതാം നൂറ്റാണ്ടിലെ ആദ്യമൂന്ന് ദശകങ്ങളിൽ ഇവിടുത്തെ ജനസംഖ്യാ വളർച്ച 10 ശതമാനത്തിൽ താഴെയായിരുന്നു. രണ്ടാം ലോകമഹായുദ്ധത്തിനുശേഷം വയനാട്ടിലേക്ക് കുടിയേറ്റക്കാരുടെ ഒരു പ്രവാഹമുണ്ടായെന്നാണ് ഇത് കാണിക്കുന്നത്. യുദ്ധംമൂലമുണ്ടായ സാമ്പത്തിക മാന്ദ്യവും അത് ജനജീവിതത്തിലുണ്ടാക്കിയ കഷ്ടപ്പാടുകളും കേരളത്തിന്റെ എല്ലാഭാഗങ്ങളിൽ നിന്നും ദക്ഷിണേന്ത്യൻ സംസ്ഥാനങ്ങളിൽ നിന്നും വയനാടിന്റെ കന്നിമണ്ണിൽ അഭയം തേടുവാൻ ജനങ്ങളെ നിർബന്ധിച്ചു. 1941–51 കാലയളവിൽ മാത്രം 62930 കുടുംബങ്ങൾ വയനാട്ടിലേക്ക് കുടിയേറി. അക്കാലത്ത് വയനാട് ഉൾപ്പെട്ട മലബാർ മേഖലയിൽ ഏക്കറിന് 4 രൂപയായിരുന്നു ഭൂമിവിലയെങ്കിൽ തെക്കൻ കേരളത്തിലെ മൂവാറ്റുപുഴയിൽ അത് 695.48 രൂപയായിരുന്നു. ഇത്രയും കുറഞ്ഞ ഭൂമിവിലയാണ് കുടിയേറ്റക്കാരെ വയനാട്ടിലേക്ക് ആകർഷിച്ചത്. കുടിയേറ്റത്തിന്റെ ആദ്യഘട്ടങ്ങളിൽ ആയിരക്കണക്കി

നാളുകൾ മലമ്പനിക്കും വന്യമൃഗങ്ങളുടെ ആക്രമണങ്ങൾക്കും കീഴടങ്ങി. ഇതിനെയും അതിശൈത്യത്തെയും അതിജീവിക്കാൻ കഴിഞ്ഞവർ വനംവെട്ടിത്തെളിച്ച് കൃഷിയിറക്കി വയനാടിനെ ഒരു സ്വർഗമാക്കി മാറ്റി.

വിളരീതികളിൽ വന്ന മാറ്റവും വിപണി ആശ്രിതത്വവും

ആദ്യകാലങ്ങളിൽ നെല്ല്, കപ്പ, പച്ചക്കറികൾ, ഓറഞ്ച് തുടങ്ങിയ ഭക്ഷ്യവിളകളായിരുന്നു കുടിയേറ്റക്കാർ കൃഷി ചെയ്തിരുന്നത്. പിന്നീട് അവർ കാപ്പി, കുരുമുളക്, അടയ്ക്ക, തേങ്ങ, ഏലം, ഇഞ്ചി മുതലായ നാണ്യവിളകളിലേക്കു തിരിഞ്ഞു. നാണ്യ വിളകളിറക്കുന്നതിനും, പരിപാലിക്കുന്നതിനും തൊഴിലാളികൾ അത്രയധികം വേണ്ടെന്നതും ഉൽപ്പന്നങ്ങളുടെ മെച്ചപ്പെട്ട വിലയുമാണ് കർഷകരെ അതിന് പ്രേരിപ്പിച്ചത്. അടുത്തകാലത്തായി നെൽവയലുകളും ജലലഭ്യതയുള്ള സ്ഥലങ്ങളും കരപ്രദേശമായി മാറ്റിയെടുത്ത് അവിടെ കരക്കൃഷിയും നിർമാണപ്രവർത്തനങ്ങളും അനിയന്ത്രിതമായി നടത്തപ്പെടുന്നു.

ഉദാഹരണത്തിന് 1980 ൽ ഇവിടെ 30000 ഹെക്ടർ നെൽവയൽ ഉണ്ടായിരുന്നു. ഇത് 2001 ആയപ്പോഴേക്കും 7000 ഹെക്ടറായി ചുരുങ്ങി. (Department of Economics and Statistics ലെ കണക്ക് 2001) വിളക്രമത്തിൽ വന്ന മാറ്റം കർഷകരെ വിപണിയെ ആശ്രയിക്കേണ്ട അവസ്ഥയിലാക്കി. മുതലാളിമാർ കൃഷി ഊർജിതമാക്കി. വിപണനസാധ്യത കണക്കിലെടുത്തുകൊണ്ടുള്ള ഉൽപ്പാദനം കൂടുതൽ ഉൽപ്പാദനത്തിലേക്ക് നയിച്ചു. ഇത് രാസവളങ്ങളുടെയും കീടനാശിനികളുടെയും അമിത ഉപയോഗത്തിലേക്ക് നയിച്ചു. തുടർന്ന് രാസവളങ്ങളുടെയും കീടനാശിനികളുടെയും വിപണനവും വ്യാപകമായി. ഭക്ഷ്യവിഭവങ്ങൾ ഉൾപ്പെടെ എന്തും വിപണിയിൽ നിന്നും വാങ്ങുവാൻ കർഷകർ നിർബന്ധിതരായി. കാർഷികോൽപ്പന്നങ്ങളുടെ വിലയിൽ ഉണ്ടായ ചാഞ്ചാട്ടം കർഷകരുടെ ജീവിതം ദുരിതപൂർണമാക്കി. ഒടുവിൽ, കർഷകരുടെ ജീവിതത്തിലെ എല്ലാം തീരുമാനിക്കുന്ന സർവശക്തനായി വിപണി വളർന്നു.

വിലത്തകർച്ചയും കാർഷിക പ്രതിസന്ധിയും- വയനാട്ടിലെ കാപ്പികർഷകരെ സംബന്ധിച്ച വിശകലനവും പഠനവും.

വയനാട്ടിലെ രൂക്ഷമായ കാർഷിക പ്രതിസന്ധിക്ക് കാരണമായ മൂന്ന് പ്രധാന ഘടകങ്ങൾ നമുക്ക് കണ്ടെത്താൻ കഴിയും. ഒന്ന്, കാർഷികോൽപ്പന്നങ്ങളുടെ വിലത്തകർച്ചയും മറ്റ് രണ്ട് ഘടകങ്ങൾ രോഗങ്ങളും വരൾച്ചയുമാണ്.

കഴിഞ്ഞ 18 വർഷക്കാലയളവിൽ അധികാരത്തിൽ വന്ന വിവിധ കേന്ദ്രസർക്കാരുകൾ നടപ്പിലാക്കിയ പുതിയ സാമ്പത്തിക ഉദാരവൽക്കരണ പരിഷ്കാരങ്ങളുടെ ഭാഗമായി വന്നുചേർന്ന ശത്രുതാപരമായ നികുതി ഘടനാ മാറ്റങ്ങളും നിയന്ത്രണമില്ലാത്ത ഇറക്കുമതിയും കാർഷിക ഉൽപ്പന്നങ്ങളുടെ ദ്രുതഗതിയിലുള്ള വിലത്തകർച്ചയിലേക്ക് നയിച്ചു.

വയനാടൻ കർഷകരുടെ വിളകളെയാണ് ഇത് ഏറ്റവും മോശമായ രീതിയിൽ ബാധിച്ചത്. വയനാട്ടിലെ കർഷകരുടെ ഇപ്പോഴത്തെ പ്രതിസന്ധിയുടെ വിവിധതലങ്ങൾ മനസിലാക്കുന്നതിനായി കാപ്പി കർഷകരുടെ പ്രശ്നങ്ങൾ വിശദമായി പരിശോധിക്കാം.

വിപുലമായ എസ്റ്റേറ്റുകളായും ചെറിയ തുണ്ടുകളുടെ രൂപത്തിലും വയനാട്ടിലെ എല്ലാ പഞ്ചായത്തുകളിലും കൃഷി ചെയ്തുവരുന്ന മുഖ്യ നാണ്യവിളയാണ് കാപ്പി. ജില്ലയിൽ 67560 ഹെക്ടർ സ്ഥലത്ത് കാപ്പി ക്കൃഷിയുണ്ട്. ഇത് സംസ്ഥാനത്തെ കാപ്പിക്കൃഷിയുടെ 79.7 ശതമാനം വരും. ജില്ലയിലെ വിളഭൂമിയിൽ 33.65 ശതമാനം കാപ്പിക്കൃഷി ചെയ്യാനുപയോഗിക്കുന്നു. വയനാട്ടിലെ 58222 കാപ്പി കർഷകർ സംസ്ഥാനത്തെ മൊത്തം കാപ്പിക്കർഷകരുടെ 75.3 ശതമാനം വരും. ഇതിൽ 10 ഹെക്ടറിൽ താഴെ കാപ്പിക്കൃഷിയുള്ളവർ 82 ശതമാനം മാണ്. ശേഷിക്കുന്ന 18 ശതമാനത്തിനു മാത്രമാണ് പത്ത് ഹെക്ടറിൽ കൂടുതൽ കാപ്പിക്കൃഷിയുള്ളത്. 2003-04 ൽ ഇവിടുത്തെ കാപ്പി ഉൽപ്പാദനം 49547 മെട്രിക് ടൺ ആയിരുന്നു. ഇത് സംസ്ഥാനത്തെ കാപ്പി ഉൽപ്പാദനത്തിന്റെ 82 ശതമാനം വരും. ശരാശരി വർഷം 381 കോടി രൂപയുടെ വിദേശനാണ്യ വിനിമയം കേന്ദ്ര ഗവൺമെന്റിന് വയനാട്ടിൽ ഉൽപ്പാദിപ്പിച്ച കാപ്പിയുടെ കയറ്റുമതി വഴി നേടിക്കൊടുക്കുന്നു എന്ന് കണക്കാക്കപ്പെടുന്നു (പട്ടിക 1 കാണുക).

1992 വരെ കാപ്പിയുടെ വിൽപ്പന പൂർണമായും കോഫീബോർഡിന്റെ നിയന്ത്രണത്തിലായിരുന്നു. കർഷകർ ഉൽപ്പാദിപ്പിച്ച കാപ്പി മുഴുവനും ബോർഡിന് മാത്രമായി വിൽക്കേണ്ടിവന്നു. എങ്കിലും അന്തർദേശീയമായ കാപ്പി വിൽപ്പനയിലൂടെ നേടിയ ലാഭത്തിന്റെ വിഹിതം കർഷകർക്ക് നൽകിയില്ല. കർഷകർക്ക് കേവലം നിസ്സാരമായ തുക മാത്രമാണ് ബോർഡിൽനിന്നും ലഭിച്ചുകൊണ്ടിരുന്നത്. കാപ്പി ബോർഡിന് 'പൂൾ' ചെയ്യുന്ന സമ്പ്രദായം നിർത്തലാക്കണമെന്ന ആവശ്യം ഉയർന്നു വന്നു. 1995-06 വർഷത്തിലെ കാപ്പി നയത്തിൽ പത്ത് ഹെക്ടറിൽ താഴെയുള്ള കാപ്പിക്കർഷകരായ ചെറുകിടക്കാരെ ഈ ബാധ്യതയിൽ നിന്നും ഒഴിവാക്കി. തുടർന്ന് ഇന്ത്യാ ഗവൺമെന്റ് മുഴുവൻ കാപ്പിക്കർഷകർക്കും തങ്ങളുടെ ഉൽപ്പന്നം പ്രാദേശികമായോ വിദേശത്തോ വിൽപ്പന നടത്തുന്നതിന് സ്വാതന്ത്ര്യം നൽകി. തൽഫലമായി തുടർന്നുള്ള ഏതാനും വർഷം കാപ്പിവില കുത്തനെ ഉയർന്നു. 1997-98 കാലയളവിൽ ഒരു കിലോ കാപ്പി പരിപ്പിന് 130 രൂപ വരെ വില ഉയർന്നു. താമസംവിനാ സ്വകാര്യ കക്ഷികൾ കാപ്പി വ്യാപാരത്തിന്റെ കുത്തക കയ്യടക്കുകയും 2002-03 വർഷത്തോടെ വില കുത്തനെ ഇടിഞ്ഞ് ഒരു കിലോ പരിപ്പിന് 23 രൂപയും ഉണ്ടക്കാപ്പിക്ക് 12 രൂപയും വരെ താഴ്ന്നു. ഇത് കാപ്പിക്കർഷകരുടെ നില അവതാളത്തിലാക്കി, ആദ്യത്തെ അതേ അവസ്ഥയിലെത്തിച്ചു. ഇതിന്റെ ഫലമായി കാപ്പിവ്യാപാരം പൊതുമേഖലയുടെ ആധിപത്യത്തിൽ നിന്നും സ്വകാര്യ മേഖലയുടെ കൈപ്പിടിയിലായി. നവ സാമ്പത്തിക ഉദാരവൽക്കരണത്തിന്റെ രക്ഷാകർതൃത്വത്തിൽ അരങ്ങേറിയ ഈ പരിഷ്കാരങ്ങ

പട്ടിക 1

About Coffee Production, income and export

1	2	3	4	5	6
Year	Income Rs. in crores	Export in L M T	Production in L M T	Wayanad production in LMT	Income from Wayanad production
1992-93	381.31	1.13	1.69	0.434	146
1993-94	386.99	1.36	2.12	0.544	154.796
1994-95	1096.33	1.37	1.8	0.563	450.535
1995-96	1527.16	1.7	2.23	0.58	521.031
1996-97	1467.08	1.81	2.05	0.62	502.535
1997-98	1707.59	1.79	2.28	0.543	518
1998-99	1751.53	2.11	2.65	0.63	522.968
1999-00	1901.21	2.45	2.92	0.525	407.402
2000-01	1374.25	2.46	3.01	0.633	353.617
2001-02	1050.37	2.13	3	0.65	320.535
2002-03	1051.28	2.07	2.75	0.581	295.069

Source: Database, Coffee Board of India, Bangalore, 2004.
(The sixth column has been calculated based on the source data)

ളോടെ വന്നുഭവിച്ച വാണിജ്യശക്തികളുടെ കൊള്ള കർഷകർക്ക് മാരകമായിത്തീർന്നു.

അസംസ്കൃത കാപ്പിയുടെയും കാപ്പിപ്പരിപ്പിന്റെയും വില കുത്തനെ ഇടിഞ്ഞെങ്കിലും കാപ്പി ഉൽപ്പന്നങ്ങളായ ഉപഭോഗ വസ്തുക്കളുടെ വില ഈ കാലയളവിൽ വാണംപോലെ കുതിച്ചുകയറി. 1997 ൽ നെസ്‌ലെ ഇന്ത്യയുടെയും ബ്രുക്ക്ബോണ്ടിന്റെയും ഒരു കിലോ ഇൻസ്റ്റന്റ് കാപ്പിപ്പൊടിക്ക് 450 രൂപ മുതൽ 900 രൂപ വരെയായിരുന്നു വില. 2004 ൽ ഇത് 900 രൂപ മുതൽ 1400 രൂപ വരെ ഉയർന്നു. കാർഷിക ഉൽപ്പന്നങ്ങൾക്കുണ്ടായ വിലയിടിവിനും ഉപഭോഗ ഉൽപ്പന്നങ്ങൾക്കുണ്ടായ വിലവർധനവിനും ഉത്തരവാദി വിദേശ ആഭ്യന്തര കാർഷിക-വ്യവസായ വാണിജ്യ-കോർപ്പറേറ്റ് സ്ഥാപനങ്ങളുടെ കൂട്ടുകെട്ടാണ്. കാപ്പിക്കർഷകർക്കോ വിപുലമായ ഉപഭോക്താക്കൾക്കോ വില വ്യതിയാനങ്ങളുടെ യാതൊരു ഗുണഫലവും ലഭിക്കുന്നില്ല. ഇടനിലക്കാർ ഭീമമായ ലാഭംകൊയ്ത് കർഷകരെയും ഉപഭോക്താക്കളെയും നീചമായി ചൂഷണം ചെയ്തു. 45 മുതൽ 70 രൂപയ്ക്ക് വരെ സാധാരണ കാപ്പിപ്പൊടി വയനാട്ടിൽ ലഭ്യമാണ്. ഒരു കിലോ

കാപ്പിപ്പൊടി ഉണ്ടാക്കാൻ ഒന്നര കിലോ കാപ്പിപ്പരിപ്പ് ആവശ്യമാണ്. ഒരു കിലോ ഇൻസ്റ്റന്റ് കാപ്പിപ്പൊടി ഉണ്ടാക്കാൻ 6 കിലോ കാപ്പിപ്പരിപ്പ് ആവശ്യമായി വരും. എന്നാൽ 2004 ൽ മലേഷ്യയിൽ നിന്നും കൊച്ചി തുറമുഖത്ത് ഇറക്കുമതി ചെയ്ത ഇൻസ്റ്റന്റ് കാപ്പിപ്പൊടിക്ക് കിലോഗ്രാമിന് 247 രൂപയായിരുന്നു വില. ബഹുരാഷ്ട്ര കമ്പനിയായ നെസ്‌ലെ പോലുള്ളവർക്ക് ഇന്ത്യയിൽ ഒരു കിലോ കാപ്പിക്ക് 300 രൂപയോളം വില നിലനിർത്തിയാൽത്തന്നെ വമ്പിച്ച ലാഭമുണ്ടാകുന്ന രീതിയിൽ വിൽക്കാൻ സാധിക്കുമെന്ന് ഇത് വ്യക്തമാക്കുന്നു. എന്നാൽ നിലവിലുള്ള വിലയ്ക്ക് ഒരു കിലോ ഇൻസ്റ്റന്റ് കാപ്പിപ്പൊടി വിൽക്കുമ്പോൾ ഏറെക്കുറെ 600 രൂപ മുതൽ 1100 രൂപ വരെ ലാഭം കൊയ്യാൻ ഇവർക്ക് കഴിയുന്നു. ആഭ്യന്തര-വിദേശ-കോർപ്പറേറ്റ് വ്യാപാര സഖ്യം ജനങ്ങളെയും കർഷകരെയും ചൂഷണം ചെയ്യുന്നതിന്റെ വ്യാപ്തി വിഭാവനം ചെയ്തുനോക്കൂ.

ദക്ഷിണമേഖലയിലെകാർഷികോൽപ്പന്നങ്ങളുടെ ഇറക്കുമതിയിലുള്ള അളവു സംബന്ധമായ നിയന്ത്രണങ്ങൾ 2000 ഏപ്രിൽ മാസം എടുത്തുകളയാൻ കേന്ദ്രസർക്കാർ തീരുമാനിച്ചതും വിലയിടിവിനെ നേരിട്ടുബാധിച്ച ഘടകമായിരുന്നു. അന്നു മുതൽ നാണ്യവിളകളുടെ വില സ്ഥിരമായി തുഛമായിത്തന്നെ നിലനിന്നു. ഉൽപ്പാദനച്ചെലവുപോലും വിളകളുടെ വിൽപ്പന വഴിതിരിച്ചു പിടിക്കാനാവാതെ കർഷകർ വിഷമിക്കുകയാണ്. 1999 ലെ മാർക്കറ്റ് വില അടിസ്ഥാനമായി എടുത്താൽ 2001 മുതൽ വയനാട്ടിലെ കാപ്പികർഷകർ മാത്രം വർഷംതോറും 2240 ദശലക്ഷം (224 കോടി) രൂപയുടെ നഷ്ടം സഹിച്ചുവരികയാണ്.

ആഭ്യന്തര കാപ്പിപ്പൊടി വ്യവസായം ഇല്ലാത്തത് എന്തുകൊണ്ട്?

രാജ്യത്ത് ഉൽപ്പാദിപ്പിക്കുന്ന കാപ്പിയുടെ 80 ശതമാനവും ഇന്ത്യ കയറ്റി അയയ്ക്കുകയാണ്. അതേസമയം നെസ്‌ലെ, ബ്രൂക്ക് ബോണ്ട്, തുടങ്ങിയ ബഹുരാഷ്ട്ര കമ്പനികളും കോഫിഡെ, ബാരിസ്റ്റ കോഫി തുടങ്ങിയ ആഭ്യന്തര വ്യാപാര സ്ഥാപനങ്ങളും ഇന്ത്യൻ കോഫി മാർക്കറ്റിൽ ചടുലതയോടെ, കച്ചവടം നടത്തുന്നു. എന്തുകൊണ്ടാണ് ആഭ്യന്തര ഇൻസ്റ്റന്റ് കോഫിയുടെയും മറ്റ് ഉപഭോഗ ഉൽപ്പന്നങ്ങളുടെയും വ്യവസായം പൊതു മേഖലയിലോ സഹകരണ മേഖലയിലോ തിരിച്ചറിയാവുന്ന ബ്രാന്റ് രൂപത്തിൽ ഇല്ലാത്തത് എന്ന സംശയം സ്വാഭാവികമായി ഉണ്ടാവുന്നു. 1996 വരെ കാപ്പി വ്യാപാരം കോഫി ബോർഡിന്റെ കുത്തകയായിരുന്നെങ്കിലും ഈ മേഖലയിലെ വിദേശ സ്വകാര്യ സംരംഭകരുടെ സ്വാധീനത്തിൽപ്പെട്ട് കാപ്പി വ്യവസായത്തിന് ഒരു നയം രൂപീകരിച്ചില്ല എന്നതിൽത്തന്നെയാണ് ഇതിന്റെ ഉത്തരം.

അന്താരാഷ്ട്ര കാപ്പിവ്യാപാരത്തിൽ അസംസ്കൃത കാപ്പിയുടെ വാണിജ്യത്തെ മാത്രം ചുറ്റിപ്പറ്റിനിന്നു എന്നതാണ് ബോർഡിന്റെ

മുഖ്യമായ ഒരു ഉദ്യമമായി പറയാവുന്നത്. കാപ്പിമേഖലയിലെ വ്യവസായവൽക്കരണത്തിന്റെ അഭാവം ആഭ്യന്തര-വിദേശ-സ്വകാര്യ സംരംഭകർക്ക് സ്വതന്ത്രമായി വിഹരിക്കുന്നതിനുള്ള അസുലഭമായ അവസരം ഒരുക്കിക്കൊടുത്തു. ആഭ്യന്തര കാപ്പി മേഖലയിലെ പ്രതിസന്ധിക്ക് മൂലകാരണം ഈ ഘടകം തന്നെയാണ്. മൂന്നാം ലോക രാജ്യങ്ങൾ 1992ൽ കാപ്പി കയറ്റുമതിയിലൂടെ 1000 കോടി രൂപ സമ്പാദിച്ചു. ആ വർഷം ലോകകാപ്പി ഉപഭോഗം 3000 കോടി രൂപയുടേതായിരുന്നു. ഏകദേശം 2000 കോടി രൂപ ബഹുരാഷ്ട്ര കമ്പനികൾ തട്ടിയെടുത്തു. അസംസ്കൃത കാപ്പിയുടെ വിലയിടിവു കാരണം മൂന്നാം ലോകരാജ്യങ്ങളുടെ വരുമാനം 2002 ൽ 550 കോടിയായി കുറഞ്ഞു. എന്നാൽ ബഹുരാഷ്ട്ര കമ്പനികളുടെ ഉപഭോക്തൃ കാപ്പി വിൽപ്പനയിലൂടെ ലഭിച്ച സമ്പാദ്യം ആ വർഷം 7000 കോടിയായി ഉയർന്നു. കാപ്പി വ്യാപാരത്തിലൂടെ മൂന്നാം ലോകരാജ്യങ്ങളുടെ സമ്പാദ്യം പത്ത് വർഷം മുമ്പ് മൂന്നിൽ ഒന്നായിരുന്നത് ഇപ്പോൾ പത്തിൽ ഒന്നായി കുറഞ്ഞു. 2.5 കോടി കർഷകർ 5 ലക്ഷം കൃഷിയിടങ്ങളിൽ ഉൽപ്പാദിപ്പിക്കുന്ന കാപ്പിയുടെ വ്യാപാരം നിയന്ത്രിക്കുന്നത് പ്രൊക്ടർ ആന്റ് ഗാമ്പിൾ, ഫിലിപ്സ് മോറീസ്, സാറ ലീ, നെസ് ലെ, ചബ്ബി എന്നീ അഞ്ച് ബഹുരാഷ്ട്ര കോർപ്പറേഷനുകളാണ്. ഈ ബഹുരാഷ്ട്ര കമ്പനികൾ 40 ശതമാനം കാപ്പിപ്പരിപ്പ് വാങ്ങി സംസ്കരിച്ച് ലോകമെമ്പാടും കാപ്പിപ്പൊടി വിൽപ്പന നടത്തുന്നു. ഈ പ്രക്രിയയിൽ ദശലക്ഷക്കണക്കിന് കാപ്പിക്കർഷകരെയും ഉപഭോക്താക്കളെയും പിഴിഞ്ഞ് ഭീമമായ ലാഭം കൊയ്യുന്നു. (തോമസ് ഐസക് 2004, *ചിന്ത* വാരിക, ഏപ്രിൽ 16 പേജ് 13–16).

കുരുമുളക്, ചായ മേഖലകൾ

കാപ്പിയുടെ കഥ വേർപെട്ട ഒന്നാണോ? അത് ഒറ്റപ്പെട്ട ഒരു പ്രവണതയായിരുന്നോ? ഇവയ്ക്ക് ഉത്തരം ലഭിക്കുന്നതിന് മറ്റുവിളകളുടെ കാര്യം കൂടി പരിശോധിക്കാം. ചില മുഖ്യവിളകളുടെ വിലയിലെ മാറ്റങ്ങൾ രണ്ടാംപട്ടിക സൂചിപ്പിക്കുന്നു. ആകർഷകമായ ഉയർന്നവില ലഭിക്കുന്നതിനാൽ കറുത്ത സ്വർണം എന്നാണ് കുരുമുളക് അറിയപ്പെട്ടിരുന്നത്. കുരുമുളക് വ്യാപാരത്തിൽ വയനാടൻ കുരുമുളകിന് സവിശേഷമായ സ്ഥാനം എല്ലായ്പ്പോഴും ഉണ്ടായിരുന്നു. കാപ്പിച്ചെടികൾക്ക് തണൽ നൽകുന്ന മരങ്ങളിൽ പടർത്തി ഒരു അനുബന്ധ വിളയായാണ് കുരുമുളക് കൃഷി ചെയ്യുന്നത്. വയനാട് ജില്ലയിലെ പുൽപ്പള്ളി, മുള്ളൻകൊല്ലി പഞ്ചായത്തുകളിൽ കുരുമുളക് ഏകവിളയായി കൃഷി ചെയ്യുന്നു. കേരളത്തിൽ കുരുമുളകിന്റെ കേന്ദ്രം എന്ന നിലയിൽ ഈ മേഖല പ്രസിദ്ധമാണ്. ഉണങ്ങിയ കുരുമുളകാണ് വിൽപ്പന നടത്തുക. മലഞ്ചരക്കു വ്യാപാരികൾ, വ്യാപാര സംഘങ്ങൾ, കമ്മീഷൻ ഏജന്റുകൾ, കയറ്റുമതിക്കാർ

എന്നിങ്ങനെ വിവിധ ഏജൻസികളാണ് കുരുമുളക് വ്യാപാരം നടത്തുന്നത്. കയറ്റുമതിച്ചരക്കായതിനാൽ തന്നെ അന്താരാഷ്ട്ര വിലയനുസരിച്ച് കുരുമുളകുവിലയിൽ വ്യതിയാനങ്ങൾ കാണുന്നു. എൺപതുകളിലും കുരുമുളകിന് താരതമ്യേന മെച്ചപ്പെട്ട വില ലഭിച്ചു. 1996–98 ൽ ഒരു ക്വിന്റൽ കുരുമുളകിന് 27000 രൂപയായിരുന്നു വില.

പട്ടിക 2

Comparative statement of average prices of major crops for the last 5 Years (in Rs/Kg)

Year	Coffee	Pepper	Green Tea
1998 – 1999	67.00	210.00	15.00
1999 – 2000	40.00	220.00	7.00
2000 – 2001	21.00	110.00	6.00
2001 – 2002	18.00	66.00	5.00
2002 – 2003	16.00	70.00	6.00

Source: A study by the Primary Co-operative Agriculture and Rural Development Bank, Vythiri, Waynad district)

രണ്ടാം പട്ടികയിൽ കാണിച്ചതുപോലെ 2000 മുതൽ വിലകുറഞ്ഞ് 2005 ഫെബ്രുവരി മാസമായപ്പോഴേക്കും ഒരു കിലോ കുരുമുളകിന് 60–65 രൂപയായി. 1999 ലെ വില അടിസ്ഥാനമായി എടുത്താൽ ജില്ലയിലെ കുരുമുളക് കർഷകർ ഏതാണ്ട് 415 കോടി രൂപയുടെ നഷ്ടം ഒരു വർഷം സഹിക്കുന്നു.

ചായ വലിയ എസ്റ്റേറ്റുകളിലാണ് കൃഷിചെയ്യുന്നത്. ഈ അടുത്ത കാലത്തായി ചായച്ചപ്പിന്റെ മെച്ചപ്പെട്ട വില പല ചെറുകിട കർഷകരെയും ചായക്കൃഷിയിലേക്ക് ആകർഷിച്ചു. എന്നാൽ 2000 മുതൽ ചായയുടെ വിലയിടിയുകയും ഈ മേഖല കടുത്ത പ്രതിസന്ധിയിലാവുകയും ചെയ്തു. രണ്ട് പ്രമുഖ ചായത്തോട്ടങ്ങളായ അസം ബ്രുക്ക് എസ്റ്റേറ്റും, പഥൂർ പ്ലാന്റേഷൻസും ഇപ്പോൾ ലോക്കൗട്ടിലാണ്. ആയിരക്കണക്കിന് തൊഴിലാളികളാണ് ഇവിടെയുള്ളത്. 5728 ഹെക്ടറിൽ ചായക്കൃഷി ചെയ്യുന്നു. ചായച്ചപ്പിന്റെ വില 1999 ൽ കിലോയ്ക്ക് 15 രൂപ എന്നതിൽ നിന്നും 2003 ൽ കിലോക്ക് 6 രൂപയായി താണു. ഇതുകാരണം ജില്ലയ്ക്ക് ഒരു വർഷം 364 കോടി രൂപയുടെ നഷ്ടം കണക്കാക്കപ്പെടുന്നു.

ഈ ചെറുജില്ലയിലെ കർഷകർ അവരുടേതല്ലാത്ത കാരണങ്ങളാൽ

ഒരു വർഷം 1000 കോടി രൂപയുടെ നഷ്ടം സഹിക്കുന്നു. ആഭ്യന്തരവും വിദേശവുമായ കുത്തക വ്യാപാര ശക്തികളുടെ താൽപ്പര്യം സംരക്ഷിക്കുന്ന ഭാരത സർക്കാരിന്റെ നവീന സാമ്പത്തിക ഉദാരവൽക്കരണനയം ശിക്ഷാർഹമായതിനാൽത്തന്നെ കർഷകർക്ക് നഷ്ടപരിഹാരം നൽകാൻ സർക്കാരിന് ബാധ്യതയുണ്ട്.

വായ്പാപ്രശ്നവും കടക്കെണിയും

വിലത്തകർച്ചമൂലം കർഷകരുടെ വരുമാനത്തിലുണ്ടായ കടുത്ത പതനം ജില്ലയിലെ മുഴുവൻ കാർഷിക മേഖലയിലും തീവ്രമായ പ്രതിസന്ധിക്ക് വഴിയൊരുക്കി. സമയാസമയങ്ങളിൽ കടങ്ങളിലുള്ള പലിശയും മുതലും തിരിച്ചടയ്ക്കുന്നതിൽ കർഷകർ പരാജയപ്പെട്ടു. ഇത് പലിശയുടെ സഞ്ചിതമായ വർധനവിന് കാരണമായി. അവസാനം കർഷകർ കടക്കെണിയിൽ അകപ്പെട്ടു. 2004–05 മാർച്ച് 31 ലെ കണക്കനുസരിച്ച് വയനാട്ടിലെ കർഷകരുടെ തിരിച്ചടവ് സാധ്യത 133 കോടിയാണ്. 2004–05 വർഷം കാർഷികമേഖലയിൽ വിതരണം ചെയ്തത് 430 കോടി രൂപയുടെ ലോണുകളാണ്. വിലത്തകർച്ചമൂലം ഒരു വർഷത്തിലുണ്ടാകുന്ന നഷ്ടത്തിന്റെ ഒരു ചെറിയ ഭാഗം മാത്രമാണ് കർഷകർ കടമായി എടുക്കുന്നത് എന്ന് വ്യക്തമാക്കുന്നു. ജില്ലയിലെ ക്രെഡിറ്റ് ഡെപ്പോസിറ്റ് അനുപാതം 188 ശതമാനം ആണ്. കേരളത്തിൽ ഇത് 46 ശതമാനവും ഇന്ത്യയിൽ 50 ശതമാനവുമാണ്. രാജ്യത്ത് മറ്റെവിടെയും ഇത്തരം വൈപരീത്യങ്ങൾ കാണാനാവില്ല. സ്ഥാപനങ്ങളുടേതടക്കം വയനാട്ടിലെ നിക്ഷേപം 378.38 കോടി രൂപയാണ്. എന്നാൽ ആകെ അഡ്വാൻസ്തുക 706.81 കോടി രൂപയാണ്. (ബാങ്ക് എംപ്ലോയീസ് ഫെഡറേഷന്റെ റിപ്പോർട്ട്) തിരിച്ചടവ് ശതമാനത്തിലും കുറവുവരുന്ന പ്രവണതയാണ് കാണുന്നത്. കർഷകർ കൃത്യമായി തിരിച്ചടവ് നടത്തിയിരുന്നതിനാൽ ബാങ്കുകൾ 2001 വരെ സമൃദ്ധമായി വളർന്നു. 1992 മുതൽ 2003 വരെ 15–18 ശതമാനം വരെ ഭീമമായ തുക പലിശയായി കർഷകരുടെ കടങ്ങൾക്ക് ഈടാക്കിയിരുന്നു. കൂടാതെ കുടിശ്ശികയ്ക്ക് 24 ശതമാനം പലിശയും ചുമത്തിയിരുന്നു. നിസ്സഹായരായ കർഷകരെ സഹായിക്കുന്നതിന് 2001 മുതൽ പ്രതിസന്ധിയിൽ അകപ്പെട്ടതിനുശേഷവും ബാങ്കുകൾ യാതൊരു നടപടിയും സ്വീകരിച്ചിട്ടില്ല. അതിനുപകരം കർഷകരുടെ വീടും ഭൂമിയും കണ്ടുകെട്ടാനുള്ള നടപടികൾ തുടരുകവഴി അവരെ ആത്മഹത്യയിൽ അഭയം കണ്ടെത്തുന്നതിന് നിർബന്ധിതരാക്കുകയും ചെയ്തു.

സംസ്ഥാനതല ബാങ്ക് സമിതിയോ (എസ് എൽ ബി സി) സംസ്ഥാന സർക്കാരോ ജില്ലാതല ബാങ്ക് സമിതിയുടെ (ഡി എൽ ബി സി) 31–3–2003 നും 31–3–2004 നും ഇടയിൽ കാർഷിക കടങ്ങളുടെ വകയിൽ ലഭിക്കാനുള്ള പലിശയിൽ പൂർണമായും കിഴിവ് നൽകണം എന്ന അപേക്ഷ ചെവിക്കൊണ്ടില്ല. വരൾച്ചാ ബാധിത പ്രദേശങ്ങളിലെ ബാങ്ക് ലോണുകളുടെ പലിശ എഴുതിത്തള്ളണമെന്ന റിസർവ് ബാങ്ക് ഓഫ് ഇന്ത്യയുടെ

നിർദേശം വയനാട് ജില്ലയിലെ ഒരു ബാങ്കും നടപ്പാക്കിയില്ല.

പൊതുധനകാര്യ സ്ഥാപനങ്ങൾ ദരിദ്രരായ കർഷകർക്ക് കൂടുതലായി വായ്പകൾ അനുവദിക്കാൻ മടികാണിച്ചു. അങ്ങനെ അവർ നിർദയരായ സ്വകാര്യ പണമിടപാടുകാരുടെ ഇരകളായി മാറി. വയനാട്ജില്ലയിൽ ആത്മഹത്യ ചെയ്ത കർഷകരിൽ ഭൂരിപക്ഷവും സ്വകാര്യ പണമിടപാടുകാരിൽ നിന്നും കടം എടുത്തിട്ടുള്ളവരായിരുന്നു. 25 മുതൽ 550 വരെ ശതമാനം പലിശ ഈടാക്കിക്കൊണ്ട് ഇവർ കർഷകരുടെ സമ്പത്ത് കൊള്ളയടിച്ചു. സർക്കാർ നിയമപരമായ യാതൊരു നടപടിയും ഇവർക്കെതിരെ സ്വീകരിക്കാതെ നിശ്ശബ്ദരായ കാഴ്ചക്കാരനായി അഭിനയിച്ചു. പൊലീസും ഉദ്യോഗസ്ഥവൃന്ദവും പണമിടപാടുകാരുമായി കയ്യുറയും കയ്യുംപോലെ പ്രവർത്തിച്ച് കൊള്ള മുതലിന്റെ പങ്കുപറ്റി.

വരൾച്ചയും രോഗബാധയും.

പ്രതിസന്ധി രൂക്ഷമാക്കിയ മറ്റൊരു ഘടകമായിരുന്നു വരൾച്ചയും രോഗബാധയും. ഈയടുത്തകാലത്തായി ഏതാണ്ട് 40 ശതമാനം കുരുമുളക് കൃഷിയും രോഗബാധയും വരൾച്ചയുംമൂലം ജില്ലയിൽ നിന്നും അപ്രത്യക്ഷമായി. ഏലം കൃഷിചെയ്തിരുന്നത് നാലിൽ ഒന്ന് സ്ഥലത്തായി കുറഞ്ഞു. നെൽവയലുകളുടെ കാര്യവും വ്യത്യസ്തമായിരുന്നില്ല. 1982 ൽ 30000 ഹെക്ടർ നെൽവയൽ 1999 ആയപ്പോഴേക്കും 7000 ഹെക്ടറായി കുറഞ്ഞു. സംസ്ഥാനത്ത് 850000 ഹെക്ടർ നെൽവയൽ കഴിഞ്ഞ ഒരു ദശാബ്ദക്കാലം കൊണ്ട് 282000 ഹെക്ടറായി കുറഞ്ഞു. അമ്പരപ്പിക്കുന്ന ഈ പ്രവണത ഏറെ മനോവേദനയുണ്ടാക്കുന്നതാണ് എങ്കിലും സംസ്ഥാന സർക്കാരോ കേരള സമൂഹമോ പൊതുവായി വേണ്ടത്ര ഗൗരവത്തോടെ പ്രതികരിച്ചില്ല.

നെൽവയലുകൾ കരവിളകൾക്കുള്ള ഭൂമിയായി മാറ്റുന്നത് ജലസംരക്ഷണത്തെ സാരമായി ബാധിക്കുന്നു. ഈ അടുത്ത കാലത്ത് നടന്ന ഒരു പഠനം അനുസരിച്ച് വയനാട് ജില്ലയുടെ ഭൂഗർഭ ജലനിരപ്പ് ആറ് മീറ്റർ താഴ്ന്നിരിക്കുന്നു. അങ്ങനെ മുഴുവൻ സ്ഥലവും വരൾച്ച ബാധിത പ്രദേശമായി മാറിക്കൊണ്ടിരിക്കുകയാണ്. കഴിഞ്ഞ, നാല് വർഷങ്ങളായി വയനാടിനെ തീവ്രമായ വരൾച്ച ബാധിച്ചിരിക്കുന്നു. വനങ്ങളിലെ വിപുലമായ മനുഷ്യ ഇടപെടലും അതുവഴി സംഭവിക്കുന്ന വനനശീകരണവും വിശാലമായ തേക്ക് തോട്ടങ്ങളും പരിഗണിക്കേണ്ട കാര്യങ്ങളാണ്. ഇവയെല്ലാം ജില്ലയുടെ ജൈവവൈവിധ്യത്തെയും കാലാവസ്ഥയെയും ബാധിച്ചിട്ടുണ്ട്.

പണ്ട് വയനാട്ടിൽ സമൃദ്ധമായ ഓറഞ്ച് കൃഷി ഉണ്ടായിരുന്നു. കാലാവസ്ഥാവ്യതിയാനംമൂലം ഈ വിള ജില്ലയിൽ നിന്നും അപ്രത്യക്ഷമായിരിക്കുന്നു. ഇപ്പോൾ കുരുമുളക് കൃഷിയും വ്യാപകമായ രോഗബാധ നേരിട്ടുകൊണ്ടിരിക്കുകയാണ് ഓറഞ്ചിന്റെ അതേ ദുരവസ്ഥ തന്നെ കുരുമുളകിന് സംഭവിക്കാം എന്ന ധാരണ ഉറച്ചു കഴിഞ്ഞു. ഭൂഗർഭ

പട്ടിക 2

The area of paddy fields in Kerala (in hectors)

District	1975-76	1998-99	Remaining Area(%)	Lost area in23years	Decrease in Water level. In meters
Thiruvananthapuram	41399	9598	23.18	31801	3.354
Alleppy	96678	35125	36.33	61553	2.194
kottayam	44323	14393	32.47	2984	not notable
Idukky	13430	3846	28.63	9584	3.07
Trichur	108378	39215	36.18	69163	4.154
Ernakulam	88943	49730	55.91	39213	0.289
Palaghat	185182	107467	58.03	77715	10.668
Malappuram	92953	23818	25.62	69135	6.174
Kannur	98289	13878	14.11	78701	3.479
Kerala	884969	352631	39.84	532338	3.0

Source: Statistics for Planning 2001, Department of Economics and planning, Kerala

ജലസംഭരണത്തിൽ ഗണ്യമായ കുറവുവന്നതും അനുബന്ധമായുണ്ടായ വരൾച്ചയും കൃഷിയെ ദാരുണമായി ബാധിച്ചു കഴിഞ്ഞു. മണ്ണിലെ ജലാംശം കുറയുന്നതിന്റെ വെളിച്ചത്തിൽ വിളകളെ ബാധിക്കുന്ന നാനാവിധമായ രോഗങ്ങൾ പ്രത്യക്ഷപ്പെടുന്നതിനെക്കുറിച്ച് ശാസ്ത്രീയമായി വിലയിരുത്തേണ്ടതുണ്ട്. രാസവളങ്ങളുടെയും കീടനാശി നികളുടെയും അമിത പ്രയോഗം, വാഴകൃഷിയിൽ പ്രത്യേകിച്ചും ഗുരുതരമായ ആരോഗ്യ പാരിസ്ഥിതിക ദുരിതങ്ങളും ക്ഷണിച്ചു വരുത്തിയിട്ടുണ്ട്. ഈ അടുത്ത കാലത്തെ ഒരു പഠനത്തിൽ വയനാട് ജില്ലയിലെ 10 രോഗികളിൽ ഒരാൾ വീതം ക്യാൻസർ ബാധിതനാണെന്ന് കണ്ടെത്തിയിരിക്കുന്നു. ഈ ദേശത്തെ ജൈവവൈവിധ്യവും മനുഷ്യ ജീവനും, പരിസ്ഥിതി വ്യൂഹവും എത്രകണ്ട് ആഴത്തിൽ നശിച്ചിരിക്കുന്നു എന്നതിനെക്കുറിച്ച് സമൂഹം വിലയിരുത്തിയേ മതിയാകൂ. വരൾച്ചയും രോഗബാധയുംമൂലം ഉൽപ്പാദനത്തിൽ വന്ന കുറവും, വിലത്തകർച്ചയ്ക്കു പുറമെ ദുഷിതമായ കടക്കെണിയിൽപ്പെട്ട് ആത്മഹത്യ ചെയ്യുന്ന കർഷകരുടെ പ്രശ്നങ്ങൾക്ക് ആക്കം കൂട്ടിയിട്ടുണ്ട്.

II

കർഷകരുടെ ആത്മഹത്യകളും സാമൂഹ്യ പ്രതികരണവും

രാജ്യത്തെ ആത്മഹത്യാനിരക്കിൽ കേരളം എല്ലായ്പ്പോഴും ഉയർന്ന സ്ഥാനത്താണ്. വയനാടും ഇതിന് ഒരു അപവാദമല്ല. എന്നിരുന്നാലും ഗാർഹിക സാമ്പത്തിക പ്രതിസന്ധി മൂലമുള്ള ആത്മഹത്യ സംസ്ഥാനത്തോ ജില്ലയിലോ അത്രകണ്ട് വ്യാപകമല്ല. ഈ അടുത്ത കാലത്തായി വയനാട്ടിൽ കാർഷിക പശ്ചാത്തലമുള്ളവരുടെ കൂട്ടത്തിൽ സാമ്പത്തിക കടബാധ്യത കാരണം ആത്മഹത്യ ചെയ്യുന്നവരുടെ അനുപാതം ആശങ്കാജനകമായി ഉയർന്നിരുന്നു, 2000–01 മുതൽ 2006–07 വരെ ഈ ഗതി പ്രകടമാണ്.

സാമ്പത്തികവും സാമൂഹികവുമായ ഘടകങ്ങൾ

കർഷകരുടെ ഇടയിലെ ആത്മഹത്യക്ക് മുഖ്യകാരണം അവരുടെ വരുമാനത്തിലെ തകർച്ചയാണ്. വരുമാനത്തിലെ ഇടിവ് കർഷകരുടെ ജീവിതത്തിൽ ബഹുമുഖങ്ങളായ ഫലങ്ങളാണ് ഉണ്ടാക്കിയിട്ടുള്ളത്. പെട്ടെന്നോ ക്രമേണയോ ഉള്ള ജീവിത നിലവാരത്തകർച്ചയും അതിനെ തുടർന്നുള്ള സാമൂഹ്യബന്ധങ്ങളിലെ സംഘർഷങ്ങളും സമ്മർദങ്ങളും കർഷക കുടുംബങ്ങളുടെ സാമൂഹ്യ ജീവിതത്തിലേക്ക് അതിക്രമിച്ചിരിക്കുന്നു. കടുത്ത സാമ്പത്തിക ബാധ്യതയ്ക്ക് ഇരകളായവരിൽ ഭൂരിപക്ഷവും തങ്ങളുടെ മികച്ച വിളവെടുപ്പിൽ നിന്നും ഭേദപ്പെട്ട വരുമാനം പ്രതീക്ഷിച്ച് തങ്ങളുടെ ഭൂമിയിലും വിളകളിലും മുതൽ മുടക്കിയവരാണ്. നാണ്യവിളകൾക്ക് ഉയർന്ന അളവിൽ വളങ്ങളും കീടനാശിനികളും അനിവാര്യമാണ്. അതിനാൽ ഉൽപ്പന്നങ്ങളുടെ വില കുത്തനെ ഉയരുന്നു. കാർഷികവിളകളുടെ വിലകളിലുള്ള രൂക്ഷമായ ചാഞ്ചാട്ടവും വിളവുകളിലെ അനിശ്ചിതത്വവും കാരണം കർഷകർ കടുത്ത സാമ്പത്തിക പരാധീനതകൾക്കും മാനസികവ്യഥയ്ക്കും പാത്രീഭവിക്കുന്നു.

കാർഷിക വായ്പയും പലിശയും തിരിച്ചടയ്ക്കാനുള്ള ത്രാണിയില്ലാതെ കർഷകർ കടക്കെണിയുടെ ദൂഷിത വലയത്തിലേക്ക് വലിച്ചിഴയ്ക്കപ്പെടുകയായിരുന്നു. ധനകാര്യപണമിടപാടു സ്ഥാപനങ്ങൾ കർഷകരെ കടം തിരിച്ചടയ്ക്കാത്ത സാമൂഹ്യ ദ്രോഹികളായി കണക്കാക്കിയാണ് പെരുമാറിയത്. അവശേഷിക്കുന്ന ഭൂമിയും വീടും പോലുള്ള അനുബന്ധമുതലുകൾ അടിയറ വയ്ക്കാനാവശ്യപ്പെട്ടുകൊണ്ട് നിയമപരമായ നോട്ടീസ് അയച്ചുകൊണ്ടിരുന്നു. കുട്ടികളുടെ വിവാഹാവശ്യങ്ങൾക്കായും ഉത്സവങ്ങൾക്കും വിദ്യാഭ്യാസത്തിനും ആരോഗ്യചെലവുകൾക്കും മറ്റുമായി നാടൻ പണമിടപാടുകാരിൽനിന്നും കടമെടുക്കുന്നത് പതിവായിരുന്നു. വയനാട്ടിൽ ആത്മഹത്യക്ക് ഇരയായിട്ടുള്ളവരിൽ ഭൂരിപക്ഷവും

സ്വകാര്യപണമിടപാടുകാർക്ക് സാമ്പത്തിക ബാധ്യതയുള്ളവരാണെന്നത് കണ്ടെത്തിയിരിക്കുന്നു. സാമ്പത്തിക അരക്ഷിതാവസ്ഥ മൂലമുള്ള സാമൂഹികവും മാനസികവുമായ പിരിമുറുക്കങ്ങളും സംഘർഷങ്ങളും കുടുംബത്തിൽ സാമ്പത്തിക ക്രമരാഹിത്യത്തിന്റെയും നിരാശയുടെയും അന്തരീക്ഷം സൃഷ്ടിക്കുന്നു. ഈ അവസ്ഥയിൽ ഏതെങ്കിലും പ്രതിസന്ധികൾ ജീവിതത്തിലുണ്ടാവുമ്പോൾ അവർ ആത്യന്തികമായി ആത്മഹത്യക്ക് പ്രേരിപ്പിക്കപ്പെടുന്നു.

മാനസികാഘാതങ്ങളും മദ്യപാനാസക്തിയുമാണ് കർഷക ആത്മഹത്യയിലെ വർധനവിന് കാരണമെന്ന് ചിത്രീകരിക്കാനുള്ള വ്യാപകമായ ശ്രമം ഭരണപക്ഷത്തുനിന്നും വലതുപക്ഷ രാഷ്ട്രീയ വൃത്തങ്ങളിൽ നിന്നും ഉണ്ട്. അത്തരം സമീപസ്ഥ കാരണങ്ങളോ പ്രചോദനങ്ങളോ നിഷേധിക്കേണ്ട ആവശ്യമില്ല. എന്നാൽ ഇത് വിപുലമായ സാമ്പത്തിക സാമൂഹ്യ അനിശ്ചിതത്വത്തിൽനിന്നും ഉരുത്തിരിയുന്നതാണെന്ന വസ്തുത നാം കാണാതിരുന്നുകൂടാ.

വലതുപക്ഷ നേതൃത്വത്തിന്റെ ധർമസങ്കടം.

ഗ്രാമീണ മേഖലകളിലെ ദുരിതങ്ങളുടെ അന്തരീക്ഷം വ്യക്തികളുടെ ജീവിതത്തിൽ ചെലുത്തിയ അന്യതാബോധം ഗൗരവതരമായി പരിഗണിക്കേണ്ട ഒരു കാര്യമാണ്. പരമ്പരാഗതമായി വലതുപക്ഷ രാഷ്ട്രീയ പാർട്ടികൾക്ക് പ്രാമുഖ്യമുള്ള ജില്ലയായിരുന്നു വയനാട്. 2001നുശേഷം മൂന്ന് അസംബ്ലി നിയോജക മണ്ഡലങ്ങളും ജില്ലാ പഞ്ചായത്തും മൂന്ന് ബ്ലോക്ക് പഞ്ചായത്തുകളും 25 ഗ്രാമപഞ്ചായത്തുകളിൽ 19 എണ്ണവും കോൺഗ്രസ് (ഐ) നേതൃത്വം കൊടുക്കുന്ന ഐക്യജനാധിപത്യ മുന്നണിയുടെ നിയന്ത്രണത്തിലായിരുന്നു. നവ–ഉദാരവൽക്കരണ പരിഷ്കരണങ്ങൾക്ക് തുടക്കം കുറിച്ചതിന്റെ ഉത്തരവാദിത്വവും പ്രസ്തുത മുന്നണിക്കുതന്നെ. ന്യൂനപക്ഷ മതസംഘടനകളുടെ നേതൃത്വമായിരുന്നു മറ്റൊരു പ്രധാന സാമൂഹ്യ ശക്തി. ജനസംഖ്യയിൽ നാലിൽ ഒരു ഭാഗം ജില്ലയിലെ ഏറ്റവും വലിയ മതവിഭാഗമായ ക്രിസ്ത്യാനികളും ഏതാണ്ട് അതിനോടടുത്തു നിൽക്കുന്ന മറ്റൊരു നാലിൽ ഒന്ന് ഭാഗമായ മുസ്ലിങ്ങളുമാണ്. പൊതുവെ പറഞ്ഞാൽ ഈ രണ്ടു ന്യൂനപക്ഷ വിഭാഗങ്ങളുടെയും നേതൃത്വം ഐക്യജനാധി പത്യമുന്നണിയുടെ സഖ്യമായി നിലകൊണ്ടു. സാമ്പത്തിക പരിഷ്കാരങ്ങളെ പിന്തുണയ്ക്കുന്നതിനായി കർഷക സമൂഹത്തെ പ്രീണിപ്പിച്ചു. വ്യാപകമായ വിലത്തകർച്ചയുടെയും കർഷക ആത്മഹത്യയുടെയും പശ്ചാത്തലത്തിൽ നവീന ഉദാരവൽക്കരണനയങ്ങളെ ന്യായീകരിക്കാൻ വലതുപക്ഷ രാഷ്ട്രീയ സമുദായ നേതൃത്വങ്ങൾക്ക് സാധിച്ചില്ല. പ്രസ്തുത നയങ്ങളാൽ സ്വന്തം ജീവിതത്തിനേറ്റ ആഘാതവും രാഷ്ട്രീയ മത നേതൃത്വങ്ങളുടെ അഭംഗുരമായ നിശ്ശബ്ദതയും സാധാരണ കർഷകനെ കടുത്ത നിസ്സഹായതയിലേക്ക് തള്ളി വിട്ടിരിക്കുന്നു. മറ്റ് ബദലുകളില്ല എന്ന ഏറെ കൊട്ടിഘോഷിക്കപ്പെട്ട രാഷ്ട്രീയ പ്രചര

ണം കർഷകരുടെ സ്ഥിതി കൂടുതൽ അവതാളത്തിലാക്കി എന്നു മാത്രമല്ല ഒരു പുനരുജ്ജീവന സാധ്യതയിലെ ആത്മവിശ്വാസം തകർക്കുക കൂടി ചെയ്തു. ഇത് വയനാട്ടിൽ സംഭവിച്ച കർഷക ആത്മഹത്യക്കു കാരണ മായിട്ടുള്ള ഒരു പ്രധാന ഘടകമാണ്.

കേരള കർഷക സംഘത്തിന്റെ വയനാട് ജില്ലാഘടകം (ആൾ ഇന്ത്യ കിസാൻ സഭ, 4 അശോക റോഡ്, ന്യൂഡൽഹി അംഗീകരിച്ചത്) വയനാട് ജില്ലയിൽ ആത്മഹത്യ ചെയ്തവരുടെ കുടുംബങ്ങളിൽ നട ത്തിയ സാമ്പിൾ സർവെ പല അസാധാരണമായ കണ്ടെത്തലുകൾ പുറ ത്തുകൊണ്ടുവന്നു. 2004 വർഷം വയനാട് ജില്ലയിൽ നടന്ന ആത്മഹത്യ കളിൽ 26 കർഷക കുടുംബങ്ങളെയാണ് പഠനത്തിന് വിധേയമാക്കിയത്. മുഖ്യ ഇര പൂർണമായും കുടുംബനാഥനോ പുരുഷ അംഗമോ ആയി രുന്നു. 26 കുടുംബങ്ങളിൽ ഒരാൾ മാത്രമാണ് സ്ത്രീ. ഭൂരിപക്ഷം ഇര കളും താഴ്ന്ന മധ്യവർഗ കുടുംബങ്ങളിലുള്ളവരായിരുന്നു. ഈ സർവേ യിൽ നിന്നും എത്തിച്ചേർന്ന നിഗമനങ്ങളാണ്. താഴെ പട്ടിക 4–ൽ കൊടു ത്തിട്ടുള്ളത്.

പട്ടിക 4

Economic profile of 26 Suicide Victims of 2004 studied by the Karshaka Sangam, Wayanad Unit

Sl. No.	Name and age	Panchayat	Debt in Banks-co.op/nationalised banks	Private money lender	Other sources	Ownland in acres
1	Moosa Thayyil (56)	Moopainadu	10,000	19,500	Nil	2.72
2	Damodhran C -53	Vaithiri	nil	75,000	Nil	0.05
3	Ramachandran nair-53	Thondarnadu	40,000	5,000	7,000	2.01
4	Francis M V -41	Vellamunda	54,842	12,796	10,700	0.83
5	Unnikrishnan -48	Noolpuzha	15,000	79,000	Nil	0.35
6	Varghese K P - 52	Pulpally	65,000	5,000	Nil	0.62
7	Johny TT -43	Mullankolly	32,300	30,000	12,000	1.10
8	Philip pongalayil -62	Mullankolly	1,32,144	5,000	10,000	0.27
9	Joseph P K -32	Ambalavayal	16,000	50,000	26,000	0.35
10	Thankappan P K-46	Meenangadi	nil	35,000	31,000	0.15
11	Ramadas -53	Ambalavayal	52,000	nil	25,000	0.88
12	Soman A S - 47	Kaniyampatta	117,402	nil	30,000	0.20
13	Sukumaran K K-74	Kaniyampatta	2,20,000	40,000	Nil	3.98
14	Joseph T P -55	Vengappalli	50,000	nil	Nil	1.50
15	Joseph P V -52	Noolpuzha	30,000	30,000	5,000	0.57
16	Mani Variyath–F 72	Mullankolly	7,000	12,500	19,500	0.30
17	Joy K M -48	Poothadi	85,000	50,000	30,000	6
18	Joseph Paraseril-55	Poothadi	55,000	10,000	7,450	1.50
19	Joseph Kudilil -68	Poothadi	33,000	nil	Nil	1.50
20	Poulose N P -43	Vellamunda	75,000	nil	Nil	5
21	Rajeev Palolikal -38	Pulpally	50,000	4,000	5,000	0.93
22	Kaima C -61	Kottathara	10,000	20,000	Nil	0.20
23	Sivadasan E - 44	Kottathara	27,000	65,000	5,000	1
24	Govindan E -51	Meenangadi	28,000	30,000	Nil	2.40
25	Vijayan V -38	Vengappalli	44,182	15,000	6,000	0.55
26	Mohanan M R -45	Ambalavayal	15,000	nil	6,500	0.50

ആത്മഹത്യക്ക് ഇരയായവരുടെ കുടുംബങ്ങളിൽ ഭൂരിപക്ഷത്തിനും ബഹു വിളകളാണുണ്ടായിരുന്നത്. ആറ് മുഖ്യ വിളകളിൽ കാപ്പി, കുരുമുളക്, ഏലം, കവുങ്ങ്, തെങ്ങ്, ഇഞ്ചി, വാഴ, പച്ചക്കറികൾ എന്നിവയായിരുന്നു. പ്രതിസന്ധിക്ക് കാരണമായി പ്രസ്തുത കുടുംബങ്ങൾ പരാമർശിച്ചത് വിലത്തകർച്ചയും വിളകളുടെ രോഗവും, വരൾച്ചയും ഉൽപ്പാദനച്ചെലവിലുണ്ടായ വർധനയും അതുവഴി നേരിട്ട കുടുംബബാധ്യതകളും ആയിരുന്നു.

പട്ടിക-4 അനുസരിച്ച് 26 പേരും ബാങ്ക് കടബാധ്യതയുള്ളവരും 26 ൽ 20 പേർ സ്വകാര്യ പണമിടപാടുകാരോട് ബാധ്യതയുള്ളവരും ആയിരുന്നു. കൂടാതെ കടബാധ്യത തിരിച്ചടയ്ക്കാവുന്നതിലും വലുതായിരുന്നു. ദേശസാൽക്കൃത ബാങ്കുകളും സഹകരണബാങ്കുകളും വ്യപകമായി വയനാട് ജില്ലയിൽ ഉണ്ടെങ്കിലും സ്വകാര്യ പണമിടപാടുകാരെ ആശ്രയിക്കു

പട്ടിക 5

Suicides in Wayanad district during 1998-2003.

PARTICULARS		**1998**	**1999**	**2000**	**2001**	**2002**	**2003**
Age group	<14	2	2	5	3	4	4
(yrs)	15-44	171	247	221	164	160	210
	45&>	118	138	141	144	156	153
Sex	M	213	313	269	238	237	265
	F	78	74	98	73	83	102
Marital status	Unmarried	48	57	66	34	37	56
	Married	221	300	286	260	263	287
	Widow/(er)	8	11	11	10	17	10
	Divorced	0	4	0	0	1	0
	Separated	14	15	4	4	2	14
Education	Primary	84	151	119	122	129	97
	Middle& secondary	150	186	179	133	144	207
	Matriculation &>	36	25	11	15	12	28
	No education	21	25	58	41	35	35
Occupation	Employed*	19	14	3	17	8	16
	Unemployed	207	323	294	242	248	279
	Students	6	7	5	5	7	13
	Housewives	59	43	65	47	57	59
Mode adopted	Hanging	106	183	156	140	139	184
	Poisoning	154	184	189	151	164	150
	Drowning	14	6	9	6	11	12
	Self immolation	14	10	11	12	5	18
	Fire arms	1	0	0	0	0	1
	Drug overdose	1	3	1	0	0	0
	Electric shock	1	0	0	0	1	0
	Self inflicted wound	0	0	0	1	0	0
	Jumping in front of moving vehicle	0	1	0	0	0	0
	Using explosives	0	0	1	0	0	1
	Alcohol intoxication	0	0	0	1	1	1
TOTAL		**291**	**387**	**367**	**311**	**320**	**367**

* includes govt. employees, business men and professionals only

Source: District Crimes Record Bureau-Wayanad

പട്ടിക 6

2001 –2004 കാലയളവിൽ വയനാട് ജില്ലയിലെ താലൂക്ക് അടിസ്ഥാനത്തിലുള്ള ആത്മഹത്യകൾ.

Sl. No.	Details	2001			2002			2003			2004 (Up to Aug. 04)			Total
		SB*	Vy*	MT*	SB	Vy	MT	SB	Vy	MT	SB	Vy	MT	WYD*
1.	Total suicide Nos.	131	61	77	159	52	84	160	75	64	130	46	29	1068
2.	Due to Eco . Difficulty/Debt	12	0	20	15	1	25	19	6	17	32	7	15	169
3	Other reasons	119	61	57	144	51	59	141	69	47	98	39	14	899
4	Financial Ass. Received	-	-	-	-	-	-	2	-	-	14	6	10	32
5	Fin. Help.Reco	-	-	-	-	1	-	-	6	-	6	6	1	20
6.	Vill. Off. Repo. Req per FIR	12	-	-	15	1	-	17	5	-	11	-	-	61

*SB= Sulthan Bathery Taluk; *Vy = Vythiri Taluk; *MT= Mananthavady Taluk: *WYD= Wayanad District

Source: As per the data kept at the respective Taluk Offices in Wayanad District.

ന്നത് വളരെ കൂടുതലാണ്. ആത്മഹത്യക്ക് ഇരയായ വരുടെ കുടുംബ ങ്ങളിൽ ചിലരുമായി സംസാരിച്ചതിൽനിന്നും ഭൂസംബന്ധമായ ആധാര ങ്ങൾ ദേശസാൽക്കൃത ബാങ്കുകളിലോ സഹകരണബാങ്കുകളിലോ പണയം വച്ചതാണ്, സ്വകാര്യപണമിടപാടുകാരെ സമീപിക്കാൻ കാരണ മായത് എന്ന് തിരിച്ചറിയാൻ സാധിച്ചു. സർക്കാരിന്റെ പിന്തുണയുള്ള ബാങ്കുകൾ കൂടുതൽ ലോൺ അനുവദിക്കാൻ തയാറായതുമില്ല. കാരണം അവർക്ക് ജാമ്യം നൽകാൻ മറ്റു വസ്തുവകകൾ ഒന്നും തന്നെ ഉണ്ടായി രുന്നില്ല എന്നത് തന്നെ അങ്ങനെ സ്വകാര്യപണമിടപാടുസംഘങ്ങൾക്ക് ഉയർന്ന നിരക്കിൽ പലിശക്ക് കടം കൊടുക്കാൻ എളുപ്പം സാധിച്ചു. നിസ്സ ഹായരായ കടക്കാരുടെ മേൽ സാമൂഹ്യ സാംസ്കാരിക സമ്മർദങ്ങൾ ചെലുത്താനും അവർക്ക് വൈഷമ്യം നേരിട്ടില്ല.

വയനാട് ജില്ല ക്രൈം റിക്കാർഡിൽ 1998 മുതൽ 2003 വരെ രേഖ പ്പെടുത്തിയ ആത്മഹത്യക്കിരയായവരുടെ വിശദാംശങ്ങളിൽ ഞെട്ടിപ്പി

ക്കുന്ന വസ്തുതകളാണ് വെളിവാക്കുന്നത്. വിവരങ്ങൾ താഴെ കൊടുത്തിരിക്കുന്ന 5–ാം പട്ടികയിൽ ചേർത്തിരിക്കുന്നു. 10–ാം തരം വരെയോ അതിനടുത്തോ വിദ്യാഭ്യാസം നേടിയ 15 നും 45 നും മധ്യേ പ്രായമുള്ള ജോലി ചെയ്യുന്നവരാണ് ഇവരിൽ ഭൂരിപക്ഷവും ജീവിതം അവസാനിപ്പിക്കാൻ ഇവർ തെരഞ്ഞെടുത്തത് കീടനാശിനി കഴിക്കുകയോ തൂങ്ങിമരിക്കുകയോ ആണ്. ആത്മഹത്യക്ക് ഇരയായവരിൽ കൂടുതലും ഉദ്യോഗമില്ലാത്തവരോ മതിയായ ജോലി ഇല്ലാത്തവരോ ആണ്.

2006നു നാലുവർഷത്തെ പത്രവാർത്തകളിൽനിന്നും കാണുന്നത് കോൺഗ്രസ് മുന്നണി നേതൃത്വം നൽകിയ സംസ്ഥാനഗവൺമെന്റ് കർഷക ആത്മഹത്യക്കുള്ള കാരണം സാമ്പത്തിക ബുദ്ധിമുട്ടോ കടബാധ്യതയോ ആണ് എന്ന് അംഗീകരിക്കാൻ വിസമ്മതിച്ചു. ഇത് സർക്കാരിന്റെ പ്രതിച്ഛായ നശിപ്പിക്കും എന്ന തോന്നലാണ് ഇതിന് കാരണം. സർക്കാർ ഓഫീസർമാർ കാർഷികമേഖലയിലെ തകർച്ചയും കടബാധ്യതയും ആത്മഹത്യക്കുള്ള കാരണമായി സൂചിപ്പിക്കാൻ തയാറായില്ല. എന്ന് ധാരാളമായി റിപ്പോർട്ട് ചെയ്യപ്പെട്ടു.

പട്ടിക 7

2001 – 2004 കാലയളവിൽ വയനാട് ജില്ലയിലെ ആത്മഹത്യകളുടെ കണക്ക് വർഷാടിസ്ഥാനത്തിൽ സംസ്ഥാന ക്രൈം റിക്കാർഡ്– കേരളപോലീസ്

Details	2001			2002			2003			2004 (upto Oct. 2004 only)			
	M	F	Total	M	F	Total	M	F	Total	M	F	Total	Grand Total
Bankruptcy or sudden Change in Economic Status as Reason for suicide	19	0	19	7	0	7	7	3	10	NA	NA	NA	46
Belonging to Farming / Agricultural Activity	77	0	77	89	0	89	75?	2	97	NA	NA	NA	263
Total No. of Suicide	238	73	311	237	83	320	265	102	367	181	72	253	1251

Source: Data kept in the District Superintendent of Police (DSP) Office Kalpetta, Wayanad District collected on 5th November 2004

താലൂക്ക് ഓഫീസുകളിൽ സൂക്ഷിച്ച വിവരങ്ങൾ 2001 മുതൽ സാമ്പത്തിക ബുദ്ധിമുട്ടുകളാലും കടബാധ്യതമൂലവും ആത്മഹത്യ ചെയ്തവരുടെ എണ്ണത്തിൽ വർധനവുണ്ടായതായി വ്യക്തമാക്കുന്നു. ഭരണ വിഭാഗത്തിന്റെ നിക്ഷിപ്ത താൽപ്പര്യമുള്ള ഗ്രൂപ്പുകൾക്കും ഉദ്യോഗസ്ഥ വൃന്ദത്തിനും അവരുടെ ശ്രമത്തിന്റെ ഫലമായി താലൂക്ക് ഓഫീസിലെ റിക്കാർഡുകളിൽ രേഖപ്പെടുത്തിയ 2001 മുതൽ കർഷക ആത്മഹത്യ വർധിച്ചു വരികയാണ് എന്ന വസ്തുത മറച്ചു വെയ്ക്കാനായില്ല. വിശദവിവരങ്ങൾ പട്ടിക 6 ൽ നൽകിയിരിക്കുന്നു.

ജില്ലയിൽ വിവിധഭാഗങ്ങളിൽ നടന്ന ആത്മഹത്യകളുടെ ആധിക്യമനുസരിച്ചുള്ള രൂപവും വ്യാപനവും മനസിലാക്കുന്നതിന് വില്ലേജ് തലത്തിൽ രേഖപ്പെടുത്തി സൂക്ഷിച്ച വാർഷിക കണക്കുകൾ സഹായകമാണ് കർഷക ആത്മഹത്യയിൽ സമീപ കാലത്ത് വർധനവ് വന്നത് ഏകവിളയായ കുരുമുളകിനെ ആശ്രയിച്ച് കഴിഞ്ഞുവന്ന ബത്തേരി താലൂക്കിലെ പാടിച്ചിറ, ഇരുളം, പൂതാടി എന്നീ വില്ലേജുകളിലാണെന്ന് വ്യക്തമാകുന്നു. കുരുമുളകിന്റെ വിലയിടിവും രോഗം വന്നും വരൾച്ചമൂലവും നശിച്ച കുരുമുളകുവള്ളികളും കാരണമായുണ്ടായ പ്രതിസന്ധി കർഷകർക്ക് സഹിക്കാവുന്നതിലും അപ്പുറമായിരുന്നു.

വയനാട് ജില്ലയിൽ 2001–2004 കാലത്ത് നടന്ന ആത്മഹത്യകളുടെ വർഷാടിസ്ഥാനത്തിലുള്ള കേരളാ പൊലീസിന്റെ ജില്ലാ ക്രൈം റിക്കാർഡ് അനുസരിച്ച് ഞെട്ടിക്കുന്ന വിവരങ്ങൾ വെളിച്ചത്തു കൊണ്ടുവരുന്ന പട്ടിക – 7 ൽ വിശദവിവരങ്ങൾ നൽകിയിരിക്കുന്നു.

രാഷ്ട്രീയ പാർട്ടികളുടെയും കർഷക സംഘടനകളുടെയും പ്രതികരണങ്ങൾ

ജില്ലയിൽ 2001 മുതൽ തങ്ങളുടെ ലോണുകളിൽ വേണ്ട തിരിച്ചടവ് കർഷകർക്ക് അസാധ്യമായി തങ്ങളുടെ അനുബന്ധ വസ്തുവകകൾ പിടിച്ചെടുക്കുന്നതിനുള്ള ധനകാര്യസ്ഥാപനങ്ങളുടെ നിയമനടപടികൾ കർഷകരിൽ അമ്പരപ്പുണ്ടാക്കി. ഇതിന് പ്രതികരണമെന്നോണം കർഷക സംഘടനകളും രാഷ്ട്രീയ പാർട്ടികളും കർഷകരെ പിൻതാങ്ങി കൊണ്ട് ധാരാളം പ്രക്ഷോഭങ്ങൾ നടത്തി. 2002 ന്റെ ആരംഭത്തിൽ കമ്യൂണിസ്റ്റ് പാർട്ടി ഓഫ് ഇന്ത്യ (മാർകിസ്റ്റ്) ഇന്ത്യൻ നാഷണൽ കോൺഗ്രസ് (ഐ) മറ്റ് ഇടതുപക്ഷ ജനാധിപത്യ മുന്നണിയിലെ ഘടകകക്ഷികളുടെയും, ഐക്യജനാധിപത്യ മുന്നണി ഘടകകക്ഷികളുടെയും പങ്കാളിത്തത്തോടെ ഒരു കർഷക മുന്നണിക്ക് രൂപംനൽകി. ഹർത്താലടക്കമുള്ള സമരങ്ങൾ ഈ മുന്നണി നടത്തുകയുണ്ടായി. എന്നാൽ അവയൊന്നും ഫലം കണ്ടില്ല. പിന്നീട് കോൺഗ്രസ് (ഐ) ഈ കർഷക മുന്നണിയെ ഒഴിവാക്കി. തുടർന്ന് സി പി ഐ (എം) ഉം മറ്റ് ഇടതുപക്ഷഘടകക

ക്ഷികളും ചേർന്ന് ധാരാളം പ്രചാരണങ്ങളും പ്രക്ഷോഭ പരിപാടികളും നടത്തി. കേരള കർഷകസംഘവും, ഫാർമേഴ്സ് റിലീഫ് ഫോറവും, ഇൻഫാമും, ഭാരതീയ ജനതാ പാർട്ടിയും (ബി ജെ പി) കമ്യൂണിസ്റ്റ് പാർട്ടി ഓഫ് ഇന്ത്യ (മാർക്സിസ്റ്റ്-ലെനിനിസ്റ്റ്) മറ്റു ബഹുജന വർഗ സംഘടനകളും സ്വതന്ത്രമായി ധാരാളം പ്രക്ഷോഭപരിപാടികൾ സംഘടിപ്പിക്കുകയുണ്ടായി. ആയിരക്കണക്കിന് ആളുകൾ ജാഥകളിലും ധർണകളിലും വഴിതടയലുകളിലും, അനിശ്ചിതകാല നിരാഹാര സമരങ്ങളിലും പങ്കെടുത്തു. തുടർന്ന് സൗത്ത് ഇന്ത്യൻ ഫാർമേഴ്സ് കോഓർഡിനേഷൻ (SIFCO) എന്ന വിവിധ കർഷക സംഘടനകളുടെ ഫോറം രൂപപ്പെട്ടു. ഇതിൽ കേരളം കർണാടകം തമിഴ്നാട് എന്നിവിടങ്ങളിൽ നിന്നുള്ള വിവിധ കർഷക സംഘടനകൾ അംഗങ്ങളായി.

താഴെത്തട്ടിൽ പ്രശ്നങ്ങളെ പരിഹരിക്കാനും സർക്കാരിൽ സമ്മർദം ചെലുത്താനും കർഷകർക്കും കാർഷികത്തൊഴിലാളികൾക്കും ആശ്വാസമെത്തിക്കാനും ശ്രമങ്ങൾ ഉണ്ടായി. മാധ്യമങ്ങൾ വിശേഷാൽ പ്രദേശിക മാധ്യമങ്ങൾ കർഷകരെ പിന്താങ്ങുന്നതിലും സർക്കാരിന്റെ കർഷകവിരുദ്ധ നയങ്ങൾക്കെതിരെ ഒരു അന്തരീക്ഷം സൃഷ്ടിക്കാനും വഹിച്ച പങ്ക് നിർണായകമായി.

കർഷകരുടെ കടങ്ങൾ എഴുതിത്തള്ളാനുള്ള ആവശ്യം

സംഘമായും ഒറ്റയ്ക്കും ഉണ്ടായ ഈ ഇടപെടലുകളുടെ ഫലമായി കർഷകരുടെ എല്ലാ കടങ്ങളും എഴുതിതള്ളാനും പലിശ രഹിത ദീർഘകാല വായ്പകൾ പുതുതായി കർഷകർക്ക് അനുവദിക്കാനും ഉള്ള ആവശ്യം പ്രധാനമന്ത്രിവരെയുള്ള ഭരണാധികാരികൾക്കുമുമ്പിൽ ഉന്നയിക്കപ്പെട്ടു. കാർഷിക ഉൽപ്പന്നങ്ങളിലെ ഇറക്കുമതിനയം തിരുത്താനും, ജില്ലയുടെ വികസനത്തിനും പ്രത്യേക പാക്കേജ് അനുവദിക്കാനും, കാർഷിക ഉൽപ്പന്നങ്ങൾക്ക് തറവില നിശ്ചയിച്ച് സംഭരണം നടത്തുന്നതിനും കാർഷിക വ്യവസായ സ്ഥാപനങ്ങൾ ആരംഭിക്കുന്നതിനും ആവശ്യം ഉയർന്നുവന്നു. കാർഷിക ഉൽപ്പന്നങ്ങളുടെ വിലത്തകർച്ചയ്ക്കും അതുഫലമായുണ്ടായ കാർഷിക വരുമാനത്തിലെ കുറവു വഴി കർഷകനെ കടക്കെണിയിൽപ്പെടുത്തിയതിനും പുതിയ സാമ്പത്തിക ഉദാരവൽക്കരണനയങ്ങളാണ് കാരണമെന്നും അതിന്റെ പൂർണ ഉത്തരവാദിത്തം കേന്ദ്ര-സർക്കാർ ഏറ്റെടുക്കണമെന്നും കർഷകർ അവകാശപ്പെട്ടു. ജനപ്രതിനിധികൾ പാർലമെന്റിലും കേരള അസംബ്ലിയിലും കർഷകരുടെ അവസ്ഥയുമായി ബന്ധപ്പെട്ട് പ്രശ്നങ്ങൾ അവതരിപ്പിച്ചു.

സർക്കാരിന്റെ പ്രതികരണം

ആത്മഹത്യകളും ദുരിതങ്ങളും ജില്ലയിലെ കടുത്തവരൾച്ചയെ തുടർന്നുണ്ടായതാണെന്ന് ചിത്രീകരിക്കാനായിരുന്നു സംസ്ഥാനത്തെ യു

ഡി എഫ് സർക്കാരിന്റെ ആദ്യശ്രമം. പ്രശ്നം പരിഹരിക്കാനുള്ള ഭരണകൂടത്തിന്റെ കഴിവുകേട് വളരെ വ്യക്തമായിരുന്നു. സംസ്ഥാന സർക്കാർ കർഷക ആത്മഹത്യയുടെ കൃത്യമായ കണക്കുകൾ സൂക്ഷിക്കുന്നതിൽ പരാജയപ്പെട്ടു. കേന്ദ്രസർക്കാർ ആവശ്യപ്പെട്ടതിന്റെ അടിസ്ഥാനത്തിൽ ആത്മഹത്യചെയ്ത കർഷകരുടെ കണക്കുകൾ നൽകാൻ സംസ്ഥാന സർക്കാരിന് കഴിഞ്ഞില്ല എന്ന് കേന്ദ്ര കൃഷി മന്ത്രി പറഞ്ഞപ്പോഴാണ് യഥാർഥ വസ്തുത എല്ലാവരും അറിഞ്ഞത്. കൃഷിനാശത്തിനുള്ള ആനുകൂല്യം സംസ്ഥാന സർക്കാർ വിതരണം ചെയ്തതെങ്കിലും അത് യഥാർഥ നഷ്ടം നികത്തുന്നതിന് വളരെ തുഛമായ സംഖ്യയായിരുന്നു. കേന്ദ്രസർക്കാർ 140 കോടി രൂപ വിളനാശത്തിന് നഷ്ടപരിഹാരം അനുവദിച്ചിരുന്നു. പ്രക്ഷോഭപരിപാടികൾക്കുള്ള പ്രതികരണം എന്ന നിലയിൽ ഒരു വർഷത്തേക്ക് പലിശയ്ക്ക് മൊറട്ടോറിയം 50000 രൂപ വരെ വായ്പക്കുള്ള പലിശ രണ്ടു വർഷത്തേക്ക് ഒഴിവാക്കൽ, ആത്മഹത്യ ചെയ്ത കർഷകരുടെ കുടുംബങ്ങൾക്ക് നഷ്ടപരിഹാരം, ആദിവാസികൾക്ക് രണ്ടാഴ്ചത്തെ സൗജന്യ റേഷൻ തുടങ്ങി താൽക്കാലികമായി നടപടികൾ പ്രഖ്യാപിക്കുകയാണ് സർക്കാർ ചെയ്തത്. എന്തായാലും 21 കുടുംബങ്ങൾക്ക് മാത്രമാണ് നഷ്ട പരിഹാരം നൽകിയത് എന്നതും ഫണ്ട് ലഭ്യമല്ല എന്ന കാരണം പറഞ്ഞ് പലിശ ഒന്നും ഒഴിവാക്കിയില്ല എന്നതും അതിന്റെ നീചമായ വശങ്ങളായിരുന്നു. അതിന് പുറമെ ദേശസാൽക്കൃത ബാങ്കുകളിൽ നിന്നും എടുത്ത വായ്പകൾക്ക് സംസ്ഥാന സർക്കാർ ജില്ലയ്ക്കായി ഒരു പ്രത്യേക പാക്കേജ് വാഗ്ദാനം ചെയ്തു. എന്നാൽ ഇത് കേന്ദ്ര ഗവൺമെന്റിന്റെയും കേന്ദ്ര സംസ്ഥാന സ്ഥാപനങ്ങളായ നബാർഡ്, റിസർവ് ബാങ്ക് ഓഫ് ഇന്ത്യ, ദേശസാൽക്കൃത ബാങ്കുകൾ, കോഫീബോർഡ് എന്നിവയുമായി ഏകോപിപ്പിച്ച് വാഗ്ദാനം യാഥാർഥ്യമാക്കുന്നതിൽ പരാജയപ്പെടുകയും ചെയ്തു. കർഷകരുടെ പ്രക്ഷോഭങ്ങളുടെ പശ്ചാതലത്തിൽ 50000 രൂപ വരെയുള്ള കടങ്ങൾ എഴുതിത്തള്ളുന്നതിന് കേന്ദ്ര സർക്കാരിനോട് ആവശ്യപ്പെട്ടു എന്ന് സംസ്ഥാന സർക്കാർ പ്രഖ്യാപിച്ചു. കുരുമുളക് സംഭരിക്കാനുള്ള തീരുമാനം കർഷകർക്ക് ഒരു ആശ്വാസവും നൽകിയില്ല. എന്നാൽ കരുമുളകിന്റെ സംഭരണ വില അപര്യാപ്തമായതിനാൽ വില കുറഞ്ഞു വന്നു. 2006വരെ കേന്ദ്ര സംസ്ഥാന സർക്കാരുകൾ ഈ പ്രതിസന്ധിയെ നേരിടുന്നതിൽ വിജയിച്ചില്ല.

അനുബന്ധം

അഖിലേന്ത്യാ കിസാൻസഭ-അഖിലേന്ത്യാ കർഷകത്തൊഴിലാളി യൂണിയൻ

അവകാശ പത്രിക

ഇന്നത്തെ സാഹചര്യത്തിൽ രണ്ട് പ്രധാന വൈരുധ്യങ്ങളാണ് ഇന്ത്യൻ കാർഷികമേഖല പ്രതിനിധാനം ചെയ്യുന്നത്. ആദ്യത്തേത് ഒരു ഭാഗത്ത് ഭൂവുടമകൾ, വൻ മുതലാളിത്ത കർഷകർ, വൻകിട വ്യാപാരികൾ, ഹുണ്ടിക കച്ചവടക്കാർ എന്നിവരും സഖ്യശക്തികളും ഉൾപ്പെടുന്ന ഗ്രാമീണ ധനികവിഭാഗങ്ങളും മറുഭാഗത്ത് കർഷകത്തൊഴിലാളികൾ, ദരിദ്ര – ഇടത്തരം കർഷകർ, ഗ്രാമീണ കൈത്തൊഴിലുകാർ എന്നിവരുൾപ്പെടുന്ന കർഷക ജനസാമാന്യവും തമ്മിലുള്ള ആഴമേറിയ വിഭജനമാണ്. രണ്ടാമത്തേത് കർഷക ജനസാമാന്യത്തിനു മാത്രമല്ല, ഗ്രാമീണ സമ്പന്നവിഭാഗങ്ങളിൽപ്പെടുന്ന വിഭാഗങ്ങൾക്കും സർക്കാരിന്റെ സാമ്രാജ്യത്വവിധേയ നയങ്ങൾക്കെതിരെ ശക്തിപ്പെട്ടുകൊണ്ടിരിക്കുന്ന എതിർപ്പാണ്.

ഇന്ന്, മുതലാളിത്തലോകമാകെ 1930കളിലെ മഹാമാന്ദ്യത്തിനു ശേഷമുള്ള ഇന്നേവരെ ഉണ്ടായിട്ടില്ലാത്തത്രയും അഗാധമായ ഒരു സാമ്പത്തിക പ്രതിസന്ധിയിലേക്കു കൂപ്പുകുത്തുകയും നീണ്ടുനിൽക്കുന്ന സ്വന്തമായ പ്രതിസന്ധിയാൽ ദുർബലമായിരിക്കുകയും ചെയ്യുന്ന പശ്ചാത്തലത്തിൽ ഈ വൈരുധ്യങ്ങൾ മൂർച്ഛിക്കുകയാണ്. സമകാലീന പ്രതിസന്ധിയുടെ ഭാരം കർഷക ജനസാമാന്യത്തിന്റെയും ഗ്രാമീണ തൊഴിലാളികളുടെയും തൊഴിലാളി വർഗത്തിന്റെയും ചുമലുകളിലേക്ക് മാറ്റപ്പെടുകയാണ്. തുടർച്ചയായി സർക്കാരുകൾ നടപ്പിലാക്കിവരുന്ന നവ ഉദാരവൽക്കരണനയങ്ങൾമൂലം കാർഷികമേഖലയിൽ പൊതുനിക്ഷേപവും

സ്ഥാപന വായ്പകളും പിൻവലിക്കപ്പെടുന്നതിനാൽ കാർഷിക മുരടിപ്പിലേക്ക് നയിച്ചു. വ്യാപാരഉദാരവൽക്കരണം സാർവദേശീയ കാർഷികവിലയുടെ ഏറ്റിറക്കങ്ങളിലേക്കും വൻതോതിലുള്ള സബ്സിഡിയോടെയുള്ള ഇറക്കുമതി മൽസരങ്ങളിലേക്കും കർഷകജനസാമാന്യത്തെ പിടിച്ചു തള്ളി. ആവശ്യമായ സാമൂഹ്യ ചെലവുകളുടെ അപര്യാപ്തതയും പൊതുവിതരണ സമ്പ്രദായത്തിന്റെ തകർച്ചയും ഗ്രാമീണ ദരിദ്രരുടെ അധോഗതിക്കു കാരണമായി.

കൃഷിയുടെ മുരടിപ്പും പൊതുചെലവുകളുടെ അപര്യാപ്തതയും ഗ്രാമീണതൊഴിലാളികളുടെ തൊഴിലില്ലായ്മയിലേക്കു നയിച്ചു.

അടിയന്തര തിരുത്തൽ നടപടികൾ സ്വീകരിക്കാൻ തയാറാകാതിരിക്കുകയാണെങ്കിൽ ആഭ്യന്തര പണച്ചുരുക്കവും വായ്പാഞെരുക്കവും കാർഷികവിളകളുടെ കടുത്ത തകർച്ചയും മൂലം ലോകസാമ്പത്തിക പ്രതിസന്ധി കാർഷികദുരന്തത്തിന്റെ തീവ്രത വർധിപ്പിക്കാനാണിടയാക്കുക;

ഇന്ന് ചുരുൾ നിവരുന്ന ലോകമുതലാളിത്ത പ്രതിസന്ധിയുടെ പശ്ചാത്തലത്തിൽ ഇന്ത്യയിലെ നവഉദാരവൽക്കരണ ഭരണസംവിധാനത്തിനെതിരെ ശക്തമായ പ്രക്ഷോഭങ്ങൾ കെട്ടഴിച്ചു വിടുന്നതിനായി തൊഴിലാളി – കർഷക ഐക്യം ഊട്ടിയുറപ്പിക്കേണ്ടത് അനിവാര്യമാണ്. 2003ൽ അഖിലേന്ത്യാ കിസാൻസഭയും അഖിലേന്ത്യാ കർഷകത്തൊഴിലാളി യൂണിയനും ഒരു ബദൽ കാർഷികനയത്തിനും അതിന്റെ അടിസ്ഥാനത്തിൽ പ്രക്ഷോഭങ്ങൾ വികസിപ്പിക്കുന്നതിനുമായി ഒരു ബദൽനയരേഖ അംഗീകരിക്കുകയുണ്ടായി. ഈ പാരമ്പര്യത്തിന്റെ തുടർച്ചയായി എ ഐ കെഎസും, എ ഐ എ ഡബ്ല്യുവും ഗ്രാമീണ അധ്വാന വിഭാഗങ്ങൾക്ക് അടിയന്തര ആശ്വാസം ലഭ്യമാക്കാനും വികസനത്തിന്റെ സമത്വാധിഷ്ഠിതവും ജനാധിപത്യപരവുമായ ചക്രവാളത്തിലേക്ക് വഴി തുറക്കാനുമായി കർഷകത്തൊഴിലാളികളെയും കർഷകജനസാമാന്യത്തെയും ഒരുമിപ്പിക്കാനും താഴെ പറയുന്ന ആവശ്യങ്ങൾ ഉന്നയിക്കാനും തീരുമാനിക്കുന്നു.

1. കൃഷിക്കും ഗ്രാമീണ വികസനത്തിനുമായുള്ള പൊതുചെലവ് വർധിപ്പിക്കുക

ഇന്ത്യൻ സമ്പദ്ഘടന നേരിടുന്ന മാന്ദ്യത്തിന്റെ പശ്ചാത്തലത്തിൽ, ഗ്രാമീണ ദരിദ്രരുടെ വാങ്ങൽശേഷി വർധിപ്പിക്കാനും കാർഷികമേഖലയിലെ ഉൽപ്പാദനക്ഷമത വർധിപ്പിക്കാനും ഗ്രാമീണമേഖലയിലെ പൊതുചെലവിൽ നിർണായകമായ വർധനവ് വരുത്തേണ്ടത് ആവശ്യമാണ്. നിക്ഷേപങ്ങൾ വൻകിട പശ്ചാത്തല സൗകര്യങ്ങൾക്കുമാത്രമായി ചുരുക്കാതെ, ചെറുതും ഇട

ത്തരവുമായ ജലസേചന പദ്ധതികൾ, ഗ്രാമീണപശ്ചാത്തല സൗക ര്യങ്ങളുടെ വികാസം, കാർഷികാനുബന്ധ വികസനവും ഗവേഷ ണവും എന്നിവയെക്കൂടി ഉൾക്കൊള്ളുന്നതാക്കി മാറ്റണം. വർത്ത മാനകാല സാമ്പത്തിക മാന്ദ്യത്തെ മറി കടക്കാനായുള്ള ഏതൊരു ധനോത്തേജന പദ്ധതിയും ഗ്രാമീണ ദരിദ്രരുടെയും കർഷകരു ടെയും ആവശ്യങ്ങളെക്കൂടി ഉൾക്കൊള്ളുന്നതായിരിക്കണം. അനി വാര്യമായ ഗ്രാമീണ – സാമൂഹ്യചെലവുകൾ നേരിടുന്നതിന് സംസ്ഥാന സർക്കാരുകൾക്ക് കേന്ദ്രസർക്കാർ കൂടുതലായി നേരി ട്ടുള്ളതും ഉപാധികളില്ലാത്തതുമായ വിഭവങ്ങൾ അനുവദിക്കണം.

2. വിളകൾക്ക് സ്ഥിരവും ആദായകരവുമായ വില ഉറപ്പാക്കുക

രൂക്ഷമായ വിലത്തകർച്ച നേരിട്ടുകൊണ്ടിരിക്കുന്ന ലോകച രക്കു വിപണിയിലെ വില ചാഞ്ചാട്ടത്തിൽനിന്ന് കർഷകരെ സംര ക്ഷിക്കാൻ കൃഷി സാമ്പത്തികമായി ആദായകരമാവുമെന്ന് ഉറപ്പു വരുത്തുന്ന ഒരു സംഭരണ നയം സർക്കാർ പിന്തുടരാൻ തയാറാ വണം. പൊതുസംഭരണ പ്രവർത്തികൾ സത്വരമായി വികസിപ്പി ക്കുകയും എണ്ണക്കുരുകൾ, മറ്റ് നാണ്യവിളകൾ, പരമ്പരാഗത അസംസ്കൃത ഉൽപ്പന്നങ്ങൾ, പച്ചക്കറികൾ എന്നിവയടക്കം കൂടു തൽ വിളകളെ ഉൾപ്പെടുത്തി ചുരുങ്ങിയ തറവില നിശ്ചയിക്കു കയും വേണം. സംഭരണം ഉചിത സമയം തന്നെ നടത്തുകയും ചുരുങ്ങിയ തറവിലയെക്കാൾ കമ്പോളവില താഴാത്ത വിധവും ഫലപ്രദമായിരിക്കുകയും വേണം. വിവിധ ചരക്കുബോർഡുകളെ വാണിജ്യവിളകൾക്ക് തറവില ലഭിക്കുംവിധം പുനരുദ്ധരിച്ച് വ്യവ സ്ഥാപിതമാക്കണം. ഇറക്കുമതി ചുങ്കനിരക്കുകൾ ഉയർത്തി തക രുന്ന ലോകവിപണി വിലകളിൽനിന്ന് കർഷകർക്ക് സംരക്ഷണം നൽകണം. കരാർ കൃഷി പ്രോൽസാഹിപ്പിക്കുന്ന മാതൃക പ്രാഥ മിക കാർഷിക വിപണി നിയമം റദ്ദാക്കണം.

3. സാർവത്രിക പൊതുവിതരണ സമ്പ്രദായം പുന:സ്ഥാപിക്കുക, ഭക്ഷ്യസുരക്ഷ ഉറപ്പുവരുത്തുക

സാധാരണക്കാർക്കു താങ്ങാനാവുന്ന വിലനിരക്കിൽ സാർവ ത്രിക പൊതുവിതരണസമ്പ്രദായം പുന:സ്ഥാപിക്കുകയും അതിനെ സാമ്പത്തിക ചെലവിനുപകരം ചെലവഴിക്കൽ ശേഷി യുമായി ബന്ധിപ്പിക്കുകയും ചെയ്ത് നഗര – ഗ്രാമീണ ദരിദ്രരുടെ ഭക്ഷ്യസുരക്ഷ ഉറപ്പുവരുത്തുകയും പോഷകനിലവാരത്തിലുണ്ടാ യിക്കൊണ്ടിരിക്കുന്ന അപായകരമായ തകർച്ചയെ മറികടക്കുകയും

വേണം. പൊതുവിതരണ സമ്പ്രദായം എല്ലാ ഗ്രാമീണ കുടുംബങ്ങളെയും ഉൾക്കൊള്ളാനാവുംവിധം വിപുലീകരിക്കുകയും മറ്റ് ചരക്കുകളും വിൽക്കാൻ അനുവാദം നൽകി റേഷൻ ഷോപ്പുകളുടെ സാമ്പത്തിക നിലനിൽപ്പ് ഉറപ്പാക്കുകയും ചെയ്യുക. പരമ്പരാഗത ഉൽപ്പന്നങ്ങളുടെയും മറ്റ് ഭക്ഷ്യ ധാന്യങ്ങളുടെയും ഉൽപ്പാദനവും ഉപഭോഗവും പ്രോൽസാഹിപ്പിക്കാനാവുംവിധം അവയുടെ പ്രാദേശിക സംഭരണവും വിതരണവും ഏറ്റെടുക്കുന്നതിന് മുഖ്യ പരിഗണന നൽകുക. ഉൽപ്പാദന വർധനവിന് സഹായകരമാവുംവിധം സാങ്കേതിക നവീകരണങ്ങൾ നടത്തിയും ഉൽപ്പന്നങ്ങളുടെയും ഉൽപ്പാദനോപാധികളുടെയും വിലയിൽ അനുയോജ്യമായ നയം സ്വീകരിച്ചും ഭക്ഷ്യോൽപ്പാദനം പ്രോൽസാഹിപ്പിക്കുക.

4. സമഗ്ര കടാശ്വാസം അനുവദിക്കലും ചുരുങ്ങിയ വിലയ്ക്ക് സ്ഥാപന വായ്പ നൽകലും

ദുരന്തബാധിത കർഷകർ, കർഷകത്തൊഴിലാളികൾ, കൈത്തൊഴിലുകാർ, മറ്റ് ഗ്രാമീണ കുടുംബങ്ങൾ എന്നിവർക്ക് സമഗ്ര നടപടികളിലൂടെ സ്ഥാപനവായ്പകളിലും സ്വകാര്യ വായ്പകളിലും കടാശ്വാസം നൽകുന്ന നിയമം നിർമിക്കുക. ഒരു ലോണിന്റെയും ആവർത്തനപലിശ തുക വായ്പതുകയെക്കാൾ അധികരിക്കാൻ അനുവദിക്കാതെ അധികം വരുന്ന പലിശതുക എഴുതിതള്ളുക. കടം തിരിച്ചടയ്ക്കാത്തതിനാൽ കൃഷിഭൂമി ജപ്തി ചെയ്യുന്ന നടപടി നിരോധിക്കുക. ദേശീയ കർഷക കമീഷൻ ശുപാർശ ചെയ്തതുപോലെ കാർഷികമേഖലയിൽ ആവശ്യമായത്രയും സ്ഥാപന വായ്പ 4 ശതമാനം പലിശനിരക്കിൽ നൽകണമെന്ന നിർദേശം മുൻഗണന മേഖല വായ്പാനയം അടിസ്ഥാനമാക്കി കർശനമായ മാനദണ്ഡങ്ങളോടെ ശക്തമായി നടപ്പിൽ വരുത്തുക.

5. അവശ്യ കാർഷിക ചരക്കുകളിൽ അവധിവ്യാപാരം ഏർപ്പെടുത്താനുള്ള നീക്കങ്ങളെ എതിർക്കുക

നിരവധി കാർഷിക ചരക്കുകൾ അവധി വിപണിയിൽ കച്ചവടം ചെയ്യപ്പെടുന്നതിന്റെ ഫലമായി കർഷകർ ഊഹാധിഷ്ഠിതമായ വിലചാഞ്ചാട്ടത്തിന് വിധേയരാവുകയാണ്. പൊതുസംഭരണമുള്ള മുഴുവൻ ചരക്കുകളിന്മേലും അവധിവ്യാപാരം നിരോധിക്കാൻ തയാറാവണം.

6. എല്ലാ കർഷകർക്കും വിള ഇൻഷുറൻസ് അനുവദിക്കുക

വിള ഇൻഷുറൻസ് അനുവദിക്കുന്നതിന്റെ മാനദണ്ഡം ഭൂമിയുടെ ഉടമസ്ഥാവകാശം ആക്കാതെ എല്ലാ കർഷകർക്കുമായി വ്യാപിപ്പിക്കുകയും ദരിദ്ര – ഇടത്തരം കർഷകർക്ക് സബ്സിഡിയോടെ നടപ്പാക്കുകയും ചെയ്യുക. നിലവിലുള്ള ഇടുങ്ങിയ വിള ഇൻഷുറൻസ് മാനദണ്ഡങ്ങൾ മാറ്റി സമഗ്ര ഇൻഷുറൻസ് പരിരക്ഷ എല്ലാ ഗ്രാമീണവാസികൾക്കും അനുവദിക്കുക.

7. ഉൽപ്പാദനോപാധികളുടെ വില നിയന്ത്രണം

ഉയർന്ന നിലവാരമുള്ള ഉൽപ്പാദനോപാധികൾ താങ്ങാനാവുന്ന വിലനിരക്കിൽ, ലഭ്യമാക്കേണ്ട സമയത്തുതന്നെ പൊതു ഉൽപ്പാദനത്തിലൂടെയും വിപണിയിലൂടെയും കർഷകർക്ക് ലഭ്യമാക്കുക. വിത്ത്നിയമം പിൻവലിച്ച് കർഷകസൗഹൃദ വിത്ത് നിയമം കൊണ്ടുവരിക. ഉൽപ്പാദനോപാധികളുടെ സ്വകാര്യ വിതരണക്കാരെ നിയന്ത്രിക്കുകയും പരിശോധനയ്ക്കു വിധേയമാക്കുകയും കൃത്രിമ ഉൽപ്പാദനോപാധികളുടെ വിൽപ്പന തടയുകയും ചെയ്യുക.

8. ജലസേചന സൗകര്യങ്ങളും വൈദ്യുതിയും വിപുലീകരിക്കുക

ഉപരിതല ജലവിഭവങ്ങളുടെ സമത്വാധിഷ്ഠിത ലഭ്യത ഉറപ്പുവരുത്തുക. ഭൂഗർഭജലത്തിലും അതിന്റെ വിതരണത്തിലും പൊതുനിയന്ത്രണം എന്ന ലക്ഷ്യത്തോടെ ഭൂഗർഭജല സ്രോതസുകളെ രേഖപ്പെടുത്തുകയും ജലഉപയോഗം നിയന്ത്രിക്കുകയും ചെയ്യുക. സുസ്ഥിര വഴികളിലൂടെ കുളങ്ങളെയും ഇതര ജലവിഭവ സ്രോതസുകളെയും പുനരുജ്ജീവിപ്പിക്കാനും നിലനിർത്താനും തൊഴിലുറപ്പു പദ്ധതി ഉപയോഗിക്കുന്നുണ്ടെന്ന് ഉറപ്പു വരുത്തുക. ഊർജ മേഖലയിൽ പൊതുനിക്ഷേപം വ്യാപിപ്പിക്കുകയും വൈദ്യുതിയുടെ സ്വകാര്യവൽക്കരണത്തെ തടയുകയും ചെയ്യുക. കൃഷിക്ക് തടസമില്ലാതെ വൈദ്യുതി ലഭ്യത ഉറപ്പാക്കുക.

9. സ്ത്രീകർഷകരുടെ ആവശ്യങ്ങളും അവകാശങ്ങളും അംഗീകരിക്കുക

മിക്ക സ്ത്രീകർഷകരെയും അവരുടെ പേരിൽ പട്ടയമില്ലാത്തതിനാലും കൃഷിഭൂമിയിൽ കുടുംബത്തിന്റെ ഭാഗമെന്ന നില

യിൽ അധ്വാനം സംഭാവന ചെയ്യുന്നവരാണെന്നനിലയിൽ അവരെ കാണുന്നതിനാലും കർഷകർ എന്ന നിലയിൽ അവരെ അംഗീകരിക്കാൻ തയാറാകാത്ത സ്ഥിതിയുണ്ട്. ആയതിനാൽ അവർക്ക് സ്ഥാപന വായ്പകളോ, കാർഷികാനുബന്ധ സേവനങ്ങളോ, സബ്സിഡി നിരക്കിലുള്ള ഉൽപ്പാദനോപാധികളോ, ഒന്നും ലഭ്യമാകുന്നില്ല. സ്ത്രീകർഷകരെ കർഷകരായി അംഗീകരിക്കുകയും അവർ നേരിടുന്ന ജീവിത സാഹചര്യങ്ങളെ മെച്ചപ്പെടുത്തുകയും വേണം.

10. ദേശീയ ഗ്രാമീണ തൊഴിലുറപ്പു പദ്ധതിയുടെ വ്യാപനം

എല്ലാ മുതിർന്ന വ്യക്തികളെയും (കുടുംബത്തിൽ ഒരാൾക്ക് മാത്രമല്ല) ഉൾപ്പെടുത്തുന്നതും ആവശ്യമായത്രയും ദിവസം തൊഴിൽ നൽകുന്നതുമായവിധം തൊഴിലുറപ്പു പദ്ധതി വിപുലീകരിക്കുക. അനുവദനീയമായ പ്രവർത്തികളുടെ പട്ടിക ഗ്രാമീണമേഖലയിലെ ജീവിത ഗുണപരത മെച്ചപ്പെടുത്താവുന്ന എല്ലാ പ്രവർത്തികളെയും ഉൾക്കൊള്ളും വിധം വികസിപ്പിക്കുക. എല്ലാ ദരിദ്ര - ചെറുകിട കർഷകർ, സ്ത്രീ കേന്ദ്രിത കർഷക കുടുംബങ്ങൾ, സഹകരണ സ്ഥാപനങ്ങൾ, വനാശ്രിതർ എന്നിവരുടെ ഭൂമിയിൽ തൊഴിലുറപ്പ് പദ്ധതി പ്രവർത്തികൾ അനുവദിക്കുക. മിനിമംകൂലി ഉറപ്പാക്കുക.

11. കർഷകത്തൊഴിലാളികളെ സംരക്ഷിക്കുക

മിനിമംകൂലി, കൂട്ടായ വിലപേശലിനുള്ള അവകാശം, പെൻഷൻ, അപകട നഷ്ടപരിഹാരം, സാമൂഹ്യ സുരക്ഷിതത്വ നടപടികൾ തുടങ്ങിയവ ഉറപ്പാക്കുന്നതിനായി കർഷകത്തൊഴിലാളികൾക്കായി ഒരു പ്രത്യേക സമഗ്ര നിയമം നിർമിക്കാൻ കേന്ദ്ര സർക്കാർ തയാറാകണം. ഈ നിയമ ത്തിന്റെ സാമൂഹ്യ സുരക്ഷിത ചെലവുകൾക്കായി ആവശ്യമായ ഫണ്ട് കേന്ദ്ര ബജറ്റിൽ അനുവദിക്കണം. എല്ലാ സംസ്ഥാനങ്ങളിലെയും മിനിമം വേതനം പുനഃപരിശോധിച്ച് ജീവിതസാധ്യമായ വേതനം ഉറപ്പു വരുത്തണം.

12. കാർഷിക ഗവേഷണ - വിപുലീകരണ പ്രവർത്തനങ്ങൾക്കായി പൊതുഫണ്ട് വർധിപ്പിക്കുക

കാർഷിക ഗവേഷണ - വിപുലീകരണ പ്രവർത്തനങ്ങൾക്കായുള്ള പൊതുസ്ഥാപനങ്ങളെ ശക്തിപ്പെടുത്തുകയും വികസിപ്പിക്കുകയും വേണം. വൻകിട വ്യാപാരത്തെ പിന്തുണയ്ക്കുന്ന ബൗദ്ധിക സ്വത്തു വാഴ്ചക്കനുകൂലമായ മാറ്റങ്ങളെ തിരുത്തി

കർഷകരുടെ ജീവിത വൃത്തിയെ കടന്നാക്രമിക്കാനോ കണ്ടുപിടുത്തങ്ങളെ തടയാനോ ബൗദ്ധിക സ്വത്തവകാശങ്ങൾ ഉപയോഗിക്കപ്പെടില്ലെന്ന് ഉറപ്പു വരുത്തണം. ജൈവസുരക്ഷിതത്വം, ജൈവ വൈവിധ്യ സംരക്ഷണം, പരമ്പരാഗത അറിവ് അവകാശങ്ങളുടെ സംരക്ഷണം എന്നിവയുമായി ബന്ധപ്പെട്ട് സ്വകാര്യ കാർഷിക ഗവേഷണങ്ങൾക്ക് കർശനമായ നിയന്ത്രണം ഏർപ്പെടുത്തണം. കൃഷിയിലെ ഇന്തോ-അമേരിക്ക വിജ്ഞാന സംരംഭ പദ്ധതി നിർത്തിവെ ക്കുകയും അതിന്റെ എല്ലാ രേഖകളും വെളിപ്പെടുത്തുകയും ചെയ്യണം.

13. വരൾച്ചാപ്രദേശ കൃഷി

വരൾച്ചാപ്രദേശ കൃഷി നേരിടുന്ന പ്രശ്നങ്ങളിൽ ഗവേഷണ – വിപുലീകരണ പ്രവർത്തികൾ കേന്ദ്രീകരിച്ച് സുസ്ഥിര വിളയും ജീവിതോപാധികളും ഉറപ്പാക്കുക.

14. കർഷകരെ അണിനിരത്തി സഹകരണപ്രസ്ഥാനത്തെ ശക്തിപ്പെടുത്തുക

സഹകരണമേഖലയിൽ കഴിഞ്ഞകാലങ്ങളിൽ ഉദ്യോഗസ്ഥതല ഇടപെടലുകൾ, വൻകിടസംരംഭകരാൽ ഏറ്റെടുക്കപ്പെടൽ, രാഷ്ട്രീയ നിയന്ത്രണം തുടങ്ങിയ പ്രശ്നങ്ങൾ വ്യാപകമായി നിലനിന്നു വരുന്നു. ജലവിനിയോഗം, ഉൽപ്പാദനോപാധികളുടെ വിതരണം, വിള സംഭരണം, വിള വിപണനം, ക്ഷീരോൽപ്പാദനമുൾപ്പെടുന്ന ഇതര കാർഷിക പ്രവൃത്തികൾ എന്നിവയിലെല്ലാം സഹകരണസംഘങ്ങൾക്ക് കർഷകർക്ക് ഗുണപരമായ പങ്ക് വഹിക്കാനാവും. മേൽപ്പറഞ്ഞ പ്രശ്നങ്ങൾ മറികടക്കാൻ കർഷകരെ വ്യാപകമായി അണിനിരത്തി സംഘടിതരാക്കുന്നതിലൂടെ സാധിക്കും. ഇതിൽ വിജയിക്കാൻ കഴിയണമെങ്കിൽ സഹകരണപ്രസ്ഥാനത്തെ ശക്തിപ്പെടുത്തുന്നതോടൊപ്പം ഭൂപ്രഭുത്വ വാഴ്ചയ്ക്കും അവസാനമുണ്ടാക്കാനാവണം.

15. ഭൂമി പുനർവിതരണം നടപ്പിലാക്കൽ

കാർഷിക സമ്പദ്ഘടനയിലും ഗ്രാമീണ സമ്പദ്ഘടനയിലും പൊതുവെയുള്ള ഭൂപ്രഭുത്വ വാഴ്ചയുടെ ചങ്ങലകൾ പൊട്ടിക്കാനും ഗ്രാമീണ ബഹുജന ആവശ്യങ്ങളുടെയും കൃഷിയിലെ വർധിക്കുന്ന ഉൽപ്പാദനക്ഷമതയുടെയും അടിസ്ഥാനത്തിൽ സാമ്പത്തിക വികസന പ്രക്രിയയുടെ മുൻകൂർ സാഹചര്യങ്ങൾ സൃഷ്ടിക്കാനും അതീവ സമഗ്രമായ ഭൂപരിഷ്കരണം നടപ്പിലാക്കപ്പെടണം. ദരിദ്ര കർഷകർക്കും കർഷകത്തൊഴിലാളികൾക്കും

സൗജന്യമായി ഭൂമി വിതരണം ചെയ്യാനും ഭൂപരിഷ്ക്കരണത്തിന്റെ ഉപഭോക്താക്കൾക്ക് അവരുടെ കാർഷികവൃത്തി ആദായകരമാക്കാൻ ആവശ്യമായ പിന്തുണ സഹായവും ഉറപ്പാക്കണം. ഇതൊന്നും നടപ്പിലാക്കപ്പെടാത്ത എല്ലാ സംസ്ഥാനങ്ങളിലും കുടിയായ്മാവകാശം രേഖപ്പെടുത്തുകയും കുടിയാൻമാരുടെ അവകാശങ്ങൾ സംരക്ഷിക്കുകയും വേണം.

16. ആദിവാസി വനാവകാശ നിയമം നടപ്പിലാക്കുക

ആദിവാസികളുടെയും പരമ്പരാഗത വനാശ്രിതരുടെയുംപേരിൽ ഭൂമി നിക്ഷിപ്തമാക്കുന്ന വിധത്തിൽ രാജ്യത്താകെ വനാവകാശ നിയമം കർശനമായി നടപ്പിലാക്കുക.

17. കുടിയിറക്കപ്പെടുന്നവരെ സംരക്ഷിക്കുക

ഗ്രാമീണ ജനവിഭാഗങ്ങൾ കുടിയിറക്കപ്പെടുമ്പോൾ അവരുടെ സമ്മതത്തോടെ മാത്രമെ കുടിയിറക്കപ്പെടുന്നുള്ളൂ എന്ന് ഉറപ്പു വരുത്താൻ സുതാര്യമായ നടപടിക്രമങ്ങൾ അംഗീകരിക്കുകയും മതിയായ നഷ്ടപരിഹാരവും പുനഃരധിവാസ സൗകര്യങ്ങളും കുടിയിറക്കപ്പെടുന്നതിനു മുമ്പു തന്നെ അതു ബാധിക്കുന്ന ജനവിഭാഗങ്ങൾക്ക് ലഭ്യമാകുമെന്ന് ഉറപ്പു വരുത്തണം.

18. ഗ്രാമീണമേഖലയിൽ സാമൂഹ്യസേവനങ്ങൾ വ്യാപകമാക്കുക

ആരോഗ്യമേഖലയിൽ പൊതുചെലവു വർധിപ്പിക്കുകവഴി ചെലവു കുറഞ്ഞ ഗുണനിലവാരമുള്ള ചികിത്സാ സൗകര്യങ്ങൾ കർഷക കുടംബങ്ങൾക്കു ലഭ്യമാക്കുക. ചെറുകിട ഇടത്തരം കർഷകർ, ഗ്രാമീണ തൊഴിലാളികൾ, കൈത്തൊഴിലുകാർ എന്നിവർക്കും ഇന്ദിര ആവാസ് യോജനയുടെ ഉപഭോക്താക്കൾക്കും ഗ്രാമീണ ആവാസ വ്യവസ്ഥ നിർമിക്കുന്നതിനായുള്ള ഒരു വൻപദ്ധതിക്ക് മുൻകയ്യെടുക്കുകയും അതുവഴി എല്ലാ ഗ്രാമീണ കുടുംബങ്ങൾക്കും സ്വന്തമായി വീടും പുരയിടവും ഉറപ്പു വരുത്തുകയും ചെയ്യുക. എല്ലാ ഗ്രാമീണ കുടുംബങ്ങൾക്കും ശുദ്ധജല ലഭ്യതയും കക്കൂസും വൈദ്യുതിയും ഉറപ്പാക്കുക. ഗ്രാമീണ കർഷക കുടുംബങ്ങളിലെ കുട്ടികൾക്ക് ഉയർന്ന ഗുണനിലവാരമുള്ള പൂർണ സ്കൂൾ വിദ്യാഭ്യാസവും ഉന്നത വിദ്യാഭ്യാസരംഗത്ത് വർധിച്ച തോതിൽ സ്കോളർഷിപ്പും ഉറപ്പു വരുത്തുക.

www.ingramcontent.com/pod-product-compliance
Lightning Source LLC
LaVergne TN
LVHW090343051026
849518LV00006B/2034